'सोबत'चे पहिले पान

खंड - ४ : रचना

'दिलीपराज प्रकाशन प्रा. लि.'च्या नवीन पुस्तकांची यादी व माहिती हवी असल्यास आपला पत्ता, दूरध्वनी क्रमांक किंवा Email आमच्या *diliprajprakashan@yahoo.in* या *Email address* वर पाठवावा किंवा आमच्याशी दूरध्वनी क्रमांक फॅक्ससहित : ०२०-२४४८३९९५/२४४९५३१४ /२४४७१७२३ यावर संपर्क साधावा. आमच्या वेबसाईटला एकदा अवश्य भेट द्या.

Website: *www.diliprajprakashan.com*

'सोबत'चे पहिले पान

खंड - ४ : रचना

(वैचारिक)

ग. वा. बेहेरे

दिलीपराज प्रकाशन प्रा. लि.
२५१ क, शनिवार पेठ, पुणे - ४११ ०३०.

प्रकाशक
राजीव दत्तात्रय बर्वे,
मॅनेजिंग डायरेक्टर,
दिलीपराज प्रकाशन प्रा. लि.,
२५१ क, शनिवार पेठ, पुणे - ४११ ०३०

पुणे ४११ ००४

प्रकाशन दिनांक : १५ सप्टेंबर २०१३

प्रकाशन क्रमांक : २०४९

ISBN : 978 93 - 82988 - 28 - 1

मुद्रक
Repro India Ltd, Mumbai.

टाइपसेटिंग
मधुराज प्रिंटर्स ॲण्ड पब्लिकेशन्स प्रा. लि.,
स. नं. २९/८-९, पारी कंपनीजवळ,
धायरी, पुणे - ४११ ०४१

मुखपृष्ठ - अनिल उपळेकर

आतील सजावट - रेषविश्व ॲड, सागर नेने

चि. बाळ ठाकरे—
याचा बुलंद आवाज
हिंदूंना संरक्षणाची ग्वाही देतो.
मराठी माणसांना तो सदैव धीर देतो.
तो आहे, तोवर मुंबई महाराष्ट्राची राहील.
त्याच्या देशप्रेमाबद्दल वा धर्मप्रेमाबद्दल
कसलीही शंका घेणे नीचपणाचे आहे.
तथाकथित पुरोगामी आणि सत्तांध
राजकारणी संधी मिळताच त्याला
बदनाम करण्याचा यत्न करतात.
तरीही भवानी तलवारीचे हे टोक
तळपते राहिले आहे—
तळपते राहणार आहे.
त्या टोकास—

– ग. वा. बेहेरे

अनुक्रम

अनुक्रम

१

हिंदू धर्माचा पुनर्विचार

हिंदू नावाचा धर्मच अस्तित्वात नाही, असे म्हटले जाते. धर्म असलाच, तर तो वैदिक धर्म होय. हिंदू धर्म म्हणून तो ओळखला जातो. तो म्हणजे, एका विशिष्ट भूखंडात आचरली जाणारी विचारधारा. मर्यादित अर्थाने ते खरे आहे. हिंदूंना निश्चित स्वरूपाचा धर्मग्रंथ नाही. वेद मानणारे आणि न मानणारेसुद्धा हिंदू असू शकतात. सर्वसामान्य हिंदू समाज जरी मूर्तिपूजक असला, तरी मूर्तिपूजा न मानणारेही हिंदू धर्मीय आहेत. वैदिक काळी मांसाहार हा नित्याहार होता आणि आजही ऐंशी टक्क्यांपेक्षा अधिक लोकांचा तो आहार आहे. हिंदू धर्मीयांसाठी म्हणून एखादे समान सूत्र पकडावे किंवा काही आचार-धर्म ठरवावा, असा प्रयत्न करण्याच्या नादात हिंदू धर्मात आणखीन नवे उपासना-पंथ निर्माण झाले. प्रत्येक पंथ निर्माण करणाऱ्याची इच्छा हिंदू धर्माला आकार द्यावा, हीच होती; परंतु तसे काही न घडता, हिंदू धर्माचे स्वरूप अधिक भोंगळ आणि विस्कळीत झाले.

दहा-पाच हजार वर्षांच्या वाटचालीत हे असे झाले, हे आपण समजू शकतो. परंतु आजपर्यंत केव्हाही हिंदुत्वाचे म्हणून काही आवाहन करता येईल, असे सर्वसमावेशक तत्त्वज्ञान उपलब्ध झालेले नाही. 'श्रुती-स्मृती-पुराणोक्त' असे म्हणत आपले उपाध्याय हिंदूंची सर्व धार्मिक कृत्ये करताना दिसतात. त्यावरून साधारणतः वेद, उपनिषदे, पुराणे आणि स्मृतिग्रंथ हे धर्मग्रंथ मानण्याची प्रथा आहे. त्यातच रामायण, महाभारत यांसारखे ग्रंथ परंपरेने पूजनीय

मानले गेले आहेत. हिंदू कोड बिलात शीख, जैन, लिंगायत, बौद्ध अशा सर्व उपासना-पंथांचा समावेश केलेला आहे. वैदिक परंपरेतूनच या सर्वांची उत्पत्ती झाली आहे आणि या सर्वांत काही ना काही सामंजस्य आहे. ख्रिश्चन, मुसलमान, यहुदी व पारशी एवढे धर्म सोडून हिंदुस्थानातील सर्व बाकीचे लोक– (यात आदिवासी आणि सर्व भारतीय गिरिवासी समाविष्ट आहेत.) यांचा हिंदूंत समावेश केला आहे. परंतु या सर्वांत काही सामंजस्य निर्माण व्हावे, असा प्रयत्न आजचे हिंदू, शीख, बौद्ध, जैन– कोणतेच धर्मगुरू करताना दिसत नाहीत. प्रत्येकाचे स्वतंत्र अस्तित्व वेगळे राखणे धर्मपीठांच्या प्रमुखांना फायदेशीर वाटते. हिंदू कोड बिलात समाविष्ट केले जाताना यांपैकी कोणी खळखळ केली नाही, याचा अर्थ हिंदू विचारधारेतील त्यांचे अस्तित्व त्यांना मान्य आहे, एवढेच समजावयाचे.

येथे आर्य आले आणि त्यांचा अनार्यांशी झगडा झाला, तेव्हा संस्कृतिसंघर्ष अपरिहार्य होता. परंतु सातत्याने एकत्र राहावयाचे आहे, ही भूमिका पत्करून दोघांनी समन्वयाची भूमिका घेतली. जित किंवा जेते असे यात कोणी दिसत नाही. उलट, आर्य-अनार्यांची अशी संमिश्र संस्कृती येथे निर्माण झाली. शुद्ध आर्य वंशाची कोणतीही जात आता राहिली असेल, असे वाटत नाही. आर्य-अनार्यांनी मिळून निर्माण केलेली संस्कृती सर्वांनी पत्करली असल्याने दोघांच्याही दैवतांची सरमिसळ झाली आहे. त्यामुळेच तर भारतभर आर्य-अनार्यांच्या दैवतांची मंदिरे आपल्याला पाहावयास मिळतात. आर्यांच्या नावावर खपवले जाणारे सर्व धर्मग्रंथ हीसुद्धा संमिश्र निर्मिती असली पाहिजे. नाही तर पौलस्त्य ऋषी हा राक्षसांचा पूर्वज कसा होईल? अनार्य संस्कृतीचे प्रतीक म्हणून ओळखला जाणारा रावण दशग्रंथी ब्राह्मण म्हणून का नोंदला जाईल? शिवपूजा-लिंगपूजा-नागपूजा ह्या उघड-उघड अनार्य दैवतांच्या पूजा सार्वत्रिक झाल्या. याला आर्य-अनार्यांचे अभिसरण हेच कारणीभूत असले पाहिजे. अनुलोम व प्रतिलोम असे दोन्ही विवाह घडल्याची साक्ष आपल्या ग्रंथांतून मिळते. शुक्राचार्य या ब्राह्मणाची मुलगी क्षत्रियाची पत्नी कशी होईल? किंवा कोळ्याची मुलगी सत्यवती हिचा वंश सन्माननीय पांडवांचा राजवंश कसा होईल? असुर हे जर अनार्य असतील, तर त्यांना शुक्राचार्यांसारखा गुरू हवाच कशाला?

आपल्या पुराणग्रंथांतल्या सर्वच कथा तपासून पाहिल्यास त्यात सर्व जाती-जमातींचे उल्लेख येतात. कोळी, मातंग, परीट, सूत इ. आणि त्यांचे व्यवहार आर्यांशी घडलेले सापडतात. वास्तविक, आर्य-अनार्य संघर्ष असे त्यांचे स्वरूप फार लवकर पालटले असले पाहिजे. मूठभर आर्यांनी बहुसंख्य

अनार्यांना बंदिवान केले किंवा त्यांच्यावर दाससंस्कृती लादली, ही कल्पना पटण्यासारखी नाही. इसवी सनानंतरच्या काही कालखंडातसुद्धा क्षत्रियेतर राजे राज्य करीत होते. त्यांच्या राजवंशाने दिगंत पराक्रम केला, असे इतिहास सांगतो. चातुर्वर्ण्याची रचना कोणत्या काळात झाली, हे नेमके सांगणे अवघड आहे; पण ती काही अडचणींतून निर्माण झाली असली पाहिजे. जन्माधिष्ठित वर्णव्यवस्था समाजात पक्की होऊन तिने या हिंदू समाजाला फाजील बंदिस्तपणा आणलेला दिसतो. या व्यवस्थेविरुद्ध इतिहासकालात फार मोठी बंडे झालेली नाहीत. चातुर्वर्ण्याचे व वर्णव्यवस्थेचे स्तोम माजले आहे, ते या अलीकडच्या हजार वर्षांत. गेल्या हजार वर्षांत धर्माची पुनर्रचना करण्याचे प्रयत्न झालेच नाहीत. देवल स्मृतीसारखा एखादा स्मृतिग्रंथ सोडला (आणि तो त्या मानाने उदार आहे), तर समाजव्यवस्था बदलली पाहिजे, असे कोणाला जाणवलेले दिसत नाही. बौद्ध धर्माचे आक्रमण थोपविण्याच्या नादात हिंदू धर्म अधिक संकुचित झाला असण्याची शक्यता आहे. संकुचित झाल्यामुळे संघटित होणे सोपे जाते, हे आजही आपण पाहतो. तोच प्रकार त्या काळात घडला असला पाहिजे.

गरजेनुसार धर्मात बदल करावे लागतात; तरच धर्म प्रवाही आणि उपयुक्त राहतो, ही जाणीव लोप पावली आणि बंडखोरीचे सर्व रस्ते बंद होऊन ग्रंथप्रामाण्याचे स्तोम माजले. प्रत्येक लहान-मोठ्या मानवी अडचणीचे निवारण करण्यासाठी श्रुतिस्मृतींचा आधार घेतल्यावाचून भागेनासे झाले. संन्याशाने पुन्हा लग्न केल्यास त्याच्या संततीचे पुन्हा काय करायचे, याची तरतूद ग्रंथात नसल्याने ज्ञानेश्वरांसारख्या सिद्ध पुरुषालासुद्धा अपमान व छळ सोसावा लागला. वेदकाळात धर्मांतराचा प्रश्न उत्पन्न झाला नव्हता, कारण धर्म सिद्ध होत होता व धर्मांतरच होऊ शकत नव्हते. कुणाचाही स्वीकार करून त्याला धर्मात जागा देण्याची तरतूद होती. या देशावर जेव्हा मुसलमानी आक्रमण आले आणि त्यांनी जबरदस्तीने धर्मांतरे आरंभली, तेव्हा काशीचे धर्मपंडित हात झटकून मोकळे झाले. धर्म ही माणसाच्या सोईसाठी व मनःस्वास्थ्यासाठी केलेली न्यायदायक यंत्रणा आहे, याचाच मुळी जर धर्मपंडितांना व शंकराचार्यांना विसर पडला; तर धर्मगंगेची गटारगंगा होण्यास कितीसा वेळ लागणार? जोपर्यंत व्यवसायाची हमी होती व त्या व्यवसायाला प्रतिष्ठा होती, तोपर्यंत त्या-त्या काळात समाजव्यवस्था अन्यायजनक असूनही उपद्रवकारक वाटली नाही. शिवाय हा देश एवढा प्रचंड होता की, त्या काळापर्यंत नव्या वसाहती करण्याजोगी विपुल भूमी येथे होती. फार त्रास झाला की, माणसे

स्थलांतर करीत. कोकणातून भट-भानूसारखे ब्राह्मण देशावर आले आणि सुस्थिर झाले. बंगालमधून किंवा सरस्वती नदीच्या आसमंतातून सारस्वत समाज पश्चिम किनाऱ्यावर येऊन पोहोचला. उत्तरेतील संस्कृतपंडित दक्षिणेत गेले, ते मुसलमानांच्या वाढत्या आक्रमणामुळेच. गेल्या हजार वर्षांत अशी स्थित्यंतरे खूप झाली. कोणी अधिक सुखासाठी व कोणी धर्मरक्षणासाठी स्थलांतरे केली, तर कोणी व्यवसाय बदलले; परंतु हे सारे इंग्रजी अमदानी आल्यावर संपुष्टात आले.

आपली येथील ग्रामव्यवस्था ही जगातील एक आदर्श ग्रामव्यवस्था मानली जाते. त्यात शूद्रांना मानहानिकारक वागणूक असूनही इंग्रज अमदानीपर्यंत ते व्यवसायहीन झाले नव्हते. म्हणून त्यांनी अन्याय सहन केला. एकाच वेळी मानहानी व दारिद्र्य भोगायला लागल्याबरोबर पेशवाईतील उत्तरकाळापासून दलितांच्या दु:खाला पारावार राहिला नाही. पेशवाईतील उत्तरकाळात पेशव्यांनी राज्य असे केलेच नाही. परप्रांतात जावे, लुटी कराव्यात आणि त्या लुटीच्या पैशावर जगावे– ही प्रथा सुरू झाल्याने महाराष्ट्रातील शेतीकडे व अन्य व्यवसायांकडचे लक्ष आपोआपच कमी झाले. वतनदारी वाढली. कारकुनी कावे सुरू झाले. जमिनीची हस्तांतरे झाली. भूमिहीन व उद्योगहीन लोकांची संख्या वाढू लागली. त्याच्या परिणामी, आपल्या दुर्दैवाचे कारण काय, हे शोधण्याची जिज्ञासा त्या लोकांत सुरू झाली. इंग्रजी राज्यात शिक्षणाचे दरवाजे खुले झाले आणि स्वातंत्र्यानंतर शिक्षण जवळपास विनामूल्य झाले. दुर्दैवाच्या कारणांचा शोध घेता-घेता त्याचे मूळ चातुर्वर्ण्यात, जन्मजात श्रेष्ठत्वात, जातिसंस्थेत आहे– हे लक्षात आल्यामुळे त्याचा मागोवा घेणे, हे सुबुद्ध दलितांना अपरिहार्य होऊन बसले. मूळ ज्या वैदिक धर्मातून आजचा हिंदू धर्म अस्तित्वात आला आहे, तोच धर्म आपल्यावरील अन्यायाला कारण आहे; हे म्हणणे सर्वांत सोपे असल्याने त्याचा स्वीकार करण्यात आला आणि म्हणून जे-जे या देशात घडले आहे, त्यांतील चांगल्या-वाईटाची निवड न करता या साऱ्याचाच उच्छेद करावा, असे काही लोकांना वाटू लागले. पाच-दहा हजार वर्षे अन्याय करण्याची शक्ती कोणत्याच मनुष्यसमूहाला नसते, याचे भान अशा वेळी विसरले गेले. या साऱ्याची चिकित्सा करावी, चांगले-वाईट पारखावे आणि अन्यायाविरुद्ध बंड करावे, हा उपद्व्याप दलितांनी काय म्हणून करावा? हा उद्योग जर करायचाच असेल, तर हिंदुत्वाचा ज्यांना अभिमान आहे आणि ज्यांना गढूळलेले पाणी शुद्ध झाले पाहिजे, असे वाटते; त्यांनीच हा उद्योग हाती घेतला पाहिजे.

कोणावर दया करावी, कोणाला सवलत दाखवावी– हा उद्योग करण्याचा मतलब नाही. कारण हा प्रश्न दयेचा नसून न्यायाचा आहे. ज्या वेळी एखादा माणूस

आजारी पडतो, त्या वेळी आपण तो सांगतो त्यावर विश्वासून उपचार करत नाही; तर त्याची सर्वांगीण परीक्षा करतो. डोके दुखत असेल, तर कित्येकदा औषध पोटात घ्यावे लागते. रक्त नासले, तर योग्य ती काळजी घेऊन त्याचे पथ्यपाणी दीर्घकाळ करावे लागते. एखादी जखम झाली, तर ती स्वच्छ करावी लागते आणि पुन्हा तिच्यात जंतू निर्माण होणार नाहीत, एवढ्यासाठी दक्ष राहावे लागते. कॅन्सरसारखा रोग होतो; तेव्हा तर रुग्ण कितीही प्रिय असला, तरी रुग्णाची ती गाठ कापून टाकावी लागते. हिंदू धर्माला काही रोग झाला आहे, याची जाणीवच कित्येकांना नाही आणि तो बरा करण्याची त्यांना आतुरताही नाही. गेल्या हजार वर्षांत हिंदू धर्मात कोणत्याही तऱ्हेचा नवा स्मृतिग्रंथ लिहिला गेला नाही, याची पुष्कळांना आठवण नाही. या जगात मानवी हक्क, समतेचे नवे तत्त्वज्ञान, नवा अर्थवाद गेल्या शतकात उदित झाला आहे आणि त्यानुसार धर्माचा पुनर्विचार केला पाहिजे, असे त्यांना वाटतच नाही. हजारो वर्षांत जे घडले नाही, ते घडविणारे तुम्ही कोण दीडशहाणे– या प्रश्नावर देण्यासारखे उत्तर एकच आहे. ते म्हणजे, ज्या दीडशहाण्यांनी हे पहिले ग्रंथ केले आहेत, त्यांनी आपल्या काळाची सोय पाहिली; आता आम्ही आपल्या काळाची सोय पाहू इच्छितो. ते सारे धर्मग्रंथ आता पुस्तकाच्या कपाटात जाऊन बसण्याच्या योग्यतेचे झाले आहेत. राहू चंद्राला गिळून टाकतो म्हणून त्याची सुटका करण्यासाठी जपजाप्य करावयास पाहिजे, असे धर्मग्रंथात सांगितले होते. आता राहू चंद्राला गिळत नाही, असे दुर्बिणीच्या साह्याने डोळ्यांना दिसते; तेव्हा त्यासाठी केलेले आजपर्यंतचे जपजाप्य फुटतच गेले ना? एका विशिष्ट काळानंतर सूर्यग्रहण- चंद्रग्रहण या गोष्टी येतात, हे ज्योतिर्गणिताने सांगता येते; त्यासाठी धर्मपंडिताची किंवा धर्मग्रंथाची गरज नाही. काळाबरोबर जो चालू शकत नाही, तो धर्म टिकत नाही. आपण काळाबरोबर न चालल्यानेच आपल्या धर्मावर गंडांतरे येत गेली आणि आजही ती येत आहेत. जे मनुष्यनिर्मित आहे, ते माणसानेच दुरुस्त केले पाहिजे. व्यास असोत किंवा मनु असोत– ही माणसेच होती. ती चुकूही शकतात किंवा काही काळापर्यंतच त्यांचे सिद्धांत उपयोगी पडतात.

हिंदू धर्मात अनेक वैगुण्ये असून हिंदू धर्म टिकला, याचे कारण तो सर्वसमावेशक होता, हेच होय. शक, हूण, बर्बर असे परकीय लोक येथे आले व त्यांना हिंदू करण्याचे सामर्थ्य हिंदू धर्मात होते. मुसलमान ज्या वेळी सिंधमध्ये प्रथम आले, तेव्हा हिंदू धर्माच्या औदार्याला ओहोटी लागली होती. जातिव्यवस्था, वर्णव्यवस्था, व्यक्तिगत स्वार्थ यांची पराकाष्ठा झाली होती. त्यामुळे हिंदुस्थानचा व हिंदू धर्माचा पराभव ही एक अटळ गोष्ट होती. शिवाजीसारख्या उदार पुरुषाला

व्यापक धर्मबुद्धी होती, म्हणून त्याला मोगलांचा अटकाव करता आला. पहिल्या बाजीरावाचा उत्तर दिग्विजय हा एकट्या बाजीरावाचा विजय नव्हता; तर सर्व जाती-जमातींना आवाहन करून धर्मरक्षण करण्याचे त्याचे आवाहन होते, म्हणून त्याचे बळ वाढले. जेव्हा जेव्हा या देशात हिंदुत्वाचा व्यापक अर्थ सांगितला गेला, तेव्हा तेव्हा यशाची चाहूल लागली. उपाध्यायांनी व मठपतींनी देवळात कोंडलेला देव जेव्हा विवेकानंदांनी दीनदुबळ्यांच्या झोपडीत नेला, तेव्हा त्याचे नाव त्रिखंडात दुमदुमले. नाही तर ख्रिश्चन धर्मगुरूंची मान त्यांच्या धर्मपांडित्याला लवलीच नसती. आता खऱ्या अर्थाने धर्मजागरणाची पुन्हा गरज निर्माण झाली आहे. पाच हजार वर्षांत जमलेली अडगळ काढून टाकून आपले घर आपल्याला स्वच्छ करावयास हवे आणि ह्या घरावर ज्यांचा-ज्यांचा हक्क आहे, त्यांना या घरात प्रवेश दिला पाहिजे. आमचा धर्म फार जुना आहे, त्यात विद्वत्ता भरली आहे, त्यात नाना विज्ञान-कलांचे ग्रंथ निर्माण झाले आहेत– हे सारे गुणगौरव केव्हा गाता येतील? तर, आजचा हिंदू धर्म काळाबरहुकूम पंडे, बडवे, बुवा, उपाध्याय यांसारख्या मध्यस्थांच्या हातून सोडवला गेला, तर! जर का या देशाची संस्कृती असेल, तर ती काय फक्त सवर्णांनी निर्माण केली? शिवाजी, शालिवाहन, चंद्रगुप्त यांची राज्ये काय फक्त ब्राह्मण-क्षत्रियांनी रक्षण केली? जे-जे काही चांगले घडले असेल, त्यावर सर्वांची मालकी आहे.

या सर्वांचा अर्थ असा होतो की, हिंदू धर्माचे परिष्करण आता अपरिहार्य झाले आहे. हिंदू धर्मातील कोणत्याही पंथाला न दुखावता सर्वसमावेशक अशा काही भूमिका आपल्याला निवडता येतील काय? वेद आणि उपनिषदे ही सर्वांत कमीत कमी उपद्रवकारक व सर्वसामान्य अशी धर्मसंहिता आहे. कारण त्या काळात तरी चातुर्वर्ण्य निश्चितच नव्हते. आर्य समाजाने केलेला धर्मसुधारणेचा उद्योग खरोखरीच कौतुकास्पद होता. अग्निपूजा, सूर्यपूजा, गिरिपूजा आणि जलपूजा यांची विभिन्न रूपे उपयुक्ततेच्या दृष्टीने जतन करावयास हरकत नाही. हिंदू धर्माची व्याप्ती यापलीकडे नसावी. पुराणे, महाभारत-रामायण आणि स्मृतिग्रंथ किंवा त्यावरील वेळोवेळी झालेली भाष्ये हे सारे ग्रंथ म्हणजे केवळ ग्रंथ-भांडार आहे; यापलीकडे त्याचे महत्त्व मानू नये. मूर्तिपूजा निषिद्ध ठरवता येणे कठीण आहे. कारण मूर्तिपूजा निषिद्ध मानणाऱ्या धर्मातसुद्धा ती शिरते, असा अनुभव आहे. मुसलमानांत मूर्तिपूजा नाही, असे म्हणतात; पण काबाचे मंदिर हे काय आहे? भारताबाहेर पीर, दर्गे किती आहेत, हे मला माहीत नाही; पण भारतातील पीर, दर्गे या मूर्तीच आहेत. तेथेही मुजावर, पूजाविधी, फकीर– सर्व काही चालत असते. त्यांनाही उत्पन्ने आहेत, त्यांचेही उरूस आहेत. ख्रिश्चनांत तर नाही म्हणता-म्हणता एवढ्या मूर्ती निर्माण

झाल्या की, तो मूर्तिपूजकांचाच धर्म आहे, असे म्हणावे लागेल. तेथे पूजाविधी, मंत्र-तंत्र आहेत, यती आहेत व जे म्हणून आम्हा मूर्तिपूजकांच्या धर्मात आहे, ते सर्व काही त्या धर्मात आहे.

परमेश्वर एकच आहे, असे इस्लाम सांगतो; त्याचप्रमाणे ख्रिश्चन धर्मही सांगतो. खरा वेदांतसुद्धा तेच सांगतो. ख्रिश्चन धर्मात परमेश्वराचा एक पुत्र व अनेक साधू-संत परमेश्वरी आज्ञेचा अन्वयार्थ लादतात. इस्लाममध्ये महंमद हा एकच प्रेषित व तोही अखेरचा मानला गेल्याने नव्या परमेश्वरी आज्ञेचा रस्ताच बंद झाला आहे. तेथे इस्लामचे उपासक साधू-संत होऊ शकतात, ते फक्त महंमदाकरवी आलेल्या आज्ञांचा प्रसार करू शकतात. परमेश्वराशी परस्परसंबंध ठेवावयास त्यांना बंदी आहे.

हिंदू धर्मात परमेश्वर निर्गुण-निराकार व सर्वत्र भरून राहिला असला, तरी अवताररूपाने मानवाच्या गरजेनुसार मानवी देहात केव्हाही प्रवेश करू शकतो. असामान्य कर्तृत्व, व्यक्तिमत्त्व, पांडित्य व संघटनाकार्य यांच्या जोरावर येथे जन्म पावलेल्या माणसांना देवत्व मिळाले. म्हणून राम-कृष्ण यांसारखे क्षत्रिय राजे देवत्वाला पावले. प्रत्येक जाती-जमातीला अशा कर्तृत्ववान पुरुषांची गरज वाटत गेल्याने देवत्व असलेल्या माणसांची संख्या वाढत गेली. पण हे सर्व मनुष्यरूपधारी देव मूळ ब्रह्माचे अंश आहेत, हे सूत्र कोणीही सोडलेले नाही. वेगवेगळ्या टोळ्यांच्या, जातींच्या, कुळांच्या, दैवतांचा समावेश करण्याच्या प्रक्रियेमुळे सर्वांचेच देव सर्वांचेच झाले. परिणामी, देवांची प्रचंड संख्या या देशात जमा झालेली आपण पाहतो. नरसिंह, तुंबर, हनुमंत यांसारखे देव आहेत; तर नाग, नंदी, गरुड आदी प्राणिजगताशी साम्य दाखविणारे देवही आहेत. हा खरा मानवी उत्क्रांतीचा इतिहास आहे. हा खरा बेरजेचा इतिहास आहे. या जगाचे आदिकरण व सृष्टीचे रहस्य शोधण्याचा या अनेक पद्धती निर्माण झाल्या असल्या, तरी उत्पत्ती-विलयाचे कारण जो ब्रह्मांडनायक– त्याचे मानवी आकार व आचार, हे मुळात कुणालाही मान्य नाहीत. माणसाने आपल्या सर्व आवडी-निवडी, हौसा-मौजा परमेश्वरावर लादून त्याचे अधिकाधिक मानवीकरण केले आहे. माणसाला विलास आवडतो, म्हणून देवलोकात अप्सरा व सुरा निर्माण झाली. नृत्य-गायन आवडते, म्हणून नटेश्वर निर्माण झाले. मनुष्याच्या सर्व आकांक्षा मानवी देहात परमेश्वराने पुऱ्या कराव्यात, अशी इच्छा निर्माण झाल्याने पुराणकथा निर्माण झाल्या. पुराणकथा लिहिणारे जेव्हा कथाप्रवाहात अडतात, तेव्हा ते दैवी शक्तीचे साह्य घेतात व मानवी विकारांचे प्राबल्य दाखवायचे असते,

तेव्हा त्याचे मानुषीकरण करतात. अशरीरी प्रेमाची महती गाण्यासाठी राधा-कृष्णाचे प्रेम निर्माण झाले. पती-पत्नीचे उच्च आदर्श निर्माण करण्यासाठी सीता-रामाची निर्मिती झाली आणि विष्णूचा अवतार असणारा राम सीताहरणानंतर आधुनिक नायकाप्रमाणे विव्हळ होऊन वृक्ष-वेलींसमोर शोक करू लागतो. पती-पत्नीत कलह होतो, ईर्ष्या असते; म्हणून शंकर-पार्वती प्रणय निर्माण करण्यात आला. माणसा-माणसांना करणे आवडते, म्हणून देवांची युद्धे झाली. परचक्रामुळे पराक्रमी पुरुषसुद्धा हतबुद्ध होतात, म्हणून राक्षसांमुळे देवही कित्येकदा हतबुद्ध झाले आहेत. देवाचे मानुषीकरण करण्यात एके काळी माणसाला फार मौज वाटली; पण या मानुषीकरणानेच माणसांत जसे गुलामांचे व्यापार झाले– स्त्रियांची विक्री झाली– तशीच मनुष्यरूपी देवांचीही विक्री झाली व देव अखेर माणसांचे गुलाम होऊन बसले.

देव ही काही लोकांची अखेरीस मिळकत झाली. देवापर्यंत पोहोचण्यासाठी मध्यस्थांची गरज वाटू लागली– जशी राजापाशी पोहोचण्यासाठी सरदार-दरकदारांची गरज असते. याचा परिणाम व्हायचा तोच झाला. इतके देव असून या देशात अखेरीस देवच उरला नाही. मनुष्यनिर्मित देवाचे माणसालाच रक्षण करावे लागते, याचे विस्मरण झाले. एरवी अनादि, निराकार व निर्गुण परमेश्वराची हत्या कोणताही औरंगजेब, गझनी, अफझलखान करूच शकत नाही; तो फक्त मनुष्यनिर्मित देवाला भग्न करू शकतो. प्रथम या देशातील लोकांनी देवाचे देवत्व घालवून त्याला माणूस केले व त्याला मूर्तिपूजकांच्या हवाली केले. आता जर हिंदुत्वाचा पुनर्विचार करावयाचा असेल, तर मूर्तिपूजेचे वाढते स्तोम कमी केले पाहिजे. मूर्तिपूजा नष्ट करता येणार नाही; पण ती मर्यादित करता येईल. त्यासाठी विज्ञानदृष्टी असणाऱ्या धर्मसुधारकांनी एकत्र येण्याची आवश्यकता आहे.

(१३ मार्च, १९८३)

-०-०-०-

२

भारतीय समाजपरिवर्तनाच्या काही दिशा

देशात परिवर्तन झाले पाहिजे, अशा तऱ्हेची भाषा आपण अनेकदा बोलत असतो आणि आदिवासीकल्याण, अस्पृश्यकल्याण, ग्रामविकास, कुटुंबकल्याण, समाजकल्याण अशा तऱ्हेचे नानाविध शब्द त्या वेळी वापरत असतो. शब्द निर्माण करणाऱ्यांना आणि वापरणाऱ्यांना या शब्दांचे खरे अर्थ आणि व्याप्ती माहिती नसेल, असे कसे म्हणता येईल? कदाचित असेलही. 'वेल्फेअर स्टेट' या शब्दाची केलेली ही चिरफाड आहे. समाजाचे कल्याण करणाऱ्या घटकवार योजना आपण कागदोपत्री तयार करतो. विज्ञानयुगामुळे आपली ग्रामीण अर्थव्यवस्था उद्ध्वस्त झाली आणि अनेक जाती-जमातींचे धंदे उद्ध्वस्त झाले. खेड्यांतून शहराकडे माणसांचा ओघ सुरू झाला व खेडी ओस पडत गेली. शेती बिनकिफायतीची होत गेली. रोजगारीची समस्या बिकट झाली आणि 'सब घोडे बारा टक्के' या न्यायाने निर्माण केलेल्या सर्वच योजना निरर्थक आणि निरुपयोगी झाल्या. आपण कोणासाठी योजना करतो, किती कालखंडाची आपली योजना आहे, या योजनेला एकूण पैसा किती लागेल व त्यातला आपण किती पुरवू शकू, याचे जसे नियोजकांना भान नाही; तसेच या सर्व योजना अमलात कुणी आणायच्या, याचाही विचार योजनाकर्त्यांनी केलेला नाही. या साऱ्या योजना बहुतेक सरकारी योजना आहेत आणि त्या सरकारी अधिकाऱ्यांकडूनच अमलात आणायच्या, असा विचार केला गेल्याने या योजना म्हणण्यासारख्या यशस्वी होऊ शकल्या नाहीत.

याची कारणे खालीलप्रमाणे–

१. सरकारी अधिकारी केवळ कायद्यातील शब्दांकडे पाहून काम करणारे असतात, कारण त्यांना आपली नोकरी टिकवायची असते. त्यामुळे कोणत्याही योजनेची चैतन्यदायी अंमलबजावणी त्यांना शक्य होत नाही. कोणत्याही प्रकारचा धोका ते पत्करू शकत नाहीत.

२. सरकारी नोकरांची सारखी बदली होत असते. त्यामुळे कोणत्याही योजनेच्या फलनिष्पत्तीचे यशापयश हा त्यांच्या कर्तृत्वाचा भाग होत नाही.

३. राजकीय हस्तक्षेपामुळे सरकारी नोकरांना काम करणे कठीण जाते.

४. एखादी योजना लोकांना समजावून सांगण्यासाठी सरकारी अधिकाऱ्यांचा शब्द पुरत नाही, तर त्या-त्या विभागात लोकप्रिय असणाऱ्या नेत्यांच्या शब्दाला लोक थोडी-फार तरी मान्यता देतात. पक्षीय स्वार्थासाठी तो लोकनेता सरकारी योजना राबवू लागतो. विरोधी पक्ष मग त्या योजनेलाच विरोध करू लागतात. योजना रेंगाळते, खर्च वाढतो आणि कित्येकदा अव्यवहार्य म्हणून या योजना मोडीत काढाव्या लागतात.

५. एकूण, सरकारी योजनांकडे पाहण्याचा जनतेचा दृष्टिकोन दीर्घकालीन फायद्यापेक्षा क्षणिक लोभाकडे असल्यामुळे योजनेतील तरतुदींना अनेक फाटे फुटतात.

६. सरकारी अधिकारी त्या-त्या विषयात प्रशिक्षित असतातच, असे नाही. त्यांच्या शब्दांत पुरेसा गोडवाही नसतो.

७. सरकारी योजना प्रत्यक्षात आल्यानंतर तिची देखभाल करण्याची योजना नसल्याने ती हळूहळू समाजकंटकांच्या हातात जाते.

या व अशा अनेक कारणांमुळे कल्याणकारी असणाऱ्या सर्वच योजनांचे आज तरी हसे झाले आहे. त्यातल्या त्यात महाराष्ट्रात सहकारी चळवळ रुजली आणि यशस्वी झाली, याचे कारण आरंभी-आरंभी ती आजच्या इतकी राजकारणमय नव्हती. आता सहकारक्षेत्रात अवाजवी राजकीय हस्तक्षेप व भ्रष्टाचार यांचे थैमान चालू आहे.

हे असे होण्याचे मुख्य कारण– आपण लोकांवर काही तरी लोकविलक्षण उपकार करतो आहोत, अशी भूमिका मंत्र्यांनी व लोकप्रतिनिधींनी घेतली आहे. वास्तविक, कोणत्याही सरकारचे हे नित्यनैमित्तिक कार्य आहे. अग्रहक्क ठरवून त्यानुसार दीर्घकालीन योजना आखणे, तिला पैसा पुरविणे आणि तिची देखभाल करणे– ही सारीच कामे सरकारने अंगावर घेतली असल्याने साऱ्या समाजाचे

हळूहळू सरकारीकरण होत चालले आहे. लोकशाहीमुळे प्रत्येक व्यक्तीला वाटेल ते हक्क यात प्राप्त होतात आणि अवाजवी सरकारीकरणामुळे कर्तव्ये मात्र उरत नाहीत, अशी आज परिस्थिती आहे. तोटा सोसून सरकारी तिजोरीतून पैसा पुरवणे आणि तंत्रज्ञान उपलब्ध करून देणे, एवढ्यावर हे कार्य थांबत नाही; तर ती कल्याणकारी योजना प्रत्यक्ष राबविण्याचे आणि त्याच्या यशापयशाचा धनी होण्याचे उत्तरदायित्व सरकारला घ्यावे लागते. यात लोकांचा सहभाग अपेक्षितच नसतो आणि लोक सहभाग देतही नाहीत. सरकारच्या जवळ असणाऱ्या लोकांना जो काही फायदा या योजनांतून मिळतो, त्यामुळे समाजातील अन्य नागरिक त्यांचा द्वेष करू लागतात. पूर्वीपेक्षाही ग्रामीण विभागात परस्परांविषयीची वैरे अधिक वाढली आहेत; याचे मुख्य कारण सरकारी संपत्तीची विषम वाटणी, हे आहे. सरकारने खर्च केलेल्या पैशाचा लाभ कोणाला मिळाला, याची विभागवार यादी सरकारने एकदा प्रसिद्ध केली म्हणजे सरकारी मदतीपासून कोण आणि का वंचित राहिले, याचे नेमके अंदाज उपलब्ध होतील.

खेड्यापाड्यांतून इंदिरा काँग्रेसला प्रतिसाद अधिक मिळतो, असे म्हणतात. याचे कारण उघड आहे की, इंदिरा काँग्रेस पक्षाजवळ आज सरकारी तिजोरी आहे आणि त्या तिजोरीतील रकमांचे वाटप त्या पक्षातील किंवा पक्षाजवळच्या लोकांना करणे अधिक सुलभ असते. विरोधी पक्षाचा आमदार किंवा खासदार निवडून आला की, तेथील कामे रेंगाळतात आणि मग केवळ काँग्रेस पक्षाच्या तिथल्या पडलेल्या खासदार-आमदारांच्या शिफारशीने तिथली कामे मार्गाला लागतात. सत्तेजवळ असल्याचे फायदे ग्रामीण विभागातील माणसाला जेवढे समजतात, तेवढे शहरी माणसाला समजत नाहीत. शिवाय शहरी नागरिकांजवळ सरकारला जेरीला आणण्याची अन्य काही साधने आहेत, ती ग्रामीण भागात नसतात.

या देशात लोकांच्या करांतून जो पैसा निर्माण होतो, तो राष्ट्रीय पैसा आहे व तो सर्वांच्या मालकीचा आहे, ही भूमिकाच मुळी या देशात विसरली गेली आहे. कलेढोण आणि आंबेत या गावातील उमेदवार मुख्यमंत्री झाल्याबरोबर त्या गावाला आलिशान अशी विश्रामगृहे बांधण्यात आली. आता त्यांचे मुख्यमंत्रिपद गेले आणि ती विश्रामगृहेही ओस पडली. कारण तेथे जावे, असे त्या दोन्ही गावांत काही नाही. ती साधी तालुक्याचीसुद्धा ठिकाणे नाहीत. मुख्यमंत्री कऱ्हाडचे, मग कऱ्हाडला विमानाची धावपट्टी बांधणे भागच होते आणि सातारा जरी जिल्ह्याचे ठिकाण असले, तरी त्याला काही धावपट्टी मिळत नाही. या देशाचे पंतप्रधान रायबरेलीतून निवडून आले किंवा राजकुमार अमेठीतून निवडून आले

की, तेथे आलिशान रेल्वेस्थानक बांधावे लागते, कारखानदारी काढावी लागते; जणू काही पंतप्रधान बाकीच्या देशाचे काही देणे लागतच नाहीत. जे पंतप्रधान आणि मुख्यमंत्री करतात, तेच खासदार आणि आमदार करतात. तेही आपल्या सोईच्या ठिकाणी सरकारी प्रकल्प उभे करतात, सरकारी पैशाची नासाडी करतात आणि त्याबद्दल कुणाला काही धक्का बसत नाही. अंतुल्यांनी कोकणविकासावर खूप पैसा खर्च केला, यासाठी आजही इतक्या बदनामीनंतर ते पुन्हा आपल्या मतदारसंघात उभे राहिले, तर निवडून येतील. कोकणावर अन्याय झाला, ही गोष्ट खरी; पण अंतुल्यांनी केलेला कोकणविकासाचा खर्च तरी काही शास्त्रीय दृष्टी ठेवून केला आहे, असे थोडेच आहे?

परंतु, या गोष्टी उगाळण्यात काही अर्थ नाही. कारण हे असेच चालले आहे आणि कदाचित पुढेही चालणार आहे. राष्ट्रापेक्षा पक्ष मोठा, पक्षापेक्षा व्यक्ती मोठी– ही भूमिका पत्करल्यावर या गोष्टी होणारच. पण शासन आणि सरकार यांची सीमारेषाच हळूहळू पुसली जाते, इकडे दुर्लक्ष करून चालणार नाही. म्हणून ज्या-ज्या योजना सरकार राबवते, त्या-त्या सर्व कॉंग्रेस पक्षाच्याच योजना आहेत, अशी अर्धशिक्षित किंवा गावंढळ माणसाची कल्पना होते. त्याचाच फायदा इंदिरा कॉंग्रेस पक्षाला मिळताना दिसतो. परंतु या योजना सरकारी पैशाने होत असल्या, तरी खऱ्या अर्थाने कॉंग्रेस पक्षाने राबविल्या असत्या; तरीसुद्धा बरे झाले असते, असे म्हटले पाहिजे. पण तसेही घडले नाही. पक्षयंत्रणेच्या अभावी इंदिरा कॉंग्रेस कोणतीही योजना राबविण्यास असमर्थ आहे.

जनकल्याण ही एक प्रदीर्घ वाटचाल आहे. पूर्वआखणी करून, मातीत घट्ट पाय रोवून, समर्पित भावनेने एखादे वेड डोक्यात घेतले; तरच त्या प्रयत्नांना सिद्धी लाभते. परिवर्तन हे कपडे धुण्याइतके घाई-गर्दीचे काम नाही. मनातल्या समजुती, परंपरांची ओझी आणि सवयी निपटून काढून टाकून एका सामूहिक जीवनाला सामोरा जाणारा नागरिक तयार करणे, ही काय सोपी गोष्ट आहे? आपल्या कृषिजीवनात लाकडी नांगराचा लोखंडी नांगर यायला काही वर्षे उलटावी लागली. नवी खते, नवी बागायती पिके वगैरे गोष्टी कागदोपत्री समजल्या, तरी प्रत्यक्षात त्याचा वापर करावयास शेतकरी धजावत नाही. तो परंपरेला चिकटून राहतो, कारण त्यात सुरक्षितता असते. शिक्षण, संस्कार यांबरोबर नव्या समृद्धीची प्रात्यक्षिके त्याला दाखवावी लागतात. त्याच्याच फायद्याच्या गोष्टी त्याला शिकवतानासुद्धा आपल्याला यातायात करावी लागते; तर ज्यात नागरिकांचा

प्रत्यक्ष काही फायदा नाही, अशा गोष्टी शिकविताना केवढे कष्टाचे डोंगर उभे करावे लागतील, ह्याचा विचारच केलेला बरा.

अजूनही भारत कृषिप्रधान देश आहे आणि तो मुख्यत्वे खेड्यांच्याच बनलेला आहे. एक-एक खेडे म्हणजे मानवजातीच्या गुणावगुणांची एक-एक प्रयोगशाळा आहे. कारागीर, कलावंत, सेवक; याचप्रमाणे आळशी, उद्योगी, संतुष्ट अशी विभिन्नता तेथे असणार. स्वार्थ, लोभ, मत्सर, द्वेष यांचेही उद्रेक तेथे घडतात. तेथे देव-देवतांचे प्राबल्य आहे. तंत्र-मंत्रांचा आविष्कार आहे, शुभ-अशुभाचा विचार आहे. लहानशा गावात एकमेकांचे संबंध एकमेकांत गुंतलेले असतात. कोणत्या कृत्यामुळे कोण दुखावेल, हे सांगता येत नाही. शहरातील लोक समजतात, तितकी खेड्यांतील माणसे भोळसट किंवा बावळट नसतात. त्यांच्याजवळ शहरी झकपकपणा नसेल किंवा त्यांची भाषा चुरचुरीत वा आधुनिक नसेल; पण त्यांच्या जीवनव्यवहारात ते निष्णात असतात. आपण त्यांना सुधारायला जातो, हीच मुळी आपली मूर्खपणाची समजूत आहे. आपल्यापेक्षा ते वेगळे आहेत, म्हणून आपल्यापेक्षा ते कमी प्रतीचे आहेत– हा आपला अहंकार त्यामागे असतो. वास्तविक, आपणही केव्हा तरी खेड्यापाड्यांतच होतो. धूळभरले कपडे घालत होतो, निरुद्योगीपणाने पारावर किंवा कट्ट्यावर गप्पा ठोकत बसत होतो आणि पाऊस पडला नाही, म्हणजे आकाशाकडे डोळे लावून दैवावर भार टाकत होतो. शहरात आल्यामुळे एक अवाजवी झकपकीपणा, नाटकीपणा आपण स्वीकारला आहे. आपल्याला वर्तमानपत्रांत वाचलेल्या वार्तांच्या आधारे फार मोठमोठ्या गप्पा मारता येतात म्हणून आपण विद्वान असतो, असा आपला भ्रम आहे. प्रश्न शिक्षणाचा आणि वातावरणाचा आहे; त्यापेक्षा आपल्याजवळ अन्य काही जास्त नाही.

खेड्यांना आपल्यासारखे करून टाकणे म्हणजे त्यांची सुधारणा, असे आपण समजतो. खेड्यांत जीवनावश्यक गरजा भागविण्याच्या सुविधा प्राप्त करून देणे आणि ज्ञानाची साधने उपलब्ध करून देणे, एवढीच आपली सुधारणाविषयक दृष्टी असावयास हवी; पण आपण नको त्या सुधारणा खेड्यांवर लादतो आहोत. निसर्गाला सोईस्कर अशी वस्त्रे ते वापरतात. त्याऐवजी आपल्या हवामानाला गैरसोईचे बूट-पँट आपण त्यांना चढवावयास निघालो आहोत. सिनेमा, हॉटेल्स, वेश्यागृहे या संस्कृतीने शहरांचे काय चांगले केले आहे? शहरातल्या कार्निव्हल किंवा फनफेअरपेक्षा खेडेगावातील जत्रा काय वाईट असते? शहरातले यज्ञयाग व डिस्कोर्सेस्पेक्षा खेड्यातील कीर्तन-प्रवचने कोणत्या

अर्थाने वाईट असतात? असंबद्ध विधानांनी भरलेली भाषणे ऐकावयाची शहरी सवय आपण खेड्यांना लावली आहे. ट्रक्स नव्हते, तेव्हा निदान खेड्यांतल्या मुलांना दूध प्यायला मिळत होते. आता ते दूध शहरात येते आणि त्याचा जो पैसा मिळतो, तो बाई-बाटलीत खर्च होतो. शहरातली पाप्याची पितरे आता खेड्यातही अवतीर्ण होऊ लागली आहेत. वरच्या टिपेत गायली जाणारी लावणी आता खेड्यांतून अस्तंगत होत चालली आणि आता खेड्यात डिस्को पोहोचायला लागले.

पूर्वीच्या काळी आपली खेडी एकसंध होती. पंचांना तिथे मान होता. श्रमांना प्रतिष्ठा होती. प्रत्येक व्यावसायिकाला सन्मानाचे स्थान होते. शहारातली सर्व राजकीय भांडणे खेड्यांपर्यंत पोहोचली नव्हती. शहरात एक नवी भोगवादी संस्कृती निर्माण झाली आहे, ती खेड्यांचाही स्वाहाकार करू लागली आहे. तेव्हा आता खरी चळवळ व्हायला हवी आहे, ती खेडी वाचविण्याची; पण आपण परिवर्तनाच्या वेडाने झपाटले आहोत आणि ते परिवर्तन म्हणजे, खेड्यांचे शहरीकरण. शहरातली सारी दु:खे आपण खेड्यांत नेऊन सोडली, म्हणजे आपले समाधान होईल.

खेड्यांत आपण नळाच्या पाण्याची व्यवस्था केली; पण सांडपाण्याची काहीच व्यवस्था न केल्याने गटारेच्या गटारे तुंबतात, उकिरडेच्या उकिरडे माजत राहतात. खेड्यातील लोक घरे सोडून शहरांकडे निघून गेले की, घरे मोडकळीस येतात व खेडी अधिकच भकास होतात. खेड्यात राहणे म्हणजे मागासलेपणाचे लक्षण– अशी समजूत करून दिल्याकारणाने ज्यांना खेड्यात राहावे लागते, त्यांच्यात एक नाराजी असते. खेड्यातले अर्थजीवन सुधारायचे असेल, तर शहरी उद्योगधंदे तेथे नेण्यापेक्षा तिथल्या स्थानिक उद्योगधंद्यांना गिऱ्हाईक मिळवून देणे, हे अधिक उपयुक्त आहे. शहरांना दूधपुरवठा व्हावा म्हणून आपण क्रॉसब्रीड गाईची पैदास करू लागलो. पण क्रॉसबीड गाई शेतीस उपयोगी बैल निर्माण करू शकत नाहीत, हे लक्षात येईतोवर स्थानिक गाईंचा वंशछेद झालेला असेल. गावात सरपण नाही किंवा अन्य इंधन उपलब्ध नाही, म्हणून प्रचंड जंगलतोड झाली आणि आपला देश एक उजाड माळरान होऊ लागला आहे. पावसाचे प्रमाण त्यामुळे कमी झाले. पिण्याच्या पाण्याचे दुर्भिक्ष महाराष्ट्रात कधी नव्हते, तेही आता पडू लागले आहे. खेड्यांतील शाळांत शिकणाऱ्या मुलांपैकी किती मुले चरितार्थासाठी शहरात येतात? मग खेड्यातील मुलांना द्यायचे शिक्षण ग्रामीण जीवनाला उपयुक्त का नको? आपण सरधोपट मार्गाने सर्वांना एकच

गोष्ट पुरवायची ठरवितो, म्हणजे समता साधतो– असा समतेचा अन्वयार्थ लावला जातो आहे. त्यामुळे आपले सारेच नियोजन निरुपयोगी आणि कळाहीन होत चालले आहे.

या देशात सरकारने परिवर्तनासाठी जे-जे केले, ते जरी फारसे सफल झाले नसले; तरी व्यक्तिगत प्रयत्नांतून परिवर्तनाचे जे प्रयत्न झाले, ते मात्र समाधान देणारे आहेत. जिद्दी माणूस हेच खरे परिवर्तनाचे साधन असते. स्थानिक परिस्थितीचे आकलन ही त्याच्या परिवर्तनाची दिशा असते. लागणारे अल्प-स्वल्प भांडवल हे सरकारने किंवा खासगी व्यक्तीने पुरविले, तर स्थानिक कारागिरी आणि मनुष्यबळ ही त्याची साधने असतात. प्रत्यक्ष डोळ्यांना दिसणारी समृद्धी हेच त्या परिवर्तनाचे प्रसिद्धी-साधन असते. सर्वांचे श्रम एकत्र जमा होऊ लागले की, मिसळला जाणारा घाम माणसा-माणसांतील भेद दूर करतो. प्रत्येकाचे कर्तृत्व लहान असते; पण पसापशाने रास तयार होते, धाग्याधाग्याने वस्त्र तयार होते आणि थेंबाथेंबानेच समुद्र तयार होतो. हा सुटा धागा, हा सुटा थेंब किंवा पसाभर धान्य ह्यांना स्वत:चे मोल समजत नाही. हे मोल त्यांना समजावून देणे, हेच खरे परिवर्तन.

व्यक्तीची कक्षा कुटुंबापर्यंत जाण्याची व्यवस्था आजच्या समाज-यंत्रणेत आहे. तीच ग्रामापर्यंत वाढवली; म्हणजे– जे परिवर्तन दुष्कर वाटते, ते आटोक्यात येऊ शकेल. लोकक्षोभापेक्षा लोकरंजन, क्रांतीपेक्षा उत्क्रांती, विध्वंसापेक्षा रचना आणि आव्हानापेक्षा आवाहन, हे परिवर्तनाचे परवलीचे शब्द आहेत. धर्म मोडून टाकण्यापेक्षा धर्म सुधारणे, ईश्वराचे अस्तित्व ठोकरण्यापेक्षा ईश्वरालाच आपला मित्र बनविणे आणि व्यक्तिमत्त्वाला ताठ कणा देणे– ही परिवर्तनाची सूत्रे होऊ शकतात. कष्टाशिवाय जेवण नाही, हा खरे तर मनुष्यधर्माचा पाया असावयास हवा आणि अर्थरचनेचे सूत्र तेच असावयास हवे; पण खेड्यात रोजगार करायचे म्हटले, तर रोजगार नाही, अशी स्थिती आहे. स्वच्छता करणे, गाव सुंदर करणे, झाडे लावणे, कोणताही व्यवसाय करणे– या सर्वांचे श्रममूल्य जेव्हा एकच होईल, तेव्हा ते परिवर्तन पूर्ण होईल. त्यासाठी सभा, संमेलन, मोर्चा-घेरावांची गरज नाही. या साऱ्या गोष्टी प्रयत्नांवर विश्वास असणारे, परिवर्तनाची दिशा ठाऊक असणारे, बेताची बुद्धी असणार, प्रामाणिक गृहस्थही करू शकतात. प्रत्येक खेड्याने परिवर्तनाची ही दिशा धरली; म्हणजे तालुका, जिल्हा, राज्य या स्तरांवर परिवर्तन झालेले जाणवू शकेल.

गंगा हिमालयातून निघते आणि समुद्राला मिळते. पण स्वेदगंगा समुद्रातून

निघते आणि मानवी वस्तीतून वाट काढत ती उत्क्रांत अशा समृद्ध हिमालयाकडे धाव घेते. हा प्रवास उलटा आहे; पण त्याला इलाज नाही. हा एकच रस्ता आहे की, ज्यासाठी परकीय मदतीची गरज नाही किंवा सरकारलाही दिवाळखोर बनावे लागणार नाही.

(२६ जून, १९८३)

- ०-०-०-

३

भारतीय संस्कृतीचा मागोवा

आपल्या देशाची रचना अनेक स्तरीय संस्कारांनी झालेली आहे. आपला देश एक आहे– असे आपण नेमके कोणत्या अर्थाने म्हणतो, हे आपले आपल्यालाच नीटसे माहीत नसते. राष्ट्रीयत्वाची कल्पना तर अगदी आधुनिक आहे; परंतु राजाचे राज्य, साम्राज्य, महाराज्य अशा कल्पना आपल्या देशात प्रचलित होत्या. शिवाजी महाराजांचेसुद्धा स्वराज्य झाले; पण ते राष्ट्र झाले नाही किंवा इंग्रजांचे राज्य येण्यापूर्वी एक राष्ट्रीयत्वाचा विचारही या देशात गंभीरपणे विचारात घेतला गेलेला नाही. इंग्रजांच्या एकाच राजकीय छत्राखाली आजच्या हिंदुस्तानातील सर्व प्रदेश एका शासकीय व्यवस्थेने बांधला गेला आणि समान कायद्यान्वये अनुशासन निर्माण झाल्यामुळे जी काही सामुदायिक प्रतिकार करण्याची शक्ती निर्माण झाली, तिच्यातून नव्या भारतीय राष्ट्रवादाचा उदय झाला.

सर्वसाधारणत: भारत, हिंदुस्थान, आर्यावर्त या नावांनी जो प्रदेश ओळखला जातो; त्याच्यात किती तरी भिन्न-भिन्न संस्कृती समाविष्ट होत गेल्या. पूर्वी येथे अनार्यांची उच्च अशी एक संस्कृती अस्तित्वात असावी. तेथे आधुनिक शस्त्रास्त्रे आणि संघटनाकौशल्य घेऊन आलेल्या आर्यांनी आपला ठसा उमटवला आणि आर्य-अनार्य अशी एक संमिश्र संस्कृती या देशात निर्माण झाली. शुद्ध अनार्य वंशाची माणसे कदाचित आजही शोधून काढता येतील; पण शुद्ध आर्य वंशाची माणसे शोधणे आता

कठीण झाले आहे, इतकी ही भेसळ या समाजात पूर्णपणे भिनून गेलेली आहे. बरे– आर्य आले, ते काही एका वेळेस आणि एकाच विभागातून आलेले नाहीत. तेही वेगवेगळ्या प्रकारे, वेगवेगळ्या वेळी नव्या भूमीच्या शोधात येत गेले आणि ही क्रिया चार-पाच हजार वर्षांहून अधिक काळ चाललेली असली पाहिजे. वेळोवेळी नव्याने आलेल्या शुद्ध आर्य वंशजांनी पूर्वी येऊन स्थायिक झालेल्या आर्यांना आणि त्यामुळे रीतिरिवाजांत मालिन्य आलेल्या आर्यांना, संमिश्र आर्येतरांना कमी लेखले असले पाहिजे. उच्च-नीचत्वाची कल्पना अनार्यांच्यातही होती; परंतु आर्यांच्यात ती असली पाहिजे आणि त्याच्या बुडाशी वांशिक शुद्धता हेच कारण असले पाहिजे.

आर्य जसजसे हिंदुस्थानात खोलवर जात गेले; तेव्हा काही संघर्ष झाले असले, तरी हळूहळू पुष्कळ अंशी येथील प्रजा बाह्यांशाने एकसंध झालेली दिसते. त्यामुळे एक संघटित समाज निर्माण होऊ लागला. भाषा-व्यवहार घडू लागले आणि त्यामुळे भाषासंकर होऊन या देशातील अनेक भाषा सिद्ध झाल्या. आर्यांची संस्कृत भाषा प्रत्यक्षपणे कुठेही अस्तित्वात उरलेली नसली, तरी बहुतेक सर्व भारतीय भाषांवर संस्कृतचा दीर्घकालीन संस्कार झालेला आहे. हा संस्कार दक्षिणेकडे अर्थातच कमी-कमी होत गेलेला आहे. परंतु आर्यांशी, आर्यभाषेशी, आर्य साहित्याशी आणि आर्य समाजरचनेशी अजिबात संकर झालेला नाही, असे भारतात काहीही नाही. आर्यांची यज्ञसंस्था दीर्घकालपर्यंत टिकून राहिली. चातुर्वर्ण्य व पुनर्जन्म या संकल्पना वेगवेगळ्या स्वरूपांत सर्व स्तरांत भिनून गेलेल्या आहेत. तरीही आर्यसंस्कृतीशी प्रत्यक्ष मोठ्या प्रमाणावर संघर्ष करावा, असे अनार्यांना वाटल्याचे दाखले फारसे दाखविता येत नाहीत.

राम-रावण कथा ही दक्षिण दिग्विजयाची कथा म्हणून वर्णिलेली आहे आणि अगस्तिऋषींचा दक्षिण-प्रवेश म्हणजेच आर्यांचा दक्षिण भारतातील आरंभकाळ असेही मानले जाते. परंतु, या गोष्टीत फारसे तथ्य दिसत नाही. उत्तरेतील एखादा एकटा आर्य राजा दक्षिणेत येतो आणि इथल्या वानरांच्या म्हणजेच अनार्यांच्या साह्याने येथील अनार्यांचे राज्य उद्ध्वस्त करतो, ही कल्पना शक्यतेच्या कोटीतीलच नाही. याचा अर्थ असा लावावा लागतो की, रावणाचे राज्य हे तशा अर्थाने 'अन्यायाचे राज्य' नसले पाहिजे. आर्यांचा दक्षिणेत प्रवेश रामाच्या दक्षिण दिग्विजयानंतर झाला असेल, असे विधान करणे म्हणजे; कोणीही यावे आणि अनार्यांचे समृद्ध राज्य जिंकावे, इतकी ही संस्कृती विशविशीत पायावर उभारलेली होती, असा होईल.

तेव्हा त्यापूर्वीच आर्यांचा प्रवेश खूप खोलवर दक्षिणेत झाला असला पाहिजे आणि आज ज्याप्रमाणे परकीय गोष्टींचे आकर्षण आपल्याला वाटते, तसे त्या काळातील परकीय आर्यांच्या संस्कृतीचे आकर्षण वाटून बहुसंख्य अनार्यांनी आर्यसंस्कृतीचा स्वीकार करण्याची मानसिक तयारी दाखविली असली पाहिजे. रावण हा दशग्रंथी ब्राह्मण होता, या उल्लेखामुळे तर अनार्यांतही ब्राह्मण-संस्कृतीचा आरंभ झालेला होता, असा निष्कर्ष निघेल. तेव्हा रामायणातील इतिहास आणि कवित्व यांच्या जोडीला श्रद्धा येऊन मिसळली, म्हणजे या सर्वांतून इतिहास वेगळा करणे किती कठीण होते, हे लक्षात येईल.

दक्षिणेविरुद्ध उत्तर हा संघर्ष काही आजचा नाही, तो खूप प्रदीर्घ काळातील आहे. एक तर वेगवेगळी ताजी आर्यकुले उत्तरेत येऊन दाखल होत होती. त्यांत हिमालयातून मंगोलियन वंशही येऊन मिसळत होते. आपापल्या भूमी सोडून नव्याने कायमची स्थायिक होण्यासाठी आलेली ही माणसे अधिक उद्योगी, अधिक चिवट आणि अधिक निर्धाराने संघर्षाला उभी राहत, म्हणून ती यशस्वी होऊन गंगा-यमुना-चंबळा यांसारख्या सुपीक प्रदेशात जेते झाली. काही काळानंतर तेच वंश आळशी व विलासप्रिय झाले. आर्य समाज हे अनार्य व संमिश्र संस्कृतीला भारी ठरत असत. सिकंदरच्या स्वारीचा विचार केला, तरीही लक्षात येईल की– साधनांचा विचार केला, तर भारतीय राजांजवळ अधिक साधनसामग्री होती. शिवाय भारतीय राजे ओळखीच्या मुलखात लढाईला सिद्ध होत. असे असतानाही सिकंदर व त्यामागोमाग येणाऱ्या बहुतेक सर्व आक्रमणांत भारतीय राजांनी हार खाल्लेली आहे.

माझ्या लेखी त्या काळात भारतात असणारी संपन्न स्थिती हेच भारतीयांच्या पराभवाचे मुख्य कारण आहे. संपन्नतेबरोबर आळस, विलासीपणा, संपत्तीच्या मालकीचे वाद हे सर्व दुर्गुण आपोआप येतातच; तसे फार मोठ्या समृद्ध झालेल्या राजांच्या बाबतीतही दिसतात. अपवाद आहेत, ते थोडे आहेत. चंद्रगुप्त, समुद्रगुप्त, पृथ्वीराज यांनी कडवे प्रतिकार केले आणि जय प्राप्त करून घेतले; परंतु संपत्तीच्या, भूमीच्या आणि नव्या जीवनाच्या शोधासाठी आलेल्या नवागतांशी मुकाबला करण्याचा चिवटपणा फार क्वचित वेळा दाखवला गेला. जे नवागत येथे आले आणि येथेच कायमचे राहण्याची स्वप्ने पाहू लागले, त्यांचेही हळूहळू भारतीय समृद्धीने असेच वाटोळे केले. आम्ही सर्व परकीयांना पचवून टाकले, अशा तऱ्हेचा डौल आर्याभिमानी लोक बाळगतात; तो कितपत खरा आहे, हे आपण तपासून घेतले पाहिजे. त्यांना आपण पचवून घेतले, का आपल्याला

आवश्यक ती समृद्धी लुटून या समाजाचा एक भाग म्हणून राहण्यात ते सोय मानू लागले– याचा अभ्यास करणे आवश्यक आहे.

जोपर्यंत या नव्याने येणाऱ्या आक्रमकांजवळ खास निराळे असे कोणतेही तत्त्वज्ञान नव्हते तोपर्यंत इथल्या भूमिपुत्रांशी त्यांचा फार संघर्ष होण्याचे कारणही नव्हते. कारण आपले काही रीतिरिवाज कायम ठेवूनसुद्धा त्यांना येथे सुखाने नांदणे शक्य झाले. सर्वांना सामावून घेण्याइतकी येथील संपत्ती विपुल होती आणि जेव्हा कधी-अधिक भूमीची गरज उत्पन्न झाली, तेव्हा तेव्हा पूर्वेकडे व दक्षिणेकडे नव्या वसाहती करण्यासाठी त्यांना हवी तेवढी भूमी उपलब्ध होत होती.

जीवन-मरणाचा लढा उभा राहिल्याशिवाय रक्तमय संघर्ष होत नाहीत, तसा तो या देशात तोपर्यंत झालेला नाही, आणि जे काही झाले– ते राज्यलोभ, भूमिवर्चस्व किंवा वहिवाट नाकारली गेल्यामुळे झाले. तेथेही जे बलवान होते, ते जिंकले आणि त्या भूमीत स्थिर झाले; जे दुर्बल होते, ते अधिक खोलवरच्या भूभागात सरकत-सरकत कृष्णा-कावेरीच्या तीरापर्यंत येऊन पोहोचले किंवा डोंगर-कपारीआड जाऊन अंधारातील जिणे जगू लागले.

इसवी सनाच्या पाचव्या-सहाव्या शतकापर्यंत भारतात जी-जी नवागतांची आक्रमणे झाली, ती कुठल्याही तऱ्हेने सांस्कृतिक आक्रमणे नव्हती. जगण्याजोग्या चांगल्या भूमीचा शोध यापलीकडे त्याला फार मोठे उद्दिष्ट नसावे. ही सारी आक्रमणे थोड्या-फार भिन्न फरकाच्या, आर्य समाजात वाढलेल्या-वावरलेल्या अशाच घटकांची होती. त्यामुळे त्यांची सरमिसळ सोपी होती. फार मोठा वांशिक फरक कुणाला जाणवला नाही. सांस्कृतिक फरकांतील अंतर साहचर्याने, सोईने आणि कधी कधी शक्तीने भरून काढता येते. येथे निर्माण झालेले संगीत, शिल्प, राज्यव्यवस्था हे अशा सहजीवनातूनच निर्माण होत गेले आणि त्यामुळेच आर्य-संस्कृती, वैदिक संस्कृती, भारतीय संस्कृती किंवा जिला आपण आता हिंदू संस्कृती म्हणतो; ती बहुविध आणि सर्वसमावेशक बनून गेली.

हे सांस्कृतिक औदार्य परिस्थितीजन्य आहे याचा अजिबात विसर पडू देता कामा नये. यांतल्या सगळ्याच गोष्टी मूळच्या भारतीय नाहीत. किती तरी कल्पना, दंतकथा या भारताबाहेर घडलेल्या आहेत आणि त्या लोकगंगेच्या लाटेबरोबर भारतीय प्रवाहात येऊन सामील झालेल्या आहेत. महाराष्ट्रातील एक ख्यातनाम पंडित श्री. अ. ज. करंदीकर यांच्या सिद्धांताप्रमाणे तर महाभारतीय युद्ध हे ही भारतात घडलेले नाही, ते ग्रीसमध्ये घडलेले आहे. कदाचित त्यांचे

हे विधान अतिशयोक्त असेल; परंतु ज्याला आपण आज भारतीय संस्कृती असे म्हणतो, ती सर्व भारतीय संस्कृती भारतातच जन्माला आली आहे, असे म्हणणे धारिष्ट्याचे आहे. खुद्द वेदमंत्र हे तरी भारतातच रचले गेलेले आहेत की नाहीत, याचा विचार करावा. वेदांतील ज्योतिर्गणिताच्या उल्लेखावरूनच आर्यांचे मूळ वसतिस्थान हे उत्तर ध्रुवावर होते, हे लो. बाळ गंगाधर टिळक यांनी 'आर्क्टिक होम इन वेदाज्' या आपल्या प्रबंधात सिद्ध करून दाखविले. आर्य संस्कृतीचे जे मूळ– चतुर्वेद, उपनिषदे ही तर भारताबाहेर लिहिली गेलीच आहेत. पण जर महाभारताचे युद्ध हेही भारताबाहेर घडलेले असेल, तर भारतीय आर्यांची वसाहत ही उत्तरकालीन आहे, असा त्याचा अर्थ होतो.

मग असा प्रश्न उत्पन्न होतो की, कोणती भारतीय संस्कृती टिकवून धरण्यासाठी आपण प्रयत्न करतो?

ती संस्कृती टिकविण्याचा आपला आग्रह कशातून निर्माण होतो?

किंवा जगातील अन्य कोणत्याही संस्कृतीपेक्षा आर्यसंस्कृती श्रेष्ठ आहे, असे आपण कोणत्या कारणासाठी म्हणतो?

आर्यसंस्कृतीला मूर्तिपूजा मान्य नाही आणि मूर्तिपूजेशिवाय भारतीय संस्कृतीला या घटकेला तरी अस्तित्व नाही. निर्गुण-निराकार अशा देवकल्पनेशी निगडित असणारी किंवा सूर्य, वरुण, अग्नी अशा निसर्गतत्त्वांशी निगडित असणारी उपासनापद्धती आपण जवळपास त्यागलेली आहे. मग भारतीय संस्कृती आपण कोणत्या पायावर उभी करतो? माणसा-माणसांत भेद करणारी कोणतीही संकल्पना वेदकाळात असणे शक्य नव्हते– तरीही चातुर्वर्ण्य हा तर भारतीय समाजरचनेचा एक अविभाज्य भाग बनून बसलेला आहे. मग आर्यसंस्कृतीशी आपले नेमके कोणत्या तत्त्वानुसार नाते जुळते? प्रत्यक्षात अर्जुनाला कृष्णाने गीता सांगितली असो वा नसो; पण तोपर्यंत चालत आलेल्या आणि विकृत झालेल्या आर्यसंस्कृतीचे उदात्तीकरण प्रथम गीतेत झालेले आहे. चातुर्वर्ण्याचा उघड-उघडपणे पुरस्कार गीतेत केलेला आहे. मग ते चातुर्वर्ण्य गुणकर्म-विभागशः असो किंवा जन्मजात असो; त्याचा वेदांशी आणि उपनिषदांशी– खरे तर वेदांशीच– आपण कोणत्या मार्गाने संबंध जोडणार? आपण म्हणताना मात्र कोणतेही धर्मकृत्य श्रुती, स्मृती व पुराणोक्त असे म्हणतो. श्रुतींचा आधार परंपरागत म्हणून, स्मृतींचा आधार कायदा म्हणून आणि पुराणांचा आधार श्रद्धाविषय वाढविण्यासाठी म्हणून आपण घेत असतो; यातले नेमके खरे काय? भारतीय संस्कृतीचा उद्गम, विकास आणि अवनती यांची श्रुती, स्मृती आणि

पुराणे या तीन अवस्था होत.

समाज विस्कळीत होता, विकासाला भरपूर संधी होती आणि या सर्व तथाकथित संस्कृतिवाचक आज्ञांची अंमलबजावणी काटेकोरपणाने केली जात नव्हती; तोपर्यंत हे सारेच संस्कृतिविषयक स्वरूप फारसे उपद्रवकारक नव्हते. या देशातल्या कुठल्याही भूखंडात त्रास झाला किंवा छळ झाला तर आपले सगेसोयरे घेऊन व बाडबिस्तारा बांधून, नवा प्रदेश शोधून, गावे वसवून तेथे नवे समाजजीवन सुरू करता येई. तेथे बहुसंख्य लोक ठरवतील तशी समाजपद्धती अस्तित्वात येई आणि हवा तो वर्ण व व्यवसाय निवडून आपापले जीवन व्यतीत करता येई. संपर्काची फार मोठी साधने नव्हती, त्यामुळे उपद्रवांचीही साधने मर्यादित होती. जवळपासच्या राजाला करभार दिला की, जुने किंवा नवे राज्य सुरक्षित राही. फार खोलात जाऊन कुणी कुणाची कुळे शोधत नसत आणि म्हणून सारीच समाजव्यवस्था पुष्कळशी लवचिक असली पाहिजे.

कुठल्याही राजाने, समाजयंत्रणेने किंवा कायद्याने समाजात दीर्घकालीन उच्च-नीचता निर्माण होऊ शकत नाही आणि कोणी त्याबाबत जबरदस्ती केली तर ती फार काळ टिकू शकत नाही; परंतु मानवी प्राण्यात मुळातच अहंकाराची, स्वामित्वाची, श्रेष्ठत्वाची एक भावना दडून बसलेली असते. कर्तबगार लोकांचे स्वामित्व दुबळे लोक पत्करतात आणि गरजेनुसार व सोईनुसार स्वामित्वाच्या प्रती ठरतात. आजही आपण पाहतो– पंतप्रधान, मंत्री, खासदार, मुख्यमंत्री, आमदार, जिल्हा बोर्डाचे अध्यक्ष, ग्रामपंचायतीचे अध्यक्ष, सदस्य अशी स्वामित्वाची श्रेणी असतेच. जो-तो वरच्या जागेवर डोळा ठेवून असतो आणि वरच्याशी दबून वागतो; तसेच खालच्या मनुष्य आपली जागा घेऊ नये, म्हणून सर्व प्रकारची सावधगिरी बाळगतो. मनातून सारे जण एकमेकांचा द्वेष करतात. आपल्यामागे आपल्या मुलाला आपली जागा मिळाली, असे केवळ इंदिराजींनाच वाटते असे नव्हे; तर ते ग्रामपंचायतीच्या अध्यक्षालासुद्धा वाटते. तशी जागा कायमचीच आपल्या मुलाला मिळावी– मग त्याची पात्रता असो किंवा नसो– अशी भावना माणसाच्या मनात आजही जागी होऊ शकते; ती शेकडो वर्षांपूर्वी ज्वलंत असणे मुळीच चुकीचे नव्हते.

इंदिरा गांधी या पंडित नेहरूंच्या कन्या. त्या पंतप्रधान झाल्या किंवा इंदिरा गांधींचा पुत्र संजय किंवा राजीव भावी पंतप्रधान व्हावेत, अशी जी आकांक्षा निर्माण होते; तिला परंपरेचे ज्ञान, राजकीय अनुभव वगैरे गोंडस तत्त्वज्ञान निर्माण करण्यात येते. ह्या तत्त्वज्ञानाचेच नाव 'वर्णव्यवस्था' असे आहे.

ब्राह्मणाचा मुलगा हा विद्वान असणारच, क्षत्रियाचा मुलगा शूर असणारच किंवा वैश्याचा मुलगा हा जन्मजात व्यापारी वृत्तीचा असणारच; कारण त्यांना जन्मापासूनच त्या-त्या गोष्टींचे संस्कार मिळतात. हे तत्त्वज्ञान कशातून निर्माण झाले, याचा विचार केला; तर त्याचा उगम स्वामित्वाच्या कल्पनेत आहे, हे लक्षात येते. मग काही गुण हे घराण्याच्या रक्तातूनच वाहत येतात, अशा तऱ्हेचा अशास्त्रीय सिद्धांतसुद्धा लोकांवर लादण्यात येतो. आपल्यापुरतीच आपल्या मुलाची व्यवस्था लावता येत नाही, म्हणून आपल्यासारखे जे अन्य कोणी असतील, त्यांची सामुदायिक व्यवस्था लावली म्हणजे संघशक्तीच्या बळावर स्वामित्वाचा वारसा टिकवून ठेवता येतो. यातून वर्णव्यवस्थेचा उदय झाला आणि ही व्यवस्था टिकविण्यासाठी धर्मशास्त्रांचा उदय झाला. दाससंस्कृतीत जन्म पावलेल्या माणसाची प्रवृत्ती ही दासपोषकच असणार, असा सिद्धांत निर्माण करण्यात आला. एवढेच नव्हे, तर त्यासाठी कडेकोट नियमांचा बंदिस्तपणा आणण्यात आला. यामुळे ज्यांच्या-ज्यांच्या स्वामित्वाचे मर्यादित प्रमाणात रक्षण झाले, ती सर्व मंडळी त्या कडेकोट समाजव्यवस्थेचे समर्थन करू लागली.

आज ज्याप्रमाणे निरुपद्रवी ब्राह्मणाला मंत्रिमंडळात घेतले जाते किंवा स्पीकर केले जाते; त्याप्रमाणे कसलीही सत्ता आणि संपत्ती नसलेल्या ब्राह्मणवर्गाला फुकटा-फुकटी श्रेष्ठत्व मिळाले. त्याला संपत्ती मिळविण्याचा वा साठवण्याचा अधिकार तर नव्हताच; पण त्याला जमिनीची मालकी असण्याचा किंवा ती कसण्याचाही अधिकार नव्हता. प्रतिष्ठित भिक्षेकऱ्याप्रमाणे त्याला भिक्षा म्हणून दान मिळावे आणि रानावनांत राहून त्याने विलासशून्य व्रतस्थ जीवन जगावे, अशी अपेक्षा होती; पण या खोट्या मोठेपणापायी ब्राह्मणाने क्षत्रियांना व वैश्यांना सत्ता व समृद्धी यांचे स्वामित्व कायम ठेवायला मदत केली. दाससंस्कृतीची खरी गरज क्षत्रियाला आणि वैश्यालाच होती. पण ती जतन करण्याच्या कामात ब्राह्मणांचे साह्य झाले, ही गोष्ट विसरता कामा नये.

ही साह्यव्यवस्था जोपर्यंत आदिवासी, अनार्य किंवा जिंकले गेलेले स्थानीय भूधारक हे सहन करू शकत होते; तोपर्यंतच त्यांनीही ते सहन केले. जसजशी रिकामी भूमी कमी-कमी होत गेली व विकासाची साधने नष्ट झाली, तसतशी दाससंस्कृती टिकवून धरण्यासाठी त्रैवर्णिकांना जबरदस्ती करावी लागली. ही सारी समाजव्यवस्था पुढे-पुढे इतकी बंदिस्त होत गेली की, तिचे छळवणुकीत रूपांतर झाले. दाससंस्कृतीतील काही जण मिश्र संस्कृतीचे होते, सगळेच काही अनार्य नव्हते. काही तर केवळ जित होते, म्हणून दाससंस्कृतीत लोटले गेले.

सगळेच काही असंस्कृत नव्हते. त्यांचा विकास झाला तर आपल्या स्वामित्वात हक्कदार निर्माण होतील, या भयगंडापोटी त्या समाजाने कायमचे निरक्षर व असंस्कृत राहिले पाहिजे, असे नवेनवे निर्बंध घालण्यात आले.

अशी ही अवस्था सहाव्या-सातव्या शतकापर्यंत स्थिर झाली असताना तिला धक्का बसला तो मुसलमानी आक्रमणाचा. इस्लामचे आक्रमण हे काही पूर्वीच्या आक्रमणासारखे केवळे भूमी-संपादनासाठी नव्हते. वैदिक संप्रदायापासून किंवा विकृत झालेल्या भारतीय संस्कृतीपासून सर्वथा वेगळी असणारी एक संस्कृती अरबस्तानात निर्माण झाली. ख्रिश्चन मूर्तिपूजक नव्हते, पण मूर्तिभंजकही नव्हते. ख्रिश्चनांनीही धर्मप्रसार केला. क्वचित प्रसंगी तो बळाने, छळाने किंवा मोहाने केला; नाही असे नाही, पण ते संहारक नव्हते. दुसऱ्याच्या संस्कृतीची पाळेमुळे खुडून टाकण्याची प्रेरणा ख्रिश्चनांजवळ नव्हती. निर्गुण, निरामय देवाचीच कल्पना त्यांनीही स्वीकारलेली असल्यामुळे तशाच दुसऱ्या संस्कृतीचा संहार करताना त्यांचे हात पुष्कळदा थरथरत. शिवाय त्यांचा भारतापुरता अधिक्षेप फार नंतर झाला.

मुसलमान आले ते मुळी संहारक म्हणूनच. वैदिक परंपरेची कोणतीही खूण उरू न देण्याची त्यांची प्रतिज्ञा ते पुरी करीत होते. कोणत्याही संस्कृतीला सहजगत्या सामावून घेणाऱ्या भारतीय संस्कृतीला इस्लाम पचवून घेणे म्हणूनच शक्य नव्हते. कारण कुराणात नोंद न झालेले कोणतेच तत्त्वज्ञान किंवा ज्ञान त्यांना मान्य नव्हते. अशी ठाशीव निश्चयाने आलेली सशस्त्र टोळधाड परतवून लावण्याची क्षमता भारतीय समाजात तेव्हा उरलेली नव्हती. त्याची अनेक कारणे आहेत. भारताच्या प्रचंड आकारमानामुळे भारताच्या सीमेवर एक नवे संहारक आव्हान उभे राहिलेले आहे, याची जाणीव अंतर्गत भारताला नव्हती. आलेले संकट आपण सहज निवारण करू, असा चुकीचा आत्मविश्वास काहींनी बाळगला. हिंदुस्थानात दीर्घकाळ राहिल्यामुळे आणि येथील समृद्ध जीवनक्रमात अनेक पिढ्या घालवल्यामुळे आर्यांच्या तलवारीचे तेज ओसरले होते. संस्कृतिविषयक नाना तऱ्हेच्या भेसळी होत गेल्या. त्यामुळे सार्वत्रिक तऱ्हेचे आव्हान शिल्लक राहिले नव्हते.

महावीर आणि बुद्ध यांच्या तत्त्वज्ञानांतून हिंसेबद्दल, रक्तपाताबद्दल–किंबहुना, एकूणच मानवी जीवनाबद्दल तुच्छता निर्माण झाली होती. प्रचंड असा एक समाज सततच दास्यात ठेवल्यामुळे तो इथल्या त्रैवर्णिकांवर मनातून नाराज होता. या सर्व परिस्थितीचा फायदा अभिनिवेशाने पेटून आलेल्या आणि धर्मभावाने

चेतवलेल्या इस्लामी आक्रमणाला मिळाला. क्रौर्याची त्यांनी इतकी परिसीमा केली की, मनुष्यहत्या होऊ देण्याऐवजी– ते आले, त्यांनी राज्य केले तरी हरकत नाही– अशा तऱ्हेचे औदासीन्य निर्माण झाले. राजसत्ता भोगणाऱ्या विलासी लोकांच्या व्यतिरिक्त अपवादात्मक ब्राह्मण सोडून दिले; तर ब्राह्मण, वैश्य आणि दस्यू या कुणालाही क्षत्रियांचे राज्य रक्षावे, असे वाटत नव्हते. कारण कुणाचेही राज्य आले, तरी त्यांच्या लेखी काही फरक पडणार नव्हता.

मुसलमानांचे आक्रमण हे अगदी भिन्न स्वरूपाचे होते. ते भारतीय संस्कृतीला पचविताही आले नाही किंवा पराभूतही करता आले नाही. त्या तत्त्वज्ञानाला भारतीय संस्कृती सर्वथा शरणही गेली नाही. मुसलमानांची राज्ये येथे होत गेली, पण महत्त्वाचे संरक्षक सरदार हिंदूच होते. आपल्याच भाऊबंदांच्या राज्यावर संपूर्ण अधिकार मिळाल्यामुळे ते मनातून संतुष्ट होते. शिवाय, एकूण मुसलमानी आक्रमकांची व्यवस्था हिंदूंच्याच हातात आली. जो कोणी राजा असेल– त्याला करभार द्यावा, त्याची थोडीफार जुलूम-जबरदस्ती सहन करावी आणि त्यांच्या सैन्याच्या बळावर आपापल्या जहागिऱ्यांचे उपभोग घ्यावेत– अशीच पद्धती अस्तित्वात आली. मुसलमानी राजांना चिवट प्रतिकार फारसा असा कुठे झाला नाही. कारण चिवट प्रतिकाराला एकसंध समाजाची आवश्यकता असते, तसा समाज येथे अस्तित्वात नव्हता. एकांगी तत्त्वज्ञानाला सर्वसमावेशक तत्त्वज्ञान कधी जिंकू शकत नाही, हा अनुभव पुढे सतत येत गेला आणि आजही येतो आहे.

मुस्लिम धर्मांधतेला धर्मातीत राज्य किंवा उदारमतवादी हिंदू संस्कृतीचे राज्य– ही उत्तरे केव्हाही होऊ शकणार नाहीत. हिंदू धर्मात वेगवेगळी मते मांडण्याचे स्वातंत्र्य आहे, त्यामुळे वेदांताचे अनेक अन्वयार्थ निघू शकतात. तशीच ईश्वराला अनेक रूपे प्राप्त झाली. नाना संतांनी वेगवेगळ्या स्वरूपांचे पंथ स्थापन केले, त्यामुळे मुळातच असंघटित असलेला समाज अधिक दुभंगत गेला. वेदांत हा जरी त्या अर्थाने एकेश्वरी संप्रदाय असला, तरी प्रत्यक्षात तो एकेश्वरी राहिला नाही. या सर्व कालखंडात मुसलमानी धर्माने मात्र आपला चिरेबंदी वाडा तसाच शाबूत ठेवला; किंबहुना, आपण अल्पसंख्य आहोत म्हणून आपल्यात फाटाफुटी होता कामा नयेत, यासाठी सहाव्या-सातव्या शतकात जे मुसलमानी धर्माचे स्वरूप होते, ते तसेच टिकविण्याचा मुसलमान धर्मवेत्त्यांनी जिवापाड प्रयत्न केला. कोणी कुराणाविरुद्ध किंवा कुराणाला पर्यायी तत्त्वज्ञान सांगू लागले, तर त्या-त्या बंडखोरांना बंडाचे वारे उभे राहण्यापूर्वीच त्यांनी यमसदनाला पाठवून दिले. धर्मसत्ता त्यांनी इतकी मजबूत केली की, कालानुरूप

आवश्यक असणाऱ्या साध्या सुधारणाही त्यांनी आपल्या धर्मात होऊ दिल्या नाहीत. आजही त्यांची एकजूट अभेद्य आहे. हिंदुस्थानातील बाटगा मुसलमान हा अधिक रानटी आहे. जगातले कोणतेही मुसलमानी धर्मपीठ भारतीय मुसलमानाला पाक मुसलमान मानत नाही. बाटग्या माणसाच्या मनात एक भयगंड असतो, म्हणून तो अधिकच धर्मांध बनण्याचा प्रयत्न करतो. भारतीय मुसलमान म्हणूनच अधिक धर्मांध होतात. कारण मुसलमानांची शक्ती त्यांच्या एकसंध राहण्यात आणि म्हणूनच मागासले राहण्यात आहे, हे त्यांनी पुरेपूर ओळखले आहे.

याउलट हिंदू धर्माची स्थिती आहे.

हिंदू धर्मात वेळोवेळी भिन्न-भिन्न संस्कृती आणि भिन्न-भिन्न विचारधारा येत गेल्या. त्यामुळे हिंदू तत्त्वज्ञान पुष्कळ ठिसूळ आणि भोंगळ बनत गेले. हिंदुत्वाच्या खुणा निश्चितपणे दाखवेल, असे कोणतेही कर्मकाण्ड हिंदूंजवळ नाही. जे-जे काही सुधारणांचे प्रयोग या देशात झाले, ते मुख्यत्वे हिंदूंच्यात झाले, आणि हिंदू समाजात सुधारणा झाल्या म्हणजे देशात सुधारणा झाल्या, असे सर्व सुधारक गृहीत धरून चालले आहेत. आजही ज्या-ज्या सुधारणांचा आग्रह केला जातो, त्या सर्व सुधारणा हिंदू समाजापुरत्या मर्यादित आहेत, हे आपण लक्षात ठेवले पाहिजे. सर्व सुधारकांनी हिंदू धर्मावरील वैगुण्यावर कोरडे ओढण्यात धन्यता मानली, पण कोणाही सुधारकाने संपूर्ण भारतीय समाजाच्या सार्वत्रिक सुधारणांचा आग्रह धरला नाही. परिणामी, सुधारक आणि सनातनी असे जे तट पडले, ते हिंदूंच्यात पडले. पार्शी, ज्यू, ख्रिश्चन, मुसलमान, शीख यांपैकी कोणीही नव्या सुधारणांना सामोरे गेले नाही. ते सर्व समाज अजून तसेच मध्ययुगीन धर्मकल्पनांशी जखडलेले आहेत. हिंदूंच्यात मात्र सनातनी व सुधारक असे दोन तट पडले आणि त्यांची तुंबळ युद्धे झाली. स्वातंत्र्याच्या लढ्यातही सुधारणांच्या आग्रहामुळे व्यत्यय आला. मुळातच समाज विस्कळीत होता; त्यात उघड-उघड दोन तट पडले आणि हिंदूंची शक्ती विभागली गेली.

हिंदू धर्मात सुधारणांची आवश्यकता होती, याबद्दल कुणाच्याही मनात मतभेद नाहीत. आपल्या समाजाचे बल न घटविता जर सुधारणा आचरणात येत राहिल्या असत्या, तर शक्तिपात न होता हिंदू समाज काळाबरोबर आला असता व त्याच्या उत्कर्षाच्या दिशा मोकळ्या झाल्या असत्या. धर्मामुळे समाजव्यवस्थेत जी विषमता निर्माण झालेली होती, तिला या सुधारणांचा आग्रह आवश्यक वाटला. तो आवश्यक होताही. पण या सुधारणा सर्व समाजात एकाच वेळेला होणे अगत्याचे होते. तसे न घडल्यामुळे एक समाज अधिकाधिक विस्कळीत

होत चालला आणि याउलट मुसलमान समाज अधिकाधिक बळकट होत चालला. दलितांवर वा आदिवासींवर झालेला अन्याय खराच होता आणि नव्या विचारांच्या वाऱ्यामुळे हे सर्व उपेक्षित, अस्पृश्य मानले जाणारे हिंदू समाजाचे घटक आपल्यावर झालेल्या अन्यायाविरुद्ध प्रतिकारार्थ पेटून उठले. त्यांच्या या संतापात कोणताही अतिरेक नव्हता, कारण त्यांनी खूपच भोगलेले आहे. पण त्याचा परिणाम मात्र असा झाला की, हिंदू समाजाला बाह्य धर्मातून येणाऱ्या आक्रमणांना तोंड द्यावे लागले आणि आतून येणारा हा उद्रेकही एकाच वेळेला सहन करावा लागला.

कितीही शहाणपणा दाखविला असता, तरीही विस्कळीत समाजाचे मतपरिवर्तन करून दलितांना न्याय देण्याचे कार्य दहा-पाच वर्षांत होण्यासारखे नव्हते, कारण संपूर्ण समाजाचे मन पालटून टाकण्यासाठी व उच्च-नीचत्वाची कल्पना नष्ट करण्यासाठी फारच मोठ्या प्रयत्नांची गरज होती. या कार्याला आरंभ झालेला असला तरी दलितांचे समाधान होईल, असा वेग या कार्याला येऊ शकलेला नाही. अस्वस्थ झालेल्या दलित समाजाच्या मनोवृत्तीचा फायदा मुसलमानांनी आरंभापासूनच घेतलेला आहे. धर्म बदलताना दलितांना फारसे दुःख झालेले नव्हते आणि होण्याचे कारणही नव्हते, कारण दलितांना हिंदू समाजात कोणतेही सन्मानाचे स्थान नव्हते. आज वृत्तपत्रांतील बातम्यांमुळे धर्मांतराच्या बातम्या आपल्या कानांवर येतात; पण यापूर्वीही प्रचंड प्रमाणावर धर्मांतरे झाली व त्यांतूनच आजचा मुसलमान किंवा ख्रिश्चन समाज उभा आहे. मुसलमान व ख्रिश्चन झाल्यामुळे दलितांचा फायदा झाला नसेल, पण त्यांचे अधिक नुकसान होणे शक्यच नव्हते. एका गुलामगिरीतून दुसऱ्या गुलामगिरीत जायचे की नाही, एवढाच त्यांच्यापुढे प्रश्न होता. म्हणून कधी रागाच्या भरात, कधी लोभाच्या आशेने, तर कधी त्रैवर्णिकांच्या मूर्ख वर्तणुकीमुळे धर्मांतरे घडत गेली.

आजचा मुसलमान समाज (आणि ख्रिश्चन समाजही) हे हिंदू धर्मातील मूर्खपणाचे प्रात्यक्षिक आहे. हिंदू धर्म उदार आहे, सहिष्णू आहे किंवा त्यात वाटेल ते विचार मांडण्याचे स्वातंत्र्य आहे– असल्या वांझ औदार्यावर दलितांनी अवलंबून राहण्याचे कारण नव्हते आणि नाही. किंवा मुसलमानी धर्म जास्त जंगली आहे, रानटी आहे, असे सांगूनही त्यांचे मतपरिवर्तन होण्याची शक्यता नाही. प्रश्न असा आहे की, हिंदू म्हणून का राहावे, याचे उत्तर आपण त्यांना यथायोग्य तऱ्हेने दिले नाही. आध्यात्मिक उन्नतीपेक्षा त्यांच्या जीवनमानाशी जोपर्यंत धर्माचा संबंध येत नाही, तोपर्यंत हिंदू राहण्याबद्दल त्यांच्या मनात आग्रह उत्पन्न होणार नाही.

ही वस्तुस्थिती असली, तरीसुद्धा प्रत्येकाला आपापला धर्म प्यारा आहे. अजूनही मोठ्या प्रमाणावर दलित हिंदूच राहिले आहेत, कारण अजून त्यांनी सवर्णीयांकडून संपूर्णपणे न्याय मिळविण्याची आशा सोडून दिलेली नाही. आंबेडकरांनीही बौद्ध धर्म स्वीकारला, कारण बौद्ध धर्माचे हिंदू धर्माशी वाकडे नव्हते. गौतम बुद्धाने हिंदू धर्मातील विषमतेविरुद्ध उभे केलेले बंड म्हणजेच बौद्ध धर्म होय. अनेक बंडखोरांना ज्याप्रमाणे हिंदू धर्मात स्वतंत्र स्थान आहे, तसेच ते बुद्धालाही आहे. याउलट, डॉ. आंबेडकरांनी मुसलमान धर्माचा स्वीकार केला असता, तर दलितांच्या आणि मुसलमानांच्या संयुक्त संख्याबळावर केवळ लोकशाही माध्यमातून त्यांना अधिक फायदे मिळवून घेता आले असते. सर्व तत्त्वज्ञानांचा साकल्याने अभ्यास केल्यानंतर एक गोष्ट आंबेडकरांच्या ध्यानात आली की– मुसलमान झाल्यामुळे कदाचित राजकीय आणि आर्थिक दृष्ट्याही दलितांचा तात्कालिक फायदा होईल, पण मुसलमान होण्यामुळे दलित समाजाला आपण एका मध्ययुगीन समाजरचनेत कायमचे लोटू. हिंदू धर्माविरुद्धचा त्यांचा राग व चीड अनेक प्रकारांनी व्यक्त झालेली आहे. पण हिंदू धर्म संपूर्णपणे नष्ट करून टाकावा, असे त्यांना अनेक कारणांमुळे वाटलेले दिसत नाही. सावरकर आणि आंबेडकर ही म्हणूनच हिंदुत्वाची अखेरची किंचाळी आहे, असे मला राहून-राहून वाटते. आंबेडकर आणि सावरकर यांचा संयुक्तपणे विचार केला पाहिजे, तो यासाठीच.

अस्वस्थ असा हा दलित समाज अजूनही हिंदू राहिला, यात दलित समाजाची सहनशीलता वाखाणण्याजोगी आहेच. परंतु हिंदू समाजाच्या शेकडो वर्षांच्या परंपरेत तशाच काही लोकविलक्षण चांगल्याही गोष्टी असल्या पाहिजेत. संस्कृतिसंरक्षणाची भाषा बोलणाऱ्यांनी परखडपणे चांगल्या-वाईटाची निवड करायला शिकले पाहिजे. मुसलमान अधिक धर्मांध झाले म्हणून आपण अधिक धर्मांध होण्याचा प्रयत्न करणे, हे आजच्या लढाईपुरते एक आकर्षक शस्त्र वाटते; परंतु ते अंतिम हिताचे नाही. हिंदूंची सांस्कृतिक शुद्धता ही समतेच्या अंगानेच होत राहिली पाहिजे आणि त्याचबरोबर मुसलमान धर्मांधतेला ठेचण्यासाठी आवश्यक असेल तेवढीच धर्मभावना आपण पेटवली पाहिजे. कारण संस्कृतीने वाहून आणलेल्या सर्वच गोष्टी चांगल्या नाहीत.

आपण अन्यायजनक गोष्टींचा त्याग करीत गेलो, तर संभाव्य लढाईत यशाची खात्री वाढत जाईल; पण चुकीच्या सांस्कृतिक अभिमानापायी आपण जर परंपरागत दोषांचेही गुणगान करू लागलो, तर आपला सर्वनाश अटळ आहे, हे

आपण विसरता कामा नये. जातींचा-वर्णांचा उच्छेद व उच्च-नीचत्वाच्या कल्पनेला विराम या गोष्टी अपरिहार्य आहेतच; पण मूर्तिपूजेचे अवाजवी स्तोम, फाजील हौसेपायी निर्माण झालेली व्रतवैकल्ये व अंधश्रद्धा या साऱ्यांनाही आपण नियंत्रित करणे आवश्यक आहे. जास्तीत जास्त समान आचारधर्म, आकर्षक उपासनापद्धती आणि अत्यावश्यक कमीत कमी कर्मकाण्डे यांवर आधारलेल्या नव्या वैदिक धर्माची प्राणप्रतिष्ठा करणे गरजेचे आहे. सर्वांना सामावून घेण्याच्या नादात आपल्या धर्माचे अवडंबर एवढे वाढविले आहे की, आपला धर्म बुद्धिमान माणसाच्या मनाचा गाभाऱ्यातही मावू शकत नाही. गतानुगतिक धर्मगुरूंच्या हातात धर्माचे नेतृत्व देऊन आपण धर्म अडचणीत आणला. नव्या धर्मगुरूंचा शोध व नवी धर्मसंहिता ही या देशाची गरज आहे. हे काम कठीण आहे, कारण अनेकांचे दुराग्रह आणि पंथाभिमान त्याला आड येतील. पण सारा हिंदू धर्मच नष्ट होण्यापेक्षा आपले दुरभिमान सोडण्याची कळकळीची विनंती सच्च्या देशभक्तांनी केली, तर त्या विनंतीचा अव्हेर होईल, असे वाटत नाही.

या सर्व तणावांना आणखी एक पदर आहे. तो म्हणजे, माणसाला धर्माची गरज काय, असे सांगणारे नवे तत्त्वज्ञान. ज्यांचा धर्माला विरोध आहे, त्यांचा विरोध मुख्यत्वे करून धर्मपीठाला व धर्मपीठाच्या आधाराने समाजाचे शोषण करणाऱ्या दलालांना आहे. अनामिक परमेश्वराची उपासना त्यांच्या दृष्टीनेही आक्षेपार्ह नसावी. धर्म वैयक्तिक असावा, त्याने कोणालाही उपद्रव देऊ नये आणि कोणाचाही चरितार्थ धर्मकल्पनांवर चालवू नये, असे सर्वसाधारणत: या लोकांना वाटत असेल. परमेश्वराचे खरोखरीच अस्तित्व नाही, असे मानणारे या जगात फारच थोडे लोक असतील. परमेश्वराच्या अस्तित्वाला आणि त्यामुळे उत्पन्न झालेल्या धर्माला जो विरोध होतो, त्याचे कारण– धर्माने पुष्कळ ठिकाणी मनुष्यजातीची वाताहत केली आहे, अनेकांना लुबाडले आहे, अनेकांचे छळ केलेले आहेत. धर्माच्या अफूच्या गोळीत समाजाला गुंगवून अनेकांनी समाजाचे शोषणही केले आहे. धर्माच्या दुरभिमानापायी झालेल्या हत्याकांडात जेवढी माणसे मेली, तेवढी माणसे नैसर्गिक आपत्तींनी किंवा रोगराईने मेलेली नाहीत.

धर्म पुष्कळदा सुपिरियॉरिटी कॉम्प्लेक्स (श्रेष्ठत्वाचा गंड) निर्माण करतो, त्यामुळे तो अनेकांना हीन लेखतो. धर्माचे गुणावगुण सर्व तत्त्वज्ञान्यांना माहीत आहेत. असे असूनही अज्ञाताचा शोध घेण्यातून निर्माण झालेली 'परमेश्वर' ही कल्पना आणि परमेश्वराच्या निकट जाण्यासाठी केलेला धर्माचा आश्रय यातून कोणत्याही समाजाची केव्हाही सुटका झालेली नाही. परमेश्वराचे अस्तित्व ही

मानवाची एक आदिम गरज आहे आणि या गरजेतून धर्माचे अवडंबर माजले आहे. धर्मावर नियंत्रण ठेवून ही आदिम गरज भागविणे आवश्यक आहे; किंबहुना, तसे प्रयत्न अनेक ठिकाणी झालेले आपण पाहतो. आपल्यालाही या पद्धतीने जाता आले असते, पण दुर्दैवाने आपला देश सार्वभौम असूनही आपल्या देशात असणाऱ्या सर्व धर्मसत्तांवर आपल्या शासनाचे नियंत्रण नाही. सर्व धर्मांना समान मानण्याची आपली प्रतिज्ञा असूनही आपण सर्व धर्मांना समान लेखू शकत नाही. अनेक प्रार्थना-मंदिरे राजकीय उपद्रवांची केन्द्रे झालेली आहेत, पण आपल्या सरकारला त्यांवर नियंत्रण ठेवण्याची हिंमत नाही.

वास्तविक, निधर्मी शासनाचे पहिले कर्तव्य असे आहे की, प्रार्थना-मंदिर– कोणत्याही धर्माचे असो– ते सर्वथा शासनाच्या नियंत्रणाखाली असले पाहिजे. ज्या ठिकाणी धार्मिक कारणासाठी कोणताही जमाव जमतो, ते प्रत्येक स्थान सरकारी नियंत्रणाखाली असणे आवश्यक आहे. म्हणजे तेथे चालणाऱ्या अनेक अघोरी गोष्टी आपल्याला थांबविता येतील. दुर्दैव असे आहे की, धर्मात हस्तक्षेप करण्याची आपल्याला इच्छाच नाही. जेव्हा लोकांनी धर्मांध राहावे, अशी शासनाचीच इच्छा असते; तेव्हा धर्माचे अघोरी खेळ समाजात चालू राहतात. आज सर्वच धर्मांत आपल्या प्रचलित कायद्याला मंजूर नसणारे अनेक अघोरी प्रकार चालू आहेत. शासनाची सर्व ताकद एकवटली, तर धर्माचे उपद्रवी चाळे खूप मोठ्या प्रमाणावर कमी करता येतात. धर्मच नष्ट करून टाकण्याची भाषा बोलणारे अतिरेकी पुष्कळ आहेत, पण आपल्या बोलण्यातले खोटेपण त्यांचे त्यांनाही माहीत आहे. अनेक कम्युनिस्ट व समाजवादी स्वत: इतके मंत्रचळे आणि कर्मकाण्डांच्या आहारी गेले आहेत की, त्यांच्या तोंडी तरी धर्म बुडवून टाकण्याची भाषा हास्यास्पद वाटते.

या घटकेला तरी जगातल्या कोणत्याही देशात धर्माचा संपूर्णपणे पाडाव करता आलेला नाही. जिथे तो करण्याचा जबरदस्तीने प्रयत्न केला गेला, तिथे धर्माने पुन्हा तोंड वर काढलेले स्वच्छ दिसून येते. समाजवाद किंवा कम्युनिझम या समाजाच्या आर्थिक बाजू सांगणाऱ्या अर्थशास्त्रीय पद्धती आहेत. धर्माशी खरे तर त्यांचे वैर असण्याचे कारण नाही. कम्युनिस्टांनी आरंभी धर्माशी वैर केले, परंपरा उद्ध्वस्त केल्या; पण कम्युनिस्ट राजवट जरा स्थिर झाल्याबरोबर कोठे तरी धर्मकल्पनेचा उदय झालाच. कम्युनिस्टांची आर्थिक समाजव्यवस्था जोपर्यंत उद्ध्वस्त होत नाही तोपर्यंत त्यांनाही नवोद्भव धर्मकल्पनेशी वैर करण्याचे कारण नाही. पोलंडमध्ये कम्युनिस्टांची राजवट चांगली रुळलेली होती, असे

असून तेथे चर्चचा उदय पुन्हा का झाला?

उगाचच एकांतिकपणे विध्वंसनाची भाषा बोलण्यापेक्षा मानवाच्या प्राथमिक गरजा कोणत्या, याचा विचार जागृत ठेवावाच लागेल. इंद्रियजन्य सर्व सुखे भोगून झाली की, मनुष्य अंतर्मुख होतो आणि मग त्याला कळत-नकळत सृष्टीच्या रहस्याचे कुतूहल वाटू लागते. कोणत्याही धर्ममार्तंडाला, विचारवंताला किंवा धर्मग्रंथाला हे अंतिम रहस्य सापडलेले नाही. हे कुतूहल काही काळ थोपवून धरता येते, पण केव्हा ना केव्हा तरी ती अगोचर सृष्टी दृष्टिपथात येऊ लागते. उत्पादनाची सर्व क्षेत्रे सार्वजनिक क्षेत्रात घ्यावीत आणि वैयक्तिक मालमत्ता करू देऊ नये, असे सूत्र कम्युनिस्ट तत्त्वज्ञानात गृहीत धरलेले आहे. पण व्यक्ती-व्यक्तीचा समूह होणार आणि समूहाचे मानवशास्त्र व्यक्तीच्या आकांक्षांशी निगडित राहणार, हे सत्य आपण ओळखले पाहिजे. एकीकडून विज्ञानामार्फत अंतिम सत्याचा शोध चालू आहे, तेच अंतिम सत्य दुसऱ्या मार्गानेही शोधता येते किंवा काय, ही जिज्ञासा माणसाला गप्प बसू देत नाही. व्यक्तिगत मालकी नष्ट केल्यावाचून समाजशोषण करणारी धर्मसंस्था ही व्यक्तिगत मालकीची ठेवली नाही, म्हणजे संपले.

(१८ डिसेंबर, १९८३)

-०-०-०-

४

यवन मित्रांसाठी समजुतीचे चार शब्द

तुमच्यात आणि आमच्यात गेली काही वर्षे संवादच राहिलेला नाही. या पुरातन भूमीत तुम्ही व आम्ही शेजारी राहतो, इथल्याच अन्नावर वाढतो आणि इथल्याच हवा-पाण्याने आपले पोषण होते. असे असूनसुद्धा दिवसेंदिवस तुमच्या-आमच्यात दुरावा निर्माण होतोय. वास्तविक पाहिले, तर तुम्ही काही एखाद्या परकीय भूमीवरून इथे आलेले नाहीत; तुम्ही इथलेच आहोत. तुमचे आणि आमचे बापजादे भाऊबंद होते, त्यांची देव-दैवते एकच होती. या देशात चांगले किंवा वाईट काही घडले, ते आपण दोघांनी मिळून घडवले. अभिमानास्पद अशी एक समृद्ध, उदार आणि सुंदर संस्कृती या देशात निर्माण झाली. त्या संस्कृतीचे शिल्पकार तुमचे-आमचे आई-बापच होते.

व्यास-वाल्मीकी, राम-कृष्ण, शालिवाहन-चंद्रगुप्त, पाणिनी-पतंजली, भास्कराचार्य-चरक अशा अनेक प्रज्ञावंतांनी या अजगरासारख्या पसरलेल्या भूभागाचा भरतखंड केला. जगतात ज्या वेळेस रानावनांत हिंडणारे असंस्कृत लोक राहत होते, तेव्हा ह्या देशात नागर संस्कृती निर्माण झाली. कृषिविद्येला बहर आला. ज्ञानाच्या अनेक शाखा उदयाला आल्या. पराक्रमी अशी राष्ट्रकुले या देशातील संस्कृतीचा प्रसार दूरदूरच्या राष्ट्रांतून करत होती. मंत्रघोष घडत होते. संगीतशाळा बहरास आलेल्या होत्या. ब्रह्मापासून ते ऐहिकापर्यंत सर्व गोष्टींवर सभाशास्त्रानुसार विद्वत्सभा चर्चा करीत होत्या. उद्यानांची निर्मिती होत होती. स्थापत्याचा विकास

झाला होता. कायद्याचे आणि धर्माचे पालन होत होते. मर्कटांची माणसे होत होती. शस्त्रांचे आणि शास्त्रांचे उदय होत होते. तुमचे बापजादे आमच्या बापजाद्यांच्या खांद्याला खांदा लावून मानवधर्माचे संरक्षण करीत होते.

या देशाला जो काही बरा-वाईट आकार आला, त्याची निर्मिती आपण सर्वांनी मिळून केली. आपणा सर्वांनाच हळूहळू विकसित होत जाणाऱ्या ह्या संस्कृतीबद्दल विलक्षण अभिमान होता. अजूनही जगाला आदर्शवत् वाटावी अशी देवनागरी लिपी आणि अर्थवाहक संस्कृत भाषा त्याच काळात आपण निर्माण केली. कपिल, कणाद, याज्ञवल्क्य यांसारख्या शास्त्रज्ञांनी ऐहिकाकडे पाठ फिरवून अंतिम सत्याच्या शोधासाठी संन्यस्त वृत्ती पत्करली. त्यागाची वा भोगाची वेगवेगळी तत्त्वज्ञाने इथे निर्माण झाली. सर्व माणसांना सामावून घेणारी जीवनव्यवस्था येथे सिद्ध झाली आणि ह्या जीवनव्यवस्थेला येथील जनपदाने मन:पूर्वक मान्यता दिली. जे काही येथे घडले, ते आपणा सर्वांच्या एकत्रित कर्तृत्वाचे फळ आहे.

कालपुरुष जेव्हा समाजव्यवस्थेत दुरुस्ती करण्याची मागणी करतो, तेव्हा ती मागणी पुरविणे समाजधुरिणांचे कर्तव्य असते. भगवान श्रीकृष्ण, बुद्ध, महावीर, शंकराचार्य, मनू, बसवेश्वर, नानक आदी महापुरुषांनी समाजशुद्धी करण्यासाठी बंडखोरी पत्करली आणि हा समाजप्रवाह शुद्ध करून घेतला. हे सारे घडत असताना लहान-मोठे मतभेद झाले. पण ते सोडविण्यासाठी आपण विकारग्रस्त न होता धर्मसभा निर्माण केल्या आणि समाजाचा गाडा रेटीत आणला.

तुमचे आणि आमचे बापजादे गळ्यात गळा घालून राहणारे, या देशातील घटनांचे साक्षी होते. देव-दैवतांचे उपासनेचे स्वरूप वेगवेगळे होते, तरीही ह्या समाजात रक्तपात घडले नाहीत. प्रत्येकाला उपासनेचे स्वातंत्र्य मिळत होते. सर्वांचेच हिमालयावर, गंगेवर, भूमीशी हितगूज करणाऱ्या समुद्रावर, झाड-झाडोऱ्यावर, नदी-नाल्यांवर अपार प्रेम होते. त्यामुळेच ह्या देशात धार्मिक लोकशाहीचा जन्म झाला. रामेश्वरहून निघालेला यात्रिक अमरनाथ किंवा पशुपतेश्वर येथे सुखेनैव जात होता आणि त्याला भाषेची व अन्नोदकाची अडचण येत नव्हती. दक्षिणेत जन्म पावलेल्या तरुण शंकराचार्यांनी या महाकाय देशात चार वेळा भारत-यात्रा केली, चारी दिशांना धर्ममठ स्थापले आणि कोणत्या भाषेतून धर्मव्यवहार करून वैदिक संस्कृतीची पुन:प्रतिष्ठा केली, याचे खरोखरच आश्चर्य वाटते. आज वाहतुकीची साधने उपलब्ध आहेत. व्यासपीठे उपलब्ध आहेत.

आकाशवाणी, दूरध्वनी, दूरदर्शन, मुद्रणकला आणि प्रवासमार्ग उपलब्ध असतानाही जे एकत्वाचे वातावरण आम्ही निर्माण करू शकत नाही; ते अभूतपूर्व कार्य बत्तिसाव्या वर्षी समाधिस्थ होणाऱ्या शंकराचार्यांनी कसे काय केले असेल, याचा आपण सर्वांनीच विचार केला पाहिजे. ह्या देशात भाषा, उपासना, हवामान व संस्कृतिभिन्नता असताना ह्या देशाचा भरतखंड कसा झाला आणि ह्या देशाचे हिंदुराष्ट्र कसे निर्माण झाले, याचा केवळ कुतूहलापोटी तरी विचार करणे अगत्याचे आहे.

ही सारी हजारो वर्षांची वाटचाल आपण एकत्र चालूनच केली, तेव्हा तुमचे बापजादे राम-कृष्णांना देव मानीत होते. महाभारत-रामायण हे धर्मग्रंथ मानीत होते. संत, साधू, बैरागी ह्या साऱ्यांनाही मानवंदना देत होते. ह्या भूमीत घडलेल्या पराक्रमामुळे रोमांचित होत होते आणि पराभवामुळे चिंताक्रांत होत होते. मग ह्या देशात असे काय घडले की, तुमच्या आणि आमच्या वाटा वेगळ्या व्हाव्यात? असे काय घडले की, ही संस्कृती तुम्हाला नकोशी झाली? अशा कोणत्या दैवी भाषेचा, लिपीचा, ब्रह्मविद्येचा, वेषभूषेचा किंवा जीवनदृष्टीचा तुम्हाला लाभ झाला की; ज्यामुळे इथल्या देव-देवतांच्या मूर्ती मोडून टाकाव्यात- अशी तुमच्यात वासना निर्माण झाली? इथले केवळ धर्मग्रंथच नव्हेत, तर सारेच ज्ञानभंडार जाळून टाकावे, असे तुम्हाला कसे वाटू लागले? अनेक हातांनी खपून, घाम गाळून तुमच्या बापजाद्यांनी निर्माण केलेली असाधारण अशी सुंदर शिल्पे तुम्ही छिन्न-विच्छिन्न का केलीत? ह्या देशातील स्त्रिया अवमानित करून त्यांच्यावर पाशवी अत्याचार करण्याची दुर्बुद्धी तुम्हाला का सुचली? ही भलतीच आकांक्षा तुमच्या मनात कशी निर्माण झाली?

रुक्ष वाळवंटी प्रदेशातून आलेल्या एका टोळधाडीत तुम्ही सामील का झालात? ह्या देशात कोट्यवधी माणसे मारून टाकावीत, राजकुले उद्ध्वस्त करावीत, संपत्तीचा विध्वंस करावा– असे तुम्हाला कोणी शिकविले? परमेश्वराचा शांततेसाठी संदेश घेऊन येणाऱ्या हिरव्या निशाणांच्या निमित्ताने या देशात रक्तमांसाचा खच पडावा, ही प्रेरणा तुम्ही कशातून घेतलीत? खरोखरीच तुम्हाला इथली संस्कृती उद्ध्वस्त करावयाची होती काय? जी संस्कृती तुमच्या आई-बापांनी निर्माण केली– ती संस्कृती छिन्न-विच्छिन्न करून, इथे कोणती संस्कृती तुम्हाला निर्माण करायची आहे? तशी तुम्ही नवी संस्कृती निर्माण केली आहे असे म्हणावे, तर ती शोधायला अखेरीस आम्ही वेदमंत्रांनी अभिमंत्रित झालेल्या सिंधू नदीच्या किनाऱ्यावर जावे काय? कोणत्या इस्लामी राष्ट्रात मानवाला

उपकारक आणि प्रगतिकारक अशी संस्कृती निर्माण झाली आहे की, जिच्या प्रस्थापनेसाठी तुम्ही उद्युक्त झालात? मानवाच्या लहानसहान अपराधासाठी त्याला जीवघेण्या फटक्यांची शिक्षा द्यावी, त्याचे हातपाय छाटून टाकावेत किंवा त्याला देहदंड द्यावा- अशीच ना ती इस्लामी संस्कृती? स्त्रियांनी अंधारात राहावे आणि आपले तोंडसुद्धा कुणाला दाखवू नये, असे मानणारी हीच ना ती पुरुषप्रधान संस्कृती? स्त्रियांना केवळ भोगदासी किंवा संतती निर्माण करणारी यंत्रे मानणारी, हीच ना ती जंगली संस्कृती?

आज ह्या देशात तुम्ही कसले तरी अराजक करण्याचे योजले आहे. ह्या दंग्यांतून इथल्या समाजाला भयभीत करावे आणि त्यांना इस्लामी जगतात समाविष्ट करावे, एवढ्यासाठी तुम्ही एकदा या देशाचे खंड पाडलेत. मनुष्यजातीला शरम वाटावी, असा प्रचंड नरमेध घडविलात. तुमच्यापेक्षा आमची संस्कृती श्रेष्ठ आहे, म्हणून इस्लामी संस्कृतीचे पाकिस्तान निर्माण केलेत. याच पाकिस्तानात तुमच्या त्या श्रेष्ठ संस्कृतीच्या चिंधड्या झालेल्या पाहून कुठे तरी तुमच्या मनात अनुतापाची भावना निर्माण होते काय? तुमची संस्कृती कोणत्या अर्थाने श्रेष्ठ आहे? एवढ्या रक्तपाताच्या मोबदल्यात तुमच्या संस्कृतीने जगाला काय दिले? लाहोरपासून मोरोक्कोपर्यंत हिरवा चांद डुलताना दिसतो आहे; पण अभिमान वाटेल असे एक तरी राष्ट्र तुम्ही निर्माण करू शकलात काय? साहित्य, संगीत, कला ह्यात तरी आपण असे काय दिवे लावलेत की मानवांच्या इतिहासात त्याची नोंद केली पाहिजे? विज्ञानाशी तर तुमचे वाकडेच आहे. त्यामुळे तुमच्याकडून माणसाच्या सुखात वाढ करणाऱ्या संशोधनाची अपेक्षाच नाही. एका मध्ययुगीन, जंगली संस्कृतीचे तुम्हाला प्रेम आहे. रक्तपात, राष्ट्रपुरुषांचे खून, हुकूमशाही राजवट, ज्ञानवंतांची उपेक्षा- ह्या साऱ्या गोष्टींवर तुमची संस्कृती उभी आहे. लोकशाही, समाजवाद, सेक्युलॅरिझम, राष्ट्रभक्ती हे सारे शब्दसुद्धा अरेबिक, फारसी किंवा उर्दू शब्दकोशात नाहीत. इस्लामी संस्कृती म्हणजे अखेरीस काय आहे? एक प्रचंड हत्याकांड आहे. आपल्या बापजाद्यांना कबरीतून बाहेर काढून पुन्हा फासावर लटकविण्याचे ते एक वेड आहे.

वास्तविक, राम-कृष्णांनी तुमचे काय वाकडे केले आहे? मंदिरांनी तुमचे काय वाकडे केले आहे? ज्ञानग्रंथांनी तुमचे काय वाकडे केले आहे? द्वेष, हत्या यावर आधारलेले तुमचे तत्त्वज्ञान अखेरीस तुमच्या पदरात काय टाकते? द्वेषाचे उत्तर द्वेषानेच मिळते आणि हत्येला उत्तर हत्येनेच मिळते, हा मनुष्यजातीचा इतिहास तुम्ही विसरलात कशामुळे? एखाद्या मंदिरात चाललेल्या घंटानादाने

तुमचे डोके का उठते? तुमचा अल्ला आणि आमचा परमेश्वर यांचे खरोखरीच वाकडे आहे काय? अल्ला स्वत:चे रक्षण करू शकत नाही काय? का त्याच्या रक्षणार्थ सुरे, वस्तरे, लाठ्या यांची खरोखरच गरज आहे? ह्या जगात एकच परमेश्वर आहे, असा तुमचा धर्म सांगतो आणि तो परमेश्वर सर्वसाक्षी आहे, असेही कुराणशरीफ मानते. मग तो सर्वसाक्षी परमेश्वर तुमचे हत्याकांडही बघत असणार. इस्लामी राष्ट्रांत क्षणोक्षणी जे खून होतात किंवा ज्या शिक्षा दिल्या जातात, त्या जर परमेश्वरी आज्ञेने होत असतील; तर तो तुमचा परमेश्वर नरमांसभक्षक आहे, असेच तुम्हाला म्हणावे लागेल. तसा तो असेल कसा?

मित्रांनो, या देशात तुम्हाला राहायचे आहे, इथेच नांदावयाचे आहे– हे तरी खरे ना?

इथल्या राज्यकर्त्यांनी तुम्हाला कितीही संरक्षण दिले तरी अखेरीस इथल्या बहुसंख्य समाजात गुण्या-गोविंदाने नांदायचे असेल, तर इथल्या लोकांना दुखवून व त्यांच्याशी वैर करून तुम्हाला इथे जगता येणार नाही. तसे जगण्याचा प्रयत्न झाला, तरी राज्यकर्त्यांच्या बंदुका आणि तोफा तुमचे रक्षण करू शकणार नाहीत. सर्वशक्तिमान अल्लाही तुमचे रक्षण करू शकणार नाही. कारण हे भांडण अल्ला आणि परमेश्वर यांच्यातील नाही, हे भांडण सत्य आणि असत्य यांचेही नाही; हे भांडण उन्मत्त महत्त्वाकांक्षा आणि मानवता यांच्यातील आहे, आणि अखेरीस त्यात उन्मत्तपणा नष्ट होईल. लोकशाहीतील सर्व फायदे स्वीकारून तुम्हाला लोकशाहीशी वैर करता येणार नाही. माणसा-माणसांतील हे भांडण अखेरीस माणसांनाच सोडवावे लागेल. येथे धर्माचा, देवाचा किंवा श्रेष्ठत्वाचा प्रश्न उत्पन्न होणार नाही. माणसाला केवळ अन्न व वस्त्र मिळाले की भागत नाही; अनेक लहानसहान गोष्टींनी मानवी जीवन घडत असते. ह्या लहानसहान गोष्टी माणसाला अस्तित्व देतात. एका दगडाच्या रक्षणासाठी जेव्हा माणसे जीव कुर्बान करतात; तेव्हा वस्तुत: त्या दगडाचे ते रक्षण नसते, तर ते त्या माणसांचेच रक्षण असते– हा धडा तुम्ही शिकणार आहात की नाही?

आम्हा सर्व हिंदूंच्या औदार्याचीही काही सीमा आहे. काल-परवापर्यंत धर्माला महत्त्व न देणारी अशी समाजवादी आणि कम्युनिस्ट माणसेसुद्धा तुमच्या अलीकडच्या वागण्यामुळे अस्वस्थ झाली आहेत; मग धर्मांध माणसे किती अस्वस्थ झाली असतील, याचा तुम्ही विचार केला पाहिजे. कोणत्याही धर्मातल्या गरीब व दुबळ्या माणसाला गरिबी आणि अपमान विसरण्यासाठी धर्माचा आधार मिळतो. आमचे सरकार आमची गरिबीही हटवू शकत नाही. अशा परिस्थितीत

खोटे का असेना, पण समाधान देणारा आमचा धर्म तुम्ही अडचणीत आणत आहात. आम्ही हिंदू अनेक जाती-पातींत विभागलेले आहोत. श्रेष्ठ-कनिष्ठ अशा मोठेपणाच्या भिंती घालून आम्ही आपापसात दुरावा निर्माण केला आहे. आम्ही कायमचेच असे विभागलेले आणि दुबळे राहू, या भरवशावर आजचे तुमचे चाळे सुरू आहेत. पण हा भ्रम फार काळ टिकणार नाही. तुमच्या या द्वेषमूलक उपद्रवी धार्मिक चाळ्यांमुळे एक गोष्ट निश्चित चांगली झाली. ती म्हणजे, आजपर्यंत परस्परांशी वैर करण्यात धन्यता मानणारा हिंदू समाज खडबडून जागा होताना दिसत आहे. मेहेरबान अल्लाजवळ आमची एवढीच अर्जी आहे की, तुमचा मूर्खपणा असाच वाढीला लागो; कारण असे काही घडले, तर हा झोपलेला भारतीय समाज खडबडून जागा होईल आणि तसा जागा झाला, तरच या देशाला भवितव्य आहे.

आम्हाला माहीत आहे की, अशी आम्ही जागृती करू लागलो की– आमच्यातील शहाणे व पुरोगामी आमच्यात बुद्धिभेद करतात आणि आमचेच वैरी बनतात. आमच्या देशातील सारेच राजकीय पक्ष तात्पुरत्या सत्तेसाठी तुमच्या इस्लामशी हातमिळवणी करतात. तुमच्याजवळ अफाट धनसंपत्तीचा ओघ येऊन पोहोचला आहे. तुमच्या शक्तीचा हिशेब केल्यानंतर आमच्या लक्षात एक गोष्ट आली आहे की, परंपरागत शस्त्राने तुमचा पराभव करता येणार नाही. 'इंद्राय स्वाहा-तक्षकाय स्वाहा' या न्यायाने जे कोणी या आमच्या देशरक्षणाच्या कार्यात आड येतील– मग ते शंकराचार्यांसारखे धर्मांध हिंदू असोत, पुरोगामित्वाची वावदूक करणारे तथाकथित धर्मनिरपेक्षवादी असोत किंवा राजकीय पक्ष असोत– आम्हाला या सर्वांचीच आहुती द्यावी लागेल.

म्हणून म्हणतो, माझ्या यवन मित्रांनो– या देशात तुम्हाला राहायचे असेल, तर हे तुमचे उपद्रवी चाळे बंद करा, नचपेक्षा–

पण ते जाऊ दे; नुसत्या पोकळ आव्हानापेक्षा संभाव्य संघर्षाच्या तयारीला लागलेले बरे. संघर्ष आमच्यावर लादलाच गेला, तर आता मार खाण्याची आमची परंपरा आम्ही सोडलेली असेल, एवढेच ध्यानी धरा!

(१६ ऑगस्ट, १९८१)

- ० - ० - ० -

५

दलितांच्या नव्या धर्मांतराच्या निमित्ताने

भारतात आज जी काही राज्यपद्धती आहे, तिलाच आपण लोकशाही म्हणतो– कारण तसे म्हणण्यावाचून आपल्याला काही पर्याय नाही. ती राज्यपद्धती धड हुकूमशाही नाही, धड झोटिंगशाही नाही, धड झुंडशाही नाही किंवा धड एकाधिकारशाही नाही. अन्य राज्यपद्धतीच्या अभावामुळे येथे लोकशाही आहे, असे मानायचे. फार तर आपण इथल्या राज्यपद्धतीला 'भारतीय लोकशाही' असे स्वतंत्र नाव ठेवू. कारण राज्यशास्त्रात जिला आपण लोकशाही म्हणतो, तशा स्वरूपाची काही ही भारतीय लोकशाही नाही. इथल्या लोकशाहीत निवडणुका आहेत, विधानसभा-लोकसभा आहेत; एवढेच नव्हे तर काश्मीर, बंगाल येथे विरोधी पक्षीयांचीही सरकारे आहेत. आसाममध्ये सत्तारूढ पक्षाचे सरकार कोसळले किंवा केरळमध्ये विरोधी पक्षीयांचे सरकार कोसळले, अशा प्रकारच्या घटना घडल्यामुळे या देशात धुगधुगती का होईना लोकशाही आहे, असे म्हणावे लागते. तमिळनाडूमध्ये दीर्घकालपर्यंत स्थानिक पक्षांचे सरकार आहे आणि तेथे भारतीय स्वरूपाच्या पक्षाला अजून तरी पाय रोवता आलेले नाहीत. वेगवेगळ्या पोटनिवडणुकांत अधून-मधून का होईना– विरोधी पक्षीयांना निवडून येता येते. पण बहुसंख्य ठिकाणी त्या-त्या पक्षाच्या भारतीय धोरणाचा जय झालेला नसतो, तर उमेदवारांचे स्थानिक कार्य आणि व्यक्तिमत्त्व यांचाच तो परिणाम असतो.

इंदिरा काँग्रेस पक्षाचे मात्र तसे नाही. त्यांनी कोणताही

दगड उभा केला, तरी तो निवडून येऊ शकतो. तशा अर्थाने तो भारतीय स्वरूपाचा एकमेव पक्ष आहे, असे म्हटले पाहिजे. अर्थात, संघटनेशिवाय असणारा तो पक्ष कोणतेही विशेष तत्त्वज्ञान नसून केवळ इंदिरा गांधींच्या व्यक्तिमत्त्वामुळे निवडून येत आलेला आहे. भारतीय स्तरावर असणारा दुसरा पक्ष म्हणजे भारतीय जनता पक्ष. याही पक्षाची निश्चित अशी मूल्ये आहेत. दहा टक्क्यांहून अधिक जनता या पक्षाच्या मागे आहे; पण तरी व्यापकतेच्या नावाखाली ह्या पक्षाचीही रचना इंदिरा गांधींच्या पक्षासारखीच दिवसेंदिवस होत चालली आहे. काही विशिष्ट तात्त्विक पाया असल्याशिवाय इंदिरा गांधींना पर्यायी पक्ष निर्माण होणार नाही आणि इंदिरा गांधींच्या ज्या उणिवा आहेत, त्यांची भरपाई करणाऱ्या पक्षालाच भारतात भवितव्य आहे. इंदिरा गांधी अल्पसंख्याकांना आंजारतात-गोंजारतात, त्याच पावलावर पाऊन टाकून भारतीय जनता पक्ष आता अल्पसंख्याकांना अवाजवी महत्त्व देऊ लागला आहे. याचा परिणाम त्याही पक्षाची प्रतिमा आता धूसर होत चालली आहे. एके काळी हिंदुत्वाच्या रक्षणासाठी निर्माण झालेला हा पक्ष आता पुरोगामी होण्याच्या मार्गावर जाऊ लागल्यामुळे त्याचे जे हिंदूंशी नाते होते, तेही आता बदलू लागले आहे. दलित, आदिवासी व विमुक्त जाती-जमाती यांना गोंजारण्याने हिंदुत्व-भावना प्रबळ होईल; पण मुसलमानांना गोंजारण्याने हिंदुत्वाची भावना दिवसेंदिवस शबल होत जाईल, ह्यात मुळीच शंका नाही. आपल्यावरील जातीयतेचा शिक्का पुसून टाकण्याच्या आवेशात भारतीय जनता पक्षाने आपल्या मूलभूत प्रमेयाची मोडतोड करायला आरंभ केला आहे. 'आव जाव घर तुम्हारा' अशी जेव्हा पक्षाची स्थिती होते, तेव्हा पक्ष मोठा होतो; पण त्याचा प्रभाव मात्र कमी होतो.

हिंदुत्वाचे रक्षण करणे व हिंदुसंघटन करणे याचा अर्थ मुस्लिम समाजाशी वैर करणे, असा लावण्याची आपल्या देशात प्रथा आहे. हिंदूंच्या संघटनेला कोणी सिद्ध झाला की, त्याला ताबडतोब फाशीच्या तख्तावर घेऊन जाण्याची कम्युनिस्ट, समाजवादी, काँग्रेसवाले या सर्वांची सिद्धता असते. हीच गोष्ट मुसलमानांनी केली, तर त्यांनी ती स्वरक्षणासाठी केली, असे ठरविले जाते. यामुळे हिंदूंचे संघटन करणाऱ्या व्यक्ती आणि संस्था यांच्याविरुद्ध सर्व राजकीय पक्षांचे युद्ध सतत चालू असते. त्याचा नकळत फायदा मुस्लिम जातीयवादाला मिळतो. एककडे मुस्लिम जातीयवाद प्रचंड प्रमाणावर फोफावत चालला आहे आणि दुसरीकडे हिंदूंचे संघटन विसविशीत होत चालले आहे. अगोदरच हिंदू समाज जातिसंस्थेने पोखरलेला आहे आणि ह्याच जातिसंस्थेने हिंदूंचे संघटन

दुष्कर करून ठेवले आहे.

गेल्या तीस-चाळीस वर्षांत शिक्षणामुळे दलित समाजाला आपल्यावरील अन्यायाची तीव्रतेने जाणीव होऊ लागली आहे. तो समाज उच्च वर्गीयांविरुद्ध क्रुद्ध झालेला आहे. या समाजाचे शांतवन करून त्याला हिंदू समाजाचा एक बलिष्ठ भाग बनविण्याची शक्यता दृष्टिपथात आलेली असतानाच हिंदू समाजातील वेगवेगळ्या पुढाऱ्यांनी दलित समाजात वैराची ठिणगी टाकण्यास आरंभ केला आहे. आपल्या कृतीचे भावी काळात काय परिणाम होतील याचा विवेक त्यांना राहिलेला नाही. मुसलमान समाजाला भारतीय जनता पक्षात मोठ्या गौरवाने समाविष्ट करून घेतल्यामुळे ज्या काही लहान-सहान जागा दलित समाजाच्या वाटणीला आल्या असत्या, त्यांत आणखी एक वाटेकरी आला आहे. दलित समाजावर झालेल्या अन्यायांना दूर करण्याचा आणि सांस्कृतिक समता निर्माण करण्याचा तातडीचा मार्ग आज तरी दृष्टीस पडत नाही. सद्भावना जाग्या झालेल्या आहेत आणि काही प्रमाणात उपाययोजनाही चालू झाल्या आहेत; परंतु दलितांना ज्या वेगाने परिवर्तन हवे आहे, त्या गतीने परिवर्तन होत नसल्यामुळे दलितांचे बिलकुल समाधान झालेले दिसत नाही. दलितांवर जे अन्याय होतात; ते दूर करण्यासाठी सभा, संमेलने, ठराव, पत्रके आणि घटनेतील तरतुदी पुरेशा नाहीत. ह्याचे कारण सामाजिक परिवर्तन लोकसभेत किंवा विधानसभेत होत नसते. कायद्याच्या पुस्तकांतील अन्याय-निवारण करणाऱ्या कलमांचा प्रत्यक्षात काही उपयोग होत नाही; हे सारे परिवर्तन माणसाच्या अंत:करणात व्हायला हवे आणि अंत:करणात घडवून आणावयाचे परिवर्तन सहजगत्या होत नाही. आपला समाज वेगवेगळ्या जातींत आणि उपासनापद्धतींत विखुरलेला आहे. त्यामुळे त्याला एकत्रित करणे व हिंदू धर्मावर आलेले संकट समजावून देणे, ही फार बिकट गोष्ट आहे.

संघासारखी जी संस्था जमिनीत पाय रोवून अशा तऱ्हेचे कार्य करीत आहे, त्या संस्थेविरुद्ध प्रत्येक राजकीय पक्षाचे वेगवेगळ्या कारणाने वैर आहे. संघाच्या शिस्तबद्ध रचनेची आणि म्हणून निर्माण झालेल्या शक्तीची राजकीय पक्षांना भीती वाटते. कारण त्यापैकी कोणत्याही पक्षाला संघटना बांधता आलेली नाही किंवा बांधण्याचा त्यांनी प्रयत्न केलेला नाही. सामाजिक जीवनात धर्म ही कालबाह्य झालेली गोष्ट आहे, असे ज्या समाजवादी आणि कम्युनिस्टांना वाटते; त्यांना हिंदू धर्माचे संघटन ही फार धोकादायक गोष्ट वाटते. कारण त्यामुळे त्यांचे राज्य येथे येण्याची शक्यता कायमची दुरावते. हिंदूंचे विघटन व्हावे, असाच

त्यांचा प्रयत्न असतो. धर्माचा प्रभाव ओसरला तरच धर्मातीत राष्ट्र जन्म पावेल, यावर त्यांची श्रद्धा असल्यामुळे दलित समाजाने हिंदू धर्मापासून घेतलेली फारकत त्यांना मनातून हवीच आहे. माथेफिरू अशा काही अहंकारी दलितांना त्यांचा मन:पूर्वक पाठिंबा असतो. जर हिंदू धर्माने दलितांवर अन्याय केलेला आहे, तर दलितांवर झालेल्या अन्यायाचे परिमार्जन हिंदू धर्मानेच करायला नको काय? हिंदूंनी सांघिक स्वरूपाचे परिमार्जन केल्याशिवाय दलितांचे तरी कसे समाधान होणार? धर्म जर सहजगत्या फेकून देण्याजोगी गोष्ट असती, तर तो दलितांनी यापूर्वीच फेकून दिला असता.

दलितांनी बौद्ध धर्माचा स्वीकार केला याचे कारण हिंदू समाजाने त्यापासून काही शहाणपण शिकावे, हेच होते. पण बौद्ध होऊनही बहुतेक जाती-पोटजाती संपलेल्या नाहीत, कारण जाती या धर्मापेक्षाही चिवट असतात. जाती नष्ट करायच्या असतील, तर त्या हिंदू धर्मात राहूनच नष्ट करायला पाहिजेत आणि तरच ते शक्यही आहे. तसे काही झाले, तरच दलित समाजाचे समाधान होण्यासारखे आहे. धर्म ही तशा अर्थाने आध्यात्मिक उन्नतीची बाब आहे; पण जात मात्र समाजव्यवस्थेचा एक भाग आहे. समाजव्यवस्थेत बदल घडवून आणायचा असेल, तर जन्मसिद्ध जात सोडली पाहिजे. समाजपरिवर्तनाची क्रिया थोडी चेंगट आहे आणि त्यामुळेच जागृत दलितांना धीर धरवत नाही. पण त्यावर धर्मांतर हा का उपाय आहे? धर्म बदलल्याने तुमचा स्वर्गातील सुखाचा रस्ता फक्त बदलला, पण जातीतील श्रेष्ठ-कनिष्ठता तुमच्याबरोबर येतेच. धर्मांतरापेक्षा– आम्ही हिंदू धर्मातच राहू आणि सवर्णीयांना पराभूत करून बौद्ध धर्मातील उदारता हिंदू धर्मात आणू, अशी आकांक्षा दलितांच्या मनात निर्माण करण्याचा हा समय आहे. काळाच्या ओघात ज्या अन्यायजनक अनंत गोष्टी हिंदू धर्मात शिरल्या आहेत, त्या काढून टाकण्याची क्षमता फक्त उच्च स्वरूपाच्या धर्मभावनेतच आहे. दलितांनी आपली उग्र शक्ती धर्मांतराऐवजी धर्मपरिवर्तनासाठी वापरली, तर त्यांचा अन्याय अपेक्षेपेक्षा लवकर दूर होईल.

दलितांचा हिंदू धर्मावरचा राग सामाजिक अन्यायातून निर्माण झालेला आहे आणि कोणतीही न्यायाची मागणी ही एका नव्या अन्यायातून निर्माण होणार नाही, याची काळजी घ्यायला हवी. हिंदू-मुसलमानांच्या झगड्यात कोण बरोबर आणि कोण चूक, याचा निर्णय करताना आपल्यावर अन्याय केला आहे ह्या सूडबुद्धीने न्यायाचा काटा दलितांनी मुसलमानांकडे फिरवणे अत्यंत धोक्याचे आहे. दलित समाज हा हिंदू धर्माचाच एक भाग आहे. म्हणून हिंदू धर्माकडून

न्याय मिळविण्यासाठी त्यांनी कोणत्याही कठोर उपायाची योजना केली तरी ती क्षम्य आहे. त्यांनी इस्लामचे लांगुलचालन करावे, हा उपाय नसून अपाय आहे. हिंदूंपेक्षाही इस्लाम हा दुराग्रही धर्म आहे. हिंदू धर्मात राहून मनुस्मृती जाळता येते, पण मुसलमान होऊन कुराण जाळता येत नाही. हिंदू धर्मात राहून देवाला शिव्या-शाप देता येतील; पण मुसलमान झाल्यानंतर त्यांच्या अल्लाची किंवा प्रेषिताची आज्ञा मानण्यावाचून गत्यंतरच राहणार नाही. मुसलमान होण्यामागे केवळ सूड घेण्याचीच भावना असती, तर आंबेडकरांनी केव्हाच मुसलमान होण्याचा निश्चय केला असता. भगव्या संकटातून काढून आपल्या अनुयायांना हिरव्या संकटात टाकण्याची त्यांची मुळीच इच्छा नव्हती. असे असताना दलितांच्या मनात धर्मांतराचा विचारही येतोच कसा? हिंदू समाजाकडून झालेल्या अन्यायाचे हिशेब चुकते करून घ्यायचे असतील, तर हिंदूच राहिले पाहिजे; मुसलमान होऊन काही ते हिशेब चुकते करून घेता येणार नाहीत. मुसलमान झाल्यामुळे हिंदू समाजाशी जो संघर्ष होईल, त्याचे स्वरूपच भिन्न असेल. मुसलमान हे दलित समाजाचा अस्वस्थ आत्मा आज विकत घेऊ पाहत आहेत. मुसलमान झाल्यामुळे ना त्यांच्या आर्थिक स्थितीत फरक पडेल, ना त्यांना सामाजिक न्याय मिळेल. बौद्ध धर्माचा त्यांनी स्वीकार केला, तो केवळ बाबासाहेब आंबेडकरांच्या शब्दांवर विश्वास ठेवून. आज कोणाच्या शब्दावर विश्वास ठेवून दलित समाज मुसलमान धर्माचा स्वीकार करणार आहे? खोमेनीच्या, झियाच्या का शाही इमामाच्या? एक असहिष्णू, जंगली जीवनपद्धती इस्लामी राष्ट्रांत निर्माण झालेली दिसते. दुसऱ्याला उपद्रवी वाटेल असे धर्मवेड आणि इंधनामुळे आलेले सामर्थ्य यामुळे मुस्लिम राष्ट्रे अधिक उन्मत्त होत चालली आहेत. लोकशाहीवर इस्लामची निष्ठा नाही आणि आदर्श लोकशाहीशिवाय दलितांना न्याय मिळणार नाही. हिंदू धर्मातील सहिष्णुता नष्ट पावली, म्हणून तर श्रेष्ठ-कनिष्ठत्व निर्माण झाले. जन्मजात मोठेपणा लोकशाहीला मंजूर नाही. आपल्या न्याय्य मागणीसाठी, या देशातील लोकशाही टिकविण्यास दलितांनी हातभार लावला पाहिजे. आपल्या समाजाला विकसनाची संधी मिळावी म्हणून घटनेनुसार मिळालेल्या सवलतींचा दलितांनी स्वीकार केला पाहिजे; पण लोकशाहीविरोधी अधिसत्ता कायम टिकवण्यासठी जेव्हा आमिष म्हणून सवलती आणि मानाच्या जागा दिल्या जातात व आपल्याला विकत घेण्याचा प्रयत्न होतो, त्याचा दलित समाजाने धिक्कार करायला हवा.

या देशात इंदिरा गांधींचा पक्ष त्या आहेत तोपर्यंत सुरक्षित राहणार. तो पराभूत होण्याची चिन्हे दिसत नाहीत. इंदिरा गांधींच्या मागे काँग्रेस शिल्लक

राहण्याची शक्यता नाही. राजीव गांधी काही काळ पंतप्रधान होतीलही. पण इंदिरा गांधींचा करिश्मा त्यांना प्राप्त होण्याची शक्यता फार थोडी आहे. अशा परिस्थितीत हा देश कोणत्या पक्षाच्या हातात जाईल, याचेही गणित दलित समाजाने आजच मांडले पाहिजे. या देशात कम्युनिस्ट विचारसरणी आहे, पण भारतीय स्तरावरचा कम्युनिस्ट पक्ष मात्र नाही. कम्युनिस्ट पक्षाची आर्थिक समानतेची मागणी दलितांना आकर्षक वाटेल; पण दलितांना हव्या असलेल्या सामाजिक समतेचे काय? कोणालाही या देशावर सुखाने राज्य करू द्यायचे नाही, अशी इथल्या समाजवादी विचारसरणीच्या लोकांची प्रतिज्ञा आहे. ही मंडळी चुरचुरीत बोलतात; पण कृती करण्याचा प्रसंग आला की, कोणत्याही चालू कार्यात खीळ घालण्यात ह्यांचा पाय पुढे असतो. ह्या देशात हिंदू बहुसंख्य आहेत आणि त्यांचेच राज्य या देशावर राहणार, ही गोष्ट उघड आहे. दलित समाजासकट हिंदू समाज जर एकसंध झाला, तरच या देशापुढील समस्या आता सुटू शकतील. मुसलमान धर्माच्या भयामुळे का होईना, पण हिंदू धर्मात सामाजिक समतेचा विचार वेगाने चालू होऊ लागला आहे. या क्रियेला वेग आणणे दलित समाजाच्या हातात आहे.

(३१ डिसेंबर, १९८१)

- ० - ० - ० -

६

आध्यात्मिक लोकशाहीचे दर्शन

चहूबाजूंनी पंढरपूरच्या दिशेने माणसांची रीघ लागली आहे. आषाढी एकादशीला पंढरपुरात पोचले पाहिजे, चंद्रभागेत स्नान केले पाहिजे आणि विठ्ठलाच्या पायांवर डोके घासून वर्षातून एकदा होणारी ही ईश्वराची गाठभेट साधली पाहिजे– यासाठी वर्षानुवर्षं महाराष्ट्राच्या कोनाकोपऱ्यातून वारकरी पंढरपुरात गर्दी करतात. पाऊस, महागाई, रोगराई यांमुळे यात फारसा व्यत्यय येत नाही. सोई झाल्या तर उत्तमच, नाही तर पोट जाळण्यासाठी मिळेल तो भाकरतुकडा खायचा; पण वाटेल ते झाले तरी हा नेम काही चुकवायचा नाही. भूलोकातील वैकुंठ मानली जाणारी ही नगरी कोणत्याही महामार्गावर नाही. बार्शी लाइट रेल्वेच्या पिंजऱ्यातून जनावरांसारखाच प्रवास करावा लागतो. पंढरपुरात अनेक मठ, धर्मशाळा किंवा उत्पात, बडवे यांच्या हवेल्या यात्रेकरूंची सोय करतात. पण तरीही हजारो यात्रेकरू आकाशाच्या छत्राखाली सुखेनैव वावरतात.

ही यात्रा केव्हा सुरू झाली, कुणी सुरू केली आणि तिच्यात एक विशिष्ट शिस्त कशी आली– हे सारे अनाकलीय आहे. तशी ही धार्मिक शिस्त, दिंड्यांचा अनुक्रम, प्रत्येक पालखीचे मानसन्मान, मुक्कामाच्या जागा– हे इतके रेखीव कसे, असाही प्रश्न पडतो. सर्व जाती-जमातींना एकत्र करून टाकणारा हा वारकरी मेळावा जाती अजिबात पाळत नाही, असे नाही; परंतु जातिसंस्थेचे बोचकारे येथे निघत नाहीत. अनेक परचक्रे आली;

पण ज्ञानोबा आणि तुकोबा या दोघांच्याही आश्रयाने वाहत असलेली ही लोकगंगा कोणालाही अडवता आली नाही. नास्तिकांनासुद्धा विचलित करणारी ही भक्तिपरंपरा आजही पूर्वीच्याच वैभवाने आणि काही अंशी सरकारी आश्रयाने अव्याहत चालू आहे. इरावतीबाई कर्वे यांच्यासारख्या सुविद्य विदुषीलासुद्धा हा सावळा विठ्ठल आपला बॉयफ्रेंड वाटावा, अशी या विठ्ठलाजवळ जादू तरी काय आहे?

या महाराष्ट्र भूमीतील एकाहून एक श्रेष्ठ अशा माणसांनी ज्या एका दगडापुढे माथा नमवला आहे, तो वैकुंठनाथ श्री विठ्ठल केवढा बरे मोठा असेल? या वारीला जात, प्रांत, भाषा यांचे वैर सोसावे लागले नाही. 'मराठीने केला कानडी भ्रतार' असा या विठ्ठलाचा इतिहास आहे. आज कर्नाटक आणि महाराष्ट्र यांचे वैमनस्य दिसते आहे; पण कर्नाटकु विठ्ठलाला गेली कित्येक शतके महाराष्ट्र डोक्यावर घेऊन नाचतो आहे, हे कसे विसरता येईल?

तसे कशाला– दाक्षिणात्यांचा उत्तर भारतावर राग असला तरी गंगा ही त्यांची लोकमाताच आहे. गंगास्नान हे त्यांच्या लेखी अपूर्वच असते. परमेश्वर तर काय, सर्वत्र असतो; मग काशीच्या विश्वेश्वराचे एवढे कौतुक कशासाठी? पण साऱ्या भारतीयांना काशीत जाऊन विश्वेश्वराच्या नगरीत देह ठेवावा, असे मनातून का वाटत असते? कोठे रामेश्वर, कोठे बद्रीकेदार! एक समुद्राच्या पायाशी, तर एक हिमालयाच्या मस्तकावर. भगवान शंकराची दोन्हीही स्थाने. त्या दोन्ही ठिकाणी पूजापाठ सारखेच. चौदा भाषांच्या या देशात परमेश्वरप्रशस्ती आणि पूजेची भाषा संस्कृतच. भारताच्या चारी बाजूंना शंकराचार्यांनी मठ स्थापिले. तेथेही विचार-विनिमयाची भाषा संस्कृतच.

भारतात केवढी प्रचंड फुटीरता आहे– वाटले तर त्याला विविधता असेही नाव देऊ. भाषा वेगळ्या, रिवाज वेगळे, वस्त्र-प्रावरणे आणि आहारही वेगळे. उपासनांचे पंथ तर अमाप. परस्परांचे एकमेकांशी जुने हाडवैर. शैवांना तुळशीसारख्या रोपट्याचा राग, तर वैष्णवांना आडव्या गंधाचा संताप. अशी ही एवढी प्रचंड विभिन्नता आणि कलह असूनसुद्धा या देशातील एकतेचे रूप पाहायला मिळते ते फक्त तीर्थक्षेत्रांत. प्रयागचा कुंभमेळा असो किंवा उज्जैन, त्र्यंबकेश्वर या ठिकाणच्या महायात्रा असोत; लक्षावधी माणसे या टोकापासून त्या टोकापर्यंत कोणत्या कारणाने खेचून आणली जातात? उन्हा-पावसात ते स्वत:ची फरफट का करून घेतात? ज्या काळात प्रवासाच्या सुविधा नव्हत्या, तेव्हाही प्रचंड संख्येने माणसे इकडून तिकडे जात होती. कोणतीही भूमी पादाक्रांत करण्यासाठी त्यांचा हा प्रवास नव्हता. जेवढा प्रवास कठीण तेवढी यात्रा अधिक

पुण्यप्रद, असे मानणारा भारतीय माणूस हे पुण्य कशासाठी जमवतो? अर्धपोटी माणसे बंड करण्याऐवजी दैवाला दोष देत या तीर्थक्षेत्राकडे का धाव घेतात? पुण्य मिळवून तरी करायचे काय? परलोकातील शाश्वत मिळविण्यासाठी हा जन्म वाया घालवायचा, हे असले विचित्र गणित त्याने कशासाठी मांडले?

दिसणारे, भोगता येणारे किंवा समजून घेणारे आयुष्य निरर्थक आहे आणि ज्याचा ठावठिकाणा कोणालाही नाही, असे परलोकातील सुख मात्र शाश्वत आहे, असा कुणालाही न पटणारा सिद्धांत या लोकांच्या डोक्यात कोणी कोंबला? मूठभर ब्राह्मणांनी किंवा हातभर क्षत्रियांनी सबंध भारतावर पुनर्जन्माच्या फेऱ्याचे संकट लादले, असे म्हणण्यात काही तथ्य आहे काय? लोकव्यवहाराची कोणतीही साधने उपलब्ध नसताना भारतीय वेदांताचे ज्ञान या टोकापासून त्या टोकापर्यंत कोणी नेले? बहुसंख्य समाजाने या उच्चवर्णीयांचे तत्त्वज्ञान खळखळ न करता स्वीकारले तरी कसे? राजाश्रयाखाली वाढलेला बौद्ध धर्म या देशातून अस्तंगत कसा झाला आणि पुनश्च वेदांतप्रणीत तत्त्वज्ञान येथे पुनर्स्थापित कसे झाले? शस्त्रबळाने तर काही हे झालेले नाही. या तत्त्वज्ञानाविरुद्ध कधीही बंड झालेलेही नाही. अन्य पूरक तत्त्वज्ञाने निघाली– एवढेच नव्हे, तर चार्वाकाचे आणि कणादाचे इहवादी तत्त्वज्ञान निर्माण होऊनही त्यांना पुरेसे अनुयायी का मिळाले नाहीत? सर्वसामान्य माणूस हा सुखासीन आणि स्वार्थी असतो. असे असताना 'हे सारे जग मिथ्या आहे' हे सांगणारे निष्फळ तत्त्वज्ञान या देशात रुजलेच कसे?

हा देश मला खरोखरीच चमत्कार वाटतो. वेदकाळात मूर्तिपूजा नव्हती आणि जातिव्यवस्थाही. मग ही सारी प्रकरणे या देशात निर्माण कशी झाली? आणि वर्षानुवर्षं ती टिकून कशी राहिली? धर्मसत्ता आणि राजसत्ता यांची म्हणण्याजोगी भांडणे या देशात झाली नाहीत. एकूणएक राजकुले नष्ट झाली, पण शंकराचार्यांनी स्थापन केलेले चारही मठ हजारो वर्षे टिकून आहेत. मुसलमानांनी तक्षशिला आणि नालंदा येथील ग्रंथालयांना आगी लावल्या, तरी अनेक भाषांतील धर्मग्रंथ टिकवून धरण्याची किमया तर अजब मानली पाहिजे. लिहिण्याची कलाच जेव्हा अस्तित्वात नव्हती, तेव्हाच वेद सिद्ध झालेले आहेत. केवळ पाठांतराच्या बळावर स्वरावरोहासकट चतुर्वेद आज जसेच्या तसे आपल्याला उपलब्ध झाले आहेत, हाही सृष्टीतला चमत्कारच म्हटला पाहिजे.

या साऱ्या चमत्काराचा अर्थ मला तरी एकच वाटतो. या देशात आरंभापासून लोकशाहीची उदात्त तत्त्वे अस्तित्वात असली पाहिजेत. आधुनिक लोकशाही त्या

कालखंडात माहीत असणे शक्यच नाही. पण आपण जगावे आणि दुसऱ्याला जगू द्यावे– मतभेद असले तरीही जगू द्यावे, ही उदात्त भावना आर्यांनी रुजवली असली पाहिजे. आर्य एक पराक्रमी संस्कृती घेऊन या देशात आले आणि विज्ञानाच्या बळावर व आश्रमांच्या स्थापनेतून त्यांनी आर्य धर्माचा प्रसार केला. त्यातूनच वैदिक धर्म विकसित होत गेला. वाटेत भेटलेल्या सर्व शत्रूंचा त्यांनी नि:पात केला नाही, तर त्यांनाही आपल्यात सामावून घेतले. आर्य विजेते असल्यामुळे पराजितांना कनिष्ठ दर्जा प्राप्त झाला असावा, पण त्यांचा वंशविच्छेद झाला नाही. तो पराजित समाज हळूहळू आर्य समाजाशी मिसळून गेला. मूळचा शुद्ध आर्यवंश आता हिंदुस्थानात शिल्लक नाही. ज्याला आपण आज भारतीय वंश म्हणतो, तो आर्य-अनार्य यांचे संयुक्त मिश्रण असला पाहिजे.

आर्य बाहेरून आलेले असोत किंवा इथलेच असोत; त्यांची संस्कृती, त्यांची भाषा, त्यांची जीवनपद्धती या साऱ्यांचे येथील अनार्य आणि आदिवासी यांच्या जीवनव्यवहाराशी चांगले मेतकूट झाले आहे. दाक्षिणात्य भाषांत अनार्य भाषांचा प्रभाव अधिक असला, तरी आर्य भाषांचाही मेळ झालेला दिसतो. या देशातील लोकांना काही एकसंध असे रूप प्राप्त होत गेले. या देशाचा प्रचंड आकार लक्षात घेता, अनेक भाषा आणि अनेक जीवनव्यवहार यांचे वेगळेपण शाबूत राहूनही एकाच सामूहिक जीवनाचा आरंभ झाला. भारतीयांची प्रत्येकाची अलग संस्कृती आहेच; पण सर्वांची मिळून एक सामूहिक संस्कृती आहे. मानवाच्या उत्क्रांतीचे दशावतार या भूमीतच घडले आणि पराक्रमी, प्रगतिशील, उदात्त असा काळ भोगून झाल्यानंतर या संस्कृतीला परागतीचे दुर्दैवी दशावतार पाहावे लागले. या महाकाय संस्कृतीला अधून-मधून साफसूफ करून तिला कालसंगत ठेवण्याचे कार्य पुरेशा प्रमाणावर गेल्या हजार वर्षांत झालेले नाही. जेथे आर्य आणि अनार्य अशा वेगवेगळ्या संस्कृती एकत्र होऊ शकतात, तेथे शेजारी-शेजारी राहणाऱ्या जाती-पोटजाती एकत्र येऊ शकल्या नाहीत, हे दुर्दैव आहे.

हे विघटन आणि विषमता शिल्लक असूनही त्या समाजाच्या अंतर्यामात एक सूर घुमतो आहे, तो कशाचा आहे? या देशात लोकशाहीची जी बीजे पूर्वपरंपरांनी निर्माण केली, त्यांतूनच या देशात पारमार्थिक लोकशाही निर्माण झाली आहे. ही पारमार्थिक लोकशाही चिरडून टाकण्याचे अनंत प्रयत्न झाले, पण ती चिरडून टाकणे कोणालाही शक्य झाले नाही. कोणत्या तरी अनामिक अशा चिवट धाग्याने तिची बांधणी केली आहे आणि या पारमार्थिक लोकशाहीचेच

अल्पसे दर्शन चंद्रभागेच्या तीरावर दर वर्षी घडत असते.

बापूसाहेब माटे यांनी 'इंद्रायणीच्या वाळवंटात' असा एक सुंदर ललित निबंध लिहिला आहे. वेगवेगळ्या कालखंडांतील ज्ञानेश्वर, एकनाथ, नामदेव, सेना न्हावी, सावता माळी, चोखामेळा अशा सर्व जाती-जमातींचे संत चंद्रभागेच्या वाळवंटात एका पंक्तीत जेवायला बसले आहेत आणि मुक्ताई त्यांना जेवायला वाढते आहे, असा हा प्रसंग आहे. या अंगत-पंगतीच्या पारमार्थिकाचा अलौकिक सोहळा पाहण्यासाठी देवादिकांनी आणि यक्ष-किन्नरांनी आकाशात दाटी केली आहे. सर्वांचीच पोटे पंढरीच्या नामस्मरणाने तृप्त आहेत, पण आदिमाय मुक्ताईच्या हातच्या स्वयंपाकाने साऱ्यांची क्षुधा प्रज्वलित झाली आहे. पारमार्थिक लोकशाहीचे ते अद्भुत रूप पाहून सारे वारकरी सद्गदित झाले.

बापूसाहेबांच्या शब्दांतून प्रकट झालेला तो पारमार्थिकांच्या लोकशाही लक्षणांचा निबंध माझ्या अनेक प्रश्नांची उत्तरे देतो आणि अनेक प्रश्न माझ्यापुढे उभे करतो. आपला उद्योगधंदा सोडून पावसापाण्यात हजारो माणसांनी पंढरपूरला येण्याची गरजच काय आहे? जर विठ्ठल हा सर्व विश्वाला व्यापून उरलेला आहे, तर ज्याच्या-त्याच्या घरातील देवघर हे विठ्ठल मंदिर होऊ शकणार नाही काय? विठ्ठलाचे साजिरे आणि गोजिरे रूप जर प्रत्येक भक्ताच्या डोळ्यांत कायमचे राहिले आहे, तर मग कोठेही बसून डोळे मिटल्याबरोबर भगवंताचे दर्शन घडणार नाही काय? समूहाचा सोहळा– एवढेच फार तर या पंढरीच्या यात्रेला महत्त्व उरते. नाही तर ती यातायात निरर्थक मानावी लागते.

जे काही म्हणून विठ्ठलाचे रूप ज्ञानेश्वरांपासून ते धुंडामहाराजांपर्यंत मानले जाते, ते कोणी तरी माणसानेच विठ्ठलाला दिले नाही काय? खरा परमेश्वर माणसासारखेच कपडे घालत असेल, माणसाप्रमाणेच त्याला प्रशंसा प्रिय असेल; तर मग परमेश्वराचे एवढे स्तोम हवेच कशाला? एका गावावर किंवा पंढरीत असलेल्या एखाद्या चंद्रभागा नदीवर परमेश्वराचा काही खास लोभ आहे, हा आरोप परमेश्वराला अन्यायकारक नाही का? या देशातील साऱ्या संप्रदायांनी परमेश्वराला जे मानवरूप दिले आहे; त्यामुळे जो कोणी परमेश्वर असेल, त्याचे अवमूल्यन होत नाही काय? परमेश्वर कोणत्याही रंगात, रूपात आणि आकारात भेटतो; मग तो आत्मरूपातच का भेटू नये? 'अहं ब्रह्मास्मि' म्हणजे मीच ब्रह्मरूप आहे, तसेच मीच परमेश्वररूप आहे, असे मानण्यात चूक कोणती?

असे जर असेल, तर परमेश्वराची सारी शोधाशोध व्यर्थ आहे. माझ्या ठायीच जर परमेश्वर दिसू लागला, तर मग परमेश्वराच्या स्वरूपाविषयीचे सारे

वाद नष्ट होतील. या साऱ्या सृष्टीचा निर्माता म्हणून जर कोणी परमेश्वर असेल, तर तो या पृथ्वीबाहेरच कोठे तरी असला पाहिजे आणि पृथ्वीहून तो फारच मोठा असला पाहिजे. फार तर एवढेच म्हणता येईल– मनुष्याच्या कल्पनाशक्तीला झेपेल एवढा परमेश्वर मोठा, सुंदर आणि कुरूप असू शकतो. परमेश्वर ही जर माणसाची मर्यादा असेल, तर मर्यादापुरुषोत्तमसुद्धा 'राम दशरथ सूर्यवंशी' इतकाच मोठा असेल. त्याला विवाह करावा लागेल, मानवाप्रमाणेच स्त्रीशी शरीरसंबंध करून संतती निर्माण करावी लागेल व पत्नीला पळवून नेले तर शोकही करावा लागेल.

प्रत्येक परमेश्वर वेगळा; म्हणून तर या देशात तेहतीस कोटी देव निर्माण झाले. चार तोंडांचे, दहा हातांचे, पंख असलेले किंवा कोणतेही रूपवैशिष्ट्य असलेले हे अनंत देव. अखेरीस परमेश्वराची दुनिया ही माणसांचीच दुनिया. कृष्ण निळा-सावळा का? तर, सर्वसामान्य भारतीय सावळा असतो, म्हणून. देवस्त्रिया सर्वसाधारण गौर का? तर, स्त्रीसौंदर्याचे भारतीय प्रतीक गौरवर्ण आहे, म्हणून. देवाला सर्व काही करता येते, तर प्रत्येक असुराच्या वधाच्या वेळेस त्याला मानवी हत्यारांनीच असुरांशी युद्ध का खेळावे लागले?

मी नास्तिक आहेही आणि नाहीही. तर्काने परमेश्वराचे अस्तित्व सिद्ध करता येत नाही. पण या सृष्टीत काही रचना आहे, हे मान्य करण्यावाचून मला राहवत नाही. परमेश्वराचे स्तवन, पूजन केले म्हणजे तो रुसतो, प्रसन्न होतो वा रागावतो– या गोष्टी मला अजिबात पटत नाहीत. कारण अनेकांची चरित्रे तपासली, तर असा अनुभव आलेला दिसत नाही. आपल्याला कदाचित उपासनांचे, स्तवनांचे हिशेब करता येत नसतील, हे मान्य करूनही परमेश्वराचे कोडे काही उलगडत नाही. मंत्र-तंत्र, कर्मकांड, प्रार्थना या साऱ्या क्रिया सरळ-सरळ मानवाने निर्माण केल्या आहेत; मग या परमेश्वराचे करायचे तरी काय?

परमेश्वराचे अस्तित्व मानल्यामुळे या जगाच्या रहस्याचा शोध संपून जातो. किंबहुना, एका मर्यादेपलीकडे आपले कुतूहल जाऊ द्यावयाचे नाही, या खात्रीनेच परमेश्वरकल्पनेचा विकास झाला. अज्ञात निसर्गरहस्यांना सामोरे जाण्यापेक्षा तेथे दैवी अस्तित्व कल्पिणे सोपे असते. प्रथम निसर्गातील रौद्र शक्तींना घाबरून माणसाने आराधनेला आरंभ केला. इंद्र, वरुण, अग्नी या देवता तर उघड-उघड जीवनाशी संबंधित आहेत. डोंगर, सागर, नदी, वृक्ष, चंद्र, सूर्य हे सारे आरंभी मानवाला कूट प्रश्न वाटत असले पाहिजेत. म्हणून तेथे तेथे देवाची निर्मिती झाली. पुष्कळशी भयातून, काहीशी कुतूहलातून आणि पुष्कळशी स्नेहभावातून.

आरंभी-आरंभी तरी अज्ञात देवाला मित्रत्वाचे रूप असले पाहिजे. वंशवृद्धीसाठी, धान्य-उत्पादनासाठी, पर्जन्य पाडण्यासाठी तू आमचा सहाय्यकारी हो म्हणून, यापेक्षा परमेश्वराकडून माणसाच्या फारशा मागण्या दिसत नाहीत.

माणसा-माणसांचे कलह सुरू झाले; तेव्हा शत्रुस्थानी असलेल्या वैऱ्याचा नाश होवो व आम्हाला विजय मिळो, अशी पहिली अवास्तव मागणी माणसाने करायला आरंभ झाला. दोन माणसांनी जर परमेश्वराजवळ एकच मागणी केली, तर परमेश्वराने कोणाची मागणी पुरवावी– असा प्रश्न उत्पन्न होतो. तेव्हा जो परमेश्वरावर अधिक निष्ठा ठेवतो, अधिक यज्ञयाग करतो, अधिक उपासतापास करतो; त्या पुण्यवान माणसाला परमेश्वराने मदत करावी, असे उघड-उघड व्यावहारिक गणित माणसाने मांडले. चांगले किंवा वाईट, विरक्त किंवा आसक्त या साऱ्या मानवी कल्पना परमेश्वराने विचारात घेऊन कोणाचे हित करावे आणि कोणाचे अहित करावे, हे ठरविले पाहिजे– असली जबाबदारी माणसाने देवाच्या माथी मारली आहे. पाप-पुण्य कल्पनेचा येथेच उदय झाला. पुण्यसंचय नावाची वस्तू निर्माण झाली. आपण आलो कुठून आणि जाणार कोठे, या कुतूहलातून पुनर्जन्माची कल्पना साकार झाली. गेल्या जन्मीच्या पापाची शिक्षा आणि पुण्याचे फळ हे या जन्मात मिळत असावे, हे गणित माणसाला सोईचे वाटले.

वास्तविक, माणसाचा जन्म जर परमेश्वरी इच्छेतून झालेला आहे आणि त्याच्या वासना, हव्यास किंवा चांगले-वाईट निवडण्याची क्षमता याचेही सूत्रचालन जर परमेश्वरच करीत असेल; तर माणसाकडे कोणत्याही गोष्टीचे कर्तृत्व जात नाही. वास्तविक, ज्या एका तरल-पवित्र बीजातून पहिल्या मानवाचा जन्म झाला असेल, त्याच्या ठायी असणारी चांगल्या-वाईटाची कल्पना केवळ परमेश्वरी इच्छेनेच जन्म पावलेली असणार. म्हणून परमेश्वराच्या लेखी पाप आणि पुण्य यांना काही अर्थ उरत नाही. आज माझ्या अस्तित्वातील दुष्टपणा कदाचित माझ्या पूर्वजन्मातील सुकृतांचे फळ असेल; पण मागे जाता-जाता मला पूर्वसुकृत नसणारच. त्या माझ्या पहिल्या जन्माच्या वेळचे वासनांचे नियंत्रण कोणी केले? म्हणूनच पाप-पुण्य या कल्पनेशी परमेश्वराचा काही संबंध नाही. संत हा पवित्र आणि व्यभिचार करणारी स्त्री ही पापी– ही पाप-पुण्याची सर्व कल्पना मानवी व्यवहारातील आहे. जर हे जग परमेश्वरानेच निर्मिलेले आहे; तर मला चोरी करण्याची, व्यभिचार करण्याची किंवा दुसऱ्याला छळण्याची वासना निर्माण होते कशी? मानवी प्राथमिक अवस्थेच्या कालखंडात माणसाजवळ कोणतीच इच्छाशक्ती असणार नाही आणि असलीच, तर ती केवळ परमेश्वरनिर्मित असेल.

परमेश्वराचे अस्तित्व पाप-पुण्याच्या कल्पनेवर तपासून घेतले, तर ते मुळातच निरर्थक ठरेल. मानवी सुख-दुःख हे मानवनिर्मित आहे आणि त्या सुखदुःखांतून निर्माण होणारे प्रश्न मानवानेच सोडवले पाहिजेत. त्या-त्या काळातील मानवाला जाणवलेल्या उदात्त, सुखदायी आणि समाजनियंत्रण करणाऱ्या शक्तींना जर त्याने परमेश्वरी कल्पनेत बसवलेले असेल, तर त्या परमेश्वराला नाकारण्याचे मला कारण दिसत नाही. पण याचाच अर्थ– त्या काळानुसार चांगल्या-वाईटाच्या, नीति-अनीतीच्या आणि पाप-पुण्याच्या कल्पना बदलल्यामुळे परमेश्वराचे रूपही बदलले पाहिजे. तसे जेव्हा होत नाही, तेव्हा मग परमेश्वराशी भांडणे सुरू होतात. सतीत्व, पातिव्रत्य, उच्च-नीचत्व, श्रीमंती व गरिबी हे सारे सर्वथा मानवी व्यवहार आहेत. या कोणत्याही गोष्टींशी परमेश्वराचा संबंध नाही. त्या अर्थाने मी नास्तिक आहे. पण निरुपद्रवी परमेश्वराचे अस्तित्व मानल्यामुळे जर माणसांचा लोकव्यवहार अधिक सुखकारक होणार असेल, तर मी परमेश्वराचे अस्तित्व मानायला तयार आहे. चातुर्वर्ण्य हे निश्चितच परमेश्वरनिर्मित नाहीत. परमेश्वराने माणसाची चार वर्णांत विभागणी केली असे मानायचे असेल, तर भारताबाहेरील मानवसमूहात चातुर्वर्ण्य का नाही?

कृष्णासारख्या एका प्रतिभासंपन्न माणसाने त्या काळात लोकव्यवहाराला उपयुक्त म्हणून मानावयाच्या चार प्राथमिक गरजा भागविण्यासाठी आपल्या भोवतालच्या मनुष्यसमाजाची चार वर्णांत विभागणी केली असल्याची शक्यता आहे. सर्व विद्यांचे संवर्धन करणारा, समाजाचे रक्षण करणारा, समाजाचा अर्थव्यवहार नियंत्रण करणारा आणि बौद्धिक दृष्ट्या ह्या तीनही गोष्टी करण्याची क्षमता नसल्यामुळे समाजाची सेवा करणारा– असे चार वर्ण गुणकर्मानुसार त्याला त्या काळात उपयोगी वाटले असतील. कृष्ण हा एक आपल्यासारखाच– पण कदाचित अधिक प्रज्ञावंत, मानवी अवयव असणारा, खरे-खोटे करून जीवन यशस्वी करणारा संसारी माणूस होता. त्याने काही सांगितले ते काळाची गरज म्हणून. समजा– ते खरे असले, तरी ते अनंत काळ खरे मानण्याची माणसांवर जबाबदारी नाही.

त्या काळातले प्रश्न कसे सोडवावेत, हा त्या काळातील लोकनेत्यांचा प्रश्न असला; तरी आजच्या काळातील समाजव्यवस्था कशी असावी, हे सांगण्याइतकी दूरदृष्टी मानवी देह धारण करणाऱ्या कोणत्याही व्यक्तीला असू शकत नाही. परंतु ज्या कोणाला श्रीकृष्णनिर्मित समाजव्यवस्था सोईची वाटली, त्यांनी कृष्ण वसुदेव यादव याला भगवान कृष्ण करून टाकले. त्याच्या ठायी अनंतकाळापर्यंत

समाजनियंत्रण करण्याची शक्ती आहे, ही धारणा त्याला देवरूप दिल्यामुळे झाली. येथे असा साधा प्रश्न उत्पन्न होतो की– सत्यवचन, एकपत्नीव्रत या जर देवत्वाच्या कल्पना एके काळी होत्या; तर मग असत्य भाषणे करणारा बहुपत्नीक कृष्ण याला देवत्व कसे लाभले? देवत्वाची कल्पना ही मानवी गरजेनुसार बदलते, एवढाच त्याचा अर्थ, आणि हे तत्त्व जर मान्य केले, तर देवत्व मिळालेल्या मानवाने पूर्वी जे समाजधारणेसाठी नीतिनियम केलेले आहेत, तेही बदलण्याची सामाजिक गरज आपोआप निर्माण होते.

तंत्रमार्गातून भारतीय समाजाची मुक्तता केल्याबद्दल भक्तिमार्गी ज्ञानेश्वरांना आपण वंदनीय मानतो; परंतु ज्ञानेश्वरांना माऊली करण्याच्या नादात आपण ज्ञानेश्वरांची उपयुक्तता संपवून टाकतो. ज्ञानेश्वरांनी भिंत चालवली, रेड्याच्या मुखातून वेद वदवले किंवा तुकाराम सदेह स्वर्गाला गेले– ह्या किंवा अशा मानवाला अशक्य असणाऱ्या अनेक गोष्टी केवळ देवत्वालाच शक्य आहेत, म्हणून आपण त्या त्यांच्या माथी मारतो. ज्ञानेश्वर किंवा तुकाराम यांच्या विधानातील शंकास्थळे आपण काढू नयेत, म्हणून आपण त्यांना अमानवी पातळीवर नेतो. हे करण्यामागे आपला उद्देश अगदी उघड असतो. तो हा की, सर्व ग्रंथांतील व शब्दार्थातील तत्कालीन समाजव्यवस्था आजही कायम राहावी. ज्ञानेश्वरी किंवा तुकारामाचे अभंग यांची सामाजिक उपयुक्तता काहीही असो; पण त्यांच्या ठायी परमेश्वराचे अस्तित्व मानल्याबरोबर मी एकदम नास्तिक होतो. त्या माणसाचे काही अलौकिक गुण पत्करताना व त्यासाठी त्यांच्यापुढे लवताना मला त्यांचे देवत्व जाणवत नाही, त्यांची प्रतिभा जाणवते. त्यांची काव्यात्मक शब्दकळा जाणवते. त्यांच्या ठायी देवत्व आले की, त्या ग्रंथातल्या मानवी सौंदर्याला मी पारखा होईन, ही भीती मला वाटते.

शिवाजीमहाराजांनी जो अचाट पराक्रम केला, त्यामागे जर भवानीमातेचे साह्य असेल, तर शिवाजीची सारी थोरवी शिवाजीची राहतच नाही, ती थोरवी होते भवानीमातेची. कोणत्याही कर्तृत्ववान पुरुषाची उपयुक्तता केवळ तो माणूस आहे म्हणूनच वाढणार असते. दैवी साह्याच्या बळावर जर त्याने काही कर्तृत्व गाजवले असेल; तर मग लोकमान्य टिळक, महात्मा गांधी, शिवाजी, शालिवाहन, ज्ञानेश्वर, तुकाराम किंवा राम-कृष्ण यांच्यापासून घेण्यासारखे काहीच उरत नाही. उरते ते एकच– या सर्वांनी ज्याप्रमाणे ईश्वराला प्रसन्न करून घेतले, तेवढे आपण प्रसन्न करून घेतले म्हणजे झाले.

हा जो वारकऱ्यांचा प्रचंड मेळावा पंढरीला भरतो, तो खऱ्या अर्थाने

श्रद्धावान आहे काय? त्यांची श्रद्धा कोणावर आहे? ज्ञानोबा-तुकोबांवर तर त्यांची श्रद्धा दिसत नाही. त्यांच्या मुखी ज्ञानेश्वरीतील ओव्या आणि तुकोबांचे अभंग सतत असतात. टाळ, माळा, तुळस, बुक्का, झांजा, चिपळ्या– ही सारी वारकरी संप्रदायाची लक्षणे बरोबर बाळगूनही त्यांना ज्ञानेश्वरीही समजली नाही किंवा तुकोबांची गाथाही समजली नाही, आणि ती समजली असती; तर चार-पाचशे वर्षांपूर्वी समाजधारणेसाठी ज्ञानदेवांनी आणि तुकोबांनी जे शब्दतांडव केले, त्याचा काळाप्रमाणे बदलणारा अर्थ त्यांना उमजणेच शक्य नाही. ज्ञानेश्वरांना आपल्या अस्पृश्य बांधवांना कवटाळण्याची इच्छा असूनसुद्धा त्या काळात कवटाळता आले नाही. तुकोबाला नेटका प्रपंच करता आला नाही; पण प्रपंच केल्यावाचून हरिभक्ती अशक्य आहे, हे त्यांचे म्हणणे आजच्या वारकऱ्यांना समजणार केव्हा? जगाचे डोळे उघडण्यासाठी ज्ञानेश्वरांनी समाजाला पुरतील एवढे ज्ञानचक्षू दिले, पण आजचा वारकरी डोळे उघडायला तयारच नाही.

काळाचे संचित कितीही मोठे असले, तरी कालगंगेला ते वेळोवेळी पावन करून घ्यावे लागते. वैदिक धर्मात आरंभी कालप्रवाहाशी जमवून घेण्याचे सामर्थ्य होते, म्हणून हातात शस्त्र न घेतानाही पूर्वेला व पश्चिमेला वैदिकांच्या विजययात्रा झाल्या. पण डोळे बंद करून आणि काळाचा हिशेब लक्षात ठेवण्याचे भान विसरून भक्तीच्या नावाने जे संप्रदाय एका अंधारातल्या डोहात उड्या मारत आहेत; त्यांच्या आयुष्यातील अंधार ज्ञानेश्वर आणि तुकाराम कधीच दूर करू शकणार नाहीत. परमेश्वराने माणसाचा मित्र असावे, शत्रू असू नये आणि जो परमेश्वर माणसा-माणसांत शत्रुत्व निर्माण करतो, तो परमेश्वर असूही शकत नाही.

वारकऱ्यांचा हा अभूतपूर्व मेळावा पाहताना वाटते की, यांचे ज्ञानचक्षू कधी तरी उघडावेत. परंतु भक्तीच जर माणसाला आंधळी करत असेल, तर मग साऱ्याच संकल्पनांचा पुनर्विचार करावा लागतो. प्रतीकाची सर्व सामर्थ्ये जेव्हा लटकी पडतात, तेव्हा अगतिक माणसाला भक्तीने क्षणमात्र बळ लाभते. विस्कळीत महाराष्ट्रीय समाजाला धर्मध्वजाखाली एकत्र आणण्यासाठी केव्हा तरी इंद्रायणीच्या तीरावरून चंद्रभागेपर्यंत महायात्रा निघाली असेल; पण समाजाचे रूप पालटते, त्याच्या गरजा बदलतात, समाजाच्या गरजेनुसार समाजधारणा करणारा धर्मही बदलतो आणि धर्माबरोबर देवत्वालाही बदलावे लागते, याचे भान विसरून कसे चालेल?

(१८ जुलै, १९८२)

-०-०-०-

७

भारतीय जीवनाच्या अपयशाची मीमांसा

आपण माल खरेदीसाठी मंडईत गेलो की, मनाशी काही योजना करतो. आधी कांदे-बटाटे, मग फळभाज्या घेतो. मग टोमॅटोसारख्या नाजूक वस्तू घेतो. म्हणजे कोणत्याही गोष्टीचे नुकसान न होता सर्वच वस्तू बिनधोकपणे घरी पोचतात. हे चातुर्य आपल्याला अगदी सहजगत्या आलेले असते. याचे कारण अनुभवातून एखाद्या गोष्टीचा मऊपणा, वजन, त्याची टिकण्याची ताकद– या साऱ्या गोष्टींचा आपण विचार केलेला असतो. म्हणून तर सर्वांत असा टोमॅटोसारखा नाजूक पदार्थ आपण सर्वांत शेवटी घेतो. कारण तो चुरडला जाण्याची आणि म्हणून निरुपयोगी होण्याची शक्यता आपण गृहीत धरलेली असते.

प्रवासाला जाताना आपले कपडे भरतानासुद्धा आपली दृष्टी हीच असते. गावी गेल्यावर लागणारे कपडे आपण सर्वांत खाली व्यवस्थित घड्या घालून ठेवतो. गरजेच्या अनुक्रमाने आणि उपयुक्ततेने आपण प्रवासी बॅग भरतो. म्हणजे मग प्रवासात अत्यंत आवश्यक असणारा नॅपकिन खालून उपसून काढावा लागत नाही; तो वरच सापडतो. हे उपजत ज्ञान आपल्याला असते.

पण याहून अधिक मोठ्या व्यापक अशा स्तरावर माणसाला हे ज्ञान का येत नाही? उदाहरणार्थ– समाज चालविण्याच्या बाबतीत. तेथे मात्र कुणाला धर्म ही केव्हाही लागणारी आणि म्हणून हाताशी हवी असणारी गोष्ट वाटते; तर उलट कुणाला वाटते, धर्माची मुळी गरजच नाही. त्यातून धर्म बाळगायचाच

असेल, तर तो अगदी तळाशी कुठे तरी खोलवर ठेवलेला बरा; त्याची प्रवासात काही गरज लागणार नाही. म्हणून काही लोक धर्म नॅपकिनसारखा केव्हाही सापडेल, अशा तऱ्हेने बरोबर घेण्याचेच टाळतात. प्रवास करणे दूरच राहिले; पण प्रवास करायची बॅग कशी भरावी, या संबंधाचा प्रचंड वादविवाद होतो.

जगातील काही लोकांच्या मते, सर्व धन हे श्रमशक्तीतून निर्माण होते, म्हणून त्या धनावर पहिला हक्क श्रमकऱ्यांचा आहे. याउलट पुष्कळांना असे वाटते, की श्रम पशूही करतात. बुद्धीने यंत्रे निर्माण करता येऊ लागली. सबब– बुद्धिवंतांचा किंवा उद्योजकांचा धनावर अधिक अधिकार आहे. प्रथम धन निर्माण केले पाहिजे आणि मग हवे तर त्याच्या वाटपासंबंधी भांडण केले पाहिजे, इतका विवेकसुद्धा इतरांना दाखविण्याची गरज वाटत नाही. जे देश मुख्यत: कृषिप्रधान आहेत व जेथे दैवाने पाऊस पडला, तरच संपत्तीचे उत्पादन होते; तेथेसुद्धा हा झगडा चालूच असतो. जमिनीची मालकी कोणाची हा वाद आपल्याला समजू शकतो. कारण ज्याची मालकी त्याला उत्पन्नाचा जादा वाटा मिळणार असतो. पण जेथे जमिनीची मालकी शेतकऱ्याकडे आहे; पण सरकार हमी किंमत बांधून देत नसल्यामुळे जे काही धान्य येते, ते शेतकऱ्याला मातीमोलाने विकावे लागते. तेथे लढ्याचे स्वरूप बदलते, हे काही अडाणी लोकांच्या लक्षात येत नाही. प्रत्येक देशातला अडाणीपणा हा पुष्कळसा खरा असतो. या देशात पुस्तकी पंडित हवे तेवढे आहेत. ज्याचा शेतीशी कसलाही संबंध आलेला नसतो, तो येथे शेतीतज्ज्ञ म्हणून मिरवून घेऊ शकतो. ज्याने केव्हा तरी शालेय जीवनातली चार-दोन पुस्तके वाचलेली आहेत, तो मनुष्य या देशात शिक्षण विषयाचा मार्गदर्शक म्हणून वावरू शकतो. अधिकार प्राप्त करून घेण्यासाठी ज्ञानसाधना, तपसाधना, सेवावृत्ती आणि विनयशीलता या गुणांऐवजी सभेत बोलण्याइतकी फाजील धिटाई, उद्धटपणा आणि आपल्याला अंतिम सत्य सापडल्याचा दुर्दम्य आशावाद या गोष्टी या देशात वाटेल तितका मोठेपणा मिळवून देतात. त्यात विक्षिप्तपणा आणि नंगेपणा यांची भर पडली, तर सगळेच महात्मे होतात. त्यातही अनेक वर्षांचे संस्कार, इतिहास आणि परंपरा यांचे ओझे शिरावर असले म्हणजे बघायलाच नको. प्रमाणाबाहेर ओझे घेऊन चढ चढणाऱ्या मोळीवाल्याची स्थिती व्हावी, तशी स्थिती व्हायला वेळ लागत नाही.

आपल्या देशातील आजची परिस्थिती अशीच अवघड झालेली आहे. प्रश्न सोडविण्याची आपल्याला घाई आहे. कॉम्प्युटर युगात लगबगीने धावत जाण्याचा प्रयत्न आहे. एकाच वेळी आपण कोट्यवधी बुभुक्षित लोकांना खाऊ

घालणार आहोत; अर्धसाक्षर माणसाला सुशिक्षित करणार आहोत; हरविलेली संस्कृती शोधून काढणार आहोत किंवा कोणाची तरी संस्कृती उसनी मागून घेणार आहोत– आणि हे सर्व करण्यासाठी आपल्यात एकवाक्यता मुळीच नाही. आपले मार्ग नक्की ठरलेले नाहीत किंवा उद्दिष्टेही ठरलेली नाहीत. अगदी प्राथमिक गोष्टीतसुद्धा आपले विचार पक्के ठरलेले नाहीत. या देशात राहणारे जे कोणी असतील, ते या देशाचे नागरिक असल्यामुळे त्या सर्वांसाठी एकच कायदा असेल; अशी कोणाचीही अपेक्षा असेल, तर असा एकच कायदा या देशात अस्तित्वात नाही. सर्वांनी एकमताने विचारपूर्वक मान्य केलेली घटना, सर्वांना अवघ्या पस्तीस वर्षांत अमान्य होऊ लागली आहे. कोणत्याही देशामध्ये एक राष्ट्रभाषा असावी, असे वाटते. पण आपल्या देशात सर्व राज्यभाषा या राजभाषेच्या दर्जापर्यंत येऊन पोहोचल्या आहेत आणि ज्या इंग्रजीबद्दल आपल्याला एके काळी द्वेष होता, ती इंग्रजी तर स्वातंत्र्यानंतरसुद्धा सुप्रतिष्ठित होऊन बसली आहे. स्वातंत्र्याचा लढा चालू असताना एका ठरावाद्वारे या देशाचे राष्ट्रगीत ठरविलेले नव्हते, तर जनतेच्या अतुल त्यागातून 'वंदे मातरम्' हे राष्ट्रगीत जन्माला आले होते. जनतेचा अतुल त्याग मातीमोल ठरून इंग्लंडच्या राणीच्या गौरवार्थ लिहिलेले एक गाणे आज वंदे मातरम्च्या प्रतिष्ठेने राष्ट्रगीत म्हणून सन्मानित होत आहे. पूर्वी गव्हर्नर जनरल या पदासाठी अवाजवी उधळपट्टी होते आणि गरीब देशाला विशोभित अशा तऱ्हेने संपत्तीचे अवाजवी प्रदर्शन होते, असे आम्हाला सांगितले जाई. पण आजही त्या निवासस्थानात राहणारा राष्ट्रपती नावाचा माणूस पैशाची अधिक उधळपट्टी करतो, हे आजही आम्ही पाहत आहोत. त्या वेळचे सरकारी अधिकारी उन्मत्त होते व जनतेला ते लुबाडतात, असे आम्हाला सांगितले जायचे. स्वातंत्र्यानंतरचे अधिकारी अधिक उन्मत्त झाले आहेत आणि देशाला लुटताहेत; पण आपण काही त्यांच्याविरुद्ध दुसरे स्वातंत्र्ययुद्ध करू शकत नाही. पूर्वी इंग्रजी पेढ्या या देशातील कच्चा माल इंग्लंडमध्ये नेत, तेथे त्या कच्च्या मालाचे पक्क्या मालात रूपांतर करीत आणि परत तोच माल हिंदुस्थानात आणून या देशातील लोकांना भरमसाट दराने विकून लुबाडीत. आता स्वातंत्र्यातील व्यापारी पेढ्या तेवढेही कष्ट घेत नाहीत. इथल्या इथेच मालाचे रूपांतर करून एक रुपयाचा माल पन्नास रुपयांना विकण्याची किमया त्यांनी निर्माण केलेली आहे.

हे असे का झाले किंवा असे होणार होते याची कुणालाच का कल्पना आली नव्हती, याचे आश्चर्य वाटते. याचे महत्त्वाचे कारण असे दिसते की,

परकीय राज्यकर्ते जाऊन स्वकीय राज्यकर्ते आले, यालाच स्वराज्य आले असे आपण समजत राहिलो. माणसे बदलली, पण प्रवृत्ती बदलल्या नाहीत. निशाण बदलले, पण सत्तेचा ताठा ओसरला नाही. सत्ता बदलली, पण सत्तेचे प्रयोजन बदलले नाही. किंबहुना; ज्यांना मोडतोडीचे ज्ञान होते आणि ज्या बळावर ज्यांनी इंग्रजांचे राज्य मोडून टाकले, त्यांच्याच हातात आपण या देशाची रचनाही दिली. रचनेचे शास्त्र आपण निर्माणच केले नाही. त्याची आपल्याला गरजच वाटली नाही. एकदा परकीय राज्यसत्ता गेली की, सगळे काही सुरळीत होईल, हे आपल्याला खरे कसे वाटले? पण वाटले, हे दुर्दैवाने खरे. ज्यांच्या हातात आपण प्रथम सत्ता दिली, त्यांनी सत्ता टिकविण्याचे एक नवे शास्त्र शोधून काढले– त्या शास्त्राचेच नाव राजकारण हे होय, आणि या राजकारणाच्या फेऱ्यात गेली तीस-पस्तीस वर्षे आपला देश अडकलेला आहे. लोकशाही नावाच्या एका सोज्वळ अशा शस्त्राने इथल्या लोकांचा संपूर्ण गळा कापण्यात येत आहे. सारे निर्णय लोकांनी निवडून दिलेल्या प्रतिनिधींमार्फत होत असल्यामुळे ते लोकांच्या विरोधात असतीलच कसे, असा प्रश्न विचारला जातो. लोकांना आपले हिताहित चांगले कळते. ते आपले प्रतिनिधी विचारपूर्वक निवडतात आणि अगदी खुल्या वातावरणात या देशात निवडणुका होतात. म्हणून या देशात जे काही बरे-वाईट घडले, त्याला सर्वथा हे लोक जबाबदार आहेत. कारण निर्णय आम्ही घेतलेले नाहीत; निर्णय लोकांचे. त्यामुळे त्यांच्या बऱ्या-वाईटाची जबाबदारी लोकांवर आहे; आम्ही केवळ निमित्त आहोत, असा गोंडस युक्तिवाद परिस्थिती आटोक्याबाहेर जाईल तेव्हा ऐकायला मिळेल. वरवर पाहिले, तर तो युक्तिवाद खरा वाटतो.

आणीबाणीसकट सर्व निर्णय लोकांचेच होते, असेही म्हणावेसे वाटते. कारण जर ते निर्णय लोकांचे नव्हते; तर लोकांनी त्या निर्णयांविरुद्ध बंड का केले नाही, असा प्रश्न निर्माण होईल. लोकांनी बंडे केलेली नाहीत, ही गोष्ट खरी आहे, आणि एखादे वेळेस केले ते फसले, अशी इतिहासाची साक्ष आहे. म्हणजे स्वातंत्र्यानंतर तीस-पस्तीस वर्षांत जे-जे घडले ते लोकमान्यतेने घडले, तर तक्रार कोणी कोणाविरुद्ध करायची? ज्या लोकशाहीसाठी अधून-मधून का होईना– आपण अगदी हमसून-हमसून रडत असतो; त्या लोकशाहीतूनच विकसित झालेल्या निवडणूकतंत्राने आपला गळा कापला आहे, याचे भान आपल्याला नाही; त्याला कोण काय करणार? इंदिरा गांधींनी लोकशाही धोक्यात आणली, या विधानापेक्षा धोक्यात जात असलेली लोकशाही आपण वाचविली नाही, हे सत्य अधिक विदारक नाही काय? आजही विरोधी पक्ष ज्या हिरीरीने लोकशाही

प्रक्रियेत भाग घेतात, निवडणुका लढवतात, यशापयशाची चिकित्सा करतात; यावरून त्यांनाही लोकशाहीची वास्तव स्थिती मान्य आहे, असे विधान केले तर ते कितपत चूक आहे? ज्यांनी लोकशाही प्रक्रियेविरुद्ध किंवा निवडणूकपद्धतीविरुद्ध धोक्याचा इशारा दिलेला आहे, असे या देशात मला तरी कोणी दिसत नाही. उलट; आणीबाणीनंतर इंदिरा गांधींचा पराभव झाला, तेव्हा आपण म्हणालो, 'लोकशाही शहाणी झाली.' आंध्रात रामा रावाचे आणि कर्नाटकात जनताचे राज्य आले, तेव्हा लोकशाही सुरक्षित असल्याची ग्वाही आपण दिली नाही काय? आपल्याला आवडतील असे निर्णय लागले की, लोकशाही सुरक्षित असते आणि आवडणार नाहीत असे निर्णय लागले की, लोकशाही धोक्यात येते– असा भारतीय राजनीतिज्ञांचा एक सिद्धांत आहे; तो अर्थातच मूर्खपणाचा आहे. कोणत्याही सिद्धांताचे मूल्यमापन केवळ परिणामावरून करायचे नसते; तर तो सिद्धांत ज्या तत्त्वांवर आधारित आहे, त्या तत्त्वांची आपण चिकित्सा करायला हवी. पापाच्या पैशावर ज्या निवडणुका लढविल्या जातात, त्या निवडणुकांतून पुण्यदायक फलाची अपेक्षा करण्यात काही अर्थ नाही. ज्ञान, सेवा, श्रम किंवा साधना यांपेक्षाही ज्या देशात पैसा या गोष्टींचे महत्त्व वाढले आहे, तेथे लोकशाही अस्तित्वात नाही असे खुशाल समजावे. लोकशाहीची फार भाबडी व्याख्या आपण केलेली आहे. जास्तीत जास्त मतांनी निवडून येणारा तो लोकप्रतिनिधी– या आपल्या व्याख्येमुळेच नट-नट्या, स्मगलर्स या देशाचे राज्यकर्ते बनू शकतात. ज्या संस्थानिकांना नामशेष करण्यासाठी आपण संस्थाने नष्ट केली आणि त्यांचे बळ कमी करण्यासाठी त्यांचे तनखेही बंद केले; तेच संस्थानिक आजही लोकनेत्याचा पाडाव सहजासहजी करू शकतात, हे दृश्य आपल्याला पाहावे लागते. म्हणून शिखराकडून पायाकडे येण्यापेक्षा, पायथ्याकडून शिखराकडे आपल्या विचारांचा आपण प्रवास करू या; म्हणजे चुकले तरी कुठे, हे कदाचित आपल्याला सापडू शकेल. खवळलेल्या समुद्रावरून त्याच्या तळाची कल्पना करता येणे शक्य नाही. आपण एक तळ शोधून काढू; मग समुद्र का खवळतो याची कारणे अधिक स्पष्टपणे लक्षात येऊ शकतील.

(२३ ऑगस्ट, १९८१)

-०-०-०-

८

देव कसा निर्माण झाला?

सर्वच गोष्टी चुकत गेल्या याचे एक मुख्य कारण असे की, आपण 'आधी कळस, मग पाया' या पद्धतीने इमला बांधण्याचा प्रयत्न केला. त्यामुळे इमला कधी उभाच राहिला नाही. मानवी प्रश्नाकडे पाहण्याची आपली दृष्टी मुख्यत्वेकरून मानवी गरजांवर आधारलेली आणि मानवी उणिवांचा विचार केलेली असायला हवी; तरच टिकाऊ तऱ्हेची समाजरचना अस्तित्वात येऊ शकते. आपला देश मूलत: अध्यात्मप्रवण आहे, असे समजले जाते; निदान आज तरी तसे मानतात, पण ते खरे नाही. आपल्या देशाची जडण-घडण ही शुद्ध व्यवहारवादावर आधारलेली आहे आणि नेहमीच उपयुक्ततेचाच विचार केला गेला आहे. मानवाला जगण्यासाठी अन्न-वस्त्र-निवारा या प्राथमिक गोष्टींची गरज तीव्रतेने भासते आणि ती पुरविली गेल्यानंतर त्याच्या मनात संस्कृती, उच्च विचारसरणी वगैरेंचा प्रादुर्भाव होऊ शकतो, हे आपल्या समाजशास्त्रज्ञांनी ओळखले होते. 'आधी पोटोबा आणि मग विठोबा' हे सूत्र इथे आचरणात आलेले दिसते. माणसाच्या पोटावर हृदय आणि हृदयाच्या वर मेंदू– अशी जी रचना निसर्गाने केलेली आहे, तशीच रचना समाजाचे प्रश्न सोडविताना पूर्वी केली जात होती, आणि जोपर्यंत या अग्रहक्कांचा हा अनुक्रम कायम होता, तोपर्यंत येथील समाज पुरुषार्थी राहिला. जेव्हा समाजात या अग्रहक्कांची उलथापालथ झाली, त्या वेळेस या समाजाचा पाया ढासळला.

आपल्या समाजातील ज्या वैगुण्याबद्दल आपण सदैव बोलतो, ती वर्णव्यवस्था आणि जातिव्यवस्था वस्तुत: आर्थिक स्वरूपाची विचारसरणी आहे. समाजाच्या गरजा भागविण्यासाठी जे श्रमविभागणीचे तत्त्व आजही वापरले जाते किंवा पुढेही वापरले जाईल, तेच तत्त्व या समाजव्यवस्थेत अभिप्रेत होते. ब्राह्मण, क्षत्रिय, वैश्य आणि शूद्र या सामाजिक व्यवस्थेला आजच्या संदर्भात वेगळेच अर्थ चिकटवले जातात. त्या व्यवस्थेमागे धार्मिक अधिष्ठान आहे, असाही आरडाओरडा होतो; परंतु ही शुद्ध स्वरूपाची आर्थिक समाजव्यवस्था होती आणि ती त्या-त्या काळच्या गरजांतून निर्माण झालेली होती. जसजसे सामाजिक व्यवहाराचे स्वरूप विविधांगी बनत गेले, तसतसे केवळ चार वर्णांत समाज विभागून समाजाचे भागेनासे झाले. आरंभी तरी यात उच्च-नीचतेचा कोठेही स्पर्श झालेला नव्हता. शूद्र हे जित किंवा दास म्हणून समाजात नव्याने येत गेल्यामुळे त्यांच्याकडे कनिष्ठ कामे दिली गेली आणि ती स्वीकारताना त्यांनीही खळखळ केलेली दिसत नाही. त्या वेळेसही सर्व वर्णांचे संकर होत होते आणि संकरप्रजा अप्रतिष्ठित मानली जात नव्हती. कारण श्रमविभागणीच्या तत्त्वानुसार योग्यतेनुरूप काम, हे तत्त्वच तेथे अस्तित्वात होते. संकराने त्यात फरक पडत नव्हता.

जातिव्यवस्था जसजशी बळकट होत गेली आणि जातपंचायत आपापल्या जातीचे व्यवहारनियम करू लागली, तसतसे उच्च-नीचतेचे तत्त्व जातींना चिकटू लागले असले पाहिजे. जातींची निर्मिती कशी झाली, याबाबतचा राजवाडे यांचा सिद्धांत अजून तरी कोणी खोडून काढलेला नाही. एखाद्या समाजात ते रचनाशास्त्र निर्माण होत असते, ते आपणहून खटकत नाही. त्या गोष्टी कालांतराने वेगळ्याच कारणांसाठी समाजाला खटकू लागतात. जोपर्यंत समाजातली लवचिकता टिकून असते, तोपर्यंत असह्य झालेल्या सामाजिक व्यवस्थेत वेगवेगळे उपाय आचरणात आणून बदल केले जातात. आपल्या समाजानेही हे कार्य पूर्वी केलेले आहे. पण या क्रियेत खंड पडला, ही गोष्ट सत्य आहे, आणि मग स्थिर झालेली समाजव्यवस्था उपद्रवकारक वाटू लागली, तरीही ती बदलण्याचे सामर्थ्य समाजाजवळ उरले नाही.

हा समाज पूर्णतया इहवादी होता. मानवी गरजांच्या सोईनुसार त्यात बदल होण्याची पूर्ण सोय होती. क्षत्रियाचा ब्राह्मण झाला किंवा कोळ्याचा ब्राह्मण झाला, अशा तऱ्हेची जी उदाहरणे दिसतात त्यांचा अन्वयार्थ आपण एवढाच लावायचा की– वर्ण आणि जात ही परिवर्तनीय असती, तर त्या समाजव्यवस्थेत घातुक असे काही राहिले नसते. ती परिवर्तनीयता संपुष्टात आल्यामुळे समाजातील

गुणवत्तेचा प्रवास संपुष्टात येत गेला. प्रतिभेचा, कर्तृत्वाचा किंवा उत्थापनाचा संबंध वर्णाशी किंवा जातीशी नसून; ही एक दैवी संपत्ती आहे, हे तर उघडच आहे. हिंदू समाजाची आजची असह्य झालेली रचना ज्या मनुस्मृतीमुळे आणली गेली असे म्हटले जाते; तो मनू ब्राह्मण नव्हता, तर क्षत्रिय होता. कोणत्याही धर्मग्रंथापेक्षा गीतेचा भारतीय मनावर अधिक सखोल आणि प्रत्यक्ष परिणाम झाला आहे; ती गीताही ब्राह्मणाने सांगितलेली नाही, तर ती एका यादवाने सांगितली आहे. जे महाभारत, इतिहास आणि काव्य यात आजही अग्रहक्काने मिरविले जाते; ते रचणारा व्यास जन्माने कोण होता? खरे सांगायचे तर भारतीय संस्कृतीची जडण-घडण ही सर्व जाती-जमातींनी मिळून केलेली आहे, आणि ती जन्मजात वर्णव्यवस्था व जातिव्यवस्था निर्माण होण्याच्या आधीच झालेली आहे. भारताचे सर्वांत श्रेष्ठ व आर्ष काव्य रामायण हे कोळ्याच्या हातचे असावे आणि त्याचे पठण सर्व वर्णांकडून रात्रंदिवस व्हावे, हे वर्णज्येष्ठतेचे लक्षण मानता येणार नाही. पुढे झालेल्या चुकांचे खापर आपण उगाचच मागे नेऊन फोडतो. इतिहासही याला अनुकूल नाही, की तर्कशास्त्रही त्याला अनुकूल नाही.

आज आपले जे काही गुंतागुंतीचे प्रश्न झाले असतील, ते आपण आजचे मार्ग वापरून सोडविले पाहिजेत, यात दुमत नाही. पण चुकीचा इतिहास सांगण्याच्या नादात आपण अकारण नवा द्वेष निर्माण करतो आहोत आणि गुंतागुंत करतो आहोत. उत्तर पेशवाईत सत्ता भोगणाऱ्या ब्राह्मणांच्या हातून बहुजन समाजावर अन्याय घडले असतील, तर त्याचा शोध शिवकाळापूर्वी किंवा शिवकाळात कसा घेता येईल? एवढ्या प्रज्ञासूर्य शिवाजीमहाराजांना आपले अष्टप्रधान ब्राह्मणच असावेत, असे का वाटले असेल?

म्हणून आजच्या प्रश्नांचा विचार करताना अर्थशून्य उत्तरे किंवा तर्कविसंगत इतिहास याचा अवलंब करणे आपण सोडून दिले पाहिजे. चातुर्वर्ण्यात चुका झाल्याच असतील, तर त्या सर्वांच्याच हातून झाल्या. जातिव्यवस्थेत घट्टपणा आणि उच्च-नीचता आली असेल, तर ती सर्वांच्याचकडून आली. जुनी दुखणी उगाळून काय फायदा? आपला समाज वैदिक काळी होता तसा पुरुषार्थी, इहवादी आणि सर्वांना न्याय देणारा कसा होईल याचा विचार जर आपण करू लागलो; तर प्रश्न वाटतात तेवढे गंभीर नाहीत, हे आपल्या लक्षात येईल. ज्यांच्यावर अन्याय झालेला आहे आणि जे अत्यंत कनिष्ठ स्तरावर वावरत आहेत, त्यांचाच प्रथम विचार करून समाजाची बांधणी आधुनिक पायावर कशी करता येईल, हे पाहिले पाहिजे.

संघर्ष आणि रचना हे दोन मार्ग आपल्यापुढे असतात. संघर्ष हासुद्धा रचनेसाठीच करायचा असतो. संघर्षाचे स्वरूप आज विध्वंसनाकडे झुकलेले दिसते. रचनेला या समाजात काही फारसे स्थान उरलले नाही. एकजिनसी समाज निर्माण करण्यासाठी पुष्कळसे गोंधळ संपवून टाकले पाहिजेत. त्यांतले काही गोंधळ तर जाणीवपूर्वक निर्माण झालेले आहेत; त्यांचा निचरा सहजासहजी होणार नाही. विध्वंसनातच ज्यांना आनंद वाटतो, त्यांच्याबद्दल बोलण्यात अर्थच नाही. कारण विध्वंसनाच्या आनंदापेक्षा रचनेचा आनंद मोठा असतो, हे कळण्याची क्रिया या समाजात अजून तरी सुरू झालेली नाही. ती जेव्हा होईल, तेव्हा तिचे दृश्य फळ आपल्याला दिसेल; पण त्यासाठी थांबणेही शक्य नाही. समाजाच्या गरजा एवढ्या झपाट्याने वाढताहेत की; आपण आवश्यक तो रचनेचा वेग ठेवू शकलो नाही, तर आपल्याला पुढच्या काळात जगणेही कठीण होईल.

आपल्या समाजात आज अस्तित्वात असलेल्या अनेक कर्मकांडांचा आपल्या धर्माशी प्रत्यक्ष काही संबंध नाही. आदिम तत्त्वाला शरण जाण्याची प्रथा जुनी. ज्याचे रहस्य उलगडत नाही, अशा उत्कट आणि भव्य निसर्गानेच आरंभी ईश्वराचे रूप धारण केले. पूर्वेला सूर्याचे तेजस्वी झळाळते रविबिंब पाहिल्यानंतर माणसाला आपल्या लघुत्वाची व क्षणभंगुरतेची जाणीव झाली असेल आणि सूर्याला त्याने अभिवादन केले असेल. सूर्योपासना अशा प्रकारे निसर्गरूपातून मानवी जीवनात अवतरली आणि आजही तिचे महत्त्व ओसरलेले नाही. माणसाने प्रथम स्वयंसिद्ध अग्नी निर्माण केला तो गरजेपोटी– मुख्यत्वेकरून उबेसाठी, मांस शिजवण्यासाठी किंवा हिंस्र श्वापदांना दूर ठेवण्यासाठी. बहुतेक सर्व धर्मांत कुठल्या ना कुठल्या स्वरूपात अग्निपूजा अस्तित्वात आहे. मानवी मनाची ती एक गरजही असावी; परंतु या गरजेपोटी आपल्या हातून नकळत ज्ञानाचे एक स्तबक उचलले गेले आणि विज्ञानाची मुहूर्तमेढ रोवली गेली, हे त्याच्या लक्षातही आले नसेल. मानवी जीवनातील जलतत्त्वाची उपयुक्तता लक्षात आल्यानंतर जलदेवतांचाही जन्म झाला आणि जलतत्त्वाची विविध रूपे माणसांनी देवतास्वरूप मानली. मानवी संस्कृती नद्यांच्या काठांवर आणि काठाकाठाने विकसित होत गेली. अशा वेळेला मानवी जीवन हे जलतत्त्वावर किती अवलंबून आहे, हे मानवाच्या लक्षात आले. पाण्यालाच माणूस जीवन समजू लागला. तीच गोष्ट भूमीची झाली. स्थिर असणारी ही भूमी त्याच्या अनेक गरजा भागवी, म्हणून तो भूमीशी सदैव कृतज्ञ राहिला. वेदांमध्ये भूमिसूक्त आहे. ज्या भूमिसूक्ताच्या आधाराने

आपले राष्ट्रगीत 'वंदे मातरम्' रचले गेले, हे भूमिसुक्त म्हणजे दुसरे काय? न थकणाऱ्या चिरयौवना अशा भूमीच्या प्रसवशक्तीचे कौतुक त्यात आहे. कृषिविद्येच्या जन्मानंतर भूमीचे महत्त्व अधिकच वाढले. ती भूमाता झाली. तिच्याविषयीचा अभिमान मानव बाळगू लागला. आपल्याला अन्न देणाऱ्या भूमीबद्दलची कृतज्ञता जगातील बहुतेक राष्ट्रांच्या राष्ट्रगीतात व्यक्ती झालेली आहे. परिचयामुळे आपण राहत असलेल्या भूखंडाचा मानवाला अभिमान वाटू लागला. शिवाय प्रत्येक भूखंडाची वैशिष्ट्ये वेगळी, वनस्पती वेगळ्या, तेथील जगणाऱ्या चैतन्यसृष्टीचे चलनवलन वेगळे; यामुळे राष्ट्र नावाच्या संकल्पनेचा उदय झाला. पुढे त्याचेही दुष्परिणाम होऊ शकतात, हे आपल्या लक्षात आले म्हणून कोणी ती कल्पना त्याज्य मानली नाही. तसेच आपण जातिसंस्था, वर्णव्यवस्था वगैरे आज गैरसोईच्या वाटणाऱ्या गोष्टींबाबत करावयास हवे होते. म्हणजे त्या सोडायच्या; पण त्यांचा द्वेष करायचा नाही. इतिहास पुसून टाकता येत नाही; तो असतोच. त्याचा धडा घेऊन आपण वळणे पार करू शकतो, परंतु भूतकाळाचा द्वेष करण्यात काही शहाणपणा नसतो.

या देशात निसर्गपूजेतून हळूहळू देवत्व आकारास येत गेले. वेद व उपनिषदे यांवरूनही आपल्या हे लक्षात येईल. पुढे देवपूजेत मूर्तीचे अवाजवी महत्त्व वाढत गेले; ते आध्यात्मिक गरजेतून नव्हे, तर इहवादी गरजेतून. मूर्तिपूजा नाकारलेल्या धर्मातही मूर्तिपूजा मानली जाते, कारण निराकार परमेश्वरापेक्षा आकार असलेला परमेश्वर माणसाला अधिक आवडतो. परमेश्वर नसेल तर प्रेषितांचे, प्रेषितांचे नसेल तर त्यांच्या शिष्यांचे हळूहळू मूर्तिकरण होत जाते. मुसलमानही हळूहळू दर्गे, मशिदी, कबरी वगैरेंच्या रूपाने पूजास्थाने निर्माण करू लागते. खुद्द काबाचे मंदिर तरी काय आहे? तेथेही एक मूर्ती आहेच. मूर्ती किती असाव्यात, त्यांचे रंग-रूप कसे असावे, त्यांच्या आहारी किती जावे– हा सारा संस्कृतीचा आणि सौंदर्याचा प्रभाव आहे. हिंदू धर्मात मूर्तिपूजेचा अतिरेक झाला असेल, पण वैदिक धर्मानुसार परमेश्वर निर्गुण-निराकारच आहे. म्हणजे तेथेही धर्माचे रूपांतर इहवादाच्या सोईनुसार व्यक्ती-व्यक्तीच्या आवडीनुसार आणि सौंदर्याच्या आविष्कारामुळे होत गेले. दिव्यता, भव्यता, शुचित्व या साऱ्या गोष्टी एखाद्या मूर्तीत कल्पिणे– यात कवित्व आहे, आणि कोणताही धर्म कवित्वाच्या आधाराशिवाय आपली मुळे रोवू शकत नाही.

हे जरी खरे असले; तरी हिंदुत्वाची, वैदिक धर्माची किंवा वाटल्यास आर्यत्वाची संकल्पना ही निर्गुण-निराकार परमात्म्याची व स्थिति-लयाची, अशीच

राहिली आहे. धर्माचे मूळ स्वरूप शोधायला गेले की, आपल्या लक्षात येते की– धर्म कोणताही असो– अगम्य असे जे सृष्टीचे रहस्य आहे, त्या सृष्टीचा नियंता हाच धर्माचा सूत्रधार असतो. हाच जन्म-मरणाचा हिशेब चुकवितो. पाप-पुण्य, सत्कृत्य-दुष्कृत्य, नीती-अनीती यांचे खरे जन्मस्थान मानवी मन आहे. मानवी मन चंचल आहे. ते कोणत्याही दिशेला झुकत असते. त्याला स्थिरपद करण्याचे कार्य अनामिकाचे. तो अशरीरी असो, निर्गुण असो– ते परमेश्वर करीत असतो. परमेश्वराने मानवी सृष्टी निर्माण केली व तो जगन्नियंता आहे, हे केवळ गृहीत कृत्य झाले. पण स्वत:ला धाक असावा म्हणून माणसानेच जे निर्माण केलेले आहे, ते कवित्व म्हणजे परमेश्वरच. हा प्रश्न श्रद्धावान पुरुषाला पडत नाही. कारण त्यानेच निर्मिलेल्या परमेश्वराशी तो इतका एकरूप झालेला असतो की, हे आपणच निर्मिलेले अपत्य आहे, हे त्याला समजत नाही.

(३० ऑगस्ट, १९८१)

-०-०-०-

१

प्राथमिक गरजा आणि अग्रहक्क

माणसाच्या प्राथमिक गरजा या अन्न-वस्त्र-निवारा या अशाच असणार आणि त्यांची तरतूद करणे, हे कोणत्याही राष्ट्रप्रमुखाचे प्रथम काम असते. एके काळी आपला देश नानाविध पदार्थांच्या निर्यातीसाठी प्रसिद्ध होता, पण अलीकडे मात्र आपण एक मोठे आयातदार राष्ट्र झालेलो आहोत. जगात सर्वत्रच अन्नाचे दुर्भिक्ष आहे, असे म्हटले जाते; कारण काही देशांत खरोखरच दुष्काळाने लक्षावधी माणसे मरताना दिसतात. काही देशांत दुष्काळ असेल किंवा त्या देशांत स्थिर स्वरूपाच्या राजवटी निर्माण न झाल्यामुळेच तेथे दीर्घकाळ अशांतता माजली असेल व त्यामुळे शेतीकडे दुर्लक्ष होऊन शेती-व्यवसायाचे तेथे वाटोळे झाले असेल; परंतु हिंदुस्थानात अशी स्थिती कधीही नव्हती. हिंदुस्थानातील शेती-व्यवस्था कोलमडून पडली आहे, अशी स्थिती कधीही घडलेली नाही. बंगालच्या दुष्काळात काही माणसे मृत्युमुखी पडली, असे सांगितले जाते. त्याचे मुख्य कारण सरकारचा ढिसाळपणा हेच होते. संपूर्ण देशभर एकाच वेळेस अवर्षण पडत नाही, एखाद्या प्रांतात ते पडते. नीट नियोजन केले, राखीव साठे ठेवले, वाहतुकीची-साठविण्याची आणि वितरणाची व्यवस्था जर अद्ययावत अशी ठेवली; तर भारतासारख्या देशात अन्नाचे दुर्भिक्ष व्हावे, ही घटनाच अशक्य आहे. पारंपरिक पद्धतीने शेती करूनसुद्धा येथील हवामान आणि पाऊस हा इतका लहरी नाही की, जो अकाल परिस्थिती निर्माण करील. मग आधुनिक शेतीशास्त्र, कीटकनाशके, रासायनिक

खते यांचा योग्य प्रमाणात वापर केला– आवश्यक तेथे यंत्राची जोड दिली; तर आजच्या वाढत्या लोकसंख्येला पुरून उरेल एवढे धान्य-उत्पादन होईल, असे शेतीतज्ज्ञ सांगतात.

सततचा आणि कायमचा पाणीपुरवठा केला म्हणजे अन्नधान्य निर्माण होत नाही, तर तेथे बागायती पिकांचीच लागवड केली जाते व अन्नधान्याखालील जमीन अन्य पिकांसाठी वापरली जाते. शिवाय कायम स्वरूपाच्या पाणीपुरवठा योजना म्हणजे धरणे, ही एक तर खर्चिक असतात. या धरणांमुळे हजारो एकर उत्तम जमीन पाण्याखाली जाते. गावेच्या गावे उद्ध्वस्त होतात आणि जंगलाचीही तोड प्रचंड प्रमाणावर होते. शिवाय नियोजनाच्या अभावी धरण बांधण्याची कालमर्यादा वाढत जाऊन प्रचंड गुंतवणूक होऊनही, त्या गुंतवणुकीचा फायदा मात्र फार उशिरा मिळतो. आणखी एका गोष्टीचा विचार इथे केला पाहिजे. तो म्हणजे, आपल्या परंपरागत शेतीतील टिकविण्याजोग्या गोष्टी या बागायती शेतीच्या आग्रहाबरोबर नष्ट होत जातात. समाजाच्या सवयी बदलतात, अपेक्षा वाढतात, शेतमजुरांचे प्रमाण वाढते. म्हणून धरण, त्याची उपयुक्तता आणि त्याचे संभाव्य परिणाम या सर्वच गोष्टींचा पूर्ण विचार करावयास हवा. मोठ्या धरणांपेक्षा लहान-लहान धरणे बांधणे अधिक किफायतशीर आहे की काय, याचाही विचार व्हावयास पाहिजे. पावसाचे पाणी अडविण्याचे, जमिनीत मुरविण्याचे आणखीही काही प्रकार आहेत, तिकडेही आपले दुर्लक्ष होते आहे. नद्या-नाले रुंद करणे, खोल करणे, ओढे-ओहोळ अधिक बंदिस्त करणे, नवी तळी करणे, पाण्याचा काटकसरीने वापर करावयास शिकवणे आणि कमीत-कमी पाण्यात लवकरात लवकर येणारी पिके काढण्याचा प्रयत्न करणे– या साऱ्या प्रयत्नांना संतुलनाची एक दिशा हवी; तशी ती आज तरी दिसत नाही. बारमाही पाणी देण्याची पूर्वीची योजना रद्द करून आठमाही पाणी देण्याची प्रथा सुरू करावी, असा जो वि. म. दांडेकर आग्रह धरत आहेत; त्याचा अर्थ महाराष्ट्राच्या भूमीत रब्बी आणि खरीप दोन पिके तरी व्यवस्थित हाती लागावीत, हा आहे. ऊस हे असे एकच पीक आहे की, ज्याला बारा महिने पाणी लागते आणि ऐन उन्हाळ्यातही पाणी द्यावे लागल्याने बाष्पीभवनामुळे पाण्याचा फार मोठा नाश होत असतो. ऊस हे एक नगदी पीक आहे. त्यामानाने त्याला देखरेखीचा खर्च कमी येतो, रोगराई कमी असते. म्हणूनच जो एक आळशी, अर्धश्रीमंत असा शेतकरी वर्ग आहे, त्याला उसाचे फार प्रेम आहे. उसाच्या शेतीत पाण्याची चोरी होते, भ्रष्टाचाराला वाव मिळतो आणि एक नवी बेगडी, मस्तवाल संस्कृती जन्म

पावते. उसाऐवजी महाराष्ट्रातील जमिनीतून उपलब्ध पाण्याच्या आधाराने अन्य पिके घेतली, तर कोणत्याही अन्नधान्याचे दुर्भिक्ष निर्माण होण्याचे कारणच नाही. पण ग्रामीण राजकारणात साखरेच्या कारखान्याला आता विशेष स्थान प्राप्त झालेले आहे. साखरेचा एक कारखाना चालवला, तर एक तालुका ताब्यात ठेवता येतो– राजकारणावर पकड ठेवता येते– त्यामुळे कृषिशास्त्राचे निष्कर्ष काही असोत, पण साखर कारखान्यांची वाढ होतच राहणार.

या प्रकरणाला आणखीही एक बाजू आहे. ती म्हणजे, उत्तर प्रदेश आणि बिहारमधील साखर कारखाने टिकविण्याचा सरकारचा प्रयत्न. कारखान्याला परवडला नाही, तरी तेथील उसाला ४०० रु. टनापर्यंत भाव दिला जातो. साखरेला जादा भाव देऊन देशाचे नुकसान केले जाते. ते कारखाने मोडीत काढायला पाहिजे होते, कारण तेथील उसात शर्करेचे प्रमाण सहा टक्के एवढेही नाही. पण उत्तरेचा राजकारणातील प्रभाव लक्षात घेऊन ते साखर कारखाने टिकविले जात आहेत. साखर-उद्योगासाठी महाराष्ट्र, कर्नाटक, आंध्र आणि तमिळनाडू येथील भूमी अनुकूल आहे. हवामानही पोषक आहे. परंतु देशहिताचा विचार लक्षात न घेता, उत्तर हिंदुस्थानातील साखर कारखाने टिकविण्याचा प्रयत्न चालला आहे, कारण त्या प्रदेशातील राजकीय लॉबी अधिक कार्यक्षम आहे. जेव्हा कधी राष्ट्रीय प्रश्न म्हणून या प्रश्नाकडे बघितले जाईल, तेव्हा देशातील साखरेची गरज लक्षात घेऊन साखर कारखाने किती व कुठे काढावेत, हे ठरवावे लागेल. पण तोपर्यंत महाराष्ट्राने साखर कारखान्याच्या पाठीमागे लागून महाराष्ट्राच्या कृषिव्यवस्थेवर परिणाम होऊ देऊ नये. जेव्हा एखादे धरण बांधले जाते, तेव्हाच या धरणक्षेत्राखालील जमिनीतील कृषिउद्योगाची संपूर्ण आखणी करावयास हवी. ती न केली, तर राजकीय हेतूने साखर कारखानेच निघत राहतील. एक वेळ अशी होती की, भारतीय साखरेला जागतिक बाजारपेठ होती. येथील साखर जसजशी महाग होत गेली तसतशी जागतिक बाजारपेठही नष्ट होत गेली; म्हणून आता देशाच्या गरजांचा विचार करूनच नियोजनाने साखर-उद्योगाची आखणी करावयास हवी. जर महाराष्ट्रात साखर निर्माण करणे हे शास्त्रीयदृष्ट्या योग्य ठरत असेल, तर महाराष्ट्राला कमी पडणारी अन्य कृषी-उत्पादने पुरविण्याची जबाबदारी अन्य प्रांतांवर येते. ती म्हणजे तेलबिया, अन्नधान्ये, डाळी वगैरे. म्हणजे तेथे राष्ट्रीय धोरणाचाच प्रश्न निर्माण होईल. आता आपल्या देशातील वाहतुकीची साधने विकसित झालेली आहेत. कुठल्याही प्रांतात एखाद्या कृषी-उत्पादनाच्या किमतीची अवाजवी वाढ होऊ देणे, हे नाकर्तेपणाचे

लक्षण आहे. आहे तीच साधनसामग्री वापरून, आहे या परिस्थितीत, देशातील कोनाकोपऱ्यात जीवनावश्यक गोष्टी पचविण्याची क्षमता शासनाजवळ असावी. या देशाचा कृषिमंत्री म्हणजे देशाच्या भवितव्याची गुरुकिल्ली होय. अजूनही हा देश कृषिप्रधानच आहे आणि तो तसाच राहील, असे तूर्त तरी दिसते आहे. पण कृषिमंत्री हा सर्वांत किंमत नसलेला मंत्री असतो.

भारतीय शेतकरी हा एक चिंतेचा विषय आहे. रानडे-टिळकांपासून ते शरद जोशींपर्यंत सर्वांनीच शेतकऱ्याच्या दुर्दैवाचे वर्णन केले आहे. या देशातील बहुसंख्य जनता ही कृषी-उद्योगावर अवलंबून आहे, आणि ती दुर्दैवाच्या फेऱ्यात अडकून आहे, ही गोष्ट फार शोभादायक आहे असे नाही. शेतकरी-प्रश्नांचा खराखुरा प्रगल्भ विचार प्रथमच शरद जोशी मांडत आहेत. असंघटित असणारा हा दुर्दैवी भारतीय शेतकरी संघटित होऊन, आपल्या दुर्दैवी परिस्थितीविरुद्ध बंड करू शकेल आणि त्यामुळे सत्तेला धोका निर्माण होईल, असे सत्ताधारी पक्षाला वाटत नाही. पण एक प्रकारे ही त्यांची भूल आहे. आपल्या दुर्दैवाची खरीखुरी कारणे जसजशी भारतीय शेतकऱ्यांना कळू लागतील, तसतसे शेतकरी-संघटन वाढेल आणि राज्यकर्त्यांना या नवोदित सत्तेचा शह बसेल. त्याला काळ किती लागेल, हे सांगता येणार नाही; परंतु याबाबत बेसावध राहून देशावर आपत्ती ओढवून घेण्यात अर्थ नाही. कामगार फक्त औद्योगिक क्षेत्रात संघटित झालेले असतात, म्हणून त्यांची दबावशक्ती लक्षात येते. त्या दबावशक्तीच्या बळावर संघटित कामगारांनी आपले प्रश्न सोडवून घेतले आहेत, हे उदाहरण शेतकऱ्यांच्या समोर आहे. युद्धात ज्यांचे काहीच गमावणार नसते, अशी माणसे प्राणांतिक युद्ध करतात आणि प्रसंगी सर्वनाशाला तयार होतात. शिवाय या देशात स्टॅलिनशाही नाही, की जेथे बंड करणाऱ्या शेतकऱ्यांचा काटा काढला जाईल. लोकशाही माध्यमातून येथे कारभार चालणार आहे आणि शेतकरी हा एक महत्त्वाचा घटक मतदार आहे. हा एके काळचा काँग्रेसचा हुकमी मतदार आता काँग्रेसचा राहिलेला नाही, याची चुणूक गेल्या विधानसभेच्या निवडणुकीत दिसली आहे. म्हणून अननुभवी अशा या नवोदित शक्तीच्या हाती राजकीय सूत्रे जाऊ देण्यापेक्षा शेतकी-प्रश्नाचा सम्यक् अभ्यास आणि पुनर्मांडणी करणे आवश्यक आहे. 'सैन्ये पोटावर चालतात', हे सुभाषित आता मागे पडले आहे. आता सारी राष्ट्रेच पोटावर चालतात आणि पोटे तर शेतकऱ्यांच्याच हातात आहेत. देशाच्या पुनर्निर्माणाचे काम म्हणूनच या देशाच्या मूलभूत घटकाकडे लक्ष देऊनच करावयास हवे.

शरद जोशी यांनी एक नवी चळवळ हाती घेतली आहे– ती कृत्रिम

धाग्याच्या कापडाविरुद्ध. कृत्रिम धागा हा मुख्यत्वेकरून परदेशातून आयात होतो आणि तो वापरून कृत्रिम धाग्याची वस्त्रे निर्माण केली जातात. वस्त्रांच्या बाबतीत आपण पराधीन व्हायचे कारण नसताना आपण पराधीनतेकडे झुकलो आहोत, ते परकीय दबावामुळेच. लोकमान्यांनी स्वदेशीची चळवळ सुरू केली व महात्मा गांधींनी तिला खादीचे स्वरूप दिले; त्यामागे देशी माणसाला उद्योगधंदा द्यावा, हा मुख्य अभिनिवेश होता. चांगली तलम वस्त्रे आपल्या नागरिकांनी वापरू नयेत, अशी काही त्या लोकनेत्यांची इच्छा नव्हती; पण आपल्या वस्त्रांची गरज आपल्या देशातील शेतकऱ्यांच्या आणि विणकऱ्यांच्या सहकार्याने भागावी, असा आत्मनिर्भर उपाय त्यांच्या योजनेत होता. गांधींनी खादीचा प्रचार हिरिरीने केला, तो खेड्यांतील दारिद्र्य हटविण्यासाठी आणि खेडुताला रोजी आठ आणे तरी मजुरी मिळावी, यासाठी. स्वातंत्र्य मिळाल्यानंतर आत्मनिर्भरता वाढेल, असे जे आपण गृहीत धरून चाललो होतो त्याऐवजी आपण अधिकाधिक पराधीनतेकडे झुकत आहोत, असे दिसते. नवे विज्ञान, नवे तंत्रज्ञान आम्हाला हवे आहे. ही गोष्ट जरी खरी असली; तरी त्या तंत्रज्ञानामुळे इथला शेतकरी उपाशी राहावा, अशी योजना आम्हाला कशी स्वीकारता येईल? कृत्रिम धाग्यासाठी जर आपण दुसऱ्या देशावर अवलंबून नसतो आणि तो सर्वथा स्वदेशातच निर्माण झाला असता, तर प्रश्नाचे स्वरूप फार वेगळे झाले असते. मग प्रश्न निर्माण झाला असता– तो म्हणजे, नागरी विकास वा ग्रामीण विकास, एवढाच. कृत्रिम धाग्याची वस्त्रे ही हवामानाच्या दृष्टीनेही या देशात निरुपयोगी आहेत. असे असूनही उद्योगपतींच्या दडपणामुळे कृत्रिम धाग्याची आयात केली जाते आणि या देशात कापूस उत्पादन करणाऱ्या शेतकऱ्यांच्या कापसाच्या गाठी गोदामात पडून राहतात. आपल्या देशात आपल्याला पुरेल एवढे सुती आणि लोकरीचे उत्पादन आपण करू शकतो– निदान केले पाहिजे; तरच लक्षावधी शेतकऱ्यांच्या श्रमाचे मूल्य त्यांना मिळेल आणि त्यांच्या तोंडात दुपारच्या वेळेस चार घास पडतील. पुन्हा ही स्वदेशीची आणि खादीची चळवळ शरद जोशी यांनी आपल्यापुढे नव्या रूपाने मांडली आहे आणि तिचे स्वरूप मूलगामी आहे. कृषिव्यवसायाचा अधिकाधिक चांगला वापर करून शेतकऱ्याच्या हातात योग्य तो दाम देऊन, ज्याची उणीव पडेल तेवढ्या गोष्टी आयात करणे नैतिक दृष्ट्या तरी गैर ठरले नसते. पण सरकारचे धोरण याबाबत अगाध आहे. सुती गिरण्या हळूहळू तोट्यात घालविल्या जात आहेत आणि त्यांचा बोजा मात्र सरकार स्वीकारत आहे. कृत्रिम धागा वापरून श्रीमंत बनलेल्या विमल, मफतलाल यांसारख्या

गिरण्या मात्र कोट्यवधी रुपयांचा नफा कमवीत आहेत. आपल्या शेतकऱ्यांच्या तोंडचा घास परदेशी धागा आयात करून बनविलेल्या कापड उत्पादकांना घेऊ देणे यात केवळ अनैतिकता नाही, तर कृषिव्यवस्थेत अराजक माजविण्याचे हे लक्षण आहे. कापूस हेही एक नगदी पीक आहे आणि त्यालाही या देशात अतिशय अनुकूल वातावरण आहे. सुती वस्त्रांची या देशाची परंपरा फार जुनी आहे. ढाक्याची मलमल तर विख्यात आहेच, पण आजही हातमागावरील कापडाला परदेशात चांगली मागणी आहे. आपल्याच देशातील सरकारचे डोके ठिकाणावर नाही, कारण त्यांना आत्मनिर्भर होण्याचे उपायही नीट ठाऊक नाहीत.

देशातील कच्चा माल पूर्वी परदेशी जाई आणि प्रक्रिया होऊन चढ्या भावाने येथे विकला जाई– अशी ही शंभर वर्षांपूर्वी ओरड होत होती. तीच ओरड आज वेगळ्या स्वरूपात चालू आहे. पॉलिएस्टरचा धागा आणून शंभर-दोनशे रुपये मीटरने येथे तो गिऱ्हाइकांच्या गळ्यात बांधणारे इथले व्यापारी हे पूर्वीच्या इंग्रज व्यापाऱ्यांचे आजचे वंशज आहेत. कारण इथल्या देशबांधवांना लुटून त्यांच्याच पैशावर विमलसारख्या कंपन्यांची चरबी वाढते आहे. सरकार हे सर्व चालू देते आहे; किंबहुना, त्याला प्रोत्साहन देते आहे, याचे कारण सरकारचेही यात हात गुंतले आहेत. आजचे सरकार तशा अर्थाने स्वायत्त आहेच कुठे? भांडवलदारांच्या तालावर ते नाचते आहे आणि या देशातले सारे अर्थकारण त्यांच्या हातांतच आहे. प्रथम केवळ गंमत म्हणून, नावीन्य म्हणून या देशात कृत्रिम धागा आला आणि तो स्थिर होऊन बसला आहे. खेडुतांनाही कृत्रिम धाग्याचा चमकदारपणा आता आवडू लागला आहे. या कृत्रिम धाग्याच्या उत्पादकांनी, वृत्तपत्रांतून किंवा अन्य माध्यमांतून जी प्रचंड जाहिरात केली आहे, तिचाच हा दुष्परिणाम होय. एखादा समाज नासवून टाकण्यासाठी आधुनिक जाहिरातशास्त्राचा कसा कसबाने वापर करता येतो, याचे उत्तम उदाहरण म्हणजे या कापडाच्या टी. व्ही. वरील जाहिराती होत. आपण एखाद्या मोहात गुंतत चाललो आहोत, हे कळतसुद्धा नाही, इतक्या शिताफीने ही जाहिरात केली जाते. कृत्रिम धाग्याचे वस्त्र वापरणे हे पौरुषाचे, सौंदर्याचे व काटकसरीचे धोरण कसे आहे, हे आजच्या जाहिराती सांगत असतात. माणसाचे मन दुबळे असल्यामुळे या जाहिरातींचा माणसांवर परिणाम होत असतो. कृत्रिम धाग्याविरुद्ध शरद जोशी यांनी जेव्हा चळवळ चालू केली; तेव्हा शहाण्यासुरत्या मंडळींनी ती विज्ञानविरोधी चळवळ आहे, शरद जोश्यांचे हे नवे फॅड काय आहे, असा तिचा उपहास केला. कुठल्याही तर्कशुद्ध विचारसरणीला निष्प्रभ करून टाकण्याची आजची जाहिरातपद्धती

व तंत्र प्रभावी झाले आहे, एवढाच त्याचा अर्थ. लोकांना स्मगल्ड गुड्स आवडतात, म्हणून स्मगल्ड गुड्सचा व्यापार हा नैतिक ठरतो का? लोकांना आवडायला लावणे, हा संमोहनशास्त्राचा एक विजय आहे; पण याचा अर्थ आवडलेली प्रत्येक गोष्ट देशहितकारक असतेच, असे नाही. कृत्रिम धाग्यांचे वस्त्र हा असा वरवर विचार करण्यासारखा प्रश्न नाही. हळूहळू ही वस्त्रे निर्माण करणारे कारखाने वाढत आहेत. त्यांतही कामगारांची संख्या व गुंतवणूकही वाढते आहे. केव्हा तरी कृत्रिम धाग्यांवरील बंदीचा विचार गंभीरपणे करावा लागेल, त्या वेळी हेही प्रश्न अडचणीचे म्हणून उद्योजक मांडल्याशिवाय राहणार नाहीत. तथापि, काही हजार कामगारांच्या रोजंदारीसाठी किंवा काही गुंतवणुकीसाठी लक्षावधी शेतकऱ्यांना उपाशी ठेवणे, हे राष्ट्रीय धोरणात बसता कामा नये.

अन्न आणि वस्त्र या दोन गोष्टींशी कृषिव्यवसायाचा संबंध येतो. म्हणून या दोन प्राथमिक गरजा भागविण्यासाठी आपण जेवढे कृषिव्यवसायाकडे लक्ष द्यावयास हवे होते तेवढे न दिल्यामुळे या देशाचे प्रश्न गंभीर बनले आहेत. हे प्रश्न सोपे नाहीत. पासष्ट कोटी लोकांचे हे प्रश्न सोडविण्यावरच देशाचे भवितव्य अवलंबून आहे. आपण आर्यभट्ट अवकाशात सोडला किंवा अवकाशयानात आपले यात्रिक जाऊन आले, या गोष्टी महत्त्वाच्या असतील; पण ज्या देशात शेतकऱ्यांना अर्धनग्न राहावे लागते, त्या देशाने वैज्ञानिक क्रांतीच्या वा कॉम्प्युटर युगाच्या गोष्टी सांगण्यात काही अर्थ नाही. जगातल्या प्रगत बड्या राष्ट्रांच्या बरोबरीने वावरायचे असेल आणि त्यासाठी विज्ञान हस्तगत करायचे असेल, तर ते काम मूठभर शास्त्रज्ञ किंवा राजकारणी करू शकत नाहीत; त्यासाठी देश आत्मनिर्भर असावा लागतो. त्यासाठी अनेक चैनींचा त्याग करून काही काळ गरिबीचे जिणे जगावे लागेल. एका माणसाने शंभर फूट उंच उडी मारण्यापेक्षा कोट्यवधी लोकांनी अर्धा इंच उडी मारली, तर ती आम्हाला आज तरी पराक्रमाची गोष्ट वाटेल. चीनने जगाला आपल्यापासून तोडून घेतले आणि प्रयत्नांती उत्कर्ष करून आपल्या देशातील नागरिकांची मान उंच केली, तेव्हा कुठे चीनचा आपण गंभीरपणे विचार करू लागलो, नाही तर चीन हेही आपल्यासारखे एक मागासलेले राष्ट्र समजले जात होते.

अवाजवी केंद्रीकरणाचे दुष्परिणाम आज आता भोगावे लागत आहेत. हिंदुस्थान हा एक देश आहे आणि त्याचे केंद्र शासन मजबूत असावे, ही भूमिका व्यवहार्य आहे; पण सर्वच प्रश्नांत केन्द्राला सर्वाधिकार द्यावयाचे असतील, तर राज्ये निर्माण करण्याचे आणि विधानसभा व विधान परिषदा या यंत्रणांचे कामच काय? इंदिरा

गांधींच्या कालखंडात अवाजवी केंद्रीकरण सुरू झाले आणि एकदा सत्ता गाजविण्याची सवय लागली की, हाती असलेली सत्ता कोणी सोडीत नाही. किती तरी प्रश्न असे आहेत की, ते सर्वथा राज्यांच्या स्वाधीन असावयास हरकत नाही.

राज्यांना स्वातंत्र्य दिले आणि अन्नधान्याच्या बाबतीत स्वावलंबी होण्यास भाग पाडले, तर बहुतेक सर्वच राज्ये अन्नधान्याच्या बाबतीत स्वयंपूर्ण होऊ शकतील. प्रत्येक राज्याजवळ जादा उरणारे साठे मध्यवर्ती सरकारने आपल्या ताब्यात घेऊन गोठवावेत आणि त्याचा वापर अकालकाळासाठी किंवा तुटीच्या राज्यांसाठी करावा. अन्नधान्यांच्या बाबतीत प्रत्येक प्रांतातील आहाराच्या सवयी आणि गरजा जशा भिन्न आहेत, तशीच उत्पादनांची स्थितीही भिन्न आहे. गव्हाला, ज्वारीला किंवा कोणत्याही अन्नधान्याला देण्यासाठी मूल्य ठरविण्याचे जे शास्त्र आहे, ते अगदी जुनाट झालेले आहे, आणि सर्वच प्रांतांत एकच भाव ठरवणे, हे तर अत्यंत धोकादायक आहे. काही प्रांतांतले शेतकरी हे मागासलेले आहेत आणि नवे कृषिविज्ञान स्वीकारायला तयार नाहीत. त्यांची सांगड प्रगत शेतकरी असलेल्या राज्याबरोबर का घालावी? काही अपवादात्मक पिके सोडली, तर भारतातील हवामान हे त्या-त्या प्रदेशातील लोकांना प्रत्येक बाबतीत स्वावलंबी करण्याइतके उपकारक आहे; परंतु याबाबत राष्ट्रीय धोरणाचा बाऊ अकारण केला जातो आणि त्यामुळे पुष्कळशा राज्यांवर अन्यायही होतो.

शिक्षणाच्या बाबतीतही असेच म्हणावे लागेल. प्रत्येक राज्याला स्वत:चे शैक्षणिक धोरण ठरविण्याचा संपूर्ण अधिकार असला पाहिजे. कॅपिटेशन फी घेऊन कर्नाटकाने हवी तितकी मेडिकल व इंजिनिअरिंग कॉलेजेस काढली आणि शैक्षणिक संतुलन बिघडवले. त्याचा दुष्परिणाम महाराष्ट्रात घडून आला. महाराष्ट्रातही विनाअनुदान मेडिकल व इंजिनिअरिंग कॉलेजेस काढायला त्यामुळे प्रोत्साहन मिळाले आणि एक अनिष्ट प्रथा सुरू झाली. त्याऐवजी कॅपिटेशन फी देऊन मिळवलेली डॉक्टर व इंजिनिअर यांची कन्नड पदवी महाराष्ट्र सरकारने व्यवसायासाठी आणि नोकरीसाठी अपात्र ठरवली असती, तर हा अनवस्था प्रसंग टळला असता. मुंबई, मद्रास या विश्वविद्यालयांना एके काळी या देशात प्रतिष्ठा होती. कारण तिथला शैक्षणिक दर्जा निश्चितच उच्च स्वरूपाचा होता. पण सर्वच पदव्यांना भारत सरकारने सारखीच किंमत दिल्याने आता विद्यापीठांचे वेगळे मोठेपण असे काही राहिलेच नाही. उत्तर भारतातील कित्येक विद्यापीठांत शिक्षणाचा दर्जा इतका खालावला आहे की, त्याचा विचार करण्याऐवजी सर्वच विद्यापीठांतील पदव्यांना समान दर्जा देऊन शैक्षणिक दुरवस्थेवर सरकारने पांघरूण घातले

आहे. दक्षिणेतील राज्यात हिंदीविरोधी वातावरण असल्यामुळे तिथल्या शिक्षणाचे माध्यम इंग्रजी राहिले आणि भारत सरकारच्या धोरणामुळे इंग्रजीचे महत्त्व कोठेही न ओसरल्यामुळे इंग्रजी माध्यमातून शिकणाऱ्या विद्यार्थ्यांना त्याचा फायदा मिळाला. अशी किती तरी उदाहरणे दाखवता येतील की, येथे अकारण राष्ट्रीय धोरण या नावाखाली पक्षपाताचा जन्म झाला.

गोव्यासारख्या अगदी छोट्या प्रदेशाला केवळ तो केन्द्रशासित आहे, म्हणून स्वतंत्र मेडिकल कॉलेज व इंजिनिअरिंग कॉलेज मिळाले आहे. उद्या कदाचित गोव्याला विद्यापीठही मिळेल. गोव्यात राहणाऱ्या माणसांना मेडिकल-प्रवेश सोपा व्हावा आणि इतरांना तो त्या मानाने दुष्कर व्हावा, यात कसले आले आहे राष्ट्रीय नियोजन? काही राज्ये मागास असे समजून तेथील रहिवाशांना अन्य विद्यापीठात राखीव जागा देण्यात येतात. याचा अर्थ कुणाच्या तरी न्याय्य जागा त्यांच्यासाठी काढून घेतल्या जातात. त्या अशा राखीव जागांत भ्रष्टाचाराला खूप संधी असते. कारण ते संपूर्ण राज्यच मागासलेले मानल्या कारणाने तेथे मागासलेल्या जातींना प्राधान्य देण्याचा प्रश्नच उद्भवत नाही. ज्याप्रमाणे जातीने दलित असलेल्या मंत्र्याच्या मुलालाही दलित म्हणून सवलती मिळतात, तसेच काहीसे हे होते आहे. कोना प्रभाकर राव यांच्या मुलीला प्रवेश हा असा मिळाला. सद्हेतूने दिलेल्या सवलतींची यात चेष्टा होते. अशा परिस्थितीत त्या विषयात राज्याला संपूर्ण स्वातंत्र्य देणे, एवढाच मार्ग उपलब्ध असतो. राष्ट्रीय प्रज्ञा परीक्षा हासुद्धा एक भोंगळ व्यवहार आहे. येथेही इंग्रजी माध्यमाच्या मिशन स्कूल्समधून शिकणाऱ्या मुलांना अधिक संधी मिळते. हे जर खरे असेल, तर राज्यभाषेतून शिक्षण देण्याचा देखावा करण्यात काय अर्थ आहे? राखीव जागांचे राष्ट्रीय धोरण हाही एक असाच मूर्खपणा आहे. त्या-त्या राज्यातील दलितांची संख्या, त्यांची सांपत्तिक परिस्थिती, आजपर्यंत त्यांच्या शिक्षणासाठी खर्च केलेला पैसा आणि त्याला लागलेली फळे यावर प्रत्येक राज्याला वेगळे धोरण ठरवावे लागेल. काही राज्ये फार मागासलेली आहेत. जेथे कायदे होऊनही दलितांना सवलती उपभोगता आल्या नाहीत, तेथे त्यांना त्या अधिक मिळावयास पाहिजेत; तर काही राज्यांत या प्रश्नाची जाणीव बरीच पूर्वी झाली असल्याकारणाने दलितांच्या शिक्षणाचे प्रमाण आणि त्यामुळे गुणवत्तेचे प्रमाण खूपच वाढलेले आहे. कोणत्याही सवलतीचा फायदा न घेता काही दलितांनी सर्वसामान्य जागांतच आपली निवड करून घेतलेली महाराष्ट्रात तरी पाहावयास मिळते.

याचा अन्वयार्थ इतकाच की, देशाचा जास्तीत जास्त कारभार विकेंद्रितच

असावा. कर्तबगार अशा स्थानिक नेतृत्वाला निर्णयाची शक्ती असावी. हा निर्णय घेण्यासाठी प्रत्येक वेळेला दिल्लीच्या परवानगीची गरज लागू नये. आज दिसते आहे ते मात्र असे की, निर्णयाचा जवळपास कोणताच अधिकार स्थानिक नेत्यांना उरलेला नाही. मग एखादा लहानसा कारखाना काढायचा असो किंवा एखादा औद्योगिक प्रकल्प असो; मंजुरीसाठी मध्यवर्ती सरकारच्या परवानगीची वाट पाहणे, हे एक मोठेच काम राज्य शासनाला करावे लागते. कोणत्याही प्रकल्पाला मध्यवर्ती सरकारकडून काही रकमांची गरज लागते, म्हणून हे परावलंबित्व येत असेल; तर प्रकल्पाच्या लायकीनुसार कर्जे मंजूर करण्याचे अधिकार असणाऱ्या स्वायत्त बँकांची स्थापना करणे आणि केवळ आवश्यकता व उपयुक्तता या निकषांवर या गोष्टींचा विचार होण्याची आवश्यकता आहे. कित्येक राज्यांतील जबरदस्त राजकीय लॉबीमुळे अनेक प्रकल्प त्या राज्यांना मिळतात आणि सर्व तऱ्हेची गुणवत्ता व आवश्यकता असूनही काही राज्ये अशा प्रकल्पांवाचून वंचित राहतात. सर्वोच्च न्यायालये ज्याप्रमाणे राजकारणमुक्त असावीत, त्याप्रमाणे वित्तसंस्थासुद्धा राजकारणापासून मुक्त असाव्यात.

हे करण्यात देशाचा फायदाच आहे, कारण त्यामुळे निर्णय लवकर लागतील आणि राज्ये झपाटून कामे करू लागतील. उंटावरून शेळ्या हाकण्यापेक्षा ज्या भूप्रदेशाचे प्रश्न असतात, तेवढ्याच लोकांना ते प्रश्न सोडवू देण्यात प्रश्नांचा उलगडा चांगल्या प्रकारे होतो. अग्रहक्क ठरविता येतात आणि आपल्या राज्यापुरते तरी विकासाचे संतुलन साधता येते. विदर्भ आणि मराठवाडा यांच्या विकासाकडे दुर्लक्ष झाल्याची तक्रार आहे, त्याला काही अंशी तिथले नाकर्ते नेतृत्व जरी कारणीभूत असले, तरी केंद्राचे धोरणच त्याला जास्त कारणीभूत आहे. जेव्हा मोठमोठे प्रकल्प पुण्या-मुंबईच्या परिसरात निघाले, तेव्हा त्याला चट्‌कन मंजुरी मिळाली. याउलट, विदर्भ-मराठवाड्यातील प्रकल्पांना मान्यता मिळू नये, असे प्रयत्न केले गेले. उद्योगपतींची केंद्रीय राजसत्तेवर विलक्षण पकड आहे. म्हणून हा असमतोल होऊ देण्यात उद्योगपती आणि केन्द्र सरकार दोघेही तितकेच जबाबदार आहेत. टेल्कोचे जे दोन प्रचंड कारखाने पुण्यात निघाले, ते महाराष्ट्रात अन्यत्र कोठेही निघू शकले असते. नागपूर, भुसावळ क्षेत्रात तरी ते निघायला काहीच हरकत नव्हती. पण ते निघाले पुण्यातच– टाटा व्यवस्थापनाला सोईचे होते, म्हणून. कमी किमतीत भूमी, चंद्रपूरसारख्या औष्णिक वीजकेंद्राची वीज किंवा एखाद्या छोट्या नदीवरील पाण्याचा प्रकल्प– या साऱ्या सुविधा असूनही उद्योगपतींना आपले साम्राज्य बंदिस्त असावे, असे वाटते.

त्यासाठी आपल्या केन्द्रस्थानापासून फार दूर जायला ते तयार नसतात. मग दूरस्थ आणि अंतर्भागात असलेल्या प्रदेशांचा विकास होणारच कसा? महाराष्ट्राने मराठवाडा व विदर्भावर अन्याय केला आहे, या शब्दप्रयोगाला तसा काही अर्थ नाही. वसंतराव साठे हे विदर्भावर अन्याय झाल्याचा नेहमी ओरडा करतात; पण त्यांच्या रसायन खात्याचा एखादा प्रकल्प उभा राहायचा असेल, तर ते मुंबईजवळच्या अलिबागची शिफारस करतात. हीच गोष्ट शंकरराव चव्हाणांची. महाराष्ट्रीय मंत्री पॉलिसी-मेकर्स आहेत, इतके नवनवीन कारखाने निघत आहेत; ते मराठवाड्यात किंवा विदर्भात नेण्याचा प्रयत्न का करू नये? याबाबतचे अंतिम धोरण जर महाराष्ट्र सरकारकडे असते आणि महाराष्ट्राने– विशेषत: पश्चिम महाराष्ट्राने– मतलबी धोरण अनुसरून जर विदर्भ-मराठवाड्याचा विकास रोखून धरला असता, तर त्यांच्या ओरडण्याला अर्थ आहे. दुखणे कुठे आहे, हे समजून न घेता ओरडा करण्यात काही अर्थ नाही. जेव्हा सत्ता हाती होती, तेव्हा मुख्यमंत्री शंकरराव चव्हाणांनी मराठवाड्यातले सर्व रस्ते आधुनिक करून घेतले होते. शिवाय सर्व धरणांचा पैसा एकट्या जायकवाडीवर ओतलाच होता. त्याने तसे काही बिघडले, असे मला वाटत नाही. कारण महाराष्ट्रातल्या कुठल्यांतरी प्रदेशाचा विकास झालाच. प्रश्न असा आहे की, या सर्वांनीच राज्याची निर्णय घेण्याची शक्ती वाढवायला हवी; म्हणजे प्रसंग पडेल त्याप्रमाणे आपल्याला नवे प्रकल्प अविकसित भागात काढणे शक्य होईल.

अवाजवी केंद्रीकरणाचा आणखीही एक दुष्परिणाम झालेला आहे; तो म्हणजे, हळूहळू प्रांतिक नेतृत्वाचा दर्जा कमी होऊ लागला आहे. संपूर्ण राज्याला पसंत पडेल, असा नेता आता निर्माण होणे कठीण होत जाणार आहे. लोकशाहीचा बकवास कितीही केला तरी हा देश व्यक्तिपूजक आहे, हे नाकारण्यात काही अर्थ नाही. यशवंतराव चव्हाण यांच्या योग्यतेचा नेता आता महाराष्ट्रात होईल असे वाटत नाही– की, जो सर्वांना सांभाळून घेऊ शकेल आणि तरीही मध्यवर्ती शासनात आपली रया राखू शकेल. केवळ हे राजकीय स्तरावरच घडते, असे नाही; तर त्याचे परिणाम सर्वच स्तरांवर घडतात. प्रादेशिक अहंता वाढीस लागते. प्रादेशिक पक्षांची निर्मिती होते. भाषेला अवाजवी महत्त्व येते. राष्ट्रीय पक्ष हे प्रांतिक अहंकाराच्या पोटी निष्प्रभ होत जातात. काश्मीर, पंजाब, आंध्र, कर्नाटक, तमिळनाडू याचबरोबर आता आसाम राज्यही प्रादेशिक पक्षांच्या स्वाधीन झाले आहे. ही गोष्ट चांगली झाली नाही. राष्ट्रीय पक्षांची उपयुक्तता संपली आहे का? का ते आपली राष्ट्रीयताच घालवून बसले आहेत? राष्ट्रीय म्हणता येईल

असे खऱ्या अर्थाने आता दोनच पक्ष आहेत. भारतीय जनता पक्ष आणि कम्युनिस्ट पक्ष. या दोन पक्षांचाही प्रभाव ओसरताना दिसतो आहे. या गोष्टीचा मिळाला तर फायदा फक्त काँग्रेस पक्षालाच मिळणार. कारण, नाही म्हटले तरी त्या पक्षाला शंभर वर्षांचा इतिहास आहे आणि त्याची पाळेमुळे देशाच्या कोनाकोपऱ्यात पसरलेली आहेत. शिवाय या पक्षाजवळ कोणतीही कडवी भूमिका नाही. प्रसंगानुरूप हा पक्ष कोणतीही भूमिका घेऊ शकतो. हा धोका विरोधी पक्षीयांनी कधी ओळखला आहे का? आपण प्राप्त परिस्थितीत काँग्रेसचा कधी तरी पराभव करू शकू, असे विरोधी पक्षांना कोणत्या मुद्द्यावरून वाटते? काँग्रेसमध्ये होणारी अंतर्गत बंडाळी या एकाच शस्त्रावर विरोधी पक्षांची मदार अवलंबून दिसते. विरोधी पक्ष एकत्र येतील– त्यांच्यात ध्रुवीकरण होईल वगैरे आशा आता मावळल्या आहेत. या देशाचे राजकीय चित्र तसे उदास आहे. राजीव गांधी यांचा व्यवहारी दृष्टिकोन हाच काय तो एकमेव आशादायक किरण आहे. या देशातील सारी बुद्धिमत्ता विरोधी पक्षात असूनही विरोधी पक्षांना काही महत्त्व नसावे, ही गोष्ट चिंतेची नाही काय? राजकीय मूल्यांचे आग्रह मांडत असताना काही प्रात्यक्षिकांची आवश्यकता असते. किंबहुना, रचनाकार्याशिवाय विध्वंसनाला काहीच अर्थ नसतो, हे विरोधी पक्षांना केव्हा उमजणार आहे? डावी मंडळी जागतिक क्रांतीची भाषा बोलतात, विषमता नष्ट करण्याचा उद्घोष करतात आणि शोषणमुक्तीचा आवाज उठवितात. पण त्यांच्या या उच्चारण्यामागे कसलीही कृती नसते. कामगारवर्ग त्यांच्यापासून पळाला आणि तो आपल्या स्वार्थाच्या मागे लागला. शेतकरीवर्ग डाव्यांच्या बाजूने कधीच नव्हता, कारण शेतकऱ्यांच्या अंगांगात भिनलेला धर्म डाव्या चळवळीला कधी समजलाच नाही. तथाकथित उजव्या चळवळी उच्च आदर्शांच्या गोष्टी बोलतात, त्यांच्यातले काही नेते उच्च आदर्श पाळताना दिसतात; पण बाकीचे अनुयायी इतक्या क्षुद्र कामात गुंतलेले आहेत आणि लोकांचा त्यांच्याशीच संबंध येतो. लोक त्यांच्यावरूनच त्या पक्षाची मते ठरवतात. काही कार्यकर्त्यांच्या वागण्यावरून तो पक्ष पुरोगामी की प्रतिगामी, हे ठरते. संघाचे किंवा भाजपचे कार्यकर्ते दैनंदिन जीवनात कसे वागतात, याला पक्षाच्या जाहीरनाम्यापेक्षा अधिक महत्त्व आहे.

अन्न-वस्त्राइतकीच निवाऱ्याचीही माणसाला आवश्यकता असते. आकाशाचे पांघरूण आणि भूमीचा बिछाना हे काव्यात शोभून दिसते, परंतु प्रत्यक्षात माणसाला त्याच्या श्रमस्थानापासून जवळ असा निवाराही लाभणे आवश्यक असते. औद्योगिक शहरांची बेफाट झालेली वाढ, त्यांचे नियोजनाच्या अभावी

पसरलेले रौद्र स्वरूप यांची खंत वाटते. यामुळे कित्येक शहरांत २५ टक्क्यांहून अधिक जनता निवाऱ्यावाचून राहते आहे, कारण त्या शहराकडे रोजगारासाठी धाव घेणाऱ्यांची संख्या आणि नागरी सुविधा यांचे प्रमाण जमूच शकत नाही. शहराचे आरोग्य बिघडवीत आहेत. वाहतुकीचे प्रश्न निर्माण होत आहेत. पाणीपुरवठ्याचे प्रश्न आहेत. जे काही घडते आहे, ते आपल्या आकलनापलीकडचे आहे. त्यामुळे घडते आहे ते घडू द्यावे, थातूरमातूर उपाययोजना करावी; असेच आजपर्यंत चालू आहे. अंतर्भागात एखादा कारखाना निघाला, तरच योजनाबद्ध रीतीने नवे नगर निर्माण होते. एरवी नवी नगरे निर्माण करणे किंवा आहेत त्या नगरांची पुनर्रचना करणे ही कामे करायची असतात, इकडे आपल्या शासनाने पूर्णपणे दुर्लक्ष केलेले आहे. कोणत्याही योजनेशिवाय माणसांचे जमाव राहू लागले की, ते नाना तऱ्हेचे प्रश्न निर्माण करू लागतात. परंतु त्याच गोष्टी योजनापूर्वक केल्या, तर माणसांच्या सुखसोईंतही वाढ होते आणि सौंदर्यपूर्ण नगरेही निर्माण होतात.

महाराष्ट्रात पुष्कळ ठिकाणी धरणे बांधली गेली. धरणावर कामगारांसाठी, कर्मचाऱ्यांसाठी, इंजिनिअर्ससाठी आणि कार्यालयासाठी इमारती बांधाव्या लागतात. नवी नगरे वसविण्याची ही एक सुवर्णसंधी होती. धरणाचे काम संपले, तरी ही नगरे मागे राहिली असती आणि अनेकांच्या गरजा भागू शकल्या असत्या. धरणग्रस्तांचाही समावेश येथे करता आला असता आणि हे सगळे धरण प्रकल्पाच्या खर्चात झाले असते. वीज, पाणी, ड्रेनेज, वाहतूक, दुकाने या गोष्टी तेथेही कराव्या लागल्याच आहेत. तरीही ही नगरे म्हणजे कशा तरी निर्माण केलेल्या वसाहती ठरल्या. याचे मुख्य कारण– धरण बांधणारे खाते आणि नगरविकास खाते यांचे एकमेकांशी कोणतेच संबंध नाहीत. मुंबईत उद्योगधंदे वाढले म्हणून उपाययोजना काय करण्यात आली, तर जुळ्या मुंबईची अशास्त्रीय योजना तेथे राबविण्यात आली. त्याचा परिणाम एवढाच झाला की, मुंबईचीच कक्षा वाढली. लोकांना ये-जा करण्यासाठी कार्यक्षेत्र मात्र विस्तृत झाले आणि प्रश्न सुटण्याऐवजी अधिक गुंतागुंतीचा झाला. मुंबईची वाढ रोखायची असेल, तर असले प्रयत्न मूर्खपणाचे आहेत, हे सांगायलाच नको. यामुळे आता मुंबई, पनवेल ते अलिबाग एवढ्या प्रचंड पट्ट्यांत मुंबईची वाढ झाली. सरकारने अणुप्रकल्प व तेलशुद्धीकरण यांसारखे प्रचंड प्रकल्प याच नगरात निर्माण केल्यामुळे ती गर्दी हटण्याऐवजी मुंबईची गर्दी अधिक वाढते आहे. मुंबईतील प्रदूषण आता निकराला पोहोचले आहे. प्रत्येक नागरिकाच्या मागे आज जो खर्च

करावा लागतो, तो इतका प्रचंड आहे की; त्यामुळे घरबांधणी, पाणीपुरवठा, जलनिस्सारण, वाहतूक आदी साऱ्याच गोष्टी अगदी मोडकळीस येणाऱ्या अवस्थेत आहेत. हे होण्याचे कारण रचनाशास्त्राचे प्राथमिक ज्ञान नसलेले शासन या देशावर राज्य करीत आहे. केवळ मुंबईतून टेक्सटाईल व्यवसाय जरी हलविला आणि तो मुंबईपासून दीड-दोनशे मैलांवर दौंड किंवा मनमाड अशा सुरक्षित जागी नेला, तरीही मुंबईवरील पंधरा-वीस लाख लोकसंख्येचे ओझे कमी होण्यासारखे आहे. हे यापूर्वीच करावयास हवे होते. पण वेळच्या वेळी ते न केले गेल्यामुळे आता ते करावयाचे असेल– तर पक्षीय स्वार्थ न आणता तो राष्ट्रीय प्रश्न म्हणून त्याचा विचार करावयास पाहिजे. इंग्रजांनी आपल्या सोईसाठी मुंबईला अवाजवी महत्त्व दिले. खुद्द महाराष्ट्राच्या दृष्टीनेही मुंबई हे अगदी टोकाचे गाव आहे. महाराष्ट्राची राजधानी व्हायलासुद्धा ते पात्र नाही. पण आपण याबाबत काही शास्त्रीय निर्णय घेऊ शकू, असे आज तरी दिसत नाही. मुंबईत राहणाऱ्या, प्रामाणिकपणे उद्योगधंदा करू इच्छिणाऱ्या कोणाही माणसाला यापुढे मुंबईत निवासस्थान मिळणे अशक्य आहे. कारण निवासी जागांच्या किमतींत आता प्रचंड वाढ झालेली आहे. पूर्वी गिरगाव, परळ, काळबादेवी वगैरेंसारख्या भागात राहणाऱ्या माणसांनीसुद्धा आपल्या जागा भरमसाट किमतीला विकून उपनगरात स्थलांतर केलेले आहे. मूळच्या मराठी मुंबईला आता जे धेडगुजरी बकाल रूप येत आहे, त्याला जागांच्या वाढत्या किमती आणि त्या विकण्याचा मराठी माणसाला झालेला मोह, हेही एक कारण आहे.

याचाच अर्थ– निवारा या शब्दाशी राज्याचे औद्योगिक नियोजन बांधलेले आहे, असाच होतो. एकट्या मुंबईच्या विकासावर महाराष्ट्राचा प्रचंड पैसा खर्च होतो व त्यामुळे इतर भाग अविकसित राहतो. पुणे, नगर, औरंगाबाद येथेही आता नाइलाजाने औद्योगिकीकरण होऊ लागले आहे. काही अविकसित जिल्ह्यांत सरकारने करविषयक अनेक सवलती दिल्या, म्हणूनही उद्योगधंदे निर्माण होण्याची शक्यता दिसू लागली आहे. मुंबईची वाढ अशक्य झाल्यामुळेच हे घडले आहे, पण तेथेही रचनाशास्त्राचा संपूर्ण अभाव आहे. लोणीपासून तळेगावपर्यंत वाटेल तेथे कारखाने काढायला परवानगी दिल्यामुळे पुण्याचे औद्योगिक क्षेत्र वाढले, पण वाहतूक आहे तेवढीच राहिली. कारखाना निघतो तेव्हाच कामगारांच्या निवासाची योजना कार्यवाहीत यायला हवी. तसे अजूनही घडले नाही आणि घडेल असेही दिसत नाही. याचे कारण आपल्या देशात खऱ्या अर्थाने उद्योगपती फारच थोडे आहेत. उद्योग म्हणजे संपूर्ण जीवन असे मानणारे टाटांसारखे

एखादेच उद्योगपती आपला कारखाना बागेसारखा सजवतात, कामगारांच्या हिताच्या योजना आखतात, सहकारी घरबांधणीला उत्तेजन देतात, प्रदूषण टाळतात; पण इतर उद्योगपती कमीत कमी गुंतवणुकीत जास्तीत जास्त नफा मिळविण्याचे साधन म्हणूनच उद्योगाकडे पाहतात. जोपर्यंत आपण उद्योग म्हणजे संपूर्ण मानवी जीवनाचा एक तुकडा ही भूमिका स्वीकारत नाही, तोपर्यंत प्रत्येक प्रश्न हा गुंतागुंतीचा होत जाणार.

अन्न-वस्त्र-निवारा या तीनही प्राथमिक गरजांच्या भोवती आपले राष्ट्रीय नियोजन असावयास हवे आणि त्या तीनही गोष्टींत आधुनिक विज्ञान व परस्परसंतुलन यांचा अवलंब करावयास हवा. एखाद्या गोष्टीचे राष्ट्रीयीकरण केले म्हणजे वरील प्रश्न सुटतात, असे नव्हे. वरील प्रश्न सोडविण्याचा मार्ग हा कोणत्याही इझमशी जखडलेला नाही. असे असूनही कोणत्याही राजकीय पक्षाजवळ हे प्रश्न सोडविण्याची आकांक्षाच नाही. राजकीय पक्षांचे जाहीरनामे बघितले की, त्यात मौलिक सिद्धांत खूप असतात; पण व्यावहारिक आचरण मात्र शून्य असते. प्रत्येक पक्ष खेड्यांच्या विकासाबाबत, आदिवासींच्या प्रश्नांबाबत, झोपडपट्ट्यांच्या प्रश्नांबाबत आश्वासन देत असतो; परंतु या आश्वासनाची पूर्तता कशी करायची, याचा मात्र विचार कोणीही केलेला नसतो.

उदाहरणार्थ– मुंबईतील झोपडपट्ट्यांचा प्रश्न घेऊ. झोपडपट्ट्या जाऊन त्या ठिकाणी पक्की घरे केव्हा होतील ती होवोत, पण आहेत त्या झोपडपट्ट्यांची फेरमांडणी करावी. लहान, नीट, सरळ रस्ते काढावेत. उघड्या का होईना, पण गटारांची व्यवस्था करावी आणि आहेत त्या झोपडपट्ट्यांची अवस्था सुधारावी– असा विचारसुद्धा कोणाच्या डोक्यात नाही. जसे जमेल तशा लोकांनी झोपड्या बांधल्या, राहिलेल्या जागांतून वाटा झाल्या, दादालोकांनी त्या झोपड्यांचा कब्जा घेतला आणि मुन्सिपालिटीचे कोणतेही कर न भरता, मुन्सिपालिटीच्या निवडणुकीत हुकमी मतदारसंघाच्या सौदेबाजीवर नागरी सुविधा मिळवल्या. यावर प्रतिबंध घालणे सहज शक्य होते. झोपडीमागे ५ रुपये कर आणि भुईभाडे घेणे मुन्सिपालिटीला सहज शक्य आहे. झोपड्यांची फेरआखणी करता येईल आणि आरोग्य सुधारता येईल. झोपड्याच पाडून त्या ठिकाणी ५-६ मजली इमारती बांधणे आणि त्यात झोपडवासीयांची सोय करून उरलेली जागा बाजारभावाने इतर गरजूंनाही विकणे, हाही एक मार्ग काही बिल्डर्सनी सुचविला होता. सरकारला याकामी काही तोशीस लागणार नव्हती. पण उद्योगपतींच्या हाती महागडे भूखंड द्यायला विरोध झाल्यामुळे ही योजना बारगळली गेली. सरकार स्वत: झोपडपट्ट्या हटवू

शकली नाही, उद्योगपतींना त्या हटवू देत नाही किंवा आहेत त्या झोपडपट्ट्यांत कोणत्याही सुधारणा घडवू देत नाहीत. याचा दृश्य परिणाम असा झाला आहे की, झोपडपट्ट्यांत राहणे, कोणताही कर न देणे आणि मनमानी पद्धतीने कुठेही झोपडपट्टी उभारणे हा आपला नैसर्गिक हक्क आहे, असे झोपडीवासीयांना वाटू लागले आहे. काही राजकीय पक्ष सरकारला कोंडीत पकडण्यासाठी झोपडवासीयांचे संख्याबळ आज वापरीत आहे. पण कोणत्याही नगराचे आरोग्य, नगरविकासाचे नियम, सुविधांचे नियोजन या गोष्टी एका पक्षाच्या सोईनुसार निर्माण होऊ नयेत. ही हुकमी मते आपल्या पाठीशी राहतील, या राजकीय डावपेचापायी गरिबांचा खोटा कळवळा दाखविला जात आहे. वास्तविक, बेकायदा बांधलेली श्रीमंतांची घरेही तोडली पाहिजेत. आजच्या देशाच्या परिस्थितीकडे पाहून एक हजार चौरस फुटांपेक्षा मोठ्या आकाराची घरे बांधायला बंदी घातली पाहिजे. हा गरिबी-श्रीमंतीचा प्रश्न नाही, कारण आरोग्य हे सर्वांसाठी असावयास हवे. जीवनातल्या महत्त्वाच्या सर्व गरजा काही तत्त्वांनुसार सर्वांना सारख्या मिळावयास हव्यात. दंडेलीने ज्या प्रकारे श्रीमंतांना सवलती घेता येतात, त्याप्रमाणे दंडेलीने त्या झोपडीवासीयांनासुद्धा मिळता कामा नयेत. आम्हाला वाटेल त्या जमिनीवर आम्ही झोपडी बांधू आणि कोणतीही तोशीस न लागता आम्हाला तिथे राहण्याचा हक्क आहे, ही मागणी कम्युनिस्ट राजवटीतसुद्धा चालणार नाही. मुन्सिपालिटीने काही भूखंड झोपडवासीसांसाठी अल्प भाड्याने आणि कराराने उपलब्ध करून द्यावेत आणि तेथील बकाली झोपडपट्ट्या उठवाव्यात, हा त्यातल्या त्यात सुजाण विचार आहे. झोपडपट्ट्यांतून गुन्हेगारी व्यवसाय चालतात, हा आरोप खोटा नसला तरी चांगल्या मलबार हिलसारख्या भागातही गुन्हेगारी व्यवसाय चालतात; त्यामुळे त्या आक्षेपाला फारसे महत्त्व नाही. जेवढे दारिद्र्य जास्त तेवढे गुन्हेगारीकडे वळण्याची माणसाची मोहवशता जास्त. दारिद्र्याचा रोग हटविणे हे तर या घटकेला आवाक्याबाहेरचे काम आहे, पण म्हणून सुटण्यास अशक्य असणाऱ्या प्रश्नांची गुंतागुंत ही सुटण्यास शक्य असणाऱ्या प्रश्नांशी करण्यात काही अर्थ नाही.

मुंबईकडे येणारा माणसांचा प्रचंड ओघ थांबविणे हे कायदेशीरदृष्ट्या अशक्य आहे. तसे काही केले, तर आपल्या राष्ट्रीय एकता या शब्दाला काही अर्थ राहत नाही. पण मुंबई सरकार, मुंबई महानगरपालिका आणि महाराष्ट्र सरकारकडून सवलती, कर्जे किंवा गॅरेंटी मिळविणारे कारखानदार यांनी नोकरी कोणाला द्यावी यासंबंधीचे सेवानियम महाराष्ट्र सरकार करू शकते. अमराठी

व्यापाऱ्यांकडून माल घ्यायचा नाही, हेही मराठी माणूस ठरवू शकतो. पण यापेक्षा अधिक काही करता येणे शक्य नाही, असे तूर्त तरी दिसते. मराठी माणूस महाराष्ट्राबाहेर जाण्यास तयार नसतो, हा त्याचा दोष आहे. परिस्थितीच्या रेट्यामुळे केरळी, तमिळी, तेलुगू ही माणसे आपले राज्य सोडून बाहेर पडतात. एकमेकांना धरून राहतात आणि लहान-मोठे उद्योग करून पोटे भरतात. आज महाराष्ट्रातील सारा लहान-मोठा व्यापार हा गुजराती-मारवाड्यांच्या हातात आहे. ज्या वृत्तपत्रांतून आम्ही महाराष्ट्रावरील अन्यायाविरुद्ध आरडाओरडा करतो, तो वृत्तपत्रीय कागदाचा व्यापारही बहुतांशी गुजरात्यांच्या हातात आहे. महाराष्ट्रातील लहान-मोठ्या खेड्यांत जे एकमेव किराणा मालाचे दुकान असते, ते बहुतेक गुजराती किंवा कच्छीचे असते. शिवाजीमहाराजांनीसुद्धा बाजारपेठ वसविण्यासाठी गुजराती व्यापारी बोलावून घेतल्याचा उल्लेख आढळतो. भारतात राहणाऱ्या व भारतीय मानणाऱ्या कोणत्याही व्यक्तीला भारतात कोठेही जाऊन राहण्याचा व उद्योगधंदा करण्याचा परवाना भारतीय घटनेने दिलेला आहे. काश्मीरसारखे अपवाद आहेत, पण ते थोडे आहेत. त्यामुळे जिकडे पोट भरणार तिकडे लोक जात-येत राहणार. त्यांना उपरे मानून त्यांच्याशी वैर करणे कितपत शक्य आहे, याचा विचार करावयास हवा. शिवसेनेला काही प्रमाणात मुंबईत ते शक्य झाले, याचे कारण मुंबईतील आक्रमण फारच लक्षात येण्याइतके आणि तापदायक आहे– विशेषत: दाक्षिणात्य कारकुनांचे. पण महाराष्ट्रातील अन्य भागांतील परिस्थितीत फारसा फरक नाही. त्या सर्वांच्या निवासाचा प्रश्न सोडविणे एकट्या महाराष्ट्र सरकारला शक्य नसेल, तर प्रश्नाचे गांभीर्य केंद्राच्या लक्षात आणून देऊन केंद्राची मदत घेणे आवश्यक ठरेल. पण अन्न, वस्त्र, निवारा या तीन गोष्टींवरचे भान कोणत्याही शासनाला केव्हाही सोडता येणार नाही; ते भान आज सुटलेले दिसते. अग्रहक्कांचा क्रम चुकला की, सारे प्रश्नही चुकतात आणि मग गोंधळच गोंधळ होतो.

आणखी एक गंभीर चूक आपल्या नियोजकांकडून होते आहे. ती अशी की– कोणताही प्रश्न सोडविताना ते संपूर्ण हिंदुस्थानचा विचार एका वेळी करतात. हिंदुस्थान हे राजकीय दृष्ट्या आता एक राष्ट्र आहे आणि प्रत्येक प्रश्नाला एक राष्ट्रीय बाजूही आहे. परंतु आपला देश हा एखाद्या खंडाएवढा प्रचंड आहे आणि राज्या-राज्यांत एवढे वैधर्म्य इथे नांदते आहे की, एका प्रश्नाचे एकच उत्तर– हे असे– इथे असूच शकत नाही. प्रत्येक राज्याची पूर्वपरंपरा, त्याचा राजकीय आणि सांस्कृतिक इतिहास, तेथील लोकांच्या मर्यादा

व अपेक्षा यांमध्ये महदंतर आहे. जेव्हा आपली घटना निर्माण झाली, तेव्हा बरेचसे प्रश्न आपण राज्यांकडे सोपविले आणि काही महत्त्वाचे प्रश्न केंद्राकडे सोपविले. त्याचा हेतू अगदी स्पष्ट होता की, त्या-त्या राज्याला तो-तो प्रश्न आपल्या परीने सोडविता येणे अधिक चांगल्या प्रकारे शक्य झाले असते. स्थानिक लोकांच्या गरजेला तेथे अधिक वाव मिळाला असता. भारतातील सर्व नागरिकांना समान कार्यक्रम शोधून काढणे म्हणजे पुष्कळ प्रांतांची प्रगती रोखून धरण्यासारखे आहे. कारण काही प्रांतांतील लोक अधिक सुशिक्षित, अधिक प्रगतिशील व अधिक उद्योगी झालेले आहेत आणि त्यांच्या प्रगतीचा वेग रोखण्याचे काही कारण नाही. बिहार, यू. पी., मध्य प्रदेश ही राज्ये अनेक बाबतींत मागासलेली आहेतच. त्यांचे प्रश्न वेगळ्या पातळीवर सोडवावयास हवेत. पण जर आपण सर्वांचेच प्रश्न एकाच पातळीवर सोडवावयास गेलो, तर त्यात अनेकांची कुचंबणा होण्याची शक्यता आहे व त्यात आपल्या देशाचेही नुकसान होण्याची शक्यता आहे. शिक्षणाचाच प्रश्न घेऊ, म्हणजे हा मुद्दा अधिक स्पष्ट होईल. मुंबई, मद्रास या राज्यांना ज्ञानाची साधने इतरांपेक्षा लवकर प्राप्त झाली. शिक्षणामुळे त्यांची मने अधिक आधुनिक बनली. आपल्या हक्कांची जाणीव इथल्या नागरिकांना तुलनेने अधिक असते. म्हणून नव्या अनेक चळवळींचा जन्म मुंबई राज्यात होतो. हा सारा शिक्षणाचा प्रभाव आहे. त्यामुळे येथे मुस्लिम सत्यशोधक समाज जी चळवळ करतो, तिला प्रतिसादही अधिक मिळतो. शरद जोशी जी चळवळ येथे उभी करतात, ती येथे फोफावते. ट्रेड युनियन मूव्हमेन्ट मुंबईतच वर्धिष्णु झाली. म्हणून सर्वांना एकाच दावणीला बांधणे, हे न्याय्य होणार नाही. राज्यांना अधिक स्वातंत्र्य दिले पाहिजे, ते अशासाठी की, कोणत्याही राज्याचा उत्कर्ष अखेरीस देशाचा उत्कर्ष आहे. कारण, नाही म्हटले तरी शेजारच्या राज्यातील सुधारणा इतर राज्येच स्वीकारू लागतात. कूळकायदा जितक्या सहजगत्या महाराष्ट्रात आला तितका तो बिहारमध्ये येणे शक्य नाही. कारण तशा अर्थाने महाराष्ट्रात जमीनदारी नव्हतीच. म्हणूनच या देशाचा कारभार अधिक कार्यक्षम व्हायचा असेल, तर विकेंद्रित कारभार हेच त्याचे उत्तर आहे. संरक्षण, परराष्ट्रव्यवहार, दळणवळण किंवा राष्ट्रीय उद्योग यांसारखी खाती सोडली; तर अन्न-वस्त्र-निवारा यांसारखे प्रश्न तरी राज्यांना सोडवू द्यावेत, म्हणजे त्या राज्यांना देशाला अधिकाधिक उपकारक अशी भूमिका बजावता येईल.

(७ ऑगस्ट, १९८१)

-०-०-०-

१०

जुन्या घटनांचे अन्वयार्थ : १

देशाच्या पुनर्रचनेचे जाणीवपूर्वक प्रयत्न करावयाचे असतील, तर आमूलाग्र नवी दृष्टी स्वीकारावी लागेल, हे उघड आहे. कारण थातूरमातूर उपायांनी इथली जुनी दुखणी बरी होण्यासारखी नाहीत. शिवाय प्रत्येक नवी गोष्ट स्वीकारण्याच्या नादात आपण जुन्या अनेक गोष्टींचा आणि परंपरांचा संपूर्ण विध्वंस करून टाकला आहे. आता त्या साऱ्या जुन्या परंपरा कितीही अत्यावश्यक वाटल्या, तरी त्यांचा वापर करणे आपल्याला शक्य होणार नाही. आपल्या देशात ज्ञानाची परंपरा जुनी असल्यामुळे, एके काळी तरी ज्ञान हे तावून-सुलाखून घेण्याची पद्धत असल्यामुळे ज्ञानाचा स्वीकार विचारपूर्वक झालेला आहे. काही काही शास्त्रांत तर आपण इतकी प्रगती केलेली होती की, त्याचे आज आश्चर्य वाटते. दुर्बिणीचा शोध लागलेला नव्हता, त्या काळात ग्रहगोलांचे भ्रमण आणि त्यांचे वेध या देशात घेतले गेलेले आहेत. आजच्यासारख्या प्रयोगशाळा नसतानाही वनस्पतींचे गुणधर्म ओळखून, त्यांचा उपयोग आरोग्य-प्राप्तीसाठी करून घेण्यात आलेला आहे. संस्कृत ही प्रगत भाषा आणि देवनागरी ही प्रगत लिपी ज्यांनी शोधून काढली, त्यांच्या विवेकशक्तीबद्दल आदर बाळगलाच पाहिजे. संस्कृत ही आज आपण एक मृत भाषा मानून तिचा अभ्यास सोडून दिलेला आहे. मात्र परराष्ट्रांत संस्कृतचा व्यासंग अलीकडे जोपासला जाऊ लागलेला आहे. जगातले पहिले व्याकरण संस्कृत भाषेतील आहे; याचाच अर्थ संस्कृत भाषा केवळ

प्रगत नव्हती, तर अभिव्यक्तीचे ते सर्वोत्कृष्ट साधन होते. चांगल्या भाषेचे म्हणून जे गुणधर्म सांगितले जातात, ते सर्व गुणधर्म संस्कृत भाषेला लागू पडतात. पिढ्यान्पिढ्या परिश्रमाने मुखोद्गत करून जे ज्ञान आमच्या पूर्वजांनी आमच्यासाठी राखून ठेवले, ते आम्ही अवघ्या शंभर वर्षांत विसरून गेलो; मग इतर वेद, उपनिषदे, पुराणे किंवा अन्य संस्कृत साहित्य यांची आमच्याकडून आबाळ झाली तर त्यात काहीच आश्चर्य नाही. पुरातन असूनही बहुतांशी जशीच्या तशी टिकलेली एकमेव संस्कृती म्हणजे भारतीय संस्कृती होती. पण प्रथम राजकीय गुलामगिरीने आणि मग वैचारिक गुलामगिरीने आम्ही स्वत्वाची ओळख विसरून गेलो. आज आम्ही आमच्या संस्कृतीचेही जाणते अभ्यासक उरलो नाही किंवा जगात अन्यत्र उगवलेल्या संस्कृतीचेही अभ्यासक झालेलो नाही.

हे असे होण्याचे मुख्य कारण वैचारिक पराधीनता हेच होय. स्वातंत्र्य मिळाल्यानंतर तरी आपल्या संस्कृतीचा अभिमान जागा होईल, असे वाटले होते. पण आपल्याला फक्त राजकीय स्वातंत्र्य मिळाले; राजकीय स्वातंत्र्यापेक्षा महत्त्वाचे असणारे वैचारिक स्वातंत्र्य मिळविण्याची आकांक्षा आपण धरलीच नाही. परिणामी, अभिमान बाळगावा असे आपल्याजवळ या घटकेला तरी काहीच नाही.

पाश्चिमात्यांनी गेल्या चार-पाचशे वर्षांत जो ऐहिक उत्कर्ष साधला, त्याला कारण त्यांची विज्ञानदृष्टी आहे. सर्वच क्षेत्रांत नवनवीन संशोधने करण्याचा हव्यास त्यांच्या ठिकाणी निर्माण झाला आणि उत्पादनाच्या साधनांत त्यामुळे क्रांती झाली. केवळ मनुष्याच्या श्रमावर अवलंबून न राहता यंत्राचा आणि विज्ञानाचा उपयोग करून उपभोग्य वस्तूंचे उत्पादन वाढवावे, यासाठी आरंभी तेथेही परंपरागत धार्मिक कल्पनांच्या विरुद्ध फार मोठी बंडे करावी लागली. युरोपात जे रेनेसान्सयुग अवतरले, त्यामुळे युरोपीय माणसाच्या मनोवृत्तीत मूलभूत फरक पडला. जीवनाकडे पाहण्याची त्याची दृष्टी बदलली, त्याने इहवादाचा स्वीकार केला; पण म्हणून परमार्थाकडे दुर्लक्ष केले नाही, श्रद्धाविषय मोडून टाकले नाहीत. जुन्या परंपरांतील टिकणारे चिवट धागे त्याने सांभाळून ठेवले, म्हणून तो समाज एवढ्या मोठ्या प्रकारची धिटाईची कामे करू शकतो. ज्ञानाचे अनिवार्य प्रेम, त्यासाठी सर्वस्व देण्याची प्रवृत्ती आणि सृष्टीचे गूढ उकलण्याचा हव्यास या त्रयींतूनच पाश्चिमात्य जगाची प्रगती झाली. कला, क्रीडा आणि अध्यात्मसाधना इकडेही त्या समाजाचे दुर्लक्ष झालेले नाही. अधून-मधून तो समाज भरकटल्यासारखा वाटतो; पण त्या समाजाचा कणा शाबूत आहे. आइन्स्टाईनसारखा जगाचा कायापालट घडविणारा शास्त्रज्ञ आदिशक्तीपुढे नम्र

असतो. ओपेनहायमरसारखा शास्त्रज्ञ की– ज्याने अणुशक्तीचा सिद्धांत गणिताने सिद्ध केला, तो योगशक्ती मानतो. माणसाची जिज्ञासा अनिवार आहे, हव्यास अनाकलनीय आहे; पण शक्ती सीमित आहे, हे वैज्ञानिक मान्य करतात. विज्ञान संहारकारी होत असताना मनुष्याला त्यापासून वाचवायचे कसे, याचा विचार आता चालू झाला आहे. सावध राहिल्यामुळे पाश्चिमात्य समाज वेळोवेळी सर्वनाशाच्या कड्यापर्यंत जाऊन पुन:पुन्हा सावरतो. भारतालाही प्रज्ञासूर्याची दिशा शोधावी लागेल, पण त्याचबरोबर आपले वर्षानुवर्षांचे संचित गमावून चालणार नाही. जग जेव्हा अतिरेकी हव्यासापायी सर्वनाशाची पायरी गाठेल; तेव्हा भारताचे पारमार्थिक संचित उपयोगी पडेल. माणसाचा अस्त व उदय, हव्यास व मर्यादा, वासना आणि विकार यांवर नियंत्रण ठेवणारे संचित भारताजवळ आहे. ते आज झपाट्याने विसरत चाललेले आहे. जगाला सर्वनाशापासून वाचवायला हे संचित उपयोगी पडणार आहे, अशी पाश्चिमात्य तत्त्ववेत्त्यांचीही खात्री झाली आहे.

जेव्हा आपण भारताच्या पुनर्रचनेचा विचार करतो; तेव्हा रचना करत असताना जुने सर्व मोडून टाकावे लागते किंवा नाकारावे लागते, असे समजण्याचे कारण नाही. नव्या मंदिराच्या बांधणीपेक्षा जुन्याच्या जीर्णोद्धाराचे पुण्य अधिक आहे, असे जे आपल्या तत्त्वज्ञानात सांगितले आहे; त्याचा अर्थ आपण समजावून घेतला पाहिजे. प्रत्येक जुनी गोष्ट टिकवता येत नाही, टिकवायचीसुद्धा नसते. परंतु काळाच्या तीव्र भट्टीतून जे टिकलेले आहे, त्याचा सुखासुखी त्यागही करायचा नसतो. आपल्याला सहजगत्या प्राप्त झालेली ही देणगी जर आपण गमावू, तर आपल्यासारखे करंटे आपणच. हे काही एका माणसाचे यश नव्हे. वर्षानुवर्षे आपले आयुष्य एकेका विद्येत घालवून येथे ज्ञानाची साधना केली गेली. त्यासाठी किती पिढ्या खर्ची पडल्या, हे सांगणेही कठीण आहे. इतिहासाला अज्ञात असणारा हा प्रवास इतक्या सहजगत्या आपल्या हाती आला आहे, म्हणून त्याचे मोल आपल्याला समजत नसावे. आपण फार बालिश वृत्तीने त्यातील कित्येक घटनांवर टीका करीत असतो. मनुस्मृती हा ग्रंथ रागाच्या भरात आपण जाळावयास निघालो. पण आपल्या लक्षात आले नाही की, कोणाही एका व्यक्तीने त्यातील सत्ये आपल्या लहरीखातर निर्माण केलेली नाहीत. जरी ग्रंथ मनू नावाच्या एका माणसाच्या नावावर मोडत असला, तरी प्रत्यक्षात त्या ग्रंथातील परिस्थिती या देशात प्रत्यक्षात असली पाहिजे आणि ती सर्वांनी खुशीने स्वीकारलेली असली पाहिजे. त्याशिवाय कोणत्याही स्वरूपाचे बंड न होता, कोणतीही समाजरचना इतक्या प्रदीर्घ काळ नांदू शकत नाही. आज आपल्याला अन्यायजनक वाटणाऱ्या गोष्टी एके काळी समाजातील कोणत्याही

घटकांना फार अन्यायजनक वाटल्या नसतील. शिवाय ग्रंथात सांगितले आहे म्हणून समाजाने ते जसेच्या तसे टिकवून धरलेले आहे, असे थोडेच आहे! मनुस्मृतीत असणारी समाजरचना भारतात आज जशाच्या तशा स्वरूपात कोठेच अस्तित्वात नाही. राजाज्ञेने हा ग्रंथ निर्माण झालेला नाही किंवा त्यातली समाजव्यवस्थाही अस्तित्वात आलेली नाही; तर जी समाजव्यवस्था अस्तित्वात होती, तिचेच या ग्रंथात सूत्रीकरण केले आहे. मनूचा गुन्हा झाला असेल तर एवढाच की, दोन हजार वर्षांनंतर यातील काही समाजव्यवस्था उपद्रवकारक होणार आहे, हे त्याच्या लक्षात आले नाही. जरी आपण आपला सर्व धर्मव्यवहार किंवा समाजव्यवहार श्रुतिस्मृतिपुराणोक्त करीत असलो तरी, सर्व हिंदुस्थानात एकाच स्मृतीचा केव्हाच अवलंब केला गेला नाही. श्रुतींचा म्हणजे वेदांचा अधिकार जर मानायचा ठरले, तर आजची कोणतीच कर्मकांडे श्रुतींना मान्य नाहीत.

जातीचा व्यवहार हा श्रुतिस्मृतिपुराणोक्त न होता जातपंचायतीच्या निर्णयानुसार घडत आलेला आहे. जातपंचायतीच्या निर्णयावर कोणत्याही धर्मसंस्थेचे कधीच नियंत्रण नव्हते आणि त्रैवर्णिकांचा व्यवहारही बहुतांशी रूढीनुसार केला जात होता. तो जर तसा केला जात नसता, तर अगदी लहान-सहान गोष्टीमुळे हिंदू बहिष्कृत झाले असते, हे कसे? पाव तर सोडाच, पण गोमांससुद्धा श्रुतिग्रंथानुसार त्याज्य मानलेले नाही. जरी एखादी गोष्ट श्रुतिस्मृतिपुराणोक्त घडली नसली, तरीही त्याला हिंदुत्वाचा त्याग करायला लागावा व बहिष्कृत व्हायला लागावे, असे निर्बंध हिंदू धर्मात कोठे आहेत? काश्मीरमध्ये हिंदूंचे प्रचंड प्रमाणात इस्लामीकरण झाले आणि त्या हिंदूंची प्रायश्चित्त घेऊन परत शुद्ध होण्याची इच्छा असतानासुद्धा हिंदू वैदिकांनी त्यांना परत स्वधर्मात घेतले नाही; ते कोणत्या धर्मग्रंथाच्या आधारे? प्रायश्चित्ताने शुद्ध होता येत नाही, असा कोणताही अपराध भारतीय धर्मव्यवस्थेत त्या वेळी नव्हता. त्याचाच फायदा घेऊन शिवाजीने पुढे बजाबा निंबाळकर आणि नेताजी पालकर यांना शुद्ध करून घेतले. हिंदू समाजाचे नियंत्रण धर्मग्रंथांनी तशा अर्थाने कधीच केले नाही, कारण हिंदूंचा असा एक धर्मग्रंथ नाही. हिंदूंना नियंत्रित करणाऱ्या धर्माज्ञा नाहीत. माणसाच्या गरजांनुसार हिंदू धर्म बदलत आला. कधी तो अधिक विशाल झाला, सहिष्णू झाला, तर कधी तो संकुचित झाला. प्रथम बौद्ध धर्माच्या आक्रमणाच्या काळात हिंदू धर्माच्या कर्मकांडांचे प्रस्थ वाढले आणि नसलेल्या धर्माज्ञा धर्म नियंत्रित करू लागल्या. कोणतीही धर्मांतरे कनिष्ठ जातींत अधिक होतात, म्हणून शूद्रांच्याबाबतचे नियम अधिक कडक झाले. इतर त्रैवर्णिकांच्याही बाबतीत बंधने

वाढली आणि धर्म साचेबंद होत गेला. पुढे भारतीयांचे परदेशातील आक्रमण कमी-कमी होत जाऊन समुद्रपर्यटनालाच बंदी झाली आणि ते पूर्ण थांबले. व्यवसायनिर्बंध निर्माण झाले. ही गोष्ट धर्माच्या दृष्टीने घातक झाली, यात शंकाच नाही.

उच्च-नीचतेच्या पायऱ्या निर्माण झाल्या, त्याला शूद्रांनी विरोध केला नसेल. कारण ते एकसंध नव्हते किंवा त्यांच्यात ती शक्ती नव्हती, असे स्पष्टीकरण देता येईल; पण श्रीमंत वैश्यांनी आणि पराक्रमी क्षत्रियांनी मूठभर ब्राह्मणांना मोठेपण देण्याचे काय कारण होते, याचे समर्पक उत्तर कोणीच देऊ शकत नाही. मूठभर ब्राह्मणांनी संपूर्ण बहुजन समाज आपल्या वर्चस्वाखाली ठेवला, हे विधान ब्राह्मणांना अकारण मोठेपणा देणारे आहे आणि त्यांच्या शक्तीचा विपरीत आभास निर्माण करणारे आहे. ब्राह्मणांना शस्त्रविद्या अवगत होती, कारण शस्त्रविद्येचे शिक्षण क्षत्रियांना तेच देत होते हे जर खरे असेल, तर ब्राह्मणांनी राज्याचा लोभ दाखविल्याचे एखादे तरी उदाहरण सापडायला हवे होते. याउलट मनुस्मृतीत ब्राह्मणांच्या वर्तनावर व उपजीविकेच्या साधनावर जे निर्बंध आपणहून घातले गेलेले दिसतात, त्याची त्यांना काय गरज होती? भारतीय समाजरचनेचा अगदी खराखुरा अर्थ लावणे कठीण आहे. कारण सुस्पष्ट अशी त्याची तत्त्वे कुठे दिसत नाहीत. मनुस्मृती, गीता आणि रामायण हे ग्रंथ तर ब्राह्मणांच्या हातचे नाहीत. त्या काळात विद्या जतन करणे, हे एक अवघड शास्त्र होते. कारण मुखोद्गत करण्यावाचून विद्या रक्षण करण्याचे दुसरे कोणतेही साधन उपलब्ध नव्हते. ते काम करणाऱ्याला समाजात महत्त्व लाभावे, यात विपरीत वाटण्यासारखे काहीही नाही. उलटपक्षी, ऐहिक सुखस्वास्थ्यापासून दूर जाऊन साधेपणाने आणि व्रतस्थपणाने राहणाऱ्या ब्राह्मणसमाजाबद्दल असणारी आदराची भावना त्यातून व्यक्ती होते. समाजात अव्यवस्था निर्माण झाल्यामुळे आपली विद्या सोडली जाऊ नये– निदान ती शत्रुपक्षाला मिळू नये, यासाठी जागरूकता दाखविणे गैर मानण्याचे कारण नाही. शुक्राचार्यांनी संजीवनी विद्या देवांना मिळू नये म्हणून केलेल्या सायासाची गोष्ट उपलब्ध आहेच. दास म्हणून जिंकले गेलेले शूद्र तेव्हाच्या समाजाला इतके भरवशाचे वाटले नसतील, म्हणून त्यांना विद्येपासून वंचित केले गेले असेल– इतकेच स्पष्टीकरण असू शकते.

(१४ ऑगस्ट, १९८१)

-०-०-०-

११

जुन्या घटनांचे अन्वयार्थ : २

महाराष्ट्रातल काही तालुके कायमचे दुष्काळी म्हणून प्रसिद्ध आहेत; तर अन्य काही ठिकाणी चार-दोन वर्षांनी आणेवारीनुसार दुष्काळ पडतो, असे जाहीर केले जाते. मात्र, या दुष्काळावर कायमचा उपाय शोधण्याचा प्रयत्न झालेला नाही. महाराष्ट्राच्या ३५ हजार खेड्यांपैकी किमान तीन हजार खेड्यांत पिण्याचे पाणीही टँकरने पुरवले जाते. राज्यकर्त्यांच्या ढिसाळपणाचे हे एक नमुनेदार उदाहरण आहे. थोडीथोडकी नाहीत, पुढील वर्षी स्वातंत्र्य मिळून चाळीस वर्षे होतील. त्या मुदतीत अनेक पंचवार्षिक योजना झाल्या, तरीही जीवनाला आवश्यक असणारे, म्हणूनच जीवन या नावाने ओळखले जाणारे पाणी दुर्मिळ राहिले.

महाराष्ट्रात पावसाचे मान तसे अगदीच कमी नाही. कृष्णा, गोदा, तापी, नर्मदा, पूर्णा यांसारख्या मोठ्या आणि अनेक लहान नद्या महाराष्ट्रात उगम पावतात. अनेकांवर धरणे बांधलेली आहेत आणि अनेक लहान-मोठ्या नद्यांवर धरणाची कामे चालू आहेत. जेथे नैसर्गिक भूरचना उपलब्ध नाही, तेथेसुद्धा जायकवाडीसारखी प्रचंड धरणे उभी राहतात; तर मग सह्याद्रीच्या व सातपुड्याच्या डोंगरांतून उगम पावणाऱ्या नद्यांवर सह्याद्रीच्या दऱ्यांच्या आश्रयाने धरणे बांधणे मुळीच अवघड नाही. जी धरणे बांधली गेली किंवा यापुढे जी धरणे बांधली जातील, त्या धरणांखाली पुष्कळ जमीन बुडली जाते. अनेक गावे उठविली जातात. या गावांतील लोकांचे नीट स्थलांतर करण्याच्या योजना किंवा त्यासंबंधीचे कायदे सरकारने

न केल्यामुळे अलीकडे धरण बांधण्याच्या कल्पनेलाच लोक विरोध करू लागलेले आहेत. त्यामुळे धरणाचे काम पुष्कळ ठिकाणी खोळंबून पडलेले आहे. त्याचप्रमाणे पूर्वी केलेले धरणक्षेत्राचे सर्वेक्षण पुष्कळ ठिकाणी चुकीचे आहे, हेही लक्षात आले आहे. पाण्याचा वाहता वेग, जिथे धरण बांधावयाचे त्या जागेची पाहणी, पाणी किती अडविले जाणार आणि त्यामुळे पाणलोटक्षेत्रातील किती गावे उठवावी लागणार आणि अखेरीस साठवलेले पाणी उताराचा आश्रय घेऊन किती लाभक्षेत्रात पोहोचणार, एवढीच पूर्वी सर्वेक्षणाची मर्यादा असे. आता सर्वेक्षणाची मर्यादा वाढवलेली आहे. पाटलोटक्षेत्रात बुडालेल्या जागांचे पुनर्वसन पर्यायी जागा देऊन करावे लागते. ओलिताखाली येऊन अधिक उपयुक्त बनलेल्या जमिनीच्या फेरवाटपाची त्यामुळे आवश्यकता निर्माण झालेली आहे. जमिनीच्या किंवा घराच्या किमती रुपयांत देऊन लोकांचे समाधान होत नाही. फेरवाटपासंबंधीही काही नवे कायदे निर्माण झालेले आहेत, पण त्यामुळे उठलेल्या गावांतील लोकांचे पुनर्वसन एका गावात करणे शक्य होत नाही. शिवाय गाव, त्याचा परिसर, तेथे असलेली संस्कृती कायमची गमवावी लागते आणि उपऱ्यासारखे देशोधडीला लागावे लागते.

नव्या धरणाच्या पाणलोटक्षेत्राखाली जी जमीन नव्याने आली व कोरडवाहू जमिनीचे बागायती शेतात रूपांतर झाले, त्या कृषिव्यवस्थेतील बदलाबाबत कोणतीच योजना शासनाकडे नसल्याने तेथेही अंदाधुंदी निर्माण होते. पाणी म्हणजे संस्कृती. नियमित पाणी मिळणे, शेतीव्यवसाय समृद्ध होणे हे एका नव्या संस्कृतीच्या जन्माचे कारण आहे. या नव्याने जन्म पावणाऱ्या संस्कृतीला योग्य तो आकार देण्यासाठी धरणाच्या कल्पनेबरोबरच पाणलोटक्षेत्रातील नष्ट झालेल्या संस्कृतीची पर्यायी संस्कृती लाभक्षेत्रात निर्माण करणे आवश्यक असते. माणसे आपण होऊन काय करायचे ते करतील, अशी प्रवृत्ती कल्याणकारी राज्याच्या निर्मितीची कल्पना असणाऱ्या शासनाला शोभादायक नाही. त्यामुळे काळाबरोबर राहणारी, समानतेचे तत्त्व स्वीकारणारी अशी एक नवी संस्कृती निर्माण होण्याऐवजी नवश्रीमंत, निरुद्योगी आणि माजलेली अशी एक साखरसंस्कृती निर्माण होऊ पाहत आहे.

धरणाखाली भिजणाऱ्या जमिनीवर कालवे कसे व कोठे काढावेत, पाण्याचे वाटप कोणत्या तत्त्वावर व्हावे, कोणकोणते उद्योगधंदे त्या भागात होऊ द्यावेत आणि बदलणाऱ्या उद्याच्या संस्कृतीसाठी कोणकोणती सामग्री नव्याने उभी करावी– याचे शास्त्र आपण प्रगत केलेले नाही. धरण बांधायचे ठरले म्हणजे,

राजकीय पुढाऱ्यांच्या उत्साहाने कामाला सुरुवात होते. मग पुरेशी आर्थिक तरतूद न केल्यामुळे ठरलेल्या मुदतीत धरणाचे बांधकाम पुरे होत नाही. धरणाचा खर्च अवाच्या सव्वा, म्हणजे चौपट किंवा पाचपट वाढलेला आढळतो. धरण बांधून झाले तरी कालव्यांची तरतूद पुरी झालेली नसते; हे जायकवाडी, उजनी आणि पवना या धरणांवरून लक्षात येते. अनेक खात्यांत या योजना विखुरलेल्या असल्यामुळे एकमेकांचे संपर्क-संतुलन होत नाही. क्वचित प्रसंगी झगडेही होतात. सरकारी नोकरचाकर काम थांबल्यामुळे नुसते बसून पगार खातात. नवे बांधकाम विभाग निर्माण होतात. काम नसल्यामुळे ते बंद केले जातात. अधिकाऱ्यांच्या वाटेल तशा बदल्या केल्या जातात. कामाची जबाबदारी कोण्या विशिष्ट अधिकाऱ्यावर नसल्याने ढिसाळपणा वाढत जातो. कोट्यवधी रुपयांची नासाडी होते. हे असे चाळीस वर्षे अखंडपणे चालू आहे. या कालखंडात फुकट गेलेल्या पैशातून पाच-सात नवीन धरणे उभी राहू शकली असती. पण जुन्या कायद्यात काही बदल केले पाहिजेत, हे अजून कोणाच्या लक्षात येत नाही. जगात बांधलेल्या पुलांची आयुर्मर्यादा १०० वर्षे मानली जाते आणि आपल्याकडचे पूल १५-२० वर्षांत निकामी होतात. धरणातून पाणी झिरपू लागते. कॅनॉलला लावलेले काँक्रीटचे अस्तर तर चार-दोन वर्षांत उखडले जाते. थोडक्यात, दुर्मिळ असलेल्या सार्वजनिक पैशाची उधळपट्टी चालू आहे.

राजकीय पक्षांच्या दुराग्रहीपणामुळे धरणांच्या जागा बदलल्याचे भारत हे एकमेव उदाहरण असेल. वारणा नदीवर जे धरण बांधले जात आहे, ते वादामुळे बांधायला दहा वर्षे प्रारंभच करता आला नाही, आणि तडजोड म्हणून उताराच्या फायद्याने कालव्याचे पाणी घ्यायचे व नदीच्या प्रवाहातून लिफ्टने पाणी उचलायचे– अशा संमिश्र योजनेचा स्वीकार करावा लागला. आपली लोकप्रियता वाढविण्यासाठी अमुक ठिकाणी धरण बांधू देणार नाही, यासाठी राजकीय चळवळी सुरू होतात. त्याही केवळ राजकीय पुढाऱ्यांच्या अहंकारातून. जलशक्तीवर विद्युत उत्पादन करण्यासाठी बांधलेल्या धरणांचा वापर राजकीय दबावामुळे शेतीसाठी होऊ लागला. कित्येक ठिकाणी धरण बांधण्याबाबत विरोध सुरू आहे. इंचमपल्ली या गडचिरोली येथील धरणासंबंधी बाबा आमटे यांनी तिथल्या आदिवासी संस्कृतीचा विनाश होतो आणि जंगलसंपत्तीचा नाश होतो यासाठी विरोध करायला सुरुवात केली आहे. मुळशी धरण बांधायला आपण विरोध केला, त्या वेळेला इंग्रज राज्यकर्त्यांना विरोध एवढीच भूमिका होती. पण आता स्वातंत्र्य मिळाल्यावर धरण निर्माण होण्यामुळे होणारा नाश आणि मिळणारे फायदे, याचे काही गणित

आपण मांडणार आहोत की नाही? आदिवासी संस्कृती जतन करायची म्हणजे काय? त्यांना पशुपक्ष्यांची शिकार करून आदिम काळातील जीवन जगायला भाग पाडायचे, असे तर नाही? धरणाच्या पाणलोटक्षेत्रात काही जंगलांचा नाश, काही सुपीक जमीन बरबाद होणारच. त्यासाठी जंगले निर्माण करणे, हा खरा उपाय आहे. वाया जाणारी जमीन आणि नव्याने ओलिताखाली येणारी जमीन याचे शास्त्र धरणशास्त्राप्रमाणे अनुकूल असेल, तर अशा धरणांना विरोध करण्याचे कारणच काय? तथापि, एकदा प्रेषिताची भूमिका घेतली की, आपला शब्द अखेरचा मानला जावा, अशी दुर्बुद्धी होते. यासंबंधी बाबा आमटे यांचे निवेदन मी वाचलेले आहे आणि मला ते अत्यंत अप्रयोजक वाटले आहे. हजारो लोकांना अधिक सुख देण्यासाठी काही लोकांना जर त्याग करावा लागला, तर आजच्या समष्टी जीवनात ती एक अपरिहार्य गोष्ट आहे. शिवाय त्यांना योग्य ते संरक्षण, सुविधा आणि समृद्धी दिली; तर त्यांनी कुरकुर करू नये. सार्वजनिक स्वरूपाचे प्रकल्प काढताना जर प्रत्येक ठिकाणी असा विरोध झाला, तर या देशाचे स्वरूप बदलणे अशक्यप्राय होऊन जाईल. आदिवासींनाही योग्य तऱ्हेने जगता आले पाहिजे व तेही हक्काने जगता आले पाहिजे, याबाबतीत दुमत नाही; पण आदिवासींच्यातसुद्धा आपला एक प्रकल्प चालू आहे, या अधिकारामुळे देशाच्या नियोजनाच्या बाबतीत अडथळे आणण्याचा अधिकार कोणालाही पोचत नाही. मग असे अडथळे आणणारा तो कोणीही असो; त्याच्यापुढे शरण जाणाऱ्या शासनाची शोभाही राहत नाही.

जलसंपत्ती हा एक स्वतंत्र विभाग करून त्याचे पाच-सहा उपविभाग केले, तर त्यात एक संतुलन निर्माण होईल व कामाचा खोळंबा होणार नाही. जेवढे पैसे उपलब्ध होतील, तेवढ्यातच कामे अग्रहक्काने करून घेता येतील. आकाशातून पडणाऱ्या पावसावर आपले नियंत्रण नाही; पण पडलेल्या पावसावर नियंत्रण ठेवून त्याचा जास्तीत जास्त चांगला उपयोग करून घेणे मानवाला शक्य आहे. पर्जन्यमान कायम राखण्याचे अरण्य हे एक साधन आहे, त्याकडे आपण आजवर फार दुर्लक्ष केले. त्यामुळे महाराष्ट्रावर दुष्काळी परिस्थिती कोसळली. डोंगरमाळ उजाड झाले, पशुपक्षी परागंदा झाले. डोंगरमाळ उजाड होऊन आता महाराष्ट्र खरोखर दगड-धोंड्यांचा देश झाला आहे, असे म्हणण्याची वेळ आली आहे. हे सर्व माणसाच्या हव्यासातून निर्माण झाले आहे. पण आता योग्य ते निर्बंध घालून व्यक्ती, ग्राम, नगर आणि जिल्हा परिषद यांच्यावर योग्य त्या जबाबदाऱ्या टाकून अरण्यांची जोपासना केली पाहिजे किंवा जलसंपत्ती ही

एक अपरिहार्य गरज मानली गेली पाहिजे. निसर्गाचा तोल आपल्या हातून ढासळलेला आहे आणि हे पाप आपल्यालाच फेडले पाहिजे, ही जाणीव अगदी बालशिक्षणापासून ते उच्च शिक्षणापर्यंत सर्वत्र समाविष्ट केली पाहिजे. या जलसंपत्ती विभागाचे शेतीचे पाणी आणि पिण्याचे पाणी असे दोन विभाग असतील. धरणे हे पाणी अडविण्याचे एकमेव साधन नाही. आवश्यक असेल तर सोईस्कर अशी धरणे बांधणे आवश्यकच आहे. पण तलाव, तळी, कृत्रिम सरोवरे निर्माण करणेही शक्य आहे. जमिनीत पाणी मुरविण्यासाठी या जलाशयाचा उपयोग होतो की, जे पाणी आवश्यकतेनुसार आपण उपसून घेऊ शकतो. नदी-नाल्यांची पात्रे रुंद करणे हा उपाय डोंगराळ मुलुखामुळे पश्चिम महाराष्ट्रात शक्य नाही, पण मैदानी मुलुखात शक्य आहे. जमिनीखाली धरणे ही कल्पना आपल्याला अपरिचित आहे, पण तिचाही विचार आपल्याला करता येईल.

पाणी आणि पाण्यासंबंधीच्या सर्व योजना यांत संतुलन असावे आणि शेती विभाग, वन विभाग व नागरी पाणीपुरवठा यांची सांगड घातली म्हणजे अखंड पाणीपुरवठा प्रकल्प उभा राहिला, असे आपल्याला म्हणता येईल. आज प्रकल्पांच्या मागण्या, त्यांतील राजकीय दबाव, अनेक खात्यांचा असलेला परस्परांतील संघर्ष यामुळे महाराष्ट्राच्या पाण्याचा प्रश्न आहे त्या जागेवरच आहे. धरण बांधले म्हणजे पाणी मिळतेच, असे नाही. जे पाणी मिळते ते न्यायानुसार वाटप होऊन मिळते, असेही नाही. वास्तविक किती लाभ व्हायला पाहिजे आणि किती झाला, याचा अभ्यास फारसा केला जात नसल्याने; अज्ञानामुळे चालले आहे ते उत्तमच आहे, असे आपण धरून चाललो आहोत. भ्रष्टाचार वगैरेंच्या आरोपांना उत्तरे-प्रत्युत्तरे देतानाही सरकार फार बेदरकार असते. याचे कारण या सर्व व्यवहारातील अनिष्ट व्यवहार आणि प्रथा माहीत असूनही त्यात कुणाला काही सुधारणा करायचीच नाहीये. ही सर्व खाती पूर्वी काही नियमाने चालत होती. म्हणजे तेथे अजिबात भ्रष्टाचार नव्हता, दिरंगाई नव्हती, असे मुळीच नाही. पण आज जे सर्व खात्यांचे अवमूल्यन झाले आहे आणि अकार्यक्षमता कशी थांबवावी असा पेच पडला आहे, तसा पेचप्रसंग त्या काळात नव्हता.

शेतीसाठी लागणाऱ्या पाण्याचे महत्त्व आजकाल फारच वाढल्यामुळे भ्रष्टाचार अधिकच झाला असण्याची शक्यता आहे. प्रमाणाबाहेर बागायती क्षेत्र वाढविणे– मग पाणी चोरणे, त्यापायी झालेले खटले काढून घेण्यासाठी राजकीय दबाव आणणे किंवा मुळातच खटले होऊ न देण्यासाठी लाच देणे किंवा गुन्हा करायचाच असेल तर तो बऱ्याच लोकांनी एकाच वेळी करून त्याला चळवळीचे

रूप देणे– असे आजचे सर्वसामान्य धोरण झालेले आहे. खेड्यातील मते ही राजकीय दृष्ट्या आज गरजेची गोष्ट झाली आहे, आणि ती मते मिळवायची असतील, तर जे घडेल ते चालू दिले पाहिजे म्हणून सत्तारूढ पक्ष तिकडे काणाडोळा करीत आहे. कॅनॉल बांधले आणि पाण्याचे ब्लॉक्स ठरवून दिले, त्यामुळे नियमित पाणीपुरवठा होऊन काही तालुक्यांत खूप मोठ्या प्रमाणात बागायती क्षेत्र निर्माण झाले आणि उसाच्या पिकाला फार महत्त्व आले. त्यामुळेच महाराष्ट्रात साखर कारखाने निघाले आणि विशेषत: सहकारी क्षेत्रात फार मोठी उलथापालथ झाली. धरणे बांधतानाच त्यांचा पाणीपुरवठा किती क्षेत्राला होणार, हे शास्त्रीय नियमांनी ठरलेले आहे. उसाच्या पिकाला जास्तीत जास्त २१ दिवसांनी जरी पाणी मिळाले तरी त्याची वाढ चांगली होते. पूर्वी १५ दिवसांचे रोटेशन असे. आता जास्तीत जास्त लोकांना पाणी देण्याच्या नादात वशिल्याने, आहे त्याच कॅनॉलवर खूप कमी झालेल्या पाणीसाठ्यावर वशिल्यानेच दिलेल्या नवीन ब्लॉक्सनाही पाणीपुरवठ्याची जबाबदारी घ्यावी लागते. आपोआपच पाणी कमी पडू लागले. दीड-दीड महिना पाण्याचा टिपूस पाटात येत नाही. विहिरींचा अवाजवी उपसा केल्यामुळे त्याही कोरड्या पडतात. त्यामुळे बाराही महिने पाण्याचा नियमित पुरवठा मागणारे उसाचे पीकच नको, असे शेतकऱ्याला वाटू लागले आहे. उसाची सोय अशी होती की, त्या पिकावर फारसा रोग पडत नाही किंवा त्याची फार काळजीही घ्यावी लागत नाही. शिवाय साखर कारखाने शेतातून ऊस कापून कारखान्यावर नेणार असल्यामुळे ऊस लावण्यापलीकडे आणि त्याला अधून-मधून पाणी देण्याशिवाय शेतकऱ्याला काहीही करावे लागत नाही. शिवाय कारखान्याकडून रक्कम एकवट आणि हिशेबाने मिळत असल्यामुळे थोडे कटाव झाले तरीही शेतकरी संतुष्ट असतात. काही साखर कारखाने खत, बेणे, कीटकनाशके, शेतीविषयक सल्ला याबाबतीतही आपल्या सभासद शेतकऱ्यांना साह्य देऊ करतात; पण त्यातूनच एक नव्या राजकीय दबाव गटाचा उदय होत असतो. कारखाना ताब्यात ठेवायचा तर बहुमत हवे व बहुमत हवे तर एक गट हवा आणि गट हवा तर त्याला इमान द्यायला हवे. आपलीच माणसे कारखाना ताब्यात ठेवू शकली तर आपल्याला अनेक सवलती मिळतात, हेही लक्षात येऊ लागले. पूर्वीचा सधन शेतकरी व आताचा सधन शेतकरी यांच्यात जमीन-अस्मानाचा फरक आहे. पूर्वीच्या सधन शेतकऱ्याला आपले खानदान, कुलपरंपरा, ज्येष्ठता, गावकी या साऱ्या गोष्टींबद्दल ममत्व वाटत असे आणि आपल्या श्रीमंतीचाही दुसऱ्याला मत्सर वाटू नये अशा तऱ्हेने सर्वसामान्य शेतकऱ्यासारखेच

त्याचे राहणे-वागणे-बोलणे असे. आता आलेल्या या साखरसंस्कृतीने पूर्वीच्या खेड्यात जी एकतानता होती, ती पार बिघडवून टाकलेली आहे. गेस्ट हाऊस, मोटारी, मोटारसायकली, जीप्स यांचा वापर वाढला. तथाकथित पुढाऱ्यांची भाषा गुर्मीची झाली. आपले ग्रामस्थ हे आपले प्रजाजन आहेत आणि आपण त्यांचे राजे आहोत, अशी एक सरंजामशाही व्यवस्था आता गावागावांतून दिसू लागली आहे. जे तिथल्या राजाचे राज्य मानतील व त्याच्या आज्ञा पाळतील, तेच या नव्या सहकारक्षेत्रातील फायदे मिळवू शकतील. पूर्वी निवडणुकीमध्ये संपत्तीचे आणि सामर्थ्याचे प्रदर्शनही नव्हते; आता ते नव्याने सुरू झालेले आहे. या नव्या संस्कृतीने लहान-मोठे सहकारसम्राट, साखरसम्राट निर्माण झाले आणि या देशातील लोकशाही संपुष्टात आली.

पाणी येते तेव्हा ते एक नवी संस्कृती घेऊन येते. एक धरण बांधले की, त्यावर १०-१२ नवे साखर कारखाने उभे राहतात. साखर कारखाने आले की, मोठ्या प्रमाणावर धनशक्तीचे केंद्र तयार होते, गेस्ट हाऊससंस्कृती निर्माण होते, पेट्रोलसंस्कृतीही निर्माण होते. काही लोकांना या संस्कृतीत सामावून घेण्यात येते; पण ज्यांना पाणी मिळू दिले नाही, अशांना कोरडवाहू जमिनीचा मालक म्हणून राहावे लागते. ते महागाईला तोंड देऊ शकत नाहीत.

शेतकऱ्यांचे जे प्रश्न शरद जोशी मांडतात, त्याचे नवीनपण मान्य करूनसुद्धा त्यांचे विवरण पुष्कळ ठिकाणी असमाधानकारक आहे. इंडिया आणि भारत असा आपला देश दुभंगला आहे, असे ते म्हणतात. त्या वेळी त्यांच्या ध्यानात येत नाही की, या इंडियाचीच संस्कृती तथाकथित साखर कारखान्यांपर्यंत येऊन पोहोचलेली आहे. केवळ सधन आणि गरीब, केवळ माजोरी आणि आर्जवी अशी ढोबळ वर्गवारी येथे नाही. सामूहिक संपत्ती वैयक्तिक समजून त्या धनशक्तीने समाजावर नियंत्रण ठेवणारी, लोकशाहीचा मुखवटा असलेली हुकूमशाही आता ग्रामीण भागात निर्माण झालेली आहे. नगर जिल्हा, कोल्हापूर जिल्हा, सातारा जिल्हा येथे जी नवी साखरसंस्कृती निर्माण झालेली आहे आणि तिचा जो उपसर्ग सर्वसामान्य शेतकऱ्याला होत आहे, त्यावर नियंत्रण करण्याची कोणतीही योजना शरद जोशींजवळ तरी दिसत नाही. शेतीमालाला भाव वाढवून दिला तरी वाढलेला भाव शेतकऱ्यांच्या खिशात पोहोचेलच, याला हमी काय? कारण आजपर्यंत तरी शेतकऱ्यांपर्यंत ग्राहक पोहोचू शकतो तो दलाल, आडते, सहकारी सोसायट्या यांच्यामार्फत. सरकार तर आमदार, खासदार, सहकारमहर्षी यांच्यामार्फतच शेतकऱ्यांशी संबंध ठेवते. मग शेतकऱ्यांचा भाग्योदय त्यांचा त्यांनाच करून

घेता येईल किंवा काय, इकडेही शरद जोशी यांनी लक्ष दिलेले नाही. एकदा सरकारवर काही तरी दडपण आणले आणि सरकारला भाव बांधून द्यायला भाग पाडले म्हणजे शेतकऱ्यांचे कोटकल्याण होईल, असे त्यांनी ठरवून टाकले आहे. त्यामुळे शेतकऱ्यांचे जमाव जमविणे आणि त्यांच्यासमोर योग्य तो भाव न मिळाल्यामुळे शेती किती बिनकिफायती होत चालली आहे यावर तपशिलासकट भाषण देणे, यावरच त्यांचा भर आहे. पण ग्राहक आणि शेतकरी यांच्यामध्ये असणारे ठोक व्यापारी, दलाल आणि नव्याने निर्माण झालेल्या सहकारी सोसायट्यांचे चालक, सहकारमहर्षी, साखरमहर्षी हे अडसर कसे दूर करायचे, हे काही ते सांगत नाहीत.

अखेरीस सरकार सरकार म्हणजे तरी काय? तर, इथल्या लोकांनी निवडून दिलेल्या लोकांचे शासन. शहरात उद्योगपती, स्मगलर्स, व्यापारी यांची धनसत्ता आणि ग्रामीण भागात सहकारमहर्षी, साखरमहर्षी यांनी निर्माण केलेली धनसत्ता– यांतूनच आजचे सरकार उभे आहे. ज्या सत्तेतून सरकार निर्माण होते; ती सत्ताच, ती धनशक्ती कोण बरे धोक्यात आणील? दुष्काळ पडला की, रोजगार हमीची कामे चालू करणे, अतिवृष्टी झाली की थोड्या-फार प्रमाणावर सरकारी साह्य करणे, अधून-मधून मुद्दामच न फेडली गेलेली कर्जे माफ करून टाकणे, एखाद्या शेतीमालाला असंतोषाच्या प्रसंगी भाव बांधून दिल्याचा देखावा करणे– हे मार्ग आजपर्यंत वापरले गेले आहेत. पण पाणीपुरवठा वाटा मागणे, माल साठविण्यासाठी वखारी निर्माण करणे व तो माल सामूहिक रीतीने विक्रीकेन्द्रांवर विक्रीसाठी पाठविणे आणि वितरणव्यवस्थेवर कब्जा ठेवणे, या गोष्टी शेतकऱ्यांसाठी कोणीच करीत नाही. ग्राहक पंचायतीचा जो थोडा-फार अनुभव गाठीला आला, त्यावरून एक गोष्ट लक्षात आली आणि ती म्हणजे उत्पादक आणि ग्राहक यांचे सहकार्य झाले, तर शेतीमालाला पंधरा टक्क्यांहून अधिक भाव मिळेल आणि ग्राहकालाही पंधरा टक्क्यांहून अधिक स्वस्त माल मिळेल. एक रुपयातले तीस पैसे किंवा त्याहूनही अधिक रक्कम आताच्या साखळीपद्धतीच्या दलाली वातावरणामुळे वाढलेली आहे. आर्थिक बाबतीत मूलभूत फरक जेव्हा होतील तेव्हा होवोत, कारण तो एक फारच गुंतागुंतीचा सर्वंकष प्रश्न आहे; पण तूर्त तरी या देशातील जबाबदार नागरिकांनी ग्राहक व उत्पादक यांच्या मैत्रीचा प्रयोग करून पाहायलाच हवा. एक तर या देशाच्या आर्थिक उलाढालीत आपणही एक महत्त्वाचा घटक आहोत याची जाणीव व्हायला हवी. मतदान करण्याचा हक्क पवित्र आहे, कारण त्याच्याशी लोकशाहीतील निवडणूक-यंत्रणा जखडलेली आहे; तसाच योग्य

भावाने वस्तू मिळण्याचा आणि योग्य भावाने विक्री करण्याचा हक्क ग्राहकांना आणि उत्पादकांना आहे. कारण अखेरीस देशाच्या संपूर्ण अर्थकारणाची ही खरीखुरी सांधेजोड आहे. मोठमोठे शब्दप्रयोग व तत्त्वज्ञाने वापरून आणि गुंतागुंतीच्या प्रक्रियेची भीती घालून ग्राहकांना व उत्पादकांना आजच्या विचारवंतांनी उदास केलेले आहे. आपण पाणी-प्रश्नापाशी निघालो आणि येऊन पोहोचलो ते शेतीमालाच्या देव-घेवीच्या प्रश्नापाशी. मनुष्याचा ऐहिक व्यवहार सुरळीतपणे चालविण्यासाठी प्रत्येक प्रश्नाची अखेर ही अशी इथेच होते. ती म्हणजे, देव-घेवीचे तत्त्व होय. आपल्याजवळ काही शक्तीच नाही, असे ग्राहकाने आणि शेतकऱ्याने मानणे हे जसे लोकशाही पराभूत होण्याचे कारण आहे; तसेच अविचारी, स्वार्थी आणि प्रतिभाशून्य माणसांच्या हाती सत्ता जाणे, हेही एक कारण आहे. हे दोनही धोके आज अस्तित्वात आहेत.

या देशात अनेक प्रश्न आ वासून उभे आहेत. अलग-अलगपणे ते संपूर्ण सोडविता येत नाहीत, कारण एकाचे पाय दुसऱ्या प्रश्नात गुंतलेले असतात; परंतु त्यांतील काही निर्णय मात्र स्वतंत्रपणे घेऊन तेवढ्यापुरती तरी निश्चित स्वरूपाची उपाययोजना करावयास हरकत नाही. सरकारजवळ पुरेसा पैसा नाही, त्यामुळे धरणांची कामे लांबतात किंवा मंदगतीने चालतात, असे अनुभवाला आल्यानंतर खासगी व्यक्तींना वा संस्थांना धरणे बांधू देण्यास काय हरकत आहे? इतकेच होईल की, या छोट्या वा मध्यम प्रकल्पात गुंतवली गेलेली संपत्ती आणि श्रम यांसाठी उद्योगपती, संस्था किंवा व्यक्तींना होणाऱ्या नफ्याचे प्रमाण निश्चित ठरवून द्यावे लागेल. त्याचप्रमाणे धरणासाठी लागणाऱ्या जमिनी ताब्यात घेणे, त्यांची किंमत ठरवणे किंवा त्यांच्या पुनर्वसनासाठी लाभक्षेत्रात जमीन उपब्लध करून देणे– ही कामे सरकारलाच करावी लागतील. मात्र लाभक्षेत्रात ज्याला-ज्याला पाणी मिळणार आहे, ते सर्व या प्रकल्पयोजनेतील घटक मानून पाण्याचा दर ठरविण्याची जबाबदारी सोपवावी लागेल. गुंतलेल्या रकमेवर अधिकाधिक फायदा व्हावा, यासाठी योजक योग्य ती काळजी घेतील. सरकारने त्यात खोडा मात्र घालता कामा नये. प्रयोगादाखल एखादा मध्यम प्रकल्प एखाद्या मोठ्या उद्योगसमूहाकडे देऊन पाहण्यास हरकत नाही. सरकारला जी गोष्ट करता येत नाही, पण जी करणे आवश्यक आहे; ती करण्यासाठी सरकारने नाइलाजाने उचललेले हे पाऊल आहे, अशी भूमिका मनात ठेवावी लागेल. आपल्याकडे पुस्तकी समाजवाद्यांची वाण नाही. ते लोक उद्योगपतींच्या हाती अशा प्रकारचे उद्योग दिल्याबद्दल काव-काव करतील. उद्योगपतीच्या

फायदेबाजीवर नियंत्रण कसे ठेवायचे याचा विचार अलगपणे करू या. आज तरी आपला देश मिश्र अर्थव्यवस्था मानतो. मध्यंतरी समाजवादी ज्या सरकारात होते, त्या जनता सरकारचाही मिश्र अर्थव्यवस्थेला विरोध नव्हता आणि असला तरीही तो अव्यवहार्यच म्हणून स्वीकारता आलाच नसता. याचाच अर्थ- उद्योगपतींसाठी काही क्षेत्रे आजही राखून ठेवलेली आहेत. अशा परिस्थितीत धरणबांधणीचे हे क्षेत्र प्रयोगादाखल का होईना, पण खासगी क्षेत्रांना उपलब्ध करून द्यावे.

याच ठिकाणी आणखी एका गोष्टीचा उल्लेख अपरिहार्य आहे. निसर्गाच्या चक्रात अरण्याचे महत्त्व फार आहे, हे काही सांगायला नको. क्षणिक स्वार्थापायी व सरकारने सावधगिरी न बाळगल्याने दरिद्री असलेल्या माणसांनी जंगलांचे फार नुकसान केले आहे आणि लाकडाच्या ठेकेदारांनीही कायदे मोडून जंगले उद्ध्वस्त केली. जंगले तुटतात, त्याबरोबर उघडे-बोडके डोंगरमाळ तयार होतात. जमिनीची लव म्हणजे काळ्या मातीचे आवरण- जे हरिताला जन्म देते- त्याची धूप होते. नद्या व धरणे गाळाने लवकर भरतात. पाणलोटक्षेत्रात प्रचंड वृक्षराजी निर्माण करणे जलसानिध्यामुळे शक्य असूनही सरकारचे तेथे लक्ष गेलेले नाही. जंगलतोडीमुळे अनेक औषधी आणि उपयुक्त वृक्ष नष्ट होतातच, पण त्याचबरोबर वन्य प्राण्यांच्या चरितार्थाचे साधनच नष्ट होते आणि ते हळूहळू त्या भूखंडातून अस्तंगत होतात. महाराष्ट्रात एके काळी घनदाट जंगल होते. या जंगलामुळे महाराष्ट्रात मोठ्या प्रमाणावर वन्य प्राणीही राहत होते. निसर्गाच्या चक्रात वन्य प्राण्यांनाही मोठे स्थान आहे. अभयारण्य स्थापन करून फक्त पाहण्यापुरते प्राणी उरतील आणि पुढच्या पिढीला हे प्राणी कसे होते, हे समजू शकेल. पण हा काही प्राणिसृष्टी जिवंत ठेवण्याचा खरा उपाय नाही. हे प्राणी उतरत्या श्रेणीने एकमेकांचे भक्ष्य असतात. आपण जनमेजयापेक्षा मोठे सर्पसत्र केले आहे आणि सापांची हत्या केली. पण त्यामुळे उंदरांचा सुळसुळाट झाला. उंदीर जेवढे धान्य खाऊन फस्त करतात, त्याची किंमत काही कोट्यवधी रुपयांत होऊ शकेल. शिवाय शेतातल्या लहान रोपांनाही त्यांचा उपद्रव होतो. वास्तविक, कितीही प्रगती झाली आणि वैज्ञानिकांनी शोध लावले, तरी निसर्गाएवढे नैसर्गिक संतुलन माणसाला करता येणे शक्य नाही. रेल्वे निघाली, तेव्हा ती वाफेच्या इंजिनावर चालत होती. रेल्वेने प्रवासाची सोय झाली. पण वाफ निर्माण करण्यासाठी दूरवरून कोळसा आणण्यापेक्षा आसपासची झाडे तोडून त्यांचा वापर केला गेला आणि जंगलतोडीला ते एक मोठेच कारण ठरले. जंगल तोडल्यामुळे हिमनद्यांनी एक गावच्या गाव

नष्ट केले, या घटनेवर आधारलेली 'स्नो टायगर' (लेखक : ॲलिस्टर मॅक्लीन) ही कादंबरी आज उपलब्ध आहे.

हिमालयातील वृक्षतोडीमुळे असेच अरिष्ट हिमाचल प्रदेश, उत्तर प्रदेश यांतील काही खेड्यांवर येऊ पाहत आहे. झाडांमुळे पर्जन्यमान वाढते, हा अनुभव तर सर्वत्रच आहे. महाराष्ट्रातील पर्जन्यमान कमी झाले आणि दुष्काळी परिस्थितीत वाढ झाली, याला फाजील वृक्षतोड हे एक मोठेच कारण आहे. पण झाडांमुळे जमिनीवर पडलेले पाणी जमिनीत मुरविले जाते, तीही क्रिया आता थांबल्यासारखी आहे. पूर्वी डोंगरी प्रदेशातील खेड्यांना ऐन उन्हाळ्यातसुद्धा झुळझुळत्या प्रवाहाच्या या झऱ्यांतून पाणी मिळू शकत होते. नदीत थोडे का असेना, पण पाणी उरे. आता ज्या डोंगराळ प्रदेशात २०० इंचांपेक्षा अधिक पाऊस पडतो, तेथे मार्च महिन्यापासूनच पिण्याच्या पाण्याची हाकाटी चालू होते. कारण, आलेले पाणी येते तसेच वाहून जाते. ते जमिनीत मुरविण्याची नैसर्गिक प्रक्रिया तर आता थांबलीच; पण माणसाला जे करता आले असते, तिकडेही आपण दुर्लक्ष केले. डोंगरात ठिकठिकाणी चर खणणे, ओहोळांना ताली घालणे आणि कोणत्याही उपायाने पाणी मुरविणे हे आजही शक्य आहे. पुण्याचे पूर्वीचे चीफ ऑफिसर अप्पासाहेब भागवत यांनी निवृत्तीनंतर वृक्षहीन झालेल्या डोंगरावर शेती करून दाखविली होती. हा प्रयोग कष्टाचा आणि खर्चाचा आहे. मानवी श्रमाची किंमत या देशात अजूनही फारशी नाही. येथे मानवी प्रयत्नांनीच हा कष्टदायक प्रकल्प यशस्वी करणे शक्य आहे. रोजगार हमी योजनेखाली नाही तरी, नको त्या ठिकाणी दगड फोडून खडी करणे आणि खडीचे डोंगर तयार करणे– असला आचरट उद्योग आपण अनेक वर्षे केलेला आहे. कोणत्याही उपायाने या भूमीचे हरविलेले हरिततत्त्व या भूमीला परत मिळवून दिले पाहिजे.

येथेही पुन्हा धिटाईची नवी पावले टाकण्याची गरज आहे. सरकारच्या रुक्ष आणि बेजबाबदार यंत्रणेपेक्षा किफायतीसाठी निर्माण झालेली उद्योगपतींची यंत्रणा अधिक कार्यक्षम असते. तिचा वापर राष्ट्रकार्यासाठी आपण का करू नये? पैसा, मनुष्यबळ आणि तंत्रज्ञ यांची उद्योगपतींजवळ वाण नसते. महाराष्ट्रातील मोठमोठ्या उद्योगपतींना आवाहन करून व तांत्रिक कारणासाठी होणारी दिरंगाई दूर करून जर वृक्षारोपणाचे कार्य त्यांच्यावर सोपवले; तर राष्ट्रीय तिजोरीवर भार न पडता गर्द अरण्ये निर्माण होऊ शकतील. उद्योगपतींना पाहणी करायला सांगून त्यांच्या सोईनुसार पाच-पाच हजार एकरांचे वृक्षहीन डोंगर त्यांच्या स्वाधीन करावेत. पंधरा वर्षे आणि आवश्यकता लागल्यास आणखी दहा वर्षे ही भूमी १

रुपया भाड्याने सरकारने त्यांच्या स्वाधीन करावी. ह्या भूक्षेत्रातील उपद्रवी शक्ती आवरण्याची जबाबदारी सरकारने घ्यावी. ताली किंवा बंधारे बांधणे यांसाठी सरकारची अनुमती घ्यावी लागू नये. या भूखंडात शंभर कामगार राहू शकतील अशा तऱ्हेचे छोटे ग्राम निर्माण करण्याची जबाबदारी उद्योगपतींवर टाकावी. कारखान्यात काम करणाऱ्या कामगारांची हक्काची रजा त्यांना तिथे उपभोगता येईल. अशा तऱ्हेने स्वस्तातले पण सोईचे बांधकाम केले गेले, तर कामगारही मुंबईबाहेर पडून तिथे सुट्टी घालवायला तयार होतील. त्यांचा पगार चालूच असतो. पण या भूखंडात राहून ते जी जंगलनिर्मितीची कामे करतील, त्याचा रीतसर मोबदला उद्योगपतींनी द्यावा. कामगार आणि उद्योगपती यांच्या सहकार्याने हे प्रकल्प उभे राहतील व या प्रकल्पाची मालकी त्या दोघांचीही असेल. ही केवळ नोकरी नाही, तर नवनिर्मितीचा एक प्रकल्प आहे आणि फारशी तोशीस न लागू देता आपण एका राष्ट्रीय योजनेत सामील होतो आहोत, याचा कामगारांना अभिमान वाटेल. टँकर्स, खोदाईची हत्यारे, बंधाऱ्यांचा किंवा चाऱ्यांचा खर्च अर्थातच उद्योगपती करतील. बाजारात किंमत आहे आणि ज्यांची कमीत कमी पाण्याने वाढ होऊ शकते, असे वृक्ष आरंभी लावले तर ५-६ वर्षांत काही प्रमाणात उत्पन्नही मिळू लागेल. गावठी बाभूळ किंवा सुबाभूळ यांची जरी लागवड केली, तरी ती फायदेशीर ठरेल. सरपणाचा प्रश्न मिटेल. पंधरा वर्षांच्या अखेरीला एक गर्द जंगल तयार होईल. केवळ श्रमातून आणि सहकारातून निर्माण झालेली ही नवी निवासस्थाने ही आमची निर्मिती आहे, असे कामगारांना आणि उद्योगपतींना वाटू लागले; तर प्रयत्नवादावरील त्यांचा विश्वास वाढीला लागेल. शेती समृद्ध होईल, जंगले वाढतील आणि पर्जन्यमानही वाढेल. पण त्यापेक्षा महत्त्वाची घटना घडणार आहे, आणि ती म्हणजे, प्रयत्नवादावरील आपला वाढलेला विश्वास. एकदा हे तत्त्व अमलात आले आणि त्यावर मनुष्यजातीचा विश्वास बसला की, मग कोणत्याही कार्याला हात घालताना माणसाला दुबळेपणाची जाणीव होणार नाही. आज नगरसफाईसाठी लक्षावधी रुपये खर्ची पडत असूनसुद्धा नगरे बकाल व अस्वच्छ झालेली आहेत. ही आपणच केलेली घाण आहे, याचेसुद्धा भान आज आपल्याला राहिलेले नाही. एक तर ही घाण आरोग्याला घातक असतेच, पण कचरा हलविण्याचा एक प्रचंड उद्योग आपल्याला करावा लागतो. नागरिकांनी जर योग्य ते सहकार्य केले, तर किती तरी प्रमाणावर पैशाची बचत होईल. आरोग्यात सुधारणा होईल आणि माणसाला माणसासारखे जीवन जगता येईल. पण या साऱ्याची सुरुवात,

माणसाचा प्रयत्नवादावरचा विश्वास वाढणे या क्रियेतूनच व्हायला हवी. यंत्रांनी कामे सोपी होतात. पण तरीही यंत्रे चालवायला माणसे लागतातच, शिवाय यंत्राने सारीच कामे होत नाहीत. कुठे तरी सुरुवात करावयास पाहिजे, म्हणून या प्रकल्पाचा उल्लेख मी केला. केवळ नगरेच नव्हे तर खेडीसुद्धा अस्ताव्यस्त, बकाल व उकिरड्याने भरलेली असतात. आपणच— विशेषत: आपल्या तरुण वर्गाने— मनावर घेतले, तर दिखाऊ आणि पोशाखी शिक्षणातून आपण मुक्त होऊ. सौंदर्य, आरोग्य, सहजीवन, श्रमप्रतिष्ठा हे सारे आनंद आपणहून आपल्याकडे चालत येतील; मात्र त्यासाठी अंग मोडून झटायला हवे.

(२ मार्च १९८६)

-०-०-०-

१२

जुन्या घटनांचे अन्वयार्थ : ३

आपल्या राष्ट्रीय धोरणानुसार काही क्षेत्रे लघुउद्योजकांसाठी राखून ठेवलेली आहेत. कमी खर्चात अधिक दर्जेदार माल उत्पादित करण्यासाठी लघुउद्योगांचा वापर करावा, असा हेतू त्यात होता. तेथे व्यवस्थापकीय प्रश्न फारसे निर्माण होत नाहीत. कामगारही फारसे उपद्रवकारक नसतात, कारण त्याची संघशक्ती वाढलेली नसते. लघुउद्योजक हा शोषक वर्गाचा प्रतिनिधी मानला जात नाही, कारण डामडौल करायला त्याच्याजवळ पैसाच नसतो. घेतलेल्या कर्जाचे हप्ते वेळेवर देणे आणि कच्च्या मालापासून ते पक्क्या मालाच्या विक्रीपर्यंत देखरेख करण्यात तो आकंठ बुडालेला असतो. मोठ्या उद्योगधंद्यांना परवानगी देऊन धनसत्ता केन्द्रित होऊ देण्यापेक्षा संपत्तीचे हे विकेन्द्रीकरण सरकारच्या आजच्या धोरणात बसणारे आहे. परंतु सरकारने सुविधा निर्माण करून देऊनही लघुउद्योग अडचणीत आलेले दिसतात. याचे कारण आपले सरकार कायदेबाजीला अवाजवी महत्त्व देते. कर्जे मिळवण्यात विलंब, कच्चा माल मिळविण्यासाठी लागणाऱ्या परवान्यास विलंब, पॉवर कनेक्शन मिळवण्यास विलंब– अशा नानाविध विलंबांमागे कायद्याच्या चुकीच्या अंमलबजावणीचा हट्ट आहे. सवलतींचा दुरुपयोग होऊ नये, ही गोष्ट खरी. त्यासाठी कायदे हवेतच; पण त्यामुळे सवलतींचा उपयोग करता येणार नसेल, तर काय फायदा? या ज्या सवलती लघुउद्योगाला मिळतात, त्यांचा फायदा अधिकाधिक कसा मिळेल याचा विचार न करता, ती एक अडथळ्याची शर्यत

बनविलेली आहे. काही वस्तू अशा आहेत की, ज्यांचा व्यापार सरकारी किंवा निमसरकारी संस्थाच करतात आणि त्या वस्तूंशिवाय एखादा कारखाना चालू शकत नाही. कामगारांना घरीच बसावे लागते. तेव्हा अग्रहक्काने हा कच्चा माल उत्पादकाला कसा मिळेल, याचा यत्न नको काय? आज महाराष्ट्रातील साठ टक्के लघुउद्योग अडचणीत आहेत आणि त्याला सरकारी यंत्रणाच बहुतांशी कारणीभूत आहे. एखादा लघुउद्योग काढायला परवानगी दिली, तर त्याचे पुढील सर्व श्राद्ध करण्याची जबाबदारी परवानगी देतानाच पत्करली गेली पाहिजे. कित्येकदा ज्या मोठ्या कारखान्याला लघुउद्योजक माल पुरवतो, तो कारखाना संपामुळे बंद पडतो. त्यामुळे त्याचे उत्पादन कारखान्यात पडून राहते व भांडवल अडकून पडते. मुळातच अपुऱ्या किंवा काटेकोरपणे लागत असलेल्या भांडवलावर उद्योग चालू झालेला असतो. या लघुउद्योजकाची कोणतीही चूक नसताना हा कारखाना त्यामुळे बंद राहतो. व्याज मात्र वाढत राहते. याची जबाबदारी सरकारने घ्यायला नको काय? 'कार्पेट बेगर्स' या कादंबरीत नायक एका बँकेत कर्ज मागायला जातो. बँकेचा व्यवस्थापक कर्जाच्या अर्जाची तपासणी करतो आणि कर्ज मंजूर करण्यात काहीच अडचण नसल्यामुळे कर्ज मंजूरही होते. पण कर्ज मंजूर करताना त्याने मागितल्यापेक्षा अधिक कर्ज मंजूर झाल्याचे पाहून तो आश्चर्यचकितच होतो. तो व्यवस्थापकाला विचारतो, हे असे कसे झाले? अनेक धंद्यांचे चढ-उतार पाहिलेला तो अनुभवी व्यवस्थापक सांगतो की, 'अधिक पैसा हाताशी असला तर सौदा करताना तुमचा आत्मविश्वास वाढेल. अगदी काटेकोर भांडवल घेऊन धंदा करणारा आपत्कालाची काही व्यवस्था करत नाही आणि आपत्ती आल्यावर त्याला कधी नवे कर्ज मिळत नाही, म्हणून थोडी अधिक भांडवलाची सोय असावी. अर्थात, तुम्हाला मंजूर केलेले कर्ज तुम्ही वापरले पाहिजेच, असे नाही.'

हा झाला समजूतदारपणा. परंतु या समजूतदारपणाच्या अभावी लघुउद्योग अडचणीत येतात. लघुउद्योगासाठी वेगळा कामगार कायदाही पाहिजे. त्याचप्रमाणे ताबडतोब निर्णय देणारी फिरती न्यायालयेसुद्धा पाहिजेत. कोणत्याही कारणाने उत्पादनात घट होणे, भांडवल कमी पडणे, माल साठून राहणे या गोष्टी लघुउद्योजकाला परवडत नाहीत. लघुउद्योग उभा करताना तो उद्योग चालण्यासाठी त्याने उत्पादन-विक्रीचे एक गणित मांडलेले असते. हे गणित एकदा चुकले की, लघुउद्योग अडचणीत आलाच असे समजा. जर संपत्तीचे केन्द्रीकरण होऊ द्यायचे नाही, या धोरणामुळे आपण लघुउद्योगांना संरक्षण देणार असू; तर त्या

उद्योगधंद्यापुढील समस्या सोडवण्यासाठी एक सोपी, कमीत कमी खर्चाची आणि झटपट निर्णय घेणारी अशी यंत्रणा निर्माण करायला पाहिजे. तशा काही यंत्रणा विखुरलेल्या आजही आहेत. ह्या सरकारी संस्था आहेत. त्या संस्थांचे अध्यक्ष, उपाध्यक्ष नेमणे हा एक पक्षीय राजकारणाचाच भाग होऊन बसलेला आहे. त्यापेक्षा त्या व्यावसायिकांनी निवडलेल्या लोकांच्या चेंबर्स ऑफ कॉमर्स यांसारख्या संस्थांखाली या यंत्रणांचे नियंत्रण सोपवण्याचा प्रयत्न करून पाहायला हवा. सर्व गोष्टींचे सरकारीकरण करण्यात धोका आहे. कारण सरकारीकरण याचा अर्थ नियंत्रणशक्ती राजकीय पक्षांकडे देणे, असा होतो. शासन आणि राज्यावर निवडून आलेला पक्ष आज तरी इतके एकरूप झालेले आहेत की, राजकीय पक्षाचा हस्तक्षेप हा अपरिहार्य आहे. शिवाय सातत्याने एकच पक्ष जेव्हा निवडून येतो, तेव्हा सत्ता राबवणारी घराणीही तयार होतात. सहकारक्षेत्रात अशी घराणी तयार झालेली आहेत. राजकारणात तर आहेतच आहेत. शिक्षणक्षेत्रातही होऊ पाहात आहेत. ही प्रवृत्ती चांगली का वाईट, याची निष्फळ चर्चा करण्यात काही अर्थ नाही. कारण काही प्रमाणात का होईना, अशा गोष्टी मागे उरतातच. त्यांचा उपद्रव कमी कसा होईल, एवढेच पाहता येईल. त्या-त्या गावातील उद्योजकांच्या स्वतंत्र संस्थांना काही विशेषाधिकार दिले आणि आपले प्रश्न आपणच सोडवण्यासाठी त्यांनाच अधिकारकक्षा निर्माण करून दिली, तरच काही प्रमाणात का होईना लघुउद्योग किफायतशीरपणे चालविण्याची शक्यता वाढेल. राष्ट्रीयीकृत बँकांचे फार मोठ भांडवल आणि अनेक बुद्धिवंत व कल्पक उद्योजकांची शक्ती आज फुकट जात आहे. शक्तीचा हा अपव्यय टाळणे, ही एक राष्ट्रीय गरज आहे. मात्र सरकारला अडचणीत आणण्याइतकी लघुउद्योजकांची आर्थिक ताकद असू शकत नाही, हे या संदर्भात लक्षात ठेवले पाहिजे.

आपल्या देशाच्या राज्यकारभाराला एक शिडीसारखी यंत्रणा आहे. खेड्यापासून ते दिल्लीतील राष्ट्रीय निर्णय घेणाऱ्या शिखर यंत्रणेपर्यंत अशी एक शिस्तबद्ध संघटना असे तिचे स्वरूप आहे. अर्थात ही इंग्रजी राज्याची देणगी आहे. खेडेगावातील रेव्हेन्यू खात्याचे काम करणारा तलाठी, फौजदारी कायदेकानून पाळले जातात किंवा नाही यावर लक्ष ठेवणारा पोलीस पाटील आणि एकूण लोकव्यवहारावर नियंत्रण ठेवणारा गावचा वतनदार पाटील– अशा तऱ्हेने अधिकारक्षेत्राची प्रारंभिक सुरुवात होऊन तिचे मामलेदार, कलेक्टर, कमिशनर, सचिव, मंत्री आणि गव्हर्नर असे उच्च श्रेणीच्या अधिकारक्षेत्रात रूपांतर होत असते. पोलीस पाटील, विभागाचा पोलीस सब-इन्स्पेक्टर, डी. एस. पी.,

पोलीस कमिशनर, मंत्री आणि गव्हर्नर– अशी एकमेकाला पूरक आणि मर्यादाक्षेत्र विस्तारणारी श्रेणीपद्धती अस्तित्वात आहे. त्याचप्रमाणे न्यायालय, शेती, जंगल खाते, शिक्षण खाते यांचीही यंत्रणा अशाच पद्धतीने निर्माण केली जाऊन, त्यांचे अंतिम रूपांतर गव्हर्नमेंटमध्ये होत असते. लोकशाहीचे पहिले पाऊल या देशात पडले आणि निवडणुका होऊन लोकनियुक्त आलेला मुख्यमंत्री हा सर्व खात्यांचा अंतिम अधिकारी झाला. राष्ट्राध्यक्ष, गव्हर्नर किंवा त्या काळातील कुलगुरू ही केवळ मिरवण्याची स्थाने झाली. खात्यांच्या रचना फारशा बदललेल्या नाहीत. पूर्वी विकेन्द्रीकरणाचे तत्त्व तात्त्विक दृष्ट्या अमलात होते, पण प्रत्यक्षात मात्र ते सूत्र हळूहळू सुटत चाललेले दिसते आहे. शिवाय राजकीय शक्तीमुळे, अधिकाऱ्यांना दिलेले अधिकार वापरून निर्णय घेण्याच्या क्षमतेवर लोकनियुक्त पुढारी आक्रमण करू लागले आहेत. मामलेदार कचेरीपासून ते मंत्र्यांच्या खोलीपर्यंत प्रत्येक प्रकरण सरकत-सरकत वर जाणे, परत माहितीसाठी खाली येणे, परत निर्णयासाठी वर जाणे– ही प्रक्रिया सुरू झाली. आपल्याला निर्णयाचा अधिकार आहे आणि तो निर्णय अकारण बदलला जाणार नाही, अशी खात्री असली तरच खालचे अधिकारी कार्यक्षम राहतात. पण जर प्रत्येक निर्णय हा अखेरीस मंत्र्यांच्या खोलीत होणार असेल, तर निर्णयाचा अधिकार वापरून वाईटपणा घ्यायचा कशाला, अशी बेजबाबदार प्रवृत्ती अधिकाऱ्यांत हळूहळू निर्माण होऊ लागली आहे. पारतंत्र्यानंतर स्वतंत्र झालेल्या भारताच्या शासनापुढे अनेक कालोचित आव्हाने उभी राहिली. पूर्वी मोजक्याच शाळा व कॉलेजेस होती आणि मुंबई राज्याला एकच विश्वविद्यालय होते. आता मुंबई राज्यातच सहा विद्यापीठे काम करीत आहेत, शिवाय कृषी विद्यापीठे आहेत ती निराळीच. एकट्या शिक्षण खात्याचा आकार एवढा वाढला की, पूर्वी संपूर्ण राज्यकारभारावर जेवढा खर्च होई, तेवढा आता एकट्या शिक्षण खात्यावर होत आहे. सर्वच खात्यांचे असे झाले आहे. लोकसंख्या वाढली, लोकांच्या गरजाही वाढल्या आणि पूर्वी शासनावर नसलेल्या अनेक जबाबदाऱ्या शासनावर येऊन पडल्या. वास्तविक, ही वाढती जबाबदारी घ्यायची असेल, तर विकेन्द्रीकरणाची फार गरज आहे. निर्णयाची अनेक केन्द्रे निर्माण झाली तर कार्यक्षमता वाढेल, पण घडले आहे किंवा राजकारणाच्या सोईसाठी घडविले गेले आहे ते अगदीच वेगळे आहे. सचिवालयात अनेक प्रकरणांच्या लक्षावधी फायली निर्णयाची वाट पाहत धूळ खात पडलेल्या आहेत.

पूर्वी तालुक्यावर मामलेदाराचा अंतिम अधिकार असे. इतका की, त्याला

तालुक्याचा राजाच समजत. अपवादभूत प्रसंगी त्याने दिलेले निर्णय फिरवले जात असत. आज मात्र अगदी उलटे घडत आहे. म्हणूनच राज्यकारभार विस्कळीत झालेला आहे. मामलेदार वा कलेक्टर यांनी दिलेल्या निर्णयात राजकीय दबावामुळे एवढे बदल केले जातात की, अशा वेळेला काही शेरे मारून अंतिम निर्णय वरतूनच लावून घ्यावा, अशी प्रथा सुरू झाली आहे. त्यामुळे खालची सर्व अधिकारक्षेत्रे पोस्ट मास्तराच्या अधिकारासारखी कागद पुढे सरकविण्याची केन्द्रे होऊन बसली. सत्तेचे हे अवाजवी विकेन्द्रीकरण केवळ विलंब लावते आहे असे नाही, तर शासनाची निर्णयशक्तीच कमजोर करीत आहे. आज कोणत्याही गोष्टीचा निर्णय लावताना शासकांची धांदल उडालेली दिसते. निर्णय घेतला की, अंमलबजावणीची जबाबदारी येतेच आणि अंमलबजावणी करायची म्हणजे विरोधकांचा विरोध मोडून काढावा लागतो. तालुक्यातील आपली लोकप्रियता घटणार नाही, अशा तऱ्हेचा निर्णय घेण्याची प्रवृत्ती मग बळावत जाते. सरकारला बदनाम करण्याची कोणतीही संधी सोडायची नाही, अशी नकारात्मक भूमिका विरोधी पक्ष घेऊ लागले. याचेही कारण सत्तारूढ पक्षाचा शासकीय निर्णयात अवाजवी होत गेलेला हस्तक्षेप, हेच होय. आजचे मुख्यमंत्री निलंगेकर-पाटील ह्यांच्या मुलीच्या प्रकरणात परीक्षकांवर दबाव आणून गुणपत्रिकेत बदल केले गेले, याबाबतचे प्रकरण आज गाजत आहे. विद्यापीठाच्या निर्णयात मुख्यमंत्र्यांना सहजगत्या हस्तक्षेप करता येतो आणि स्वार्थी निर्णय घेता येतो, हे पाहिल्यावर विरोधकांनी विरोधासाठी विरोध का करू नये? आज परिस्थिती अशी आहे की, काही क्षेत्रांतली सरकारी यंत्रणा पूर्णपणे अकार्यक्षम झालेली आहे. याचाच अर्थ, निर्णयशक्तीचा अभाव आता जाणवू लागलेला आहे.

'लखीना पॅटर्न' या नावाने कलेक्टर लखीना यांची कारभारपद्धती ओळखली जाते. त्यामुळेच त्यांचा तो गौरव झाला. वास्तविक, लखीनांनी वेगळे असे काहीही केलेले नाही. त्यांनी फक्त आपल्या कलेक्टर कचेरीला शिस्त लावली, सौंदर्य आणले आणि कागदपत्रे ठेवण्यासाठी जी रेकॉर्ड रूम असते, तिचा कायापालट केला. हे करण्यासाठी त्यांना कोणतेही जादा अधिकार वापरावे लागले नाहीत. आहे या परिस्थितीत स्वतंत्र वृत्तीचा जिल्हाधिकारी काय करू शकतो, हे त्यांनी दाखवून दिले आहे. शिवाय त्यांच्या कामाची राज्य सरकारने आणि मध्यवर्ती सरकारने दखल घेऊन त्याला मान्यता दिल्यामुळे इतर जिल्हाधिकाऱ्यांना आहे ह्याच अधिकारक्षेत्रात काम करता येईल, असे आश्वासन मिळाले आहे. वारंवार होणाऱ्या बदल्या, निवडून आलेल्या लोकांचे दबाव,

वाढलेले कामाचे क्षेत्र आणि मंत्र्यांनी केलेला हस्तक्षेप यामुळेच कलेक्टर हा एके काळी कार्यक्षम असणारा अधिकारी आज निरुपयोगी झाला. तेव्हा आपण देश सुधारायचा म्हणजे दिल्लीचा कारभार सुधारायचा– आणि हळूहळू राज्याचा, जिल्ह्याचा, तालुक्याचा कारभार सुधारायचा– ही पळपुटी संकल्पना सोडून देऊन, गावापासून ते राजधानीपर्यंत अनुक्रमाने सुधारणांचा अवलंब करायला शिकले पाहिजे. आपले प्रश्न इथेच, आत्ताच आणि आपणच सोडवले पाहिजेत, ही नवी भूमिका पत्करली पाहिजे. शिखर गाठायचे असेल, तर पायथ्यापासूनच सुरुवात करावी लागते. ग्रामपंचायतीपासून ते लोकसभेपर्यंत जी-जी अधिकारक्षेत्रे आणि लोकशाही संघटना आहेत, त्यांची कार्यक्षमता वाढवूनच त्यांचा विकास केला पाहिजे. तसे करायचे असेल, तर प्रत्येक स्तरावरील अधिकारकक्षा निश्चित ठरवावी लागेल. त्या अधिकारक्षेत्रात प्रत्येक स्तराला निर्णय घेता आले पाहिजेत. एखाद्या गोष्टीवरचा निर्णय देत असतानाच आपण कोणकोणते मुद्दे विचारात घेतले आणि कोणत्या निर्णयापर्यंत आलो आहोत, हे नोंदविण्याची जबाबदारी त्या-त्या घटकावर टाकली, तर त्यांचा निर्णय फिरविणाऱ्यांची पंचाईत होईल. तो निर्णय बदलण्यासाठीसुद्धा पुरेसे कारण असावे लागेल आणि निर्णय बदलला, याचीही नोंद करावी लागेल. निर्णयाची चालढकल त्यामुळे खूप कमी होईल. निर्णय देणारा अधिक वेगाने निर्णय देईल. आपल्या गावाजवळच निर्णयकेन्द्र असले, तर प्रत्येकाच्या पैशाची आणि वेळेची बचत होते. यासाठी एक उदाहरण देतो.

'बाँबे'चे 'मुंबई' करावे की नाही, यावर रण माजतेय. आपल्या गावाचे नाव कोणते असावे, हे ठरविण्याचा अंतिम अधिकार तिथल्या लोकनियुक्त स्थानिक शासनालाच असला पाहिजे. मुंबईचे 'बाँबे' हे नाव बदलले गेले याचे सुख-दु:ख दिल्ली-कलकत्त्यातील लोकांना कशासाठी होईल? किंवा नाव बदलण्याचा आग्रह तरी त्यांनी कशासाठी धरायचा? उलट, पूर्वपरिचयाचे बाँबे हे नाव राहिले तर काय झाले, असा भाबडा युक्तिवादच त्यांच्या तोंडी येणार. मुंबई महानगरपालिकेने नाव बदलण्याचा ठराव केल्यानंतर वास्तविक सर्व प्रश्न संपायला हरकत नव्हती. पण तसे घडले नाही. याचे कारण कोणताही निर्णय घेण्याचा अधिकार फक्त दिल्लीत बसलेल्या सत्ताधीशांनाच आहे, असा अनेकांचा भ्रम झालेला आहे. विकेंद्रीकरणाची राज्यपद्धती मान्य करायची आणि निर्णयाचे केन्द्र मात्र दिल्ली हेच ठेवायचे, हा मूर्खपणा आहे. जर भाषावार प्रांतरचना झाली, राज्य आणि केन्द्र यांच्या हक्कांची घटनेत तरतूद केली गेली; तर तत्त्वत: विकेन्द्रीकरणाचे आपण पुरस्कर्तेच आहोत. प्रत्यक्षात मात्र विकेन्द्रीकरण म्हणजे मध्यवर्ती सत्तेला

आव्हान असे मानण्याची प्रवृत्ती निर्माण झालेली आहे. देशापुढे अनेक गुंतागुंतीचे प्रश्न निर्माण झालेले आहेत आणि त्यावर एकविचाराने निर्णय घेता येत नाही. ही वेळ तरी आपण का ओढवून घेतली? संपूर्ण हिंदुस्थानात एकच निर्णय केव्हाच राबवता येणार नाही. कारण स्थानिक परिस्थिती वेगवेगळी असते, इकडे आपले दुर्लक्ष झालेले आहे. राखीव जागांचाच प्रश्न घ्या. प्रत्येक राज्यात हा प्रश्न समान नाही. प्रत्येक प्रांतातील आदिवासींची आणि दलितांची परिस्थितीही सारखी नाही. घटनेनुसार सर्वसाधारण सूत्रे ठरवून देण्याचा अधिकार मध्यवर्ती शासनाला जरूर आहे; पण मध्यवर्ती शासनाने उगाचच अंमलबजावणीच्या आणि तपशिलांच्या घोळात अडकू नये. ज्या प्रांतात अगोदरच उदार भूमिका घेऊन दलितांना सवलती दिल्या गेलेल्या आहेत, त्या प्रांताची मागासलेल्या बिहारशी सांगड घालणे बरोबर नाही. म्हणून निर्णयकेन्द्राचा पुनर्विचार आपण केला पाहिजे. नाही तर प्रगतिपर विचारांना वेग येणार नाही, संघर्षाच्या चळवळी वाढत राहतील. ज्या प्रांतात काँग्रेसचे शासन नाही, तेथे संघर्ष करून अधिक निर्णयशक्ती मागितली जाईल. म्हणून केवळ राज्य आणि केन्द्र यांच्यातील अधिकारक्षेत्राची वाटणी पुरेशी नाही. गाव, तालुका, जिल्हा, राज्य आणि केन्द्र सरकार या सर्वांच्याच अधिकारक्षेत्रांच्या मर्यादा ठरवाव्या लागतील आणि त्या ठरविल्या की, आज अवाढव्य वाटणारे शासन लोकशाहीला पोषक असा आकार धारण करू शकेल.

आपला देश स्वतंत्र झाला, तो मोठ्या चमत्कारिक अवस्थेत. जागतिक युद्ध नुकतेच संपलेले होते. या युद्धाने सर्व साम्राज्ये नष्ट केली. त्यातच ब्रिटिशांचे साम्राज्य नष्ट झाले. आपण स्वातंत्र्य-संपादनासाठी काहीच केले नाही असे नाही; पण जे काही केले, त्यामुळे इंग्रजांनी स्वातंत्र्य दिले, असे म्हणणे बरोबर नाही. प्राणाची बाजी लावून आम्ही स्वातंत्र्य मिळविले वगैरे शब्दप्रयोगांना फारसा अर्थ नाही. सन १८५७ चे स्वातंत्र्यसमर, वासुदेव बळवंत फडके किंवा चापेकर बंधू व त्यानंतरचे क्रांतिकारक, लोकमान्य किंवा त्या जातीचे जहाल पुढारी, नेताजी सुभाषचंद्र बोस व त्यांनी निर्मिलेली आझाद हिंद सेना आणि नौसैनिकांनी केलेले बंड– या अशा काही घटना जिवाची बाजी लावून केलेल्या स्वातंत्र्यसंग्रामात जमा करता येतील. यांपैकी एकेकाने किंवा सर्वांनी मिळून इंग्रजांना नमविले, हे विधानही अतिशयोक्त होईल. १९४२ चे 'चले जाव' आंदोलन काही लोकांना हुतात्मा करून गेले, पण म्हणून लहान-मोठ्या उपद्रवी उपद्व्यांनी इंग्रज गांगरून गेले, असे मुळीच नाही. स्वातंत्र्य मिळण्यासाठी त्या सर्वांनी केलेल्या प्रयत्नांची

किंमत कमी करायची नाही. स्वातंत्र्यलालसा लहान वा मोठी अशी नसते. आपापल्या परीने स्वातंत्र्यप्राप्तीचा प्रयोग पुष्कळांनी केला. असा एक भास निर्माण करण्यात येतो की, काँग्रेसने स्वातंत्र्य मिळविले आणि त्या सेनेचे प्रमुख होते महात्मा गांधी. ह्यूम, फिरोजशहा, गोखले, सुरेन्द्रनाथ, लजपतराय, टिळक, गांधी, नेहरू या सगळ्यांनी काँग्रेस या संस्थेला प्रतिष्ठा दिली आणि या देशात राजकीय जागृती आली. परंतु ती राजकीय जागृती इंग्रजी साम्राज्य उलथून टाकण्याइतकी सामर्थ्यवान कधीच झाली नाही. गांधींनी स्वातंत्र्यविषयक चळवळ अधिक खोल पसरविली; कारण ते गोखले, लोकमान्य टिळक यांच्या खांद्यावर उभे होते आणि टिळक-कालखंडात जे काही घडले, त्यामुळे लोकांच्या मनातून तुरुंगाची भीती नष्ट झाली होती. म्हणूनच गांधीजींना आपल्या चळवळीचे क्षेत्र व्यापक करता आले. जेवढे क्षेत्र व्यापक होते, तेवढा त्यातला धोकाही कमी होतो. गांधींनी देशभक्तीची व्याख्या सोपी केल्यामुळे खूप लोकांना स्वातंत्र्य-चळवळीत भाग घेणे शक्य झाले. लोक मोठ्या जमावाने सत्याग्रहात सामील होऊ लागले. तुरुंग भरू लागले आणि लहान-मोठ्या अडचणी इंग्रज सरकारपुढे निर्माण करू लागले. पण गांधींची स्वातंत्र्यविषयक चळवळ या देशात सामूहिकपणे आणि प्रदीर्घ काळ सलगपणे चालली नाही. त्यामुळे इंग्रजांना राज्यकारभार करणे कधीच अशक्य झाले नाही. खुद्द इंग्लंडचे युद्ध चालू झाले, तेव्हा चर्चिल उद्दामपणे म्हणाला की, 'महाराणीचे साम्राज्य नष्ट करायला मी पंतप्रधान झालो नाही.' अहिंसक चळवळीचे भय त्याच्या मनात कधीच नव्हते. गांधीजींच्या मर्जीविरुद्ध हिंदुस्थानचे शासन हिटलरविरुद्धच्या युद्धात सामील झाले आणि त्यांच्या युद्धविषयक प्रयत्नांत गांधी कोणताही व्यत्यय आणू शकले नाहीत. भारतातील सर्व राजकीय पुढारी तुरुंगात टाकले गेले, म्हणून पंधरा-वीस दिवस थोड्याफार प्रमाणात गडबड झाली. अगदी क्षुल्लक प्रमाणावर या अवाढव्य देशात लोहमार्ग उडविणे, पोस्टे लुटणे किंवा फारसे नुकसान होणार नाही अशा प्रकारच्या स्फोटकांचे आवाज करणे– अशा हिंसक घटना घडल्या आणि महिना-पंधरा दिवसांत ही चळवळ शांत झाली. इंग्रज शासन कुठे गडबडले नाही किंवा युद्धकार्याला माणसांची वा पैशाची कमतरता पडते आहे, असेही कुठे दिसले नाही. थोडक्यात, ४२ चा स्वातंत्र्यलढा असे आपण ज्याला म्हणतो, त्यात इंग्रज सरकारच्या दृष्टीने भिण्यासारखे काहीही नव्हते.

इंग्लंडने युद्ध जिंकले आणि नेत्यांची सुटका केली, तेव्हाही स्वातंत्र्य दिलेच पाहिजे, अशा अडचणीत इंग्रज मुळीच सापडले नव्हते. चर्चिल

पंतप्रधानकीवरून दूर झाल्यावर हिंदुस्थानला स्वातंत्र्य द्यावे, असे इंग्रजांना वाटू लागले. कारण या युद्धात इंग्रजांची प्रचंड प्रमाणात प्राणहानी झालेली होती आणि सारे इंग्लंड युद्धामुळे उद्ध्वस्त झालेले होते. साम्राज्य टिकवायचे, तर किमान इंग्रजी सैन्य हिंदुस्थानात सतत पाठविणे, ही गोष्ट इंग्रजांच्या आवाक्याबाहेरची होती. आझाद हिंद सेनेमुळे आणि नाविकांनी केलेल्या बंडामुळे येथील नेटिव्ह सैन्यावर विसंबिणे यापुढे शक्य नव्हते. एकटे इंग्लंडच नव्हे, तर साऱ्या युरोपीय देशांची परिस्थितीही अशीच होती. युद्धानंतर साम्राज्य टिकू शकणार नाही, हे वास्तव इंग्रजांनी मान्य केले आणि इंग्रजी साम्राज्याच्या विनाशाला आरंभ झाला. ज्या देशात स्वातंत्र्याचे उठाव झालेलेच नव्हते, तेथेही स्वातंत्र्य देऊन टाकावे– अशी भूमिका इंग्लंडला घ्यावी लागली आणि राजकीय साम्राज्यशाही नैसर्गिकपणे अस्तंगत झाली. हिंदुस्थानच्या पुढाऱ्यांना न विचारता इंग्लिश पंतप्रधानांनी सत्तांतराची तारीखही ठरवून टाकली. पण त्याच वेळेस स्वतंत्र होणारा हिंदुस्थान हा देश कायमचा दुबळा राहण्यात आपले व युरोपीय संस्कृतीचे हित आहे, असा कृतनिश्चय करून त्यांनी हिंदू आणि मुसलमान अशी हिंदुस्थानची फाळणी करण्याची योजना आखली. त्या वेळी धीरगंभीर व कणखर नेत्यांची देशाला फार गरज होती. मुसलमानांच्या अहंकाराला आणि अलगतेला इंग्रज आरंभापासूनच खतपाणी घालत होते, हे सर्वांना माहीत होते. हे संभाव्य संकट टिळकांनी, सावरकरांनी जसे ओळखले होते; तसे काही गांधी-नेहरूंना ओळखता आले नाही. सत्तांतराच्या वेळेस कॉंग्रेस पक्षावर गांधी-नेहरूंची पक्की हुकूमत होती. त्यामुळे, सत्तांतर झाल्यावर सत्ता कॉंग्रेसकडेच जाणार, ही गोष्ट सूर्यप्रकाशाइतकी स्पष्ट होती. अन्य पक्षांची एकत्रित किंवा सामूहिक ताकद कॉंग्रेसला विरोध करण्यास पुरेशी नव्हती. अखेरपर्यंत पाकिस्तान होऊ देणार नाही, असे म्हणणाऱ्या गांधींनीच फाळणीला मान्यता देणारे व्यक्तव्य केले आणि कॉंग्रेसने फाळणीचा स्वीकार केला.

फाळणी म्हणजे काय, फाळणी का करावी लागली, फाळणीचे संभाव्य दुष्परिणाम कोणते– या गोष्टींचे कोणतेच भान नेहरू-गांधींना नव्हते. हिंदुस्थानचे पुढारी म्हणून गांधींशी इंग्रज सरकारने बोलणी केली नाहीत, तर हिंदू जमातीचे पुढारी म्हणून केली. मुस्लिम जमातीचे पुढारी म्हणून जीनांनाही त्या वाटाघाटींत सामील करून घेतले. थोडक्यात, भारताची झालेली फाळणी ही राजकीय स्वरूपाची नसून सर्वथा धार्मिक स्वरूपाची होती, असे इतिहास सांगतो.

या सर्व प्रकारामुळे अधिक उन्मत्त झालेल्या मुसलमानांचा अहंकार आणि

अपेक्षा अधिक वाढल्या. इंग्रजांचे त्यांना साह्य होतेच. आपण जरी हिंदुस्थानला धर्मातीत राष्ट्र मानत असलो किंवा घटनेत तशी तरतूदही असली तरी इंग्रजांनी मान्यता दिलेला हिंदुस्थान हा हिंदूंचा हिंदुस्थान आहे आणि त्यांनीच निर्माण केलेला पाकिस्तान हा मुसलमानांचा पाकिस्तान आहे, ही वस्तुस्थिती लपविण्यात काय अर्थ आहे? हिंदुस्थानात घडलेले हिंदू-मुसलमानांचे दंगे– ज्याला आपण दंगली म्हणतो– मुसलमानांच्या दृष्टीने ती धर्मयुद्धेच आहेत. ही धर्मयुद्धे त्यांनी दोन पातळ्यांवर जिंकली. एक– पाकिस्तानची प्रत्यक्ष निर्मिती करून आणि दुसरी– हिंदुस्थानात सात-आठ कोटी मुसलमान कायम ठेवून. म्हणजे मुसलमानांनी केलेल्या धर्मयुद्धाचा पहिला हप्ता त्यांनी पाकिस्ताननिर्मितीमुळे मिळविला आणि दुसरा हप्ता आज ना उद्या आपण मिळवू, असा त्यांनी कृतनिश्चय केला. उर्वरित भारतात, खरे म्हणजे हिंदुस्थानात, त्यांचे धर्मयुद्ध खरे तर आजही चालूच आहे, आणि ते युद्ध आता ते अनेक पातळ्यांवर लढत आहेत. भारताच्या सेक्युलर राज्यात त्यांचे एक स्वतंत्र धार्मिक राष्ट्र आहेच आणि त्या धार्मिक राष्ट्राचे कायदेकानू फक्त त्यांनीच ठरवायचे, असा त्यांचा दावा आहे. त्यांच्या धार्मिक कायद्यात कोणताच बदल करणार नाही, असे आश्वासन देऊन राजीव गांधींनी हिंदुस्थानातील एका नव्या मुस्लिम राष्ट्राला मान्यता दिली आहे. मुसलमानांच्या या होऊ पाहणाऱ्या धार्मिक राष्ट्राचे नागरिक म्हणून त्यांना स्वतंत्र हक्क मिळालेले आहेत. पण त्याचबरोबर हिंदूंच्याबरोबर दरडोई एकमत अशा रीतीने असलेल्या लोकशाहीचे समान अधिकार त्यांना आहेतच. आज मुसलमानांना हिंदूच्या राज्यातही हिंदूंपेक्षा अधिक अधिकार प्राप्त होतात, आणि आपण हे राज्य निधर्मी आहे, असे जितक्या आग्रहाने म्हणत राहू तितके ते मुसलमानांच्याच सोईचेच आहे. कारण मुसलमानांनी निधर्मी राष्ट्राची संकल्पना केव्हाही मान्य केली नसल्यामुळे त्यांच्या धर्मक्षेत्रात हस्तक्षेप करण्याचाही अधिकारही आपल्याला उरलेला नाही. वास्तविक, त्यांना सर्व हिंदुस्थानच हवा आहे; कारण त्यांच्या लेखी खराखुरा, मानवाला तारणारा इस्लाम हा धर्म होय. त्याचा प्रसार करण्याचे धर्मानेच त्यांच्यावर बंधन घातलेले आहे. प्रेषिताचा शब्द त्यांच्या लेखी अपरिवर्तनीय असल्यामुळे त्यांची भूमिका स्वच्छ आहे. लोकशाही, सर्व-धर्म-समभाव, समाजवाद किंवा राष्ट्रवाद, या संकल्पनांचा हिंदूंनी वाटले तर स्वीकार करावा; मुसलमानांच्या लेखी या संकल्पना अस्तित्वातच नाहीत. याचे कारण त्या धर्मग्रंथात कोठेही अवतीर्ण झालेल्या नाहीत. वाटेल ते करायला आणि वागायला आज तरी त्यांना मुभा आहे. खंडित झालेले हे हिंदुराष्ट्र अजूनही इस्लामच्या छत्राखाली आलेले

नाही. आज ना उद्या– जमले तर लोकशाहीने नाही तर दंडेलीने, तेही जमले नाही तर जिहाद पुकारून– या देशात त्यांना इस्लाम आणावयाचा आहे. सर्व-धर्म-समभावाने आपण त्याच्याशी मुकाबला करू शकू का? लोकशाही मार्गाने आपण त्यांच्या आकांक्षांना प्रतिबंध घालू शकू, हा आपला भ्रम फार दिवस टिकू शकणार नाही. सर्व-धर्म-समभाव, लोकशाही, राष्ट्रवाद आदी गोष्टी सर्व समाजाने एकत्रितपणे मान्य केल्यासच अस्तित्वात येऊ शकतात. जर एका मोठ्या गटाला त्या मान्य नसतील, तर त्या त्यांना स्वीकारायला लावणारी शक्ती उर्वरित समूहाकडे असावयास हवी किंवा त्या महत्त्वाकांक्षी अल्पसंख्याकांना निष्प्रभ करून टाकण्याची किमया शासनाकडे असायला हवी. दुर्दैवाने भारतीय शासनाकडे या दोन्ही गोष्टी नाहीत. लोकशाही पाळायची, हे बंधन स्वीकारल्या कारणाने १२ कोटींपेक्षा अधिक असलेल्या मतदारांना असंतुष्ट ठेवता येत नाही. काँग्रेसच नव्हे, तर अन्य विरोधी पक्षसुद्धा इतक्या मतांची उपेक्षा करू शकत नाहीत.

या देशाचे राष्ट्रपिता म्हणून ओळखले जाणारे महात्मा गांधी काय किंवा लोकशाही समाजवादाचे पुरस्कर्ते म्हणून मान्यता पावलेले शांतिदूत जवाहरलाल नेहरू काय किंवा देशापेक्षा स्वत:ला मोठ्या मानणाऱ्या इंदिरा गांधी काय किंवा वारसा हक्काने पंतप्रधानपद भूषविणारे राजीव गांधी काय– या सर्वांना मुसलमान धर्माचे सामर्थ्य समजलेले नाही. त्यांनी इतिहासाचा अभ्यासही केलेला नाही. एवढेच कशाला, हिंदू म्हणवून घेणाऱ्या पुढाऱ्यांना हिंदूंचे मानसशास्त्रही समजलेले नाही. आपल्या सर्व प्रजाजनांना हुकूमशाहीने नव्हे, तर आपल्या व्यवस्थापकीय कौशल्याने काबूत ठेवू न शकणाऱ्या राज्यकर्त्यांच्या नशिबी नेहमीच अनंत अडचणी उभ्या राहतात. शिखांच्या अतिरेकी दहशतवादी कृतीच्या वेळेसही यामुळे आपले शासन अडचणीत आले. जातीयवाद, धर्मान्धपणा आणि देशविघातक प्रवृत्ती यांच्याशी मुकाबला करताना जे कचरतात, त्यांच्यावर अधिकच मोठी संकटे कोसळतात. धर्माची शक्ती समजावून घेतली, तरच धर्मांधता रोखता येते. प्रत्यक्षात धर्म पाळायचा; धर्मगुरू, मांत्रिक, ज्योतिषी यांना शरण जायचे; धर्मस्थळांना नम्रतापूर्वक भेटी द्यायच्या, सर्व सरकारी वास्तूंचे उद्‌घाटन करायचे, विठोबाची सरकारी पातळीवर सरकारी पैशाने पूजा बांधायची, सरकारी कार्यालयातून धार्मिक सण साजरे करू द्यायचे आणि दुसऱ्या बाजूने सर्व-धर्म-समभावाची भाषा करायची, या गोष्टींमुळे ते शब्द हास्यास्पद ठरले आहेत. महात्मा गांधी निदान धर्मनिष्ठ म्हणून प्रसिद्ध होते; पण पंडित नेहरूंचे तर तसे नव्हते. त्यांचा अंत्यविधी कुलोपाध्यायांच्या हातून अगदी समंत्रक पद्धतीने पार पडला आणि त्याचे दर्शन

व वर्णन सर्व भारतीयांना ऐकविण्यात आले. पंतप्रधान इंदिरा गांधींच्या दहनाचा सोहळा तर हिंदू धर्माची महती समजावून सांगण्यासाठीच केलेला होता, हे टीव्हीचे प्रक्षेपण पाहून वाटले. धर्माचे खासगी जीवनात अवडंबर असावयास हरकत नाही; कारण त्याशिवाय परलोकात सद्‌गती लाभत नाही, असे जर या देशातील लोकांचे मत खरोखरीच असेल; तर समूहाला तरी धर्माशिवाय परलोकात सद्‌गती कशी लाभेल? गांधी, नेहरू, इंदिरा गांधी या सर्वांच्या अंत्ययात्रा पाहिल्यानंतर आपण नको तितके धार्मिक आहोत; आणि सरकारी पातळीवरून धर्मांधतेचे असे प्रात्यक्षिक होत असते, तेव्हा निधर्मी राज्याला काही अर्थ उरतो का? वास्तविक, मनुष्य मृत्यू पावला की, त्याचे मागे काहीही उरत नाही. एकदा मनुष्य जाळला गेला की, त्याची रक्षा ही माती असते आणि या भावनेनेच आपण रक्षेचे विसर्जन करून टाकतो. माणूस कितीही मोठा असला, तरी मृत्यूनंतर त्याची गत सामान्य माणसासारखीच झालेली असते. त्याच्या रक्षेची मिरवणूक काढणे काय, त्याच्या चिमूट-चिमूट राखेचे गावोगावी प्रदर्शन करणे काय– या साऱ्याला काही अर्थ आहे काय? तर्काच्या जोरावर धर्माची महती कमी करता येते; पण ती समजते फारच थोड्यांना. बहुसंख्य समाजाच्या लेखी धर्म अस्तित्वात आहेच. त्याची उपद्रवशक्ती कमी करून, अवाजवी खर्चाला फाटा देऊन धर्माचे अस्तित्व स्वीकारणे, हीच शहाणपणाची गोष्ट आहे. धर्म स्वीकारला, तर मग परंपरांना अर्थ येतो– संस्कृतीचा अन्वयार्थ लावता येतो; एवढेच कशाला, धर्मांधता नष्टही करता येते. पण निधर्मीपणाचे पायघोळ अंगरखे घालायचे आणि धर्म मात्र विपरीत स्वरूपात आचरत राहायचे, या ढोंगीपणापायी आपण या शक्तीचा अपव्यय करीत आहोत.

(९ मार्च, १९८६)

-०-०-०-

१३

आमचे ग्रामीण व्यवहार आणि जीवन खरोखरच टाकाऊ होते काय?

या प्रचंड देशातील एक लहानसे खेडे. त्या खेड्यात बऱ्याच जाती-जमातींचे लोक राहतात. भारतातील बहुतेक सर्व राजकीय पक्षांचा झेंडा एखाद्या तरी घरावर फडकत असतो. बहुसंख्य गावांतून एका जमातीची वस्ती जास्त असते आणि अन्य जमाती थोड्या-थोड्या प्रमाणात विखुरलेल्या असतात. एखाद दुसरा ब्राह्मण असतो. मराठा, कुणबी हे तर तेथील परंपरागत हक्कदार असतात. व्यापार बहुतांशी गुजराती-मारवाडी समाजाच्या हातांत असतो. त्यामुळे चार-दोन गुजर-मारवाड्यांची घरे प्रत्येक गावात असतात. घरंदाज पाटलाच्या किंवा वतनदार कुलकर्णी, देशपांड्यांच्या खालोखाल तरी या गुजर-मारवाड्यांची घरे समृद्ध असतात. न्हावी, धोबी, साळी, माळी, शिंपी अशी गावाच्या गरजेनुसार स्थायिक झालेली माणसे आता गरजेपेक्षा जास्त प्रमाणात झाल्यामुळे आपला जातीविषयक व्यवसाय सोडून ती दुसरेही व्यवसाय करीत असतात. गावात जैन, लिंगायत यांचीही घरे असतात. सावकारी, व्यापार आणि त्यातून निर्माण झालेली शेती हे त्यांचे व्यवसाय असतात. तेली, तांबोळी हेही सुखेनैव जगत असतात. कसाई व्यवसायाच्या गरजेपोटी चार-दोन मुसलमान कुटुंबेही गावात जगत असतात. ताशे-वाजंत्री, पिंजण-काम किंवा मेलेल्या जनावरांच्या कातड्याचा व्यापार अशा कामांत ते मग्न असतात. महार, मांग, चांभार, रामोशी यांचाही वावर तेथे होत असतो. वरची आळी, मधली आळी, खालची

आळी अशा तऱ्हेने वर्णधर्मानुसार ग्रामरचना झालेली असते. गावकुसाबाहेर जगणाऱ्यांचे जग निराळे आणि गावात जगणाऱ्यांचे जग निराळे, अशी वहिवाट तर वर्षानुवर्षे चालू आहे. गावात शाळा असणारच आणि तेथे राहणारा किंवा बाहेरून येऊन मास्तरकी करणारा एखादा मास्तर गावातला सर्वांत सुशिक्षित माणूस. गाव परंपरागत वैरांनी जर जखडलेले असेल, ती एखादा बेरकी वकीलही गावात राहत असतो. खास खटले त्याच्याकडे येतात आणि प्रतिस्पर्ध्यांना हवा म्हणून आणखी एखादा वकील गावात येतो. वैदू, वैद्य, सुईण या तर गावातल्या गरजेच्या व्यक्ती झाल्या. पण शहारात प्रॅक्टिस न करता आलेला एखादा कामचुकार डॉक्टर खेड्यातल्या लोकांची सेवा केली पाहिजे, अशी भुलावणी करून गावाच्या आणि गावाच्या पंचक्रोशीतील आरोग्याची काळजी घेत असतो.

गावाला बाजार असतो, चावडी असते, तसेच एक ग्रामदैवतही असते. पुष्कळ ठिकाणचे ब्राह्मण गांधीवधानंतर शहरांत जाऊन स्थायिक झाले, त्यामुळे गावात पुजारी असतोच असे नाही पण गुरव असतो. अगदीच एखाद्या महत्त्वाच्या प्रसंगी किंवा खानदानी मराठ्याच्या लग्नात शेजारच्या गावातला ब्राह्मण बोलावला जातो. अधून-मधून फिरस्ते, वंजारी गावाबाहेर तळ ठोकतात. त्यांच्या रंगीबेरंगी वस्त्रांनी व पुरुषी सौंदर्याचा नमुना असलेल्या स्त्रियांनी आणि डोळ्यांत दिसणाऱ्या बेडरपणाने काही दिवस गावकरी चक्रावून जातात. सुगीच्या दिवसांत लहानसहान कसब दाखवून आपली कमाई करणारे किती तरी लोक गावाला भेट देत असतात.

गावाजवळून नदी वाहत जात असली, तर गाव वखवखलेले वाटत नाही. विहिरींनाही थोडेफार पाणी असते. ऐन उन्हाळ्यातही अधून-मधून हिरवेगार शिवार डोळ्यांना सुखावते. गावची झाडी सगळी तुटलेलीच आहे– अशा वेळेला शहाण्या शेतकऱ्याने सांभाळलेला डेरेदार आम्रवृक्ष, रस्त्याच्या कडेला चुकूनमाकून राहिलेले कडुलिंबांचे झाड, पारावरचा वटवृक्ष किंवा देवळात उरलेले उंबराचे झाड अशी काही थोडीफार झाडे– एके काळी या प्रदेशात झाडांची महामूर गर्दी होती, याची आठवण करून देतात. गावाला एखादी जत्रा असतेच. बाजाराचा दिवस तर असतोच असतो. त्या वेळेला आसमंतातील नागरिक व्यापार-उदिमासाठी, खरेदीसाठी किंवा केवळ तमाशा पाहण्यासाठी या आडवळणी गावात येतात आणि त्या वेळेला आपले संभाव्य व्याही शोधतात. गावात लग्न कोणाचेही असो– गावाचे दहा-बारा दिवस त्या चर्चेत मोठे मजेत जातात. लग्न जर सरपंचाच्या किंवा वतनदार असामीच्या घरचे असले, तर पूर्वपरंपरेने वाटलेली

कामे गावकरी अजूनही उमेदीने करतात. प्रत्येक जाती-जमातीच्या पंक्ती वेगळ्या असतात आणि तेथील स्थानिक लोकांना तरी त्यात काही गैर आहे, असे वाटत नाही. चरितार्थासाठी गावाबाहेर जाऊन महिना रोकड पगार घेणारे नोकरदार गावात कलागती लावतात; कारण त्यांना शहारात जी वागणूक मिळते, ती त्यांना खेड्यातही हवी असते.

स्वातंत्र्य आले. तीस-पस्तीस वर्षे होऊन गेली. शिक्षण फुकट झाले. कूळकायदा झाला, गावागावांत एस. टी. पोचली; पण गावांचे तोंडवळे काही बदललेले नाहीत. गावात हॉटेलांची संख्या वाढली. राजकीय पार्ट्यांचा जन्म झाला. निवडणुकांमुळे दोन-तीन गट पडले आणि पूर्वीचे परंपरागत जाती-जमातींना असणारे परंपरागत मान नष्ट झाले. वृद्धांच्या शब्दांना किंमत उरली नाही. क्षुल्लक कारणावरून लहान-मोठ्या मारामाऱ्याही घडू लागल्या. पूर्वी कोणत्याही जातीचा असो; पण दारूबाज आणि बदफैली माणूस गावात अप्रतिष्ठित मानला जाई. आता फक्त ज्याची उपद्रवशक्ती जास्त आहे, त्याला प्रतिष्ठा आहे. कधी ही उपद्रवशक्ती जातीची असते, कधी ही उपद्रवशक्ती लहान-मोठ्या व्यसनी लोकांची असते. कधी हा उपद्रवशक्ती ज्यांच्या घरी सुबत्ता आहे त्यांची असू शकते आणि त्या उपद्रवशक्तीला शहरात राहणाऱ्या कुठल्या तरी राजकीय पुढाऱ्याचा पाठिंबा असतो. कधी तरी त्या पुढाऱ्यांना गावात बोलावण्यात येते आणि ते काही तरी अचाट विधाने करून गावातले शांत वातावरण बिघडून टाकतात. ही लोकशाही आली, तिने गावात नानाविध नवी भांडणे निर्माण केली. एरवी खरे पाहता, मुंबई काय किंवा दिल्ली काय, तेथे जे काय घडते– त्याचा या खेड्याशी काहीही संबंध नसतो.

गावात चार-दोन मुसलमान बिचारे आपापला व्यवसाय करून सगळ्या लोकांशी चांगले संबंध ठेवून जगत होते. गावात मशीद नसली, तरी त्यांचे काही अडत नव्हते. त्यांना उर्दू तर बोलता येत नव्हतेच, पण खानदानी हिंदीसुद्धा बोलता येत नव्हते. पस्तीस-छत्तीस सालापर्यंत कोकणातील मुसलमान धोतर नेसायचे. सोलापूरच्या कापडाचा कोट घालायचे, टोपी घालायचे, आणि चक्क गंधसुद्धा लावायचे! त्यांच्या धर्मपालनात हिंदूंनी कधी अडचण आणली नाही किंवा हिंदूंच्या भजनाचा, प्रवचनाचा, मिरवणुकींचा त्यांनाही त्रास झाला नाही. गावच्या जत्रेत ते ताशे-वाजंत्री वाजवायचे, लग्नकार्यात हजर व्हायचे आणि वृद्ध मुसलमानाला नमस्कार करताना नवविवाहितेला अवघडल्यासारखे झाले नाही किंवा परगावी चाललेल्या एखाद्या म्हाताऱ्याला किंवा सासुरवाशिणीला आपल्या

परड्यातील फळे देताना मुसलमान बागवानाला काही वाटायचे नाही. हे सारे हळूहळू बदलत गेले. नको त्या ठिकाणी पीर-दर्गे उभे राहिले. बांग केवळ परमेश्वराला हाक मारण्यासाठी दिलेली नसून, गावातल्या लोकांना सतावण्यासाठी द्यायची असते, असा पायंडा पडला. दहा-पाच मुलांसाठी उर्दू शाळा निघाल्या. त्याबरोबर शहरी वातावरणात रुळलेला आणि औरंगजेबाचा वारसा सांगणारा माणूस गावात स्थायिक झाला. पूर्वी गावात पंचायतीचा शब्द म्हणजे देवाचा शब्द मानला जात होता. प्रत्येक जाती-जमातीला त्यात प्रतिनिधित्व असे. पण आता प्रत्येक मतभेदाचा मुद्दा हायकोर्टात नेल्यावाचून निर्णय लागत नाही. वकिलांची संख्या वाढली. तालुक्याच्या खेपा सुरू झाल्या. शहरातल्या सर्व व्यसनांची अर्धवट गावात आयात झाली. चैनबाजांची संख्या वाढली. सरकारी परवान्याशिवाय दारूचे गुत्ते वाढले. आणखी काही बला गावात येऊन आदळल्या. स्वातंत्र्यापूर्वी शिष्टाचाराच्या, सभ्यतेच्या ज्या काही कल्पना अस्तित्वात होत्या, त्या आता संपुष्टात आल्या आहेत.

तसं पाहिलं, तर लोकशाहीने सर्व गावे नासवून टाकली आहेत. प्रत्येक जातीचा आता एक-एक पुढारी असतो. आपल्या समाजाचे प्रश्न सोडविण्याच्या निमित्ताने गावातील आपल्या जातीच्या लोकांची तो संघटना बांधतो आणि एक झुंडशक्ती निर्माण करतो. समाजात जो पूर्वी एक एकसंधपणा होता, तो आता हरवला आहे. गावात बकालपणा वाढतो आहे. गावात पाणी आले, पण सांडपाण्याच्या नि:सारणाची व्यवस्था नसल्यामुळे घाणीची डबकी जागोजाग दिसू लागली. आता उकिरड्यांचे कुणाला काही वाटत नाही. रेडिओ, टीव्ही यांनी गावात आनंदाचा एक नवा झरा निर्माण केला; पण गावाचा शांतपणा बिघडवून टाकला. गावाला एक बकाल स्वरूप येत गेले. पूर्वी गावगाडा बिनबोभाट ओढला जाई आणि त्याला सर्वांचे हात लागत होते. 'गाव-गाडा' नावाचे एक पुस्तक शंभर वर्षांपूर्वी प्रसिद्ध झाले. त्यात या देशातील ग्रामव्यवस्था उत्तम प्रकारे चित्रित केली आहे. या पुस्तकाची एक नवी आवृत्ती हरिभाऊ मोट्यांनी काढली. हे पुस्तक वाचले की, लक्षात येते– आमच्या पूर्वजांनी सर्वांच्या गरजा ओळखून समाजाचे वस्त्र विणले होते. आजच्या संदर्भात त्या समाजरचनेत काही वैगुण्ये जाणवतील आणि वर्णव्यवस्थेमुळे उच्च-नीचता अधून-मधून काही लोकांना खुपत होती; पण जोपर्यंत प्रत्येक जाती-जमातीचे व्यवसाय सुरक्षित होते, तोपर्यंत ही उच्च-नीचता आजच्याइतकी टोचत नव्हती. म्हटले तर, हा समाज एका अलिखित कायद्याने बांधलेला होता आणि तरीही व्यक्तीचे स्वातंत्र्य शाबूत होते. सामाजिक

गरजेनुसार प्रस्थापित समाजरचना नाकारणारा बंडखोर या भूमीत पैदा होत होता. ज्ञानेश्वर, तुकाराम, एकनाथ, रामदास यांना म्हणायचे असेल तर संत म्हणावे; पण लोकांना न आवडणाऱ्या परंपराविरोधी गोष्टी त्यांनी केल्याच! कुणी संस्कृतची प्रतिष्ठा मोडून काढली, तर कुणी ब्राह्मणांचा स्वयंसिद्ध धर्माधिकार उखडून काढला. एकाने अस्पृश्यतेविरुद्ध बंड पुकारले, तर दुसऱ्याने इहवादी जीवनाचा पुरस्कार केला. हिंदू धर्मात अन्य धर्मीयांना जी प्रवेशबंदी होती, ती शुद्धीकरणाच्या क्रियेने शिवाजीने पुन्हा चालू केली. शालिवाहनाने मातीच्या शिपायांतून सैनिक निर्माण केले, अशी दंतकथा आहे. शिवाजीने खरोखरच भूमिपुत्रांना रणसेनानी करून पराक्रम केले. स्त्रियांचे स्वतंत्र अस्तित्व न मानणाऱ्या या समाजात रामदासांनी स्त्रियांना स्वतंत्रपणे मोक्षाचा रस्ता चालून जाण्याचे स्वातंत्र्य बहाल केले. ज्यांचा जन्म उच्चवर्णीयांची सेवा करण्यात जायचा, त्या हुजऱ्यांचे बाजीरावाने अभिषिक्त राजे करून दाखविले. समाजाला लवचिकपणा हवा. काळाच्या गरजेनुसार धर्माने बदलले पाहिजे, ही गोष्ट महाराष्ट्रात घडत आली आहे. हव्या तितक्या वेगाने नसेल, पण ती घडलीच नाही असे नाही. महाराष्ट्रात विद्येचे प्रेम असलेल्या विद्यार्थ्याला तो कोणत्याही जातीचा असला तरी उत्तेजन मिळालेले आहे.

अशी ही समाजरचना आज तरी उद्ध्वस्त झाली आहे. प्रत्येक जण आपला व्यवसाय व्रताप्रमाणे करीत असे. महाराष्ट्रातील सारे कर्तबगार पुरुष शिक्षक होते, नाही तर पत्रकार होते, आणि शिक्षक काय किंवा वृत्तपत्रकार काय, हे दोन्हीही समाजाचे मार्गदर्शक होते. ब्राह्मणांना उत्तर पेशवाईच्या काळात आणि नंतर इंग्रजांच्या वर्धमानकाळात अवाजवी प्रतिष्ठा आली आणि बहुजन समाज त्यांनी नागवला; म्हणून ब्राह्मण-ब्राह्मणेतर चळवळ निर्माण झाली आणि कुणी स्वार्थासाठी या चळवळीचा उपयोग विद्वेष माजविण्यासाठी केला. ब्राह्मणांजवळ विद्या आहे म्हणून विद्येचाच तिरस्कार करण्यास आरंभ झाला. ज्या साहित्यात पाच हजार वर्षांचे ज्ञान गोठून राहिलेले आहे, हे सारे संस्कृत साहित्य उपेक्षिले जाऊ लागले. या देशाजवळ जतन करण्यासारखे काही नाही, अशी भावना इंग्रजांनी जाणीवपूर्वक रुजवण्यास आरंभ केला आणि आमचे सुधारक त्यांच्याच डावाला बळी पडले व जेत्या इंग्रजांची प्रशंसा करू लागले. समाजाचे दुखणे नेमके काय आहे याचा शोध न घेता त्यांनी काही उपाय सुचविले, त्यामुळे या समाजाचा आत्मविश्वास उणावत गेला. आज दिडशे वर्षे होऊन गेली तरीही या देशातील नागरिकांना आत्मगौरव कशात आहे, हे अजून समजलेलेच नाही. ख्रिश्चन धर्म स्वीकारल्यामुळे मानवाचे प्रश्न सुटले असते, तर कित्येक ख्रिश्चन

राष्ट्रे पशुतुल्य जीवन जगत राहिली नसती. मुसलमानांची वास्तुकला, संगीत, धर्मव्यवस्था जर अधिक चांगली असती, तर मुसलमान समजली जाणारी राष्ट्रे इतकी मागासलेली राहिली नसती. हव्या त्या गतीने आपण आधुनिकतेला सामोरे गेलो नाही, म्हणून आपला पराभव झाला. नव्या विद्या जन्म पावल्या नाहीत, नवे संशोधन करण्याची क्रिया नष्ट झाली, निरर्थक अशा मायावादात समाज गुरफटून गेला. त्यामुळे आक्रमकांना प्रतिकार झाला नाही. परंपरागत शस्त्राने युद्ध केल्यामुळे आधुनिक शस्त्रांशी मुकाबला करता आला नाही. पण हा जो समाज आज भ्रमचित्त झाल्यासारखा दिसतो, त्याच समाजाने रूमशामपासून जाकार्तापर्यंत सर्वत्र आपल्या संस्कृतीचा प्रसार केला होता; तो कशाच्या बळावर? तेव्हाही वर्णव्यवस्था होती, जातिव्यवस्था होती. हाच समाज तेव्हा जेता होता, आक्रमक होता, नव्या संशोधनाची कदर होती. जी कोणी माणसे ऐहिकापासून दूर जाऊन विद्याभ्यास करीत राहिली, त्यांची समाजात प्रतिष्ठा होती. राजे होतेच, सरंजामशाही होतीच; पण ती प्रगतीच्या आड आली नाही. हा जो समाज आज पराभूत अवस्थेत सर्व जगाकडे ज्ञानाचा, विज्ञानाचा, लष्करी साहित्याचा, अन्न-धान्याचा, रसायनांचा, यंत्रांचा जोगावा मागत हिंडत आहे; त्याची ही अशी अवस्था का झाली? सर्व माणसे सारखीच आहेत ना? देवाने सर्वांना बुद्धी सारखीच वाटली आहे ना? सगळ्यांचेच रक्त सारखे आहे ना? मग या देशात आइन्स्टाईन, न्यूटन, फ्लेमिंग अशा तऱ्हेच्या शास्त्रज्ञांची पैदास का होत नाही? सार्त्र, कामू यांसारख्या साहित्यिकांची पैदास का होत नाही? चर्चिल, लिंकन, माओ यांसारख्या राष्ट्रपुरुषांची पैदास का होत नाही? खरे तर ही यादी खूप मोठी आहे. ह्यात व्हॅन्गोसारखे चित्रकार आहेत, ऑस्कर वाइल्डसारखे लेखक आहेत. बर्न्डहार्टसारखे शल्यविशारद आहेत. सर्वच क्षेत्रांत अव्वल दर्जाची प्रतिभा आहे, ती येथे जन्म का पावत नाही? या ठिकाणी जगाला दिपवणारे साहित्य निर्माण का होत नाही?

एके काळी या देशात अनेक विद्या जन्म पावल्या, की जेव्हा प्रयोगशाळाही नव्हत्या किंवा पूर्वेतिहासही नव्हता. जग जेव्हा निरक्षर आणि अडाणी होते; तेव्हा या देशात साहित्याचा, कलांचा, विज्ञानाचा किती तरी उत्कर्ष झालेला होता. हा उत्कर्षाचा रस्ता सोडून आपण आता या अधोगतीच्या रस्त्याने कुठे चाललो आहोत? आपल्या हाती सोपवलेले किंवा स्वीकारावे लागलेले काम करण्याची तळमळच आता उरलेली नाही. आपला उत्कर्ष करून घेण्याचा हक्क मान्य करूनसुद्धा आपल्यावर आणखीही काही लोकांची जबाबदारी आहे, हे भान आता कुठे दिसत नाही. श्रम केल्याशिवाय पैसा निर्माण होत नाही, हा अर्थशास्त्राचा

खरा मूळ सिद्धांत. पण कसलेच श्रम न करता पैसे मिळविण्याचे मार्ग या देशाने शोधून काढले आहेत. त्यातूनच लाच घेण्याला प्रतिष्ठा आली आहे. कुणाच्या तरी हक्काची संपत्ती त्याला कैचीत आणून विनासायास ती प्राप्त करून घेण्याचे शास्त्र या देशात परिपूर्ण झाले आहे. जगाचे काहीही होवो, देशाचे वाटोळे होवो; फक्त मी आणि माझा परिवार सुखी असला म्हणजे इहलोकीच्या आयुष्याला सार्थकता आली, असे नवे तत्त्वज्ञान निर्माण झाले आहे. स्वातंत्र्यानंतर आपण एक बेजबादार, उथळ, स्वार्थलोलुप असा नवा माणूस निर्माण केला आहे. या माणसातूनच या देशातील नेतेही निर्माण झाले आहेत. त्यांची वर्तणूकही अशाच तत्त्वज्ञानाशी सुसंगत आहे. 'यथा राजा तथा प्रजा', का प्रजेच्या लायकीनुसार त्याला राज्यकर्ता मिळतो, हे आपल्या देशात सांगणे तरी कठीण आहे. जे शब्द आपण मोठ्या अभिमानाने वापरतो, ते शब्द किती पोकळ आहेत आणि आपलाच आपल्या बोलण्यावर कसा विश्वास नाही, हे आपण पदोपदी सिद्ध करतो. सत्य आणि अहिंसा हे गांधीजींच्या तत्त्वज्ञानाचे दोन मूल्यात्मक शब्द. गांधीजींचे सत्य म्हणजे काय याचा प्रत्यय या देशाने घेतलेलाच आहे आणि अहिंसा तर चेष्टेचा विषय झाला आहे. सर्व-धर्म-समभाव, समाजवाद, लोकशाही या शब्दांचा नेमका अर्थ काय आहे, हे कोणत्याही राजकीय पुढाऱ्याला आता सांगता येणार नाही. 'सर्व-धर्म-समभाव' याला जर खरोखरीच काही अर्थ असता, तर केवळ मुसलमान स्त्रियांसाठी वेगळा कायदा करण्याची आवश्यकताच निर्माण झाली नसती, समाजवादी अर्थव्यवस्थेत नवे शोषक निर्माण झालेच नसते; निदान आहेत ते मोठे झाले नसते. लोकशाही हा तर आपल्या खास आवडीचा शब्द आहे. पण कोणत्याही पक्षाच्या निवडणुका सहसा या देशात होत नाहीत, आणि झाल्या, तर त्या किती लबाडीने होतात याचे परवा जनता पक्षाच्या अध्यक्षपदाच्या निवडणुकीच्या वेळेस प्रत्यंतर आले. लोकमत टिकविण्याची सर्व प्रसारमाध्यमे एकाच पक्षाच्या हातांत असताना येथील लोकशाही अशीच दुबळी राहणार.

या सर्वांचा निष्कर्ष असा काढता येईल की, भारतीय संस्कृती केव्हा तरी उत्कर्षाप्रत गेली होती, ही गोष्टच मुळी खोटी आहे. येथे ग्रामीण अर्थरचना स्वायत्त आणि सुरक्षित होती, हेही कल्पनारंजन असावे. या देशात कला बहराला आल्या, विज्ञानाची प्रभा फाकली, राजा हा परमेश्वरी अंश आहे असे खरोखरीच वाटावे अशी उदार, प्रजाहितदक्ष राजकुले या देशात निर्माण झाली, हाही या देशाचा बनावट इतिहास आहे. ही भूमी खरोखरीच सुवर्णभूमी होती, अन्नधान्याचा दुष्काळ तर येथे कधी पडलेलाच नाही, या म्हणण्यातही काही तथ्य नसावे.

गार्गी, मैत्रेयी, जिजाबाई, चांदबिबी, सुलताना रझिया, झाशीवाली लक्ष्मी किंवा तशाच अनेक कर्तृत्ववान स्त्रिया केवळ कथा-कादंबऱ्यांतील नायिका असाव्यात. येथील पुरुष तर गुलाम होताच, पण बायकाही होत्या. इथल्या तलवारीचा धाक वाटावा किंवा न्यायदंडाची लोकांना किंवा परकीयांना भीती वाटावी, ही गोष्ट केवळ कल्पित मानली पाहिजे. हिंदुस्थान हा एक जंगली प्रदेश असून परक्या लोकांनी येथील लोकांना वास्तुकला, साहित्य, संगीत, नृत्य यांची ओळख करून दिली आणि परदेशांतून ते येथील लोकांचा उद्धार करण्यासाठी आले. ते आक्रमक नव्हते, मूर्तिभंजक नव्हते किंवा लुच्चे व्यापारीही नव्हते. जगात असणारी वैज्ञानिक दृष्टी, संपत्ती, सेवावृत्ती, ज्ञानपिपासा ही सारी त्यांनी आपापल्या देशांतून आयात केली आणि पशुवत् जीवन जगणाऱ्या या देशाला माणूस बनवले. असेच काही तरी असले पाहिजे. समाज कसा बांधला जावा, हे सांगायला मार्क्स हवा. अभिजात साहित्याचे मानदंड ठरवायला कामू-सार्त्र हवेत. पराक्रम शिकवायला सिकंदर, नेपोलियन हवेत. या देशात केवळ पशू राहत होते आणि त्या पाशवी जगण्यालाच भारतीय संस्कृती म्हणून लोक का नावाजातात, हे पुष्कळांना कळत नसावे.

या देशात महामूर पाणी आहे, हवे ते प्रसवू शकणारी अफाट भूमी आहे, कोणतीही वनस्पती वाढू शकेल असे हवामान आहे, खनिजांची रेलचेल आहे; मग या देशाचे भाग्य ज्या अर्थी उजळत नाही, त्या अर्थी या देशाची सांगितली जाणारी गौरवगाथा निश्चितपणे खोटी असली पाहिजे. जलसंपत्ती, खनिजसंपत्ती, वृक्षसंपत्ती, सागरसंपत्ती या सर्वांची रेलचेल असताना इथे इतक्या खालच्या मानेने लोक का वावरतात? आपला उद्धार करण्यासाठी कुणी तरी पुढे यावे, अशी गयावया का करतात? हे लोक घरे का बांधत नाहीत? का त्यांना उघड्यावर, रस्त्यावर, झोपडपट्ट्यांत राहणे मनापासून आवडते? या लोकांना आपली, आपल्या मुलाबाळांची काळजी वाटत नाही का? आजच्या गरजेसाठी ती निसर्गाने वाढवलेली शेकडो झाडे ते निदर्यपणे का तोडतात? आपला परिसर स्वच्छ असावा, परिवार आरोग्यदायी असावा, याविषयी हे लोक इतके बेफिकीर कसे? दिल्लीत मोगलांचे राज्य होते आणि सुभ्याच्या गावी त्यांचे सुभेदार होते, तेव्हासुद्धा इथली ग्रामव्यवस्था इतकी उद्ध्वस्त झाली नव्हती. मग स्वातंत्र्य मिळाल्यावर ती इतकी उद्ध्वस्त का झाली? इंग्रजांच्या कडेकोट राज्यकारभारासुद्धा येथील प्रजा पुष्कळच सुखा-समाधानाने जगत होती. मग आताच स्वातंत्र्यानंतर असे काय घडले की, या देशात राज्यकर्त्यांशिवाय कुणी सुखी दिसत नाही? हा

समाज कधी नव्हता इतका आज दुभंगलेला आहे. स्वार्थसुद्धा या समाजाला नीटसा समजत नाही, मग परमार्थ तर राहोच; पण समाजहित तरी कसे कळणार?

येथील माणसांच्या जगण्याला प्रयोजन नाही. राज्यकर्त्यांना व्यक्ती, समाज आणि राष्ट्र या संकल्पनांची नाती माहीत नाहीत आणि येथील विचारवंतांना अर्थकारण, धर्मकारण यांचे समूहावरील परिणाम माहीत नाहीत. आपण काही तरी करतो, केल्यासारखे दाखवतो; पण या साऱ्या राष्ट्रव्यवहारात माणूस हे महत्त्वाचे केन्द्र आहे, याची जाणीव दिसत नाही. सदाचारी, सहिष्णू, जबाबदार माणूसच एका सदाचारी समाजाची उभारणी करू शकेल. पण येथे माणूस नावाच्या घटकाला प्रतिष्ठा नाही. येथे समाज नाही, जमाव आहे आणि ज्या जमावाला दुसऱ्याला लुबाडण्याची शक्ती आहे, तो जमाव येथे डोळ्यांत भरतो. साऱ्या अवनतीचे, दुर्दैवाचे खापर आपण दुसऱ्या कुणावर तरी फोडतो आणि आपल्या जबाबदाऱ्यांतून मुक्त होतो. पण हा दुसरा कुणी तरी हेच करीत असतो. त्यामुळे फक्त आरोप करण्यापलीकडे राजकीय पक्ष, विचारवंत किंवा तथाकथित जबाबदार नागरिक अन्य काही करीतच नाहीत. जगण्याचा माझा हक्क आहे आणि मी चांगले जग स्वत:साठी निर्माण करणार आणि अनेकांना त्यात वाटेकरी करून घेणार, अशी आकांक्षाच नसलेला हा समाज चांगले राष्ट्र तरी कसे निर्माण करणार? अनेक कृतिशील माणसांच्या स्वार्थातूनसुद्धा चांगले राष्ट्र निर्माण होऊ शकते, कारण स्वहिताचाही धंदा किफायतशीरपणे करावा लागतो. हात-पाय हलवल्याशिवाय स्वार्थही साधत नाही. घाम गाळल्याशिवाय संपत्ती निर्माण होत नाही. त्या निर्माण झालेल्या संपत्तीचे वाटप कसे करायचे, ते नंतर पाहू; पण सामूहिक संपत्ती प्रथम निर्माण केली पाहिजे, म्हणजे अखंड प्रयत्न केला पाहिजे. 'केल्याने होत आहे रे' ना हे सत्य! आश्वासनाने फक्त दिलासा मिळतो, तो मिथ्या! सत्याचा आश्रय सोडून आपण एक नवा मिथ्यावाद स्वीकारला आहे. ज्या अर्थी एखादी शिक्षणपद्धती अमेरिकेत यशस्वी झाली, त्या अर्थी ती आमच्याकडेही यशस्वी होईल, असे आम्ही गृहीत धरून चालतो. ज्या अर्थी जपान, अमेरिका, जर्मनी, चीन, रशिया ही ऐहिक दृष्ट्या यशस्वी झालेली राष्ट्रे आहेत; त्या अर्थी त्यांचे केवळ अनुकरण केले की पुरे, यावर आपला इतका दृढमूल विश्वास आहे की, आपण त्यांच्या कोलॅबोरेशनशिवाय जगूच शकत नाही. हे कोलॅबोरेशन केवळ वैज्ञानिक प्रगतीच्या बाबतीत नाही, तर समाजधारणेबद्दलही आहे. मग रशियाचे वर्चस्व असावे, की अमेरिकेचे असावे, का चीनचा मार्ग आपल्या आणि त्यांच्या साधर्म्यामुळे जास्त उपयुक्त– याचा

खल करून आपण त्या देशातील अर्थशास्त्राचे गळपट्टे आपल्या गळ्यात सुखाने बांधून घेतो. सर्व उत्पादनक्षेत्रे सामूहिक मालकीची व्हावीत, याचा काही जण आग्रह धरतात; तर वैयक्तिक मालकीच्या उत्पादन क्षेत्रामुळेच व निर्मितिस्वातंत्र्यामुळेच स्पर्धात्मक उत्पादन होऊन गुणवत्ता आणि किंमत यांचा समन्वय होतो, याबद्दल काही जण आग्रह धरतात. 'सब भूमी गोपाल की' आणि गोपालाचा आजचा अनुबंध म्हणजे आजचा लोकशासक– हे तत्त्व जेथे जन्मले, त्यांनाच आज इतके वैचारिक दास्य आलेले आहे की साध्या-क्षुल्लक मोटारीसाठीसुद्धा आपल्याला इटली, जर्मनी, जपान येथील कारखानदारांना शरण जावे लागते. आपण एक सामान्य दर्जाचे प्रवासी वाहनसुद्धा स्वत:च्या कर्तृत्वावर निर्माण करू शकत नाही? अशा स्थितीत आपल्याला एक स्वतंत्र, सार्वभौम राष्ट्र म्हणवून घेण्याचा काय हक्क आहे? सर्व धंद्यांचे राष्ट्रीयीकरण करा, असा धोशा लावणाऱ्या आमच्या राष्ट्रीय पुढाऱ्यांनी राष्ट्रीयीकरण झालेल्या उद्योगधंद्यांची अवनत अवस्था सुधारण्याकडे का लक्ष देऊ नये?

पण राष्ट्रीयीकरण, समाजवाद, व्यक्तिस्वातंत्र्य, कामगारांचे राज्य, लोकशाही, सर्व-धर्म-समभाव, समानता हे आज परवलीचे शब्द झाले आहेत, आणि ज्या कोणत्या देशात या शब्दांचा जन्म झाला, त्या देशाची गुलामगिरी स्वीकारल्याशिवाय या परवलीच्या शब्दांना अर्थ येणार नाही, अशी जाणत्या माणसांनी समजूत करून घेतली आहे. परावलंबी माणसांना आधाराशिवाय बोलता येत नाही. मग तेच उसने शब्द घेऊन त्या-त्या देशांचे हितसंबंध जपू लागतात. अमेरिका आणि रशिया किंवा चीन आणि रशिया यांचे जे वैचारिक युद्ध चालू आहे, ते अमेरिकेत नव्हे, रशियात नव्हे किंवा चीनमध्येही नव्हे; ते चालू आहे ते भारतासारख्या गुलामगिरीत मुरलेल्या राष्ट्रातच! ह्यात लढणारे रशियन, अमेरिकन किंवा चिनी नसतात; येथीलच लोक त्यांचे झेंडे घेऊन त्यांचे युद्ध लढत असतात आणि या लढाईत अमेरिका, रशिया आणि चीन हरत नाहीत– तर शेवटी आपणच आपली एकमेकांची डोकी फोडून घेतो, विजयाच्या आरोळ्या मारतो किंवा पराभावाने खचून जातो. प्रक्षुब्ध आणि अंतर्यामी गुप्त सामर्थ्याने भारलेला येथील लोकसमूह द्वेषाग्नीत खदखदत राहावा, अशी सर्वच महासत्तांची इच्छा आहे. त्यांच्या परीने ते प्रयत्न करीत आहेतच आणि आमच्या देशातील मूर्ख विचारवंत त्यांच्या प्रयत्नांना हातभार लावीत आहेत.

खरे तर भारतातल्या एखाद्या लहान खेड्याचा आणि जगातील वैचारिक संघर्षाचा काय संबंध आहे? खेड्यात पिण्यापुरते तरी पाणी मिळावे, तेथे शाळा

असावी, दवाखाना असावा, गुण्यागोविंदाने राहता यावे, आपापले काम करून जीवनक्रम आचरता यावा, जुनी सर्वसंग्राहक ग्रामव्यवस्था अस्तित्वात यावी– या सर्व गोष्टी घडविण्यासाठी परदेशी विचारवंतांच्या सेमिनार्सची काय गरज आहे? पंचवार्षिक योजनांचे फुगे यासाठी कशाला फुगवायला हवेत? या लहानसहान समस्या लहान हातांनी सुटण्यासारख्या आहेत. एक छोटासा दगड उचलण्यासाठी आपण प्रचंड क्रेन कशासाठी वापरत आहोत? प्रश्न सोडविण्यापेक्षा इंपोर्टेड क्रेनचे आपल्याला महत्त्व वाटते? तसे पाहिले तर सगळे प्रश्न सोपे आहेत; पण ते एकत्र केले की, प्रचंड वाटतात आणि मग ते प्रश्न सुटणे शक्य दिसत नाही. मग भयभीत होऊन आपण भिकेचा कटोरा हातात घेऊन जगात वणवण हिंडतो. खरोखच याची गरज आहे का? प्रत्येक लहान माणसाच्या हातांतील शक्ती त्याचे आणि त्याच्या परिवाराचे प्रश्न सोडविण्यापुरती पुरेशी असते. या देशातला लहानांतला लहान माणूस खरे तर अतिशय श्रीमंत आहे, समर्थ आहे. त्याची श्रीमंती व शक्ती त्याच्या लक्षात आणून देणे, हेच काम कोणी आजवर केलेले नाही. या नव्या समाजरचनेच्या नादात आपण माणसाला एखाद्या कृमी-कीटकाची योग्यता आणलेली आहे. प्रत्येक माणसाचा स्वाभिमान त्याच्या कर्तृत्वावर अवलंबून आहे आणि जरा खोदल्यानंतर नदीच्या पात्रात जसा झरा लागतो, तसेच स्वाभिमानाची कुदळ मारल्यावर या माणसांच्या वाळवंटातून अनेक झरे निर्माण करता येतील.

(१६ मार्च, १९८६)

-०-०-०-

१४

प्रगतीचे हिशेब कसे ठेवावेत?

सरकारचे जे वृत्तांत प्रसिद्ध होत आहेत, त्यांवरून सरकारचा सर्व खात्यांचा कारभार प्रगतिपथावर चाललेला असून आपल्या आर्थिक विकासाचा वेग, दरडोई राष्ट्रीय उत्पन्न, मूलभूत गरज असणाऱ्या वस्तूंच्या निर्मितीतला वेग हा ठरल्याबरहुकूम चाललेला आहे, असे चित्र दिसते. क्वचित एखाद्या प्रसंगी सरकारने हाती घेतलेल्या उद्योगधंद्यांतील व्यवहारात तूट आल्याचे दाखविले जाते, कारण तिथे इलाज नसतो. या प्रत्येक उद्योगधंद्याचा हिशेब प्रसिद्ध करावाच लागतो. त्यामुळे आकडेवारीत फारशी गल्लत करता येत नाही. पण जिथे निश्चितपणे आकडेवारी मिळण्याची सोय नाही, तिथे मात्र असा भ्रम निर्माण करून दिला जातो की, सर्व बाबतींत देशाची प्रगती होत आहे. प्रगती होणे म्हणजे काय, याचा अर्थ आपण समजावून घेतला पाहिजे. ज्या परिस्थितीत आणि साधनांत शंभर वर्षांपूर्वी भारतीय नागरिक राहत होता, त्या परिस्थितीत आणि साधनांत प्रगती झाली आहे, हे कबूल करावेच लागेल. त्या वेळेस किती तरी वैज्ञानिक शोधांचा जन्मच झाला नव्हता, त्यामुळे माणसाचे श्रम कमी करता येत नव्हते. नव्या वाहनांचे शोधच लागले नव्हते. इमारत बांधण्याचे आधुनिक ज्ञान जन्माला आले नव्हते. अशा किती तरी गोष्टी सांगता येतील की, त्या शतकापूर्वी नव्हत्या, आज आहेत आणि एकूण मनुष्यजातीची प्रगती झाली आहे.

याला दुसरीही एक बाजू आहे की, विज्ञानाने नवनवीन

सुखाची खूप साधने निर्माण केली. मनुष्याच्या जगण्याच्या पद्धतीत बदल करून टाकला; पण त्याचबरोबर अनेक वाईट गोष्टीही आणल्या. वेग, आवाज, प्रदूषण, गुन्हेगारी, अनैतिक व्यवहार हेही माणसाला आज नित्यपरिचित झाले आहेत. जे विज्ञान आणते, ते सारे स्वीकारल्यावाचून गत्यंतर राहत नाही; मग ते माणसाच्या विनाशाचे असो, की सुखाचे असो. एका बाजूला सुखसाधनांत वाढ व्हावी आणि दुसऱ्या बाजूने मानवाची सुख-शांती हरवून जावी, असे काहीसे विचित्र घडले आहे. माणसाचा हव्यास पराकोटीने वाढला आहे. एकीकडे लोकशाही, समानता या संकल्पनांची जाणीव होत चालली आणि दुसरीकडे हुकूमशाहीतही वाढ होत गेली. आज प्रत्यक्ष लोकशाहीने चालणारे देश फारच थोडे आहेत. त्या मानाने सुलतानशाहीने चालणारे देश अधिक आहेत. मानवी जीवाची हत्या हे आपण आजपर्यंत अपवित्र कृत्य मानले; पण अलीकडे त्या संकल्पनेला तडाच गेलेला आहे. वैयक्तिक, सामूहिक आणि राष्ट्रीय पातळीवर प्रचंड हत्याकांडे चालू आहेत. अणुविद्येचा शोध लागला आणि आपल्याला परग्रहावर जाणे सोपे झाले. पण त्याचबरोबर अणूचे संहारक सामर्थ्यही आपल्या प्रत्ययाला येऊ लागले. ज्याच्यावर माणसाचे किंवा विज्ञानाचे नियंत्रण नाही, अशी अणू-विघटनाची क्रिया सुरू झाली म्हणजे शे-पन्नास मैलांचा प्रदेश बेचिराख होतो आणि माणूस हतबुद्ध होऊन त्याकडे बघत बसतो. जेव्हा या शतकाच्या प्रगतीचा आलेख लिहिला जाईल; तेव्हा शांतता, बंधुता यांत कसलीही वाढ झालेली नव्हती– उलट जग युद्धाच्या तोंडावर सदैव उभे होते, हे आपल्या लक्षात येईल. या संदर्भात आपल्या देशाने काय भूमिका घेतली, याचा विचार करणे आवश्यक आहे.

आपला देश एक शांतताप्रिय देश म्हणून मानला जातो. पण आपल्या देशातील जातीय दंगली, संघटित गुन्हेगारी, राजकीय कलह यांचा विचार केला; तर आपला देश शांतताप्रिय आहे, असे विधान करणे लबाडीचे ठरेल. एकंदर झालेल्या गेल्या पन्नास वर्षांतील हिंसक चळवळी आपण अगदी अप्रगत आणि मागासलेल्या देशापेक्षाही मागासलेले आहोत, अशी प्रतिमा निर्माण करतात. आपण जाणीवपूर्वक काही केलेले आहे, असे आढळून येत नाही. युद्धे आपल्यावर लादली, राजकीय दंगली बहुतांशी परकीय राष्ट्रांनी घडविल्या. जातीय दंगली करण्याची ताकद बाहेरच्या शक्तींमुळेच निर्माण झाली. औद्योगिक कलह निर्माण करण्यात तर उघड-उघड कम्युनिस्ट राष्ट्रांचा वाटा आहे. आपण एकीकडून जगात शांतता निर्माण व्हावी म्हणून अलिप्त राष्ट्रांची चळवळ निर्माण केली,

पण सारी अलिप्त राष्ट्रे हिंसक चळवळींची माहेरघरे आहेत. भारतही त्यांना अपवाद नाही. मग आपण प्रगती केली, ती नेमक्या कोणत्या क्षेत्रात?

या देशातील अफाट लोकसंख्या आपल्याला सदैव भीती घालीत आहे. या सर्वांना जर आपण अन्न पुरवीत असू किंवा पुरविण्याचा प्रयत्न करीत असू, तर त्याबद्दल आपली पाठ थोपटून घेण्याचे कारण नाही. कारण ते कोणत्याही सरकारचे कर्तव्यच आहे. आपल्या देशात प्राथमिक गरजा भागविण्यासाठी आपण वीज उत्पादन वाढविले, पण ते आपल्या गरजेइतके आपण कधीच निर्माण करू शकलो नाही. आपले ऊर्जामंत्री सांगतात की, या शतकाच्या अखेर ऊर्जेची जी मागणी असेल त्यापेक्षा एक हजार मेगावॉट वीज कमीच पडेल. तीच गोष्ट बहुतेक सर्वच अत्यावश्यक गोष्टींची आहे. मग आपण प्रगती केली, ती कोणती? काही जरुरीच्या गोष्टींत आज तरी आपल्याला स्वयंपूर्णता प्राप्त झाली आहे, असे सांगितले जाते. उदा.– वस्त्रोद्योग. पण या देशात कापूस पिकविणारा शेतकरी अन्नान्न दशेत का राहिला? तर, आपण कृत्रिम धाग्यांची आयात करून ही स्वयंपूर्णता मिळविली आहे. खते, औषधे, रसायने याबाबतींत सांगितली जाणारी स्वयंपूर्णता परकीय साह्यावर अवलबूंन आहे. एखादे औद्योगिक रसायन उत्पादन करायचे असले की, त्याला लागणारे मूलभूत घटक परदेशांतून आणावे लागतात; म्हणजेच स्वयंपूर्णतेचा देखावा केला, तरी आपण खऱ्या अर्थाने स्वयंपूर्ण झालो नाही. काही बाबतींत स्वयंपूर्णता आली आहे. त्या वस्तू भारतीय नागरिकाच्या खिशाला परवडणाऱ्या नाहीत. उदाहरण द्यायचे असेल, तर दुधाचे देता येईल. दुधाचे उत्पादन वाढले, अगदी धवलक्रांती झाली. दूध हवे तितके मिळू लागले. पण ज्या वैज्ञानिक पायावर ही क्रांती झाली, ती वैज्ञानिक करामत एवढी महागडी आहे की, झालेल्या सुबत्तेचा गरीब जनतेला फायदा होणेच शक्य नाही. म्हणूनच, प्रगती म्हणजे काय, स्वयंपूर्णता म्हणजे काय– या साऱ्या गोष्टींचा विचार करायला हवा.

आपल्या देशावर परदेशांचे आक्रमण आले किंवा आपल्याला युद्ध करावे लागले, तर एका महिन्यापेक्षा अधिक काळ आपल्याला युद्ध चालविता येणार नाही; कारण त्यासाठी लागणारा दारूगोळा, संहारक अस्त्रे यांचा तेवढाच साठा आपण करू शकतो. आजच्या वैज्ञानिक जगातील युद्धात पेट्रोलची तर विलक्षण आवश्यकता भासते आणि युद्धाच्या परिस्थितीत पेट्रोल एक महिनाभर पुरणेही शक्य नाही. युद्ध झालेच आणि पाच-पन्नास शहरांवर बाँबवर्षाव झाला, तर उत्पन्न होणाऱ्या कोणत्याच परिस्थितीला तोंड देण्याची या देशाची क्षमता नाही.

इंग्लंडमध्ये युद्धकाळात घरे, कारखाने उद्‌ध्वस्त झाले; पण म्हणून इंग्लंड गर्भगळीत झाले नाही, कारण त्या देशाला अपवादभूत परिस्थितीत कसे वागायचे याचे ज्ञान आहे. अन्नधान्याचे नियंत्रण करावे लागले, तर मिळेल त्या अन्नावर ते जगू शकतात. आपल्या देशावर असे काही संकट आले; तर आपल्याला कसे सावरावे, हे उमगणेच शक्य नाही. वास्तविक, हिंदुस्थानासारख्या खंडप्राय देशात कोणत्या ना कोणत्या तरी राज्यात दुष्काळ, महापूर किंवा अतिवर्षा या गोष्टी घडणारच; पण अशा नैसर्गिक आपत्तींशी लढणारी कोणतीही यंत्रणा या देशाने उभी केलेली नाही. याचे कारण लोकांच्या सर्व गरजा भागविण्याची, त्यांना शांततापूर्ण आयुष्य जगू देण्याची आणि त्यांच्या कुवतीत जीवनावश्यक वस्तू पुरविण्याची सरकारची काही जबाबदारी आहे, असे सरकार मानीतच नाही.

आपल्या लोहमार्गाचे आयुष्य केव्हाच संपलेले आहे, पण त्यांचे नूतनीकरण करण्याचे राहून गेले आहे. त्यामुळे अपघातांची संख्या वाढते. पण त्याबद्दल सरकारलाही चिंता वाटत नाही. मृत व्यक्तीच्या नातेवाइकांना काही पैसे दिले म्हणजे आपली जबाबदारी संपली, असे सरकार समजते. वास्तविक, कितीही उत्पादन वाढलेले तरी ते अपुरेच पडेल अशा गणित-श्रेणीने या देशातील सतत वाढती लोकसंख्या वाढत आहे. पण यासाठी कुटुंबनियोजनाची सक्ती करण्याची हिंमत सरकार दाखवीत नाही, कारण काही धार्मिक गटांचा त्याला विरोध आहे. पण कितीही प्रयत्न केला तरी एवढ्या वाढत्या लोकसंख्येला अन्न, पाणी, निवास पुरविता येणार नाही, हे ठाऊक असूनही आपण या प्रश्नाकडे डोळेझाक करतो आहोत.

हा देश एके काळी घनदाट जंगलांनी समृद्ध होता, म्हणून ऋतुचक्र फारसे अनियमित नव्हते; पण क्षणिक लाभासाठी या देशात जी जंगलतोड झाली, त्यामुळे हा साराच प्रदेश शुष्क वाळंवटी प्रदेश होण्याचा धोका निर्माण झाला. तरीही या प्रश्नाकडे अजूनही गंभीरपणे पाहिले जात नाही.

वृक्ष काही एका दिवसात वाढत नाही. त्याला वीस-पंचवीस वर्षांचा अवधी लागेल आणि आज जर युद्धपातळीवरून प्रयत्न केला नाही, तर मनुष्यजातीवर येणारे संकट वैज्ञानिक प्रगतीच्या किंवा परकीय मदतीच्या जोरावर थोपविता येणार नाही, कारण त्या वेळेपर्यंत कोणतेच राष्ट्र या बाबतीत दुसऱ्या राष्ट्राला मदत करू शकणार नाही.

शुद्ध हवा, शुद्ध पाणी यांसारख्या गोष्टीसुद्धा या देशात दुर्मिळ झाल्या

आहेत. आपण प्रगतीचे आकडे जेव्हा मांडले; तेव्हा कारखान्याच्या उत्पादनक्षमतेत किती वाढ झाली, किती नवे रोजगार उपलब्ध झाले, किती विद्यालये निर्माण होऊन लोक साक्षर झाले, याचे आकडे प्रसिद्ध करतो. पण त्याचबरोबर पर्जन्यमान किती खाली आले, भूगर्भातील पाण्याचे साठे किती कमी झाले, नवे रोग किती वाढीला लागले– याची नोंद करण्याचे विसरतो. शांततेचा, एकतेचा आपण उद्घोष करतो; पण जातीय दंगलीत किती लोक बळी गेले याची यादी देण्याची टाळाटाळ करतो. या देशात राजकीय आणि सामाजिक क्षेत्रांत किती हत्या झाल्या, याची नोंद ठेवण्याचे विसरतो.

या देशात किती गुन्हेगारांवर खटले झाले आणि किती लोकांना शिक्षा झाल्या, इकडे तर आपले मुळीच लक्ष नसते. एकूण देशात सरकारचे कर किती चुकविले गेले आणि ते वसूल करण्यात सरकार किती यशस्वी झाले, याचीही नोंद आपण करीत नाही. या देशात अपघातांत किती लोक मृत्यू पावले, सरकारच्या दिरंगाईमुळे आणि भेसळयुक्त औषधांमुळे किती रुग्ण मरण पावले, याचाही हिशेब आपण ठेवत नाही. जेव्हा देशाच्या प्रगतीचा आलेख आपण मांडतो, तेव्हा देशातील अधोगतीची आकडेवारीही आपण मांडली पाहिजे.

अन्नधान्याची पैदास किती झाली याची आकडेवारी प्रसिद्ध करीत असताना अन्नधान्य उत्पन्न करणाऱ्या शेतकऱ्यांची स्थिती किती खालावली, याचीही आकडेवारी प्रसिद्ध व्हायला पाहिजे. हा देश ज्या दिवशी स्वतंत्र झाला, त्या दिवसानंतर आपल्या देशातील किती भाग शेजारच्या देशाने गिळंकृत केला याचीही आकडेवारी पाहिजे. कोणत्याही सत्तास्थानावर असणाऱ्या व्यक्तीची मालमत्ता किती वाढली, याचाही हिशेब देशाने ठेवला पाहिजे. थोडक्यात, प्रगतीचा आलेख हा एकतर्फी असता कामा नये. आपण काय मिळविले आणि काय काय गमावले याचे खरेखुरे हिशेब सरकारजवळ नसले, तरी विरोधी पक्षांजवळ असायला पाहिजेत.

स्मगलर्सना पकडून चोरट्या मार्गाने येणारी किती संपत्ती आपण जप्त केली, हे सरकार जाहीर करते; पण किती संपत्ती सरकारचा डोळा चुकवून या देशात आली, याची सरकारजवळ नोंद नाही.

म्हणून आपली सर्व आकडेवारी फसवी आहे. अज्ञानी माणसांना असे वाटते की, आपल्या देशाचा किती विकास झाला– पाहा! आपल्या देशाने कृत्रिम उपग्रह सोडला, अंतराळयात्री पाठविला, अनेक आधुनिक कारखाने काढले, उच्च शिक्षणाची सोय केली, धरणे बांधली... हे सारे असले, तरी याचा प्रत्यक्ष लाभ किती मिळाला आणि जी साधनसामग्री बेजबाबदारपणे उपयोगात आणली

गेली नाही, त्यामुळे देशाचे किती नुकसान झाले– या गोष्टींची नोंद करण्याची आपल्याला आवश्यकता वाटत नाही. आपल्या देशात संपामुळे किती कामाचे तास फुकट गेले आणि किती उत्पादन घटले, याचीही नोंद ठेवण्याची आपण टाळाटाळ करतो. केवळ निर्णय घेण्यास विलंब केल्यामुळे अनेक प्रकल्पांच्या खर्चांत किती वाढ झाली आणि पर्यायाने देशाचे नुकसान किती झाले, याची नोंद सरकारजवळ नाही. एवढेच कशाला– या देशात लोकसभांचे, विधानसभांचे प्रत्यक्ष काम किती तास झाले, त्यावर किती पैसा खर्च केला आणि त्यात निरर्थक भांडणावर किती वेळ फुकट गेला, हेही आपल्याला ठाऊक नाही. काही जमेची बाजू लिहिण्याचा आपण प्रयत्न केला; पण खर्चाचीही एक बाजू असते, याचे विस्मरणच झाले.

सत्तारूढ पक्ष आपल्या उणिवा लपविण्याचा प्रयत्न करेल, पण विरोधी पक्षाने हे काम का केले नाही? मोर्चे, घेराव, निषेध-सभा ही कामे करण्याइतकेच आपल्या देशाच्या भवितव्याचा जमाखर्च ठेवणे, हे त्यांचे महत्त्वाचे काम नाही का? वास्तविक, विरोधी पक्षाने अशा तऱ्हेचा हिशेब व्यवस्थितपणे ठेवून लोकांसमोर मांडला, तर त्याचे कार्य सुकर होणार आहे. सरकारची प्रसिद्धि-यंत्रणा जमेची बाजू फुगवून सांगत असते. पण सरकारमधे जे दुर्गुर्ण शिरलेले आहेत, त्यांचा काटेकोर हिशेब आपल्याजवळ असायला हवा. किंबहुना, आज ना उद्या याच बळावर काँग्रेसला सत्ताभ्रष्ट करता येईल.

ज्या-ज्या सार्वजनिक समाजयंत्रणा समाजात काम करतात, त्या-त्या सार्वजनिक यंत्रणा अकार्यक्षम का झाल्या किंवा त्या जाणीवपूर्वक का केल्या गेल्या याचीही दखल घ्यायला पाहिजे. उदा.– येथील न्यायसंस्था. न्यायालयात खटले प्रविष्ट होतात. अशिलांच्या, वकिलांच्या आणि न्यायाधीशांच्या संगनमताने खटले लांबविले जातात. कोणत्याही खटल्यावर अपील करता येते. या साऱ्या प्रकरणात न्यायाचे तत्त्व हरवून जाते. कारण एक तर न्याय खर्चिक होतो आणि तो मिळायला विलंब लागतो. विरोधी पक्षांनीही काही गोष्टींवर अभ्यासपूर्ण संशोधन करायला हवे. त्याशिवाय सत्तारूढ पक्षाला विरोधी पक्षांचे कधीच भय वाटणे शक्य नाही. केवळ निवडणुकीच्या द्वारा सर्व प्रसिद्धी-माध्यमे ताब्यात असताना स्मगलर्सच्या आणि गैरव्यवहारातील पैशाने श्रीमंत झालेला पक्ष सत्ताभ्रष्ट होणे शक्य नाही. सत्तेचा दुरुपयोग काँग्रेस कसा करतो, काँग्रेसच्या बेजबाबदार धोरणामुळे देशाची करोडो रुपयांची संपत्ती कशी फुकट जाते आणि ज्याला काँग्रेस प्रगती म्हणते ती प्रगती नसून प्रत्येक क्षेत्रात देशाचे अध:पतन होत आहे,

हे सांगण्याचे उत्तरदायित्व विरोधी पक्षांवर आहे. विरोधी पक्ष आपली कर्तव्ये नीट पार पाडीत नाहीत. एखाद्या निवडणुकीत विरोधी पक्षाने भाग घेतला नाही तरी चालेल; कारण नाही तरी निवडणुकांत यशस्वी होणे कठीणच आहे. पण प्रत्येक विषयावर अभ्यासगट निर्माण करून काँग्रेसची धोरणे मुळापासून कशी चुकली आहेत, हे नागरिकांना समजेल अशा भाषेत मांडणे आवश्यक आहे. नुसते आरोप करून भागत नाही; आरोपाला पुरावे द्यावे लागतात, आणि इकडेच विरोधी पक्षांचे दुर्लक्ष होते.

शेतकरी प्रश्न ज्या शास्त्रीय पद्धतीने शरद जोशी मांडतात, त्या पद्धतीला आलेले यश लक्षात घेऊन इतर सर्व प्रश्नांचाही सांगोपांग विचार करण्याचे कार्य विरोधी पक्षाने हाती घेतले पाहिजे. पण ते आपले काम नाही, असे विरोधी पक्षाला वाटत असावे. मग हे काम कुणी करावे?

(१४ डिसेंबर, १९८६)

-०-०-०-

१५

घामानेही क्रांती होते

पर्यावरण, निसर्गाचा समतोल, प्रदूषण हे शब्दप्रयोग अलीकडे आपण वारंवार ऐकतो; परंतु या सर्वच शब्दांमागील वास्तव परिस्थिती आपल्या एकदम लक्षात येत नाही. क्रूड ऑईलच्या धुरामुळे, रासायनिक कारखान्यांतील दूषित हवेमुळे, कारखान्यांतून निरुपयोगी म्हणून बाहेर फेकलेल्या सांडपाण्यामुळे किंवा कोणत्याही शहरातील मैल्याचा नीट निचरा न झाल्यामुळे उद्‌भवलेल्या परिस्थितीमुळे या शब्दांची आपल्याला आठवण होते आहे. तेवढ्यापुरतेच या समस्यांचे रूप मर्यादित नाही. रासायनिक खते व फवारणीची औषधे यांमुळे भाजीपाला, फळे, धान्ये यांचीसुद्धा शुद्धता गेलेली आहे. खाद्यपदार्थ निर्माण करणाऱ्या बेकरीज, फ्रोझन फूड कंपन्या, मिठाई निर्माण करणारे दुकानदार; मसाले, लोणची, सॉसेजेस् निर्माण करणारे कारखानदार– हे सारेच आजच्या भयानक अवस्थेला कारणीभूत झाले आहेत. उपाहारगृहेही त्याला जबाबदार आहेत. औषधांची, खाद्यपदार्थांची शुद्धता आज टिकलेली नाही. रासायनिक वस्त्रे वापरायला लागल्यापासून त्यांचेही काही दुष्परिणाम होत आहेत, इकडे कुणाचे लक्ष गेले नाही. कपडे धुणारी धुलाई केन्द्रे रोग वाढवितात, याचाही विचार आपण केलेला नाही. छापलेल्या वृत्तपत्रांच्या कागदात ओलसर असणारे पदार्थ बांधून दिले तर अल्पप्रमाणात का होईना– पण घातक अशी रसायने पोटात जातात, इकडेही आपले लक्ष गेलेले नाही. खाण्याच्या पदार्थांत, औषधांत जाणीवपूर्वक जी भेसळ केली

जाते, त्याने अनेक रोगांचा जन्म होतो. प्रकाशाचा व उजेडाचा असणारा अभाव आणि अपुरे पाणी यांनीही आरोग्यास धोका उत्पन्न होतो. शहरात मिळालेले पाणी एकूण कोणत्या अवस्थेतून येते, हे पाहिले म्हणजे ते पाणी शुद्ध का असू शकत नाही, हे कळू शकेल.

प्रदूषणाचे क्षेत्र हे आता सर्वव्यापी झाले आहे. शहरात ठिकठिकाणी पडणारे कचऱ्यांचे ढीग आणि त्याबद्दलची अनास्था याही चिंतेच्या गोष्टी आहेत. शहरे वाढत गेली आणि टाकून देण्याच्या पदार्थांची संख्या वाढत गेली. शहरातील सर्व सांडपाणी नदीत सोडून देण्याच्या उद्योगामुळे नद्यांचे आणि पाणवठ्यांचे पाणी दूषित झाले. अशा अनेक प्रकारांनी आपण एका अनैसर्गिक गलिच्छ वातावरणाला जन्म दिलेला आहे. निसर्गाने मनुष्याचा देह असा बनविला आहे की, तो सवयीने खूप मोठ्या प्रदूषित वातावरणात टिकू शकतो. त्याची इम्युनिटी–सहनशीलता वाढते. पण त्या प्रत्येक सहनशीलतेला मर्यादा असते. इंग्लंडमधले खेळाडू भारतात जेव्हा येतात, तेव्हा चार-दोन दिवसांतच डीसेंट्रीने आजारी पडतात; कारण इथे शुद्ध केलेले पाणीसुद्धा पचविण्याची त्यांच्या जठरांना सवय नसते. या सर्वांचा एकत्रितपणे विचार केला आणि नागरिकांनी काही निर्बंध स्वयंस्फूर्तीने पाळले, तरच या संकटातून काही तरी मुक्तता होण्याची शक्यता आहे. आपल्या घरातील घाण शेजाऱ्याच्या घरासमोर टाकताना आपले घर शुद्ध झाले, अशा आनंदात आपण असतो. पण शेजाऱ्यानेही त्याच मार्गाने आपले घर शुद्ध केलेले असते, हे विसरतो. तेव्हा हा प्रश्न व्यक्तिगत स्वच्छतेचा किंवा व्यक्तिगत सुरक्षिततेचा नाही, तर त्याचे स्वरूप सामूहिक आहे, हे आपण प्रथम लक्षात ठेवले पाहिजे. आपले मन अजून फारच व्यक्तित्ववादी असल्याने सामूहिक सौख्य किंवा सामूहिक सुरक्षितता याचे महत्त्व आपल्या ध्यानात येत नाही. यामुळेच हा प्रश्न दिवसेंदिवस गंभीर होत चाललेला आहे. सरकारी निर्बंधांनी किंवा सरकारी वा नगरपालिकेच्या पगारी नोकरांमुळे हा प्रश्न सुटणार नाही. हा प्रश्न सोडविण्याचा खरा मार्ग म्हणजे सामूहिक मनाचा जन्म येथे झाला पाहिजे. आपल्यापुरते पाहण्याची वृत्ती नष्ट झाली पाहिजे. समाजाच्या सामूहिक संपत्तीतून आपल्याला सुविधा मिळतात. पाणी, वीज, ड्रेनेजव्यवस्था, रस्ते, वाहने अशा अनेक गोष्टी वैयक्तिक पातळीवर करता येत नाहीत. यासाठी सामूहिक संपत्ती आणि सामूहिक व्यवस्था आखाव्या लागतात. या सर्व गरजा भागविणारी सर्व साधने सुरक्षित आणि कार्यक्षम ठेवण्यासाठी सामूहिक मनाची गरज असते. पण दुर्दैवाने हे सामूहिक मन तयार झालेले नाही. व्यक्तिस्वातंत्र्य याचा अर्थ समूहाचे

सर्व कायदे पाळून मिळालेले स्वातंत्र्य, असा आहे. यातले सर्वच कायदे लिखित स्वरूपात निर्माण होत नाहीत, तर सामूहिक जीवन जगण्याच्या प्रक्रियेतून निर्माण होतात. डावीकडून चालावे, हा कायद्याचा भाग झाला. पण हातवारे करीत तिरके चालू नये, दुसऱ्याच्या हालचालीला अडथळे आणू नयेत, हा झाला अलिखित कायदा. असे अनेक कायदे अस्तित्वात आहेत, पण ते मोडणाऱ्यांना शिक्षा करण्याची यंत्रणा मात्र उपलब्ध नाही.

हे जे नवे प्रश्न समाजाला भेडसावू लागले आहेत, त्यांचा विचार करताना आपल्याला पुष्कळ खोलवर जाऊन काही तपशील ठरवावे लागतील. आरंभी ते जाचकही वाटतील, परंतु अंती समूहाच्या उत्कर्षाला ते उपयोगी पडतील आणि तेवढ्यासाठीच आपखुशीने निर्बंध लादून घेण्याची गरज आज निर्माण झाली आहे. ते निर्बंध कोणते, याचा विचार आपण करायला हवा.

एक तातडीचा उपाय म्हणून आपल्याला प्रदूषण थांबविण्यासाठी वनीकरण हा उपाय सुचतो. नद्यांची शुद्धता हाही उपाय आपण आता वापरू लागलो आहोत. खाद्यपदार्थांच्या निर्मितीलाही आपण काही नियंत्रणे घातली आहेत. दूषित आणि कालबाह्य औषधे वापरल्याने मनुष्यहानी घडल्यानंतर आपण जागे झालो आहोत. पण आपल्या दक्षतेचे स्वरूप, योजिलेले मार्ग आणि त्याचे आलेले फलित हे लक्षात घेता; अधिक कार्यक्षम मार्ग वापरायला हवेत. एखाद्या पदार्थात भेसळ केली गेली आहे, म्हणून त्या निर्मिती केंद्रावर धाड घातली आणि भेसळयुक्त पदार्थ जप्त केले, तरी त्याचे पृथक्करण करून मिळण्यासाठी काही महिने वाट पाहावी लागते. हे काम आधुनिक जगात चोवीस तासांत होण्याजोगे आहे; आणि तितक्या तातडीने ते झाले, तरच प्रयोगशाळेतील कर्मचाऱ्यांना फितविण्याचा व्यापाऱ्यांचा मार्ग निष्प्रभ करता येईल. अशा गुन्हेगारी प्रवृत्तीच्या व्यापाऱ्यांवर, कारखानदारांवर आणि विक्रेत्यांवर तातडीने अभियोग चालवून त्यांना शिक्षा करणे शक्य झाले; तर त्याचा परिणाम अन्य कारखानदारांवर होईल. सार्वजनिक ठिकाणी घाण करणाऱ्यांना शिक्षा ताबडतोब व्हायला हवी. त्या सामाजिक गुन्हेगाराचे छायाचित्रही प्रसिद्ध व्हायला हवे. ही सारी कार्यवाही सरकारी यंत्रणेमार्फत होण्यासारखी नाही. समाजातल्या निवृत्त, कार्यक्षम आणि समाजहितदक्ष अशा व्यक्तींनी स्थानिक पातळीवर ग्राहकमंच किंवा नागरिकमंच उभे केले आणि सरकारने त्यांना पुरेसे अधिकार दिले, तरच परिस्थितीत जलद गतीने पालट करता येईल. आपल्या देशातील सरकारी यंत्रणा गंजून गेली आहे. शिवाय कायद्यातील उद्दिष्टांपेक्षा कायद्यातील शब्दार्थावर तिचा जोर असतो.

सरकारी यंत्रणा चेंगट म्हणून निरुपयोगी झाली आहे. तिचाही उपयोग आहे; पण तिच्या हाती सर्वाधिकार असण्याची आवश्यकता नाही. प्रत्येक मतदारामागे जरी केवळ एक रुपया सार्वजनिक सुरक्षाकर घेतला, तरीही एवढ्या रकमेत स्थानिक ग्राहकांची समिती कार्यक्षम कारभार करू शकेल. प्रदूषण फक्त हवेचे व पाण्याचे झालेले नाही. तोल फक्त निसर्गाचाच ढळलेला नाही. सारा जीवनव्यवहार हा दूषित झालेला आहे. कायद्याने त्याचे नियंत्रण करायला गेलो, तर कायद्यातून पळवाट काढून तांत्रिक कारणांवरून गुन्हेगारांना मुक्त होता येते. याचाच अर्थ, आजची कायदाव्यवस्थाही प्रदूषित झाली आहे. समाजनियंत्रणासाठी विचारपूर्वक निर्माण केलेली यंत्रणाही जेव्हा अकार्यक्षम होऊ लागते, तेव्हा दुसरी काही संरक्षणव्यवस्था निर्माण करावी लागते; परंतु असा विचार आपल्या नेत्यांच्या मनात कधी येतच नाही.

खरी गोष्ट अशी आहे की, इंग्रज राज्यातील सरकार आणि स्वतंत्र झालेल्या आपल्या देशाचे सरकार यांत काही बदल झालेला आहे, असे आपण मानलेलेच नाही. पूर्वी आपण भीतीच्या दडपणाखाली वावरत होतो आणि प्रत्येक दुर्दैवाला सरकारला जबाबदार धरीत होतो. त्या गुलामगिरीच्या काळातही अनेकांनी स्वतःच्या पायांवर उभे राहून अनेक संस्था उभ्या केल्या. सरकारकडून कोणत्याही साह्याची अपेक्षा केली नाही. आपले प्रश्न आपल्यालाच सोडवावे लागतील, या खात्रीने त्यांनी सर्वस्व ओतून काम केले आणि किती तरी सामाजिक गरजा भागविल्या. शिक्षण संस्था, वाचनालये, विधवाश्रम, अनाथ बालक-बालिका संगोपनगृह व संशोधन केंद्रे वगैरे कित्येक सामाजिक गरजा स्वतंत्र बुद्धीने लोकांनी पुरविल्या. आपण निवडून दिलेल्या लोकांचे स्वतंत्र सरकार आज राज्य करीत आहे, म्हणून सर्व गोष्टी सरकारने केल्या पाहिजेत, असे आपण गृहीत धरतो. पारतंत्र्याच्या काळात समाजात जेवढे चैतन्य होते, तेवढेही आज उरू नये, याबद्दल आपल्याला लाज वाटायला हवी. सरकारने अनेक कायदे निर्माण केले, अनेक सवलती देऊ केल्या; त्यांचाही पत्ता नागरिकांना नसतो, याचे कारण आपल्या शक्त्यानुसार आपण काही सामाजिक कार्य केले पाहिजे, याविषयीची जाणच आता कमी झाली आहे. सरकारी कायदे किचकट असतात व सरकारी अधिकारीही फारसे उत्साही नसतात. त्यामुळे सरकारने देऊ केलेल्या सवलतींचा फायदा घेऊ इच्छिणाऱ्यांची फार अडचण होते. उदाहरणच द्यायचे झाले तर, एका गोष्टीचे देता येईल. सरकारच्या मालकीची वैराण माळराने किंवा डोंगरांपैकी वीस हेक्टर जमीन नाममात्र भाड्याने सरकारकडून कोणाही

नागरिकाला मिळू शकते. तेथे जे काही उत्पन्न होईल, त्याचाही फायदा त्या जागेवर वनीकरण करणाऱ्या माणसाला मिळू शकतो. किती लोकांना या गोष्टीची माहिती आहे? विद्यालये, महाविद्यालये, बँक कर्मचारी संघटना किंवा अन्य कोणताही संघटित गट आपल्या सभासदांच्या नावाने वीस-वीस हेक्टर जमीन सरकारकडून मिळवू शकतो आणि संघटित रीतीने एका रुक्ष जमिनीचे फार थोड्या श्रमात व पैशात वनराईत रूपांतर करू शकतो. आमच्या देशातील लोकप्रतिनिधी इतके नालायक आहेत की, आपल्या मतदारसंघातील लोकांना अशा तऱ्हेच्या ज्या-ज्या सवलती सरकारकडून मिळालेल्या आहेत, त्यांचा परिचयसुद्धा ते करून देत नाहीत. सरकारी ग्राहक भांडारे काढण्यासंबंधीही सरकार उत्तेजन देते. काही भाग-भांडवल देते, व्यवस्थापकाचा पगार देते; पण याही सवलतीचा फारसा फायदा कुणी करून घेतलेला नाही. आमच्या गावाला पूल द्या– नदीवर बंधारा बांधा, विहिरी किंवा कूपनलिका खणून द्या, अशा मागण्यांचा अर्ज सरकारकडे येत असतो. परंतु आपण एखादी स्वयंपूर्ण योजना काढून ती राबविण्याचा आणि मिळण्यासारखे असेल ते सरकारी साह्य मिळविण्याचा हक्क बजावल्याचे काही ऐकिवात नाही. आम्ही अमुक-अमुक करतो, सरकारने अमुक अमुक करावे, अशी देव-घेवीची भाषा ऐकायला मिळतच नाही.

आपल्या देशातील ग्रामीण विभाग हा गरीब आहे; त्यापेक्षा तो आळशी आहे, हे आपल्या देशाचे खरे दुर्दैव आहे. पक्क्या रस्त्यापासून गाव दोन फर्लांग आत असते, तरी हा दोन फर्लांगांचा रस्ता चिखलमय असूनही तो स्वकष्टाने करावा, असे इथल्या ग्रामस्थांना वाटत नाही. खेड्याचे दर्शन अतिशय अमंगल व उदासवाणे असते. निर्जन व पडलेले वाडे, चौकाचौकांतून उकिरडे, निचरा होण्याची काही व्यवस्था नसल्याने तुंबलेले सांडपाणी– हे बहुतेक सर्व खेड्यांचे दृश्य आपण पाहतो. गाव स्वच्छ ठेवण्याची जबाबदारी ग्रामपंचायतीवर असते, ही गोष्ट खरी; पण ग्रामपंचायतीच्या उत्पन्नाची साधने इतकी थोडी असतात की, त्या उत्पन्नात किती तरी आवश्यक गोष्टी ग्रामपंचायतीला करता येत नाहीत. गावातील देवळे स्वच्छ ठेवावीत, त्यांच्या परिसरात चार फुलझाडे लावावीत, ही खरी देवाची पूजा आहे, असेसुद्धा गावकऱ्यांना वाटत नाही. पिण्याच्या पाण्याची सोय सरकारने करावी, हे खरे; पण आहेत त्या विहिरी आणि पाणवठे स्वच्छ ठेवण्याची जबाबदारी कुणाची? दुर्दैव असे आहे की, आपल्या लहान-सहान सुखसोईसुद्धा सरकारनेच कराव्यात आणि आपण तटस्थपणे सरकारविरुद्ध आरडाओरडा करावा, अशी एक बेजबाबदार प्रवृत्ती निर्माण होते आहे. एक तर

सरकारला राज्यातील प्रत्येक खेडे सारखेच असते. सर्वांचेच प्रश्न गंभीर असतात. सरकारी यंत्रणाही ढिसाळ असते. सरकारी आखणीत कारभारविषयक खर्च वाढतो. जर नागरिकांनी पुढाकार घेतला, आपल्या गावापुरत्या समस्या सोडविण्यासाठी संपूर्ण योजना तयार केली आणि अग्रहक्काने एक-एक गोष्ट स्वत:च करण्याचे ठरवले, तर किती तरी गोष्टी कमी खर्चात करता येतील. हे आता परकीय सरकार नाही, याचे भान काँग्रेसने जनतेला कधी येऊच दिले नाही.

गावातील लोकव्यवहारांवर नियंत्रण ठेवण्याचे काम जर लोकांनीच केले तर सरकारचे अधिकारी जे हडेलहप्पी वर्तन करतात, त्याला आळा बसेल. ग्रामपंचायत, तालुका पंचायत, जिल्हा पंचायत ही निर्माण करण्यामागचा उद्देश स्थानिक नेतृत्वाकरवी स्थानिक उत्कर्ष व्हावा हा असला, तरी ही सर्व यंत्रणाही हळूहळू सरकारी होत गेली आहे आणि तेथेही राजकारण, निवडणुका, निरर्थक वाद-विवाद यांची महती वाढली आहे. प्रश्न सोडविण्याऐवजी कुठली तरी टोकाची अतिरेकी भाषा दोन गटांत निर्माण होऊ लागली. ग्रामपंचायतीपासून ते लोकसभेपर्यंत जे-जे लोकप्रतिनिधी निवडून येतात, त्यांना शासनाच्या व्यवहारात लुडबुड करण्याची संधी मिळाल्याने श्रमाशिवाय पैसा मिळविण्याचे मार्ग त्यांना उपलब्ध झाले. मग सत्ता टिकवण्याची राजकारणे सुरू झाली. त्यामुळे या देशाचा विकास रुकल्यासारखा झाला. जोपर्यंत आपले प्रश्न आपण सोडवू शकू, आवश्यक असेल तेव्हाच आणि तितकीच मदत सरकारकडून घेऊ, असा आत्मविश्वास लोकांच्यात निर्माण होत नाही; तोपर्यंत या देशाचे भाग्य उजळणार नाही. प्रत्येक गोष्टीला आपण सरकारला जबाबदार धरतो आणि अकार्यक्षमतेबद्दल सरकारला वेठीला धरतो; पण सरकार अखेरीस व्यक्तींचेच बनते आणि कितीही कायदेकानू केले तरी सरकारी अधिकाऱ्यांवर सरकारचे सर्वार्थाने दडपण असू शकत नाही. कुणाचीही कार्यक्षमता आणि व्यवहार यांवर लक्ष ठेवण्यासाठी स्थानिक माणसांना अधिकार हवा. त्यांची प्रत्यक्ष देखरेख हवी. असे घडले, तरच भ्रष्टाचारावर नियंत्रण ठेवता येईल आणि अकार्यक्षमतेवरही वेळच्या वेळी आक्षेप घेता येतील. मुंबई राज्यातील प्रत्येक लहान-मोठ्या समस्यांचा निर्णय हा मुंबईतील सचिवालयातच लावण्याच्या दुष्ट प्रथेमुळे राज्यभर पसरलेली निर्णयाची लहान-मोठी शक्तिकेंद्रे आज अकार्यक्षम बनली आहेत. कितीही कार्यक्षम मंत्रिमंडळ असले, तरी कामाच्या व्याप्तीमुळे आणि कामाच्या स्वरूपाच्या अज्ञानामुळे त्यांना कार्यक्षम कारभार करणे शक्य नाही. आपल्यावर निर्णय घेण्याची कोणतीही जबाबदारी नाही असे जेव्हा तहसीलदार, जिल्हाधिकारी, विभागीय आयुक्त यांना

वाटू लागते; तेव्हा अंतिम निर्णयासाठी सर्व प्रकरणे सचिवालयाकडे पाठविली जातात आणि मंत्र्यांच्या खोलीत फायलींचा ढीग वर्षानुवर्षं पडून राहतो. या दिरंगाईमुळे कित्येक कामांचे स्वरूप बदललेले असते, खर्चात वाढ झालेली असते किंवा न्याय मागणारा नागरिक मरूनही गेलेला असतो. पैसे खाणारी माणसे सर्वत्र आहेत; पण पैसे खाऊन वेळच्या वेळी निर्णय देणारी माणसेही कमी होत चालली आहेत. भ्रष्टाचाराने देशाचे नुकसान होतेच, पण त्याहीपेक्षा निर्णयाच्या विलंबाने देशाचे अधिक नुकसान होते.

जेव्हा आपण आज प्रदूषणाबद्दल विचार करतो; तेव्हा एक गोष्ट आपण लक्षात ठेवली पाहिजे की, प्रदूषण काही एका दिवसात निर्माण होत नाही. अनेक वर्षे दुर्लक्ष केल्याने सर्वच क्षेत्रांतले प्रदूषण वाढलेले आहे. कोणत्याही गावात कारखाना, धरण किंवा औद्योगिक प्रकल्प निर्माण करावयाचा असला की, त्या नव्या प्रकल्पामुळे ग्रामजीवनावर काय काय परिणाम होऊ शकतील याचा विचार करून प्रकल्प चालू होण्यापूर्वीच प्रदूषण थांबवण्याचे सर्व शास्त्रीय मार्ग त्या कारखान्याने अवलंबिलेले आहेत किंवा नाहीत याची खात्री गावकऱ्यांनी संघटितपणाने करून घेतली पाहिजे.

सांगलीचा साखर कारखाना हे अशा बेजबाबदार प्रवृत्तीचे एक उत्तम उदाहरण आहे. हा कारखाना सांगलीच्या दक्षिण भागात कोठेही बांधला असता तरी चालले असते. त्यामुळे या कारखान्यातून जी मळी निघते, ती नदीच्या पात्रात सोडल्यामुळे गावाचे आरोग्य धोक्यात आले नसते. गावातील पाणीपुरवठा केन्द्र व नदीत मळी सोडण्याची जागा ही एकमेकांत अशी चमत्कारिक तऱ्हेने गुंतली आहेत की, त्यामुळे गावाचे आरोग्य सतत धोक्यात राहिले आहे. काही काळ मुख्यमंत्रिपद भूषविलेले वसंतदादा पाटील या कारखान्याचे प्रवर्तक आहेत. हा प्रश्न कायमचा सोडवण्यासाठी आधीच उपाययोजना करण्याची आवश्यकता होती, ती त्यांनी केली नाहीच; पण त्यांच्या कारकिर्दीतील सरकारने किंवा नगरपालिकेनेही त्याबाबत काही इलाज योजले नाहीत. वास्तविक, हा एक राष्ट्रीय स्वरूपाचा गुन्हा नोंदला जावा. जेव्हा तो कारखाना निघाला, तेव्हा सांगली शहराची वस्ती आजच्याएवढी नसेल, पण मळीमिश्रित पाणी धोकादायक आहे, ही गोष्ट तेव्हा वसंतदादा व त्यांचे सहकारी यांना माहीत होती. मात्र या प्रश्नाची गंभीर दखल घ्यावी, असे त्यांना केव्हाही वाटले नाही. मळीमिश्रित पाण्यावर प्रक्रिया करून ते पाणी नदीत सोडणे किंवा त्याचा शेतीसाठी उपयोग करणे, या गोष्टीला कदाचित बराच मोठा खर्च करावा लागत असेल. पण अन्य उपाय

काय? कारखाना जेव्हा निर्माण होतो; त्या वेळी यंत्रसामग्री, गोडाऊन्स, उसाच्या वाहतुकीची व्यवस्था, कर्मचाऱ्यांची घरे, वीजपुरवठा या गोष्टी जशा आवश्यक असतात; तितक्याच कारखान्यातून उत्पन्न होणाऱ्या आणि समाजास उपद्रवकारक ठरू शकणाऱ्या गोष्टींशी मुकाबला करण्याची तरतूद आवश्यक असते. पण दुर्दैवाने आपल्याकडे जनसामान्यांचे अहित करूनसुद्धा सहकार हेच सहकाराचे उद्दिष्ट ठरविले गेले. उसाला खूप पाणी लागते; पण त्याचा निगराणीखर्च कमी असल्यामुळे ते एक सोईस्कर पीक म्हणून शेतकरी आवडीने स्वीकारतात. उसाला दिलेल्या जादा पाण्यामुळे ज्या जमिनीची पाण्याची प्राथमिक तहान भागू शकत नाही, त्या शेतकऱ्यांच्या हिताचे उत्तरदायित्व ऊस-बागायतदारांच्यावर का नसावे?

सहकाराचा फक्त स्वार्थी अर्थ सहकाराने लावला आहे. आपल्या भागीदारांचे हितसंबंध सुरक्षित ठेवणे, एवढाच अर्थ जर सहकाराला असेल; तर राष्ट्रीयीकृत बँकांनी सहकारी चळवळीला कमी दराने पतपुरवठा का करावा, हा प्रश्न उत्पन्न होईल. पाणी ही जनतेची संपत्ती आहे, तिचा काही लोकांनाच वंशपरंपरा फायदा का मिळावा? ही जी सार्वजनिक नैसर्गिक संपत्ती आहे, तिचा थोडा फार तरी उपयोग साऱ्या समाजाला मिळाला पाहिजे. साखर कारखान्यातील भागधारकांच्या उत्कर्षासाठी शेतकऱ्यांच्या ऊस-किमतीतून प्रतिटन काही रक्कम कापून घेण्यात येते; त्यातूनच कारखान्याच्या परिसरात कित्येक सुविधा निर्माण होतात. ज्या ऊस-बागायतीमुळे आणि सहकारी साह्यामुळे आपली सांपत्तिक स्थिती सुधारते, त्याचा अल्प-स्वल्प वाटा तरी त्या कारखान्याच्या परिसरातील लोकांना मिळावा, असा आग्रह लोकांनी धरला नाही; कारण साखर कारखाने निघण्यापूर्वी शेतकऱ्यांची स्थिती फारशी चांगली नव्हती. साखर कारखाना म्हणजे काय, त्याच्या सुप्त शक्ती किती आहेत किंवा एका कारखान्याने एखादा तालुका आपले रूप कसे पालटतो, हे मुळी राजकारणी लोकांनाच ठाऊक नव्हते, तिथे सामान्य नागरिकांना ते कसे कळणार? गेल्या पंधरा-वीस वर्षांत साखर कारखान्यांची खरी शक्ती लोकांच्या लक्षात आली आहे. ऊस-बागायतदारांबद्दल आता एक असूया निर्माण झाली आहे. त्यांच्यापाशी जमा झालेल्या संपत्तीच्या बळावर त्या तालुक्याचे वा जिल्ह्याचे राजकारण त्यांना ताब्यात ठेवता येते, हे लक्षात आल्यानंतर तर ऊसबागायत हा सर्वांच्याच टीकेचा विषय होऊ लागला आहे. त्यातूनच आठमाही पाणीपुरवठा करावा म्हणजे धरणाचे लाभक्षेत्र वाढेल, असा विचार सुरू झाला आहे. ऊसबागायतीबद्दल वैर बाळगण्यात अर्थ नाही, कारण ऊसबागायतीने

महाराष्ट्रातील ग्रामीण अर्थव्यवहार अधिक संपन्न केलेला आहे. फक्त ऊसबागायतीचा लाभ म्हणजे काही मर्यादित लोकांना मिळणारे फायदे हे जर सोडले, तर ऊसबागायत करू न शकणाऱ्या शेतकऱ्यांचाही उत्कर्ष साखर कारखान्यांना करावा लागेल. सहकार हा समतेच्या तत्त्वाशी जोडला गेला पाहिजे, स्वार्थाशी नव्हे. दुर्दैवाने सहकारातला व्यापक अर्थ त्या चळवळीला येऊ शकलेला नाही, म्हणून उसबागायतीविरुद्ध गंभीर स्वरूपात तक्रारी निर्माण होऊ लागल्या आहेत.

हा सारा इतिहास या संदर्भात देण्याचे कारण कुठलीही नव्या संकल्पना समाजात रुजवताना स्थानिक लोकांना त्यांच्या हक्कांचे वाजवी भान निर्माण करून द्यावयाचे राहून गेले, हे सांगणे होय. हक्काची जाणीव झाल्याशिवाय हक्काचे रक्षण करण्याची प्रवृत्ती निर्माण होत नाही. ग्रामीण विभागातील माणूस मागासलेला राहिला याचे कारण त्याचा आळस हे एकमेव नाही किंवा अडाणीपणा हेही नाही. मागासलेपणाचे मुख्य कारण या नव्या लोकशाही समाजव्यवस्थेत लोकांचे स्थान काय आहे, हेच आम्ही त्यांना समजावून दिले नाही. त्यामुळे स्वत:हून काय केले पाहिजे, काय मागितले पाहिजे किंवा आपल्या समूहशक्तीच्या बळावर आपण काय मिळवले पाहिजे याची जाणीवच त्यांच्या ठिकाणी निर्माण झाली नाही. अधून-मधून किरकोळ स्वरूपाच्या काही तक्रारी, मोर्चे किंवा मेळावे होतात; पण ते बहुतांशी एखाद्या स्थानिक व्यक्तीच्या राजकीय स्थानासाठी. ज्या वेळी जनसमूहाची शक्ती लोकांना समजेल, स्वप्रयत्नाने सामूहिक शक्तीतून सुविधा निर्माण करता येतात याची जाण होईल आणि सामूहिक शक्तीच्या बळावर अत्यावश्यक नागरी सुविधा सरकारकडून मिळवता येतात हे भान सामान्यांना येईल; तेव्हा पाहता-पाहता या देशात एक रक्तहीन क्रांती होईल. क्रांतीचा उद्देश जर नवनिर्मिती हा असेल, तर माणूस हेच त्या नवनिर्मितीचे केन्द्रस्थान आहे, हे लक्षात ठेवले पाहिजे. रक्त सांडल्यामुळेच शासनात बदल होतो, हे तितकेसे खरे नाही; घाम गाळण्यानेही नवनिर्मिती होऊ शकते. शासनाला संघटित श्रमशक्तीपुढे झुकावे लागते.

(७ सप्टेंबर, १९८६)

- ०- ०- ०-

१६

कृषिउद्योग तोट्यात का?
वनीकरण : उपाय आणि योजना

शेती बिनकिफायतशीर होत गेली आणि नोकरी, व्यापार
व शेती यांतील शेतीचे श्रेष्ठत्व संपले. अर्थात, ती करणाऱ्यांना
अजूनही शेती फायदेशीर करता येते. पुरेसे भांडवल, त्याचप्रमाणे
शेतीमालांतील चढ-उतारांचे ज्ञान, बाजारात अगोदर माल
पाठविण्यासाठी करावी लागणारी धडपड, वापरावी लागणारी
आधुनिक रसायने आणि शेतीवर होणाऱ्या खर्चाचा हिशेब नीट
ठेवण्याची प्रवृत्ती या गोष्टी पाळून अजूनही काही शेतकरी उत्तम
प्रकारे शेती करतात. जिरायत शेती ही निसर्गावर अवलंबून
असल्यामुळे तिथे माणसाची अक्कल फारशी चालत नाही. तरीपण
एक-दोन पावसांवर किमान उत्पन्न देणारी पिके किंवा पावसाळ्यात
विहिरीची पातळी वाढल्यामुळे ते पाणी वापरून पिके वाचविण्याची
बुद्धी आणि भरपूर कष्ट यांच्या बळावर केवळ जिरायती शेती
सुद्धा बऱ्या प्रकाराने करणारे लोक आहेत. शिवाय शेतीचे जे
पूरक व्यवसाय सांगितले आहेत, ते करण्याची जर सिद्धता
असेल, तर फार श्रीमंती जरी प्राप्त झाली नाही, तरी कसेबसे
अब्रूने जगता येईल. अर्थात, सर्वच शेतकऱ्यांना हे जमतेच, असे
नाही. त्यामुळे जिरायत शेती कसणारा शेतकरी काही काळ
शेतमालक व काही काळ शेतमजूर अशा दुहेरी भूमिकेतून वावरत
असतो. त्यातून पेरणी अगदी फुकट गेली आणि पावसाने डोळे
वटारले, तर अगदी हतबल होतो. सर्वसामान्य भारतातील जिराईत
शेतीचा प्रकार हा असाच आहे. भारताचे नागरिक जे धान्य खातात,

त्यातील पन्नास टक्के धान्य ह्या जिराईत शेतीतून निर्माण होते. जिराईत शेती करणाऱ्याचा प्रश्न हा खऱ्या अर्थाने शेतकऱ्यांचा प्रश्न आहे आणि तो स्थानिक पातळीवर निर्णय घेऊन गरजेनुसार वेगवेगळ्या उपायांनी सोडवावा लागेल. भारतात हवामान, पर्जन्यमान, जमिनीची प्रत, शेतकऱ्यांची श्रम करण्याची कुवत, वाहतुकीची साधने आणि परंपरागत शेती करण्याचे असलेले सामूहिक दडपण यांमुळे एकाच उपाययोजनेने जिराईत शेती करणाऱ्या शेतकऱ्यांचे प्रश्न सोडविता येणार नाहीत.

अन्नधान्याची कमतरता असते, तेव्हा सरकारी दरात लेव्ही घालण्याची शेतकऱ्यांवर सक्ती सरकार करते आणि भाव कोसळले की, मात्र शेतकऱ्याला वाऱ्यावर सोडून देते. शेतकऱ्याबाबत हे असे दुहेरी धोरण सरकार आखते याचे कारण शेतकरी हा संघटित नव्हता व नाही. सरकारने शेतकऱ्यांना तारणारे किंवा मदत करणारे कोणतेच कायदे केले नाहीत तरी एक वेळ चालेल; म्हणजे चांगल्या दिवसांत शेतकऱ्यांच्या हाती जे चार पैसे उरतात, ते प्रतिकूल कालखंडात शेतकऱ्याला वापरता येतील. शेतकऱ्याजवळ कधी चार पैसे आलेच तर लग्नकार्यात, तीर्थयात्रेत किंवा अनुत्पादक अशा निरर्थक गोष्टींत ते पैसे खर्च केले जातात. शेतकऱ्याची ही मनोवृत्ती होण्याचे मुख्य कारण म्हणजे, शेती-व्यवसायाची आजची परिस्थिती हेच आहे. शिवाय सहकारी संस्था या राजकीय अड्डे बनल्याने त्याही एकीकडून शेतकऱ्याला लुटत असतात. वास्तविक, सहकारी चळवळीमुळे डेन्मार्क, हॉलंड किंवा अमेरिका या देशांत शेतकऱ्याला जास्तीत जास्त भाव मिळवून देण्याची शक्यता निर्माण झाली आहे. पण भारतात सहकारी साखर कारखाने सोडले, तर बाकीच्या सर्व सहकारी चळवळीत शेतकरी नाडला जातो. सहकारी चळवळीच्या काही फायद्यांपैकी एक महत्त्वाचा फायदा म्हणजे, योग्य तो भाव मिळेपर्यंत माल साठविण्याची क्षमता शेतकऱ्यात येऊ शकते. शेतकऱ्याच्या प्राथमिक नित्याच्या गरजा भागविण्यासाठी सहकारी संस्था क्रेडिटवर शेतकऱ्याला अत्यावश्यक गोष्टी पुरवू शकतात; पण दुर्दैवाने कमी व्याजाने सरकारकडून कर्जे मिळवून ज्या सहकारी संस्था निर्माण झाल्या, त्यांचा फायदा राजकारणात वावरणारे श्रीमंत शेतकरी घेतात. शेतकरी चळवळीने काही सहकारी प्रकल्प यशस्वी करून दाखवावेत, म्हणजे दलाली संस्था नष्ट होऊन शेतकऱ्यांच्या जिवाशी खेळता येणार नाही, असे मी सुचवून पाहिले होते; पण चळवळ करणाऱ्या माणसांना रचनाकार्यात अडकून पडायचे नसते. एकदा का रचनाकार्यात अडकून पडले की, अन्य काही करायला सवडच मिळत नाही. शेतकरी चळवळीतील एक

महत्त्वाचे कार्यकर्ते माधवराव मोरे यांना जर त्यांनी पिंपळगाव येथून दुधाचा एक टँकर पाठवला, तर सरकारी भावापेक्षा किती तरी अधिक भाव देऊन ग्राहकांनाही कमी भावात जादा दूध उपलब्ध होईल, असे मी सुचवले व ते दूध पुण्यातल्या मध्यमवर्गीयांना विकून देण्याची मी तयारी दर्शविली होती. त्या वेळेस ग्राहक पंचायतीची यंत्रणा माझ्यापाशी होती आणि जरी ती नसती, तरी शे-पन्नास प्रामाणिक कार्यकर्ते उभे करून हे दूध-वाटपाचे काम पुण्यात करून दाखवता आले असते. आज पाश्चरायझेशन, पॅकिंग आणि वाटप-व्यवस्थेवर अनाठायी खर्च चालू आहे. तो करावा लागतो, कारण सरकारी यंत्रणेतून दूध काढण्यापासून ते ग्राहकापर्यंत पोहोचेपर्यंत खूप वेळ जातो. साधे कोरे दूध वेगवेगळ्या बरण्यांतून शीत ठेवण्याची व्यवस्था असलेल्या टँकरमधून किंवा बंदिस्त ट्रकमधून आणले आणि घरोघरी पोहोचवले, तरी किमान लिटरमागे एक रुपया शेतकऱ्याला जास्त मिळू शकेल.

शेतकऱ्याचा व्यवहार व पुण्यात दूध आणून देण्याची जबाबदारी संघटनेने पार पाडायची आणि फक्त दूध-वितरणाची व्यवस्था ग्राहक पंचायतीने पार पाडायची– असे त्या योजनेचे स्वरूप होते. मध्यमवर्गाला जी सुस्थिती आहे, त्यातून त्यांना एका नव्या अपराधी वृत्तीची जाणीव झाली आहे. आपण सुखात राहतो त्या मानाने समाजासाठी आपल्याकडून काही होत नाही, अशी जाणीव असणारी माणसे पैशाने वा श्रमाने असल्या सामूहिक चळवळीत भाग घ्यायला उत्सुक आहेत. त्यासाठी दोन महिन्यांचे होणारे दुधाचे बिल ते आगाऊ देऊन भांडवलाचा प्रश्न सोडवतील. काही निवृत्त माणसे वा कॉलेजमधील काही तरुण-तरुणी किंवा ज्यांना सकाळी आणि संध्याकाळी दोन-तीन तास वेळ देणे शक्य आहे, असे लोक त्यात सामील होतील. धान्यवाटपाचा ग्राहक पंचायतीने केलेला प्रयोग लोकांनी किती उचलून धरला, हे मी स्वतः अनुभविलेले आहे. कोपरगावचे माझे शेतकरी मित्र कृष्णकांत, चंद्रकांत आणि पद्मसिंह कुदळे यांना मी धान्यबाजाराची कल्पना सुचवली होती. महिन्यातून एखाद्या दिवशी गहू, ज्वारी, बाजरी त्यांनी पुण्यासारख्या ठिकाणी ट्रकमधून मोठ्या प्रमाणात आणावी आणि बाजारभावापेक्षा कमी भावात, परंतु शेतकऱ्यांना व्यापारी देतात त्यापेक्षा अधिक भावाची धान्यपेठ उघडावी. हा सारा एक दिवसाचा धान्य बाजार एखाद्या कॉलेजच्या मोठ्या पटांगणात भरवावा. त्याची प्रसिद्धी केली– आणि ती सारी वृत्तपत्रे करतील, अशी माझी खात्री आहे– तर पाच-पंचवीस हजार पोत्यांचे धान्य-वाटप होऊ शकेल. यात शेतकऱ्यांचा व ग्राहकांचा आर्थिक फायदा

आहेच; पण आर्थिक फायद्यापेक्षा उत्पादक आणि ग्राहक यांचा थेट संबंध निर्माण होईल व सामूहिक शक्तीचा आविष्कार घडेल, हा माझ्या दृष्टीने खरा फायदा आहे. कोणतीही सरकारी मदत न घेता स्वप्रयत्नाने स्वत:चे प्रश्न सोडवण्याची प्रवृत्ती यामुळे बळावेल. सर्वच समाज अगदी नासलेला आहे, तो बेजबाबदार आहे आणि त्याच्या हातून काही होणारच नाही, असे मला मुळीच वाटत नाही. समाज अगतिक आहे, असंघटित आहे आणि एकटा तो काही करू शकत नाही, एवढेच.

पण कुणी जर अस प्रकल्प त्यांच्यासमोर मांडला, तर तो आपला खारीचा वाटा द्यायला उत्सुक होईल. ज्याच्याशी राजकीय पुढाऱ्यांचा संबंध नाही किंवा कुणाही एका व्यक्तीचा यात लाभ नाही, अशा सामूहिक चळवळी या देशात निर्माण व्हायला पाहिजेत. फार मोठ्या प्रमाणावर आज घरात कुणी साठवण करू शकत नाही. पण असे काही घडत असेल, तर दोन-तीन महिन्यांचा साठा करायला लोक तयार होतील. यात किती तरी गोष्टींचा समावेश करता येईल. लोक उल्हसित होतील अशा तऱ्हेने हे समाजाचे सामूहिक शक्तीचे दर्शन घडवून दाखवणाऱ्या यंत्रणा आपण आता उभ्या केल्या पाहिजेत. निदान ज्यांची ऐपत आहे, त्यांना तरी या सामूहिक खरेदीला तयार केले पाहिजे. तिखट, हळद, कांदे, बटाटे, लसूण अशा किती तरी गोष्टी सामूहिकरीत्या व्यवस्थित पॅकबंद स्थितीत विकल्या गेल्या, तर लोक त्यांचे स्वागत करतील. ज्या भूमिपुत्राच्या श्रमातून आपण दोन्ही वेळेचे अन्न खातो, त्या भूमिपुत्रांच्या श्रमाची कदर करण्याचा अन्य दुसरा कोणता मार्ग दिसत नाही. सर्वसामान्य मनुष्य हुतात्म्या वगैरे काही होणार नाही किंवा त्याच्याकडून फार मोठा त्याग करण्याची अपेक्षा धरता येणार नाही; पण त्यालाही काही करण्याची इच्छा आहे. समाजात हव्यास, लाचारी, क्षुद्रता ही जशी जाणवते; तशीच सुप्त परिस्थितीत असणारी उदारता आणि सामाजिकता जाणवू शकेल, यावर माझा विश्वास आहे. जे काही अल्प-स्वल्प अनुभव मी घेतले आहेत, त्यांवरून माणसाजवळ अजूनही चांगूलपणाच्या खुणा शिल्लक आहेत, हे माझ्या ध्यानात आलेले आहे; पण आपण त्यांना हाक मारतच नाही. आपण सत्कार्याचे आणि सहकार्याचे निमंत्रण दिले आहे आणि लोकांनी ते धुडकावून लावले आहे, असे आजपर्यंत तरी कधी घडलेले नाही. हे काम राजकीय पातळीवर करायचे नसून एका लहानशा क्षेत्रात स्थानिक लोकांनीच आपल्या मर्जीप्रमाणे करायचे आहे. थोडक्यात, लोकांनी आपले स्वत:चे सरकार निर्माण करायचे आहे.

हे लोकांचे सरकार राजकीय पक्षांच्या सरकारापेक्षा प्रभावी बनू शकते, याचाही अनुभव समाजाला आला आहे. सामूहिक स्वरूपाचे कर्तृत्व दाखवून देण्याचे प्रसंगच आपल्या देशात आणू दिले जात नाहीत; फक्त सामूहिक विध्वंसनाचे आणि सामूहिक झुंडशक्तीचे प्रदर्शन आपल्या समाजात वारंवार घडते. तळापासून शिखरापर्यंत समाजाची पुन्हा नव्याने बांधणी करायची असेल, तर केवळ सरकारवर विसंबून राहण्याचे पराधीनत्व सोडले पाहिजे. सरकारची अकार्यक्षमता म्हणजे खरे पाहता, समाजाचीच अकार्यक्षमता असते. कारण समाजानेच सरकार निर्माण केलेले असते आणि त्या सरकारला अवाजवी सत्ता दिलेली असते; या सत्तेवर अंकुश ठेवण्याचे साधन मात्र निर्माण केलेले नसते. सरकार नावाच्या संघटनेला जन्म घातल्यानंतर आपली सर्व जबाबदारी संपते, असे जेव्हा समाजाला वाटू लागते; तेव्हा सरकारवरील लोकांची पकड नष्ट होते. तशी ती आज झालेली आहे. लोकांच्या इच्छेतून, लोकांच्या हितासाठी, लोकांनी निर्माण केलेले सरकार अशी लोकशाही सरकारची व्याख्या केलेली आहे; तिचा अर्थ आपल्याला समजलेला नाही. लोकेच्छा निवडणुकीच्या वेळेस प्रकट करण्याची एकमेव जागा नाही; किंबहुना, खऱ्या अर्थाने लोकेच्छा प्रकट करण्याची ती जागाच नाही. निवडणुका आणि निवडणुकीतून निर्माण झालेले लोकप्रतिनिधी हा लोकेच्छा व्यक्त करण्याचा फारच क्षुद्र भाग झाला. खरी लोकेच्छा रचनात्मक लोकचळवळीतूनच प्रकट होऊ शकेल. एक तर लोकप्रतिनिधींची सत्ता पाच वर्षांपर्यंत राहते आणि आजचे लोकप्रतिनिधी खऱ्या अर्थाने लोकप्रतिनिधी नसतातही. सर्वांनाच राज्यकारभार करणे शक्य नसते, म्हणून काही लोकांना सत्तेवर पाठविण्यापुरतीच निवडणुकीची महती आहे. पण सत्तेकडून चांगले काम करून घेण्याची शक्ती आजच्या राजकीय यंत्रणेत उरलेली नाही. ही शक्ती स्वयंभावी, स्वयंपूर्ण, लोकसंस्थांतूनच निर्माण होऊ शकेल; कारण तिला लोकांचा खराखुरा पाठिंबा मिळेल.

प्रसिद्धीसाठी, सत्तेसाठी किंवा स्वार्थासाठी या चळवळी उभ्या करायच्या नसतात; तर सेवेचा, श्रमाचा व सामूहिक जीवनाचा आनंद लुटण्यासाठीच या चळवळी जन्म पावतात, आणि या अशा नि:स्पृह चळवळीचे दडपण सरकारवर फार मोठ्या प्रमाणात येते. शरद जोशींची शेतकरी चळवळ हे याचे एक उत्तम उदाहरण आहे. शरद जोशींना पुढारीही व्हायचे नव्हते किंवा शेतीमंत्रीही व्हायचे नव्हते. त्या चळवळीतील मुद्द्यांबाबत पुष्कळांचे आक्षेप आहेत. चंद्रावरसुद्धा डाग असतात; या कृषिप्रधान देशात शेतकऱ्यांची क्रूर चेष्टा होते, हे लोकांसमोर निर्भयपणे आणण्याचे महत्कार्य तर शरद जोशी या भल्या माणसाने केले. एका

माणसाच्या शब्दासाठी हजारो माणसे जेव्हा उभी राहतात, तेव्हाच लोकनायक जन्म पावतात. ही चळवळ पुढे कशी शास्त्रशुद्ध पायावर चालवायची, तिच्यातल्या उणिवा कशा नष्ट करायच्या, हे उद्या निर्माण होणारा आणखी एखादा लोकनायक सांगू शकेल. शरद जोशींनी ज्या अन्यायावर बोट ठेवले आहे, ते महत्त्वाचे आहे. त्या बोटामागचा पुरुष बदलेल; पण या लोकचळवळीची धास्ती सरकारने घेतली, यातच या चळवळीचे यश आहे. बाबा आमटे आज राजकारणात लुडबुड करताहेत, त्याबाबत आमचे मतभेद आहेत; परंतु त्यांनी कुष्ठरोगाच्या प्रश्नावर जेव्हा कामाला आरंभ केला आणि सेवेतील आनंदाची महती दर्शवून कुष्ठसेवेचेच आनंदवनात रूपांतर केले, तेव्हा या चळवळीचे तीस-चाळीस वर्षांनी काय होईल याचा विचार केलेला नव्हता. तुकारामबुवा ज्याप्रमाणे आत्मानंदात तल्लीन होऊन व्यक्तिगत मोक्षासाठी विठोबाला दोन्ही बाहू उंचावून मिठी घालत होते, तेव्हा तुक्या वाण्याचा तुकोबा होईल आणि त्याच्या वेड्या-बागड्या शब्दांची अभंगवाणी होईल, असे त्याने थोडेच अपेक्षिले होते? कर्मयोग्याने कर्म करण्यातील आनंदासाठी काम करीत राहायचे असते. आत्मानंदाची फलश्रुती जेव्हा सामूहिक आनंदात होते, तेव्हा राज्यकर्त्यांनासुद्धा अशा व्यक्तींची दहशत वाटते. सत्तेच्या खुर्च्या गेल्या की, ज्यांना घरातील बायका-पोरेसुद्धा मान देईनाशी होतात, त्यांची सत्ता आणि लोकचळवळी करणाऱ्यांची सत्ता या सत्तांची मूळ शक्तीच भिन्न आहे.

एकाने फळाची अशा धरून कर्म केले, तर दुसऱ्याने कोठल्याच फळाची अपेक्षा न करता कर्म केले आणि कल्पवृक्षाचे अमृतफळ मिळविले; अशी जी लहान-मोठी माणसे एकेका कामासाठी पाय रोवून उभी राहतात, त्यांच्या भोवती जमाव जमत नाही तर समाज जमतो आणि सामाजिक जीवनाला प्रारंभ होतो. म्हणून हा देश राखायचा असेल, तर एकाने उभे राहून दुसऱ्याला हाक मारायला पाहिजे. दोघांच्या हाकेने चार जण जमतील आणि गणित-श्रेणीने सामूहिक बळ निर्माण होईल. अशा सामूहिक बळाची आज आम्हाला गरज आहे. आज साऱ्या क्षेत्रांत कामगार, विद्यार्थी, कर्मचारी, शेतकरी, शेतमजूर, अदिवासी यांच्या जमावाचे रूपांतर समाजात करणारे लहान-लहान नायक आम्हाला हवेत. लोकांची सामूहिक सद्भावना आणि श्रमाची क्षमता वाढली, तर विसाव्या शतकाची वाटचाल सुखाची होईल. कोणतेही युग येवो– अवकाशयुग, अणुयुग, कॉम्प्युटरयुग– पण या युगात एक गोष्ट निश्चितपणे कायम आहे; ती म्हणजे माणूस. माणसातून हिंस्र वा झुंड राक्षस निर्माण करायचे, का सत्प्रवृत्त देव निर्माण करायचे, यावरच

नवा समाज उभा राहणार आहे.

अलीकडे काही दिवसांत प्रदूषणाचा गंभीरपणे विचार होऊ लागला. पर्यावरण या शब्दालाही नवा अर्थ प्राप्त झाला आहे. त्यामुळे वृक्षारोपणाचाही विचार होऊ लागला आहे. या देशातील सारी जंगले तुटत गेली, त्याचे दुष्परिणाम अलीकडे फार मोठ्या प्रमाणावर जाणवू लागले आहेत. त्यामुळे सावध झालेले शासन आणि जनता राने कशी वाढवावी व आहेत ती कशी जगवावीत याचा विचार करू लागली आहेत. सरकारने काही फतवे काढून कुणालाही २० हेक्टरपर्यंत जागा नाममात्र भाड्याने देण्याचे जाहीर केले. खासगी प्रयत्नाने वनीकरण व्हावे, याला उत्तेजित करायचा हा प्रयत्न होता. देशातील एकूण जमिनीच्या किमान ३० टक्के जंगल असावे. पूर्वी ते होते. पण या देशात आता जंगलतोड होत-होत या जंगलाचे प्रमाण १० टक्क्यांपर्यंत येऊन ठेपलेले आहे आणि आता उरलेली जंगलेही पूर्वीइतकी घनदाट राहिलेली नाहीत. तेथेही लाकूड व्यापाऱ्यांचे अतिक्रमण चालू असते. या जंगलतोडीमुळे जे मनुष्यजातीचे नुकसान झाले आहे; ते काही अचानक भरून येणार नाही. झाड एक दिवसात तोडता येते; पण लावलेल्या झाडाचा वृक्ष व्हायला कमीत कमी वीस वर्षे जावी लागतात. ज्या दाट जंगलांमुळे पर्जन्यमान वाढते, जमिनीत ओल टिकते, अशुद्ध हवा स्वच्छ होते किंवा अनेक तऱ्हेचे फायदे होतात; ती झाडे म्हणजे झुडपे नव्हेत, तर वृक्ष होत आणि डेरेदार वृक्ष होण्यास १०-१५ वर्षांपेक्षा अधिक काळ लागतो. बाभूळ, सुबाभूळ, नीलगिरी यांचीही लागवड अलीकडे खूप होते, ती काही औद्योगिक उद्दिष्टे लक्षात घेऊन. काही जळणासाठी लागणारे लाकूड निर्माण होते, तर काही कागदनिर्मितीला लागणारा पल्प तयार करू शकतात. सुबाभूळचा प्रारंभीचा कोवळा पाला जनावरांचा आहार म्हणून पशुखाद्यासारखा वापरता येतो. ही झाडे लावायला त्या मानाने सोपी आणि त्यांची वाढही जलद होत असल्याने त्यांची व्यावहारिक उपयुक्तताही जास्त.

केवळ पावसाच्याच पाण्यावर वाढणाऱ्या आणि उन्हाळ्यातील उष्णतेपुढे टिकाव धरू शकणाऱ्या सुमारे ३०-४० वृक्षांच्या जाती कोकणासारख्या चढ-उतार असलेल्या प्रदेशात सापडलेल्या आहेत. जमिनीवर काहीच नसण्यापेक्षा काही तरी हिरवेगार उगवले आणि त्याचा जळाऊ सरपण म्हणून वा कागदाच्या निर्मितीसाठी होणार पल्प म्हणून उपयोग होईल, म्हणून या घटकेला ते चालण्यासारखे आहे. बोर, डाळिंब ही अगदी कमीत कमी पाणी मागणारी झाडे आहेत. पण त्यांपैकी कोणतेही वृक्ष नव्हेत. खडक फोडून ज्यांची मुळे खोलवर जातात आणि

जमिनी भुसभुशीत होतात, अशा ताकदीचे वृक्ष लावल्याशिवाय खऱ्या अर्थाने जंगलवाढीचे फायदे मिळणार नाहीत. आज या विषयावर खूपच संशोधन होत आहे. कमीत कमी पावसावर जगणाऱ्या अनेक झुडपांचा शोध लागतो आहे. जो- तो आपल्या आवडीप्रमाणे, जमिनीच्या मगदुराप्रमाणे आणि पाण्याच्या उपलब्धीनुसार आपल्या परीने वनीकरणाचा प्रयत्न करत आहे. अशा लहान-मोठ्या वनप्रेमी लोकांचे एखादे संघटन असेल, तर या कामाला वेग येईल. स्वत:च्या नर्सरीज निर्माण करता येतील. आळसात फुकट जाणारे मानवी श्रम यासाठी वापरता येतील. देशावरच्या लोकांनी कोकणात जाऊन शेती करण्यात काही अर्थ नाही. कारण शेती हा विषय उंटावरून शेळ्या हाकण्याचा नाही. शेताच्या किंवा रानाच्या जवळपास राहिल्याशिवाय वनीकरणाचे हे प्रयोग होणार नाहीत. जनावरांपासून आणि अधाशी माणसांपासून या नवनिर्मित रानाचे संरक्षण करावे लागते. आवश्यकता असेल, तर ऐन उन्हाळ्यात मिळेल त्या ठिकाणाहून पाणी आणून पहिली दोन-तीन वर्षे झाडे जगवावी लागतात. तेव्हा मूलत: स्थानिक लोकांनीच संघटित होऊन करायचा हा प्रयोग आहे.

सल्ला-मसलत वा मार्गदर्शन करणाऱ्या संस्था शहरांत असल्या तरी चालतील किंवा त्याला लागणारा आर्थिक पुरवठा करणारे लोकही शहरांत नोकरी करणारे असले तरी चालतील; पण वनीकरणाला खरी चालना स्थानिक लोकांकडूनच मिळायला हवी. एक तर त्या स्थानिक वातावरणातील उपद्रव व अडचणी त्यांनाच माहीत असतात. त्यामुळे कुठल्याही आपत्काळात ते टिकू शकतात. कोणत्याही चांगल्या प्रयत्नांना खीळ घालणारे विध्वंसक वृत्तीचे लोक खेड्यांत असतात. त्यांच्यापासूनही ह्या नवोदित वनप्रकल्पाचे संरक्षण करावे लागते. एखाद्या नव्या वनाचा विध्वंस केल्याचे वृत्त कानी आले, तर लोकांनी सावध राहायला हवे. प्रसंगी लोकशक्तीचा हिसका दाखवायला हवा.

त्याचबरोबर पोलीस खात्यानेही या नव्या प्रकल्पांचे संरक्षण केले पाहिजे. नुसत्याच सेवाभावी वृत्तीच्या माणसांच्या हातून खेड्यात काम होऊ शकणार नाही. त्यांना शक्तीचे महत्त्व माहीत असणाऱ्या काही तरुणांचे साह्य हवेच. खेड्यांत सर्व प्रकृतींचे आणि प्रवृत्तींचे लोक वास करतात. अमेरिकेत केवळ गंमत म्हणून तिथली माथेफरू माणसे कोणतेही कारण नसताना माणसांचे खून करतात, त्याचप्रमाणे कोणताही स्वार्थ नसताना बाहेरची माणसे येथे येऊन गावात लुडबुड करतात; म्हणून त्यांना दहशत बसावी यासाठी विध्वंसक वृत्तीचा अवलंब केला जातो. स्थानिक लोकांचे साह्य तर हवेच हवे, पण समर्पण वृत्तीने

असल्या कामात लक्ष घालणाऱ्या लोकांना शारीरिक प्रतिकार करू शकणाऱ्या लोकांचेही साह्य हवे आहे.

आपल्या कल्याणासाठी काही जण काही नवा उद्योग करू इच्छितात, हे लक्षात आले की, खेड्यातीलच शक्ती त्या प्रकल्पांच्या संरक्षणाला सिद्ध होते. पण हे सारे पचविण्याची ताकद असल्याशिवाय खेड्यात जाऊन कोणतेच काम करता येणार नाही.

क्वचित एखादा-दुसरा सरकारी अधिकारी उत्साही असतो आणि तो कायदा दाखवून चांगल्या कामात खीळ घालत नाही, उलट साह्यच करतो; पण सर्वसामान्य सरकारी अधिकारी काहीही नवीन करायला तयारच नसतात. कारण त्यामुळे त्यांचे काम वाढेल, अशी त्यांना भीती वाटते. सरकारी आज्ञेनुसार आज कुणालाही २० हेक्टर जमीन नाममात्र भाड्याने वनीकरणासाठी मिळू शकते, पण ती मिळू न देण्याकडे सरकारी अधिकाऱ्यांचा कल असतो. तुम्ही हा प्रकल्प पुरा करू शकाल यासाठी बँकेचे हमीपत्र आणा, तुम्ही सरकारी ॲक्टप्रमाणे तुमची संस्था नोंदवा, तुमच्याबरोबर काम करणाऱ्या तुमच्या सर्व सहकाऱ्यांची नावे द्या, तुमच्याजवळ किती पैसे आहेत त्याचे प्रमाणापत्र आणा वगैरे नाना तऱ्हेच्या शंका काढून सरकारने देऊ केलेली ही जमीन हे अधिकारी उत्साही नागरिकाला मिळू देत नाहीत. वास्तविक, कायद्याप्रमाणे त्याची मुळीच गरज नसते.

जो कुणी सुशिक्षित तरुण केवळ समाजसेवेच्या जाणिवेने वनीकरणाच्या प्रकल्पासाठी पैसा आणि श्रम खर्च करायला तयार आहे, तो पूर्वतयारीशिवाय हा उद्योग हाती घेईलच कशाला, असा साधा विचारही त्या अधिकाऱ्याच्या मनात येत नाही. शिवाय या जमिनीवर काही उगवतच नाही आणि ती पड म्हणून पडूनच आहे, ती तशीच फार तर पडून राहील; यापेक्षा सरकारी जमिनीचे नुकसान तर होणार नाही? वास्तविक, सरकारनेच वनीकरणाच्या या नवनिर्मितीसाठी तीन-चार फिरते इन्स्पेक्टर नेमले पाहिजेत. त्यांच्याजवळ जंगल खात्याच्या आणि महसूल खात्याच्या नियमांची महिती असणाऱ्या आणि वनीकरणासाठी उपलब्ध असलेल्या जमिनींच्या माहितीची सातबारांच्या उताऱ्यांसकट संपूर्ण यादी पाहिजे. २० हेक्टर ही जरी सरकारने मर्यादा घातली असली, तरी ती प्रत्येक व्यक्तीपुरती मर्यादा आहे. जेव्हा १५-२० लोक या प्रकल्पात एकत्रित होऊन सामील होतात, तेव्हा प्रत्येकाच्या नावे २० हेक्टर म्हणजे ३००-४०० हेक्टर जमीन त्या समूहाच्या स्वाधीन करता येते आणि अशी जर एकत्रितपणे

३००-४०० हेक्टर जमीन मिळाली, तरच वनीकरणाचा प्रयत्न यशस्वी होण्याची शक्यता वाढते. कारण एवढी जमीन असली तरच तेथे कायमचा रक्षक नेमता येईल, पाण्यासाठी बोअरवेल खोदता येईल. अधून-मधून तेथे येऊन आळीपाळीने राहणाऱ्या आणि प्रत्यक्ष काम करणाऱ्या तरुणांसाठी निवासस्थाने बांधता येतील किंवा एकेक हजार वृक्षांची तुकडेपद्धतीने लागवड करून त्या प्रदेशात उगवू शकणाऱ्या सर्वच झाडाझुडुपांचे प्रयोग करता येतील. त्यांतून जी अधिक चिवट, टिकणारी आणि कमी पाणी लागणारी झाडे असतील, त्यांची अधिक प्रमाणावर लागवड करता येईल. थोडे अधिक प्रयत्न करून त्यांतलेच अधिक मृत्तिकागुण असणारे भूखंड धान्यनिर्मितीसाठीही वापरता येतील की, जे धान्य तेथे श्रम करणाऱ्या लोकांच्या चरितार्थासाठी उपयोग पडू शकेल. उत्तेजन मिळावे म्हणून काही क्षेत्रांत त्वरित वाढणारी अधिक फलदायी अशी झाडे लावता येतील की, ज्यामुळे काम करणाऱ्यांचा हुरूप वाढेल.

आपल्या डोळ्यांसमोर काही नवनिर्माण होत आहे, ही जाणीव माणसाची शक्ती वाढवीत असते. तीन-चारशे हेक्टरमधील प्रकल्प म्हणूनच अधिक व्यवहारी ठरू शकतो. त्यातून एखादा नाला वाहत जात असेल, तर तो अडवून पाणी साठवण्याची शक्यता निर्माण करून देणे, हेही सरकारने आपले काम मानले पाहिजे. कारण सरकारी परवान्यात दिवसगत फार जातात आणि उगाचच तहसीलदार, कलेक्टर किंवा सचिवालय यांच्यातील खेपा वाढतात. लोकांनी काही मागायला येण्यापेक्षा अशा उत्साही नागरिकांची निकडीची गरज कोणती आहे, हे विचारणारे व प्रत्यक्ष धावाधाव करून ती भागवणारे उत्साही इन्स्पेक्टर्स सरकारने नेमले पाहिजेत. सरकारी कागदापत्रांच्या फायलीत आता माणसांचे श्रम वाया जाऊ देणे ही गोष्ट ताबडतोब थांबविली, तरच प्रत्यक्ष काम करणारे लहान-मोठे गट उल्हसितपणाने कामाला लागतील.

काही झाले तरी हा एक नवा विचार आहे, सामाजिक वनीकरण असे जरी त्याला नाव दिले असले, तरी या घटकेला सरकारी यंत्रणेवाचून हे काम होऊ शकत नाही, या पद्धतीचा ढाचा आता बदलला पाहिजे. आठ-पंधरा दिवसांनी सरकारी अधिकारी अशा प्रकल्पांचा भेट द्यायला लागला आणि तिथल्या अडचणींची खबर योग्य त्या अधिकाऱ्याला त्याने दिली, तर आपल्या अडचणींचे निवारण होईल, असे लोकांना वाटू लागेल.

हे काम दिसायला जरी अवघड असले तरी तितके अवघड नाही. फक्त अशा संस्थांची रचना वेगळ्या पायावर करावी लागेल, इतकेच.

शहरात मध्यमवर्गीय सुखवस्तू लोक राहतात. असा एकेक प्रकल्प दत्तक घेणे आणि त्यासाठी आर्थिक बळ निर्माण करणे, ही घटना काही प्रमाणात यशस्वी झाली आहे. दरमहा १०० रुपये देणारी १०० कुटुंबे शोधून काढणे मुळीच कठीण नाही. ही रक्कम कर्ज म्हणून स्वीकारलेली असेल. व्याज मिळाले नाही तरी निदान आपले मुद्दल शिल्लक राहील, एवढी हमी आजही देता येईल आणि सर्व अडचणींचा विचार करून आपत्कालातील सर्व संकटे विचारात घेऊन वनीकरणाचे जे अर्थशास्त्र निर्माण केले आहे, त्यातून व्याजही देणे शक्य आहे. आज सुरुवात करायला आमच्याजवळ संपूर्ण वेळ काम करू शकणारे काही कार्यकर्ते आहेत. कोकणातल्या तशा अर्थाने कठीण प्रदेशात काम करण्याइतके ते काटकही आहेत. त्यांनी प्रत्यक्षात थोडेफार काम केले आणि त्यांना आत्मविश्वास वाटतो की, 'सामाजिक वनीकरण' ही केवळ पैसे खर्च करणारी सामाजिक हौस नसून पैशाचा योग्य तो मोबदला देणारी व्यावहारिक योजना आहे. सरकारी जमिनी मिळाल्या, तर जमिनीच्या गुंतवणुकीसाठी पैसा खर्च करावा लागणार नाही. पण तो करायला लागला, तरीही त्या पैशाची परतफेड करण्याइतकी आर्थिक दृष्ट्या ती योजना सुदृढ आहे. १० हेक्टर जमिनीत सामाजिक वनीकरणाचा प्रयोग केला आणि त्याला आजच्या कोकणातील बाजारभावाप्रमाणे १००० ते १५०० रु. हेक्टरी किंमत दिली, तरी त्या जमिनीवर १० वर्षांनंतर जी वृक्षसंपत्ती निर्माण होईल, तिची त्या वेळीची किंमत व्याज आणि मुद्दल फेडण्यापेक्षा जास्त असेल. पण हेच प्रकल्प तीन-चारशे हेक्टरच्या मर्यादेपर्यंत करता आले; तर वृक्षतज्ज्ञ, कार्यकर्ते, भांडवलदार यांच्या जाण्या-येण्याचा खर्च व निवासाचा खर्चसुद्धा परवडू शकेल. वनीकरण हे काही खूळ नव्हे. आज जळाऊ लाकडाचे भावसुद्धा किती वाढलेले आहेत. आणखी काही वर्षांनी जळाऊ लाकूड मिळणे अशक्यच होणार आहे, ही गोष्ट लक्षात घेतली; तर वनीकरण हा आर्थिक दृष्ट्या यशस्वी व्यवसाय होऊ शकेल, हे लक्षात येईल. आजच्या शेतीपेक्षाही ही वनशेती अधिक किफायतशीर होऊ शकते. कारण शेती ही पाऊसमानावर यशस्वी होणारी दैवाधीन गोष्ट आहे. वनशेतीचे तसे नाही. आज निवडलेला जो भूप्रदेश म्हणजे कोकण. तेथे पाऊसच पडत नाही, असे कधी होत नाही. पावसाळ्यात पाऊस बदाबदा पडतो. जानेवारी, फेब्रुवारीपर्यंत जमिनीत ओल राहते आणि मार्च ते जून या महिन्यात मात्र जमिनीची पाण्याची भूक वाढते. या तीन महिन्यांत झाडे जगण्यासाठी लागणारे किमान पाणी जरी उपलब्ध झाले, तर कोकणातील वनप्रकल्प सहजगत्या यशस्वी होतील. हे कमी पाणी असण्याचे

दिवस हाच काय तो या वनशेतीला धोका आहे. त्यासाठी नाले अडवणे, बोअरवेल्स घेणे किंवा काही ठिकाणी डोंगर फोडून पाणी साठण्याच्या दृष्टीने जागा निर्माण करणे हे मार्ग उपलब्ध आहेत. शिवाय आरंभी आपण जी झाडे लावणार आहोत, ती चिवट व वरचे पाणी न देता जगणारी आहेत. ही अखेरीस एक प्रकारे वनशेती आहे. कोणतीही शेती यशस्वी होण्यासाठी निर्माण करावयाचा शेतीमाल ऋतुमान, हवामान, पाण्याची उपलब्धी या साऱ्या गोष्टी विचारात घेऊनच करावा लागतो. या सर्व गोष्टी विचारात घेऊनच या वनशेतीचे छोटेसे प्रकल्प करून पाहिलेले लोक या योजनेत आरंभापासून सामील झाले आहेत.

स्वत:ला इच्छा असली तरी अशा प्रकाराचा प्रकल्प राबविता येत नाही, अशी जी कुणी माणसे असतील, त्यांनी हताश होण्याचे कारण नाही. पाच वर्षांपर्यंत दरमहा शंभर रुपये देणारे लोक या संस्थेचे आश्रयदाते मानले जातील. पाच हेक्टर जमीन प्रत्यक्ष विकत घेण्यासाठी दहा हजार गुंतवणारे या संस्थेचे आणि त्या जमिनीचे मालकच असतील. ज्यांना वर्षातून एक महिना प्रत्यक्ष शरीरकष्ट करणे शक्य आहे, अशांचेही साह्य या योजनेत होऊ शकेल, 'देणाऱ्याचे हात हजार, अशी स्थिती आहे; पण दुर्दैवाने देणाऱ्यांच्या हातांतून घेऊन त्याचा वापर करणारे, श्रमावर प्रेम असणारे हातच आजवर या देशात नव्हते. आता ते देणाऱ्याला आश्वासन देत आहेत की, जे जमेल ते तुमच्याकडून तुम्ही करा आणि आम्ही आमच्याकडून प्रयत्नांची पराकाष्ठा करून त्याची परतफेड करून दाखवू. देणाऱ्याची उदार भावना आणि घेणाऱ्याची कृतज्ञतेची भावना यांना जर सदिच्छांची जोड असेल, तर काहीही घडवता यईल. आज जेवढे कार्यकर्ते आमच्याजवळ आहेत, त्यांना झेपेल एवढीच जबाबदारी आम्ही उचलणार आहोत. जास्तीत जास्त एक हजार हेक्टरपर्यंत आमची कामाची मर्यादा आहे. दुसरे कुणी आपल्याला प्रयत्नाने अन्य विभागात अशा तऱ्हेचे काम करू इच्छित असेल, त्यांना आमच्याकडून सर्व तऱ्हेचे साह्य मिळेल. पण या प्रकल्पात पडण्यापूर्वी काही गोष्टींचे निर्णय त्याचे त्यालाच करावे लागतील. कोणत्याही राजकीय पक्षाचा सदस्य तो असणार नाही. कोणत्याही निवडणुकीस तो उभा राहणार नाही. श्रमाच्या मोबदल्याची तो अपेक्षा करणार नाही. जगण्याइतके मिळाले म्हणजे पुरे. समर्पित भावनेने या उघड्या-बोडक्या डोंगरमाळावर तो घाम गाळील. त्या घामातून उगवलेल्या संपत्तीवर मात्र हक्क सांगणार नाही. कारण हे सारे तो स्वत:च्या आत्मानंदासाठी करतो आहे. त्यागाच्या भावनेतून यातले कुणी काही केले नाही. देशापुढे असणाऱ्या सर्व समस्या एकटा माणूस सोडवू शकत नाही;

पण झाडांवर ज्यांचे प्रेम आहे, ते सर्व माझे मित्र आहेत. मित्रांच्या मदतीसाठी तो सुखासीन उद्योगाचा त्याग करून येथे आला आहे. फळाची आशा न धरता कर्म करीत राहा, हा उपदेश आम्हाला मान्य नाही. पानांची, फुलांची, फळांची, सर्वांची आकांक्षा जरूर आहे. ती उगवलेली पाहताना मला आनंद वाटणार आहे. पण ती ज्यांची त्यांना पोचती करणे, हे माझे कर्तव्य आहे. नवनिर्मितीवर माझा विश्वास आहे. जाहीरनाम्याने, व्याख्यानाने, परिसंवादाने देश घडविता येतो, यावरचा माझा विश्वास ढळलेला आहे. शब्दापेक्षा प्रत्यक्ष कृती मला श्रेष्ठ वाटते. मी माझ्या परमेश्वराची सेवा जमिनीवर घाम गाळून करणार आहे.

(५ ऑक्टोबर, १९८६)

-०-०-०-

१७

माणूस हीच दैवी संपत्ती

केव्हा तरी, कोठे तरी आपल्या हातून जमिनीवर बी पडले, तर त्याचे प्रचंड वृक्ष तयार होतात. हे झाड आपणच लावले होते किंवा काय, अशी शंका येते. कारण झाड लावणारे कणभर असणारे बी आता एवढे विस्तारलेले असते की, ते डोळ्यांतच मावत नाही. माणूस उदार झाला, तर एक रुपयाऐवजी दोन रुपये देतो; पण निसर्ग नेहमीच शंभर पटींनी बीजाची परतफेड करतो. त्यासाठी फारशी यातायात करावी लागत नाही. किंचित पावसाचा ओलावा, उन्हाची साथ आणि धरतीची माया एवढे मिळाले की, समोर उभा राहतो तो फळे-फुले देणारा वृक्ष. हा निसर्गाचा चमत्कार माणसे अलीकडे विसरून गेली आहेत आणि त्यामुळेच सृष्टीची जी सूक्ष्म सुरेख रचना होती, ती बिघडत चालली आहे.

देशातल्या सर्व दु:खांवर आमच्याजवळ उत्तर नाही, आणि मला वाटते, आमच्यासारख्या सामान्य माणसांनी उंटाच्या ×××
मुका घेऊ नये. आपल्याला आपला परिवार माहीत असतो. तिथल्या माणसांचे गुण-दोष माहीत असतात. एखादी अडचण निर्माण झाली तर हाकारताच चार हात मदतीस येऊ शकतात. म्हणून आपल्या स्वप्नांच्या पक्ष्याने गावचे शिवार ओलांडू नये. प्रत्येक गावाच्या शिवारात तेथील स्थानिक माणसांनी आपल्या परीने कामे केली, तर सारा भरतखंड सुधारून जाईल. सगळ्या भागात एकवाक्यता असलीच पाहिजे, असेही नाही. कोकणात

साग लावला, देशावर सुबाभूळ किंवा नीलगिरी लावला, हिमालयात ओक किंवा पाईन हे वृक्ष लावले; तरी काळी आई ते फुलवणारच. बाहेरून येऊन शहाणपणा शिकविणाऱ्या आणि उपदेश करणाऱ्या माणसाच्या हातून फारसे काही घडणार नाही. जमिनीत एक झाड लावायचे म्हणजे ग्रामीण भागात राहाणाऱ्या माणसाच्या मनात एक झाड लावायचे. त्याच्या हातानेच त्याला पाणी घालायचे. त्याच्याच घामातून झाड वाढले की, त्या झाडाची फळे पाहून त्याचेच अंत:करण भरून जायला पाहिजे. तो कोणत्याही नव्या कल्पनांना विरोध करील. बाहेरच्या लोकांबद्दल एक तर त्याला अढी असते. नवे काही करायचे म्हटले की, त्याचा नकार असतो. आमचे बापजादे काय गाढव होते का, या त्याच्या प्रश्नाला ते खरे असले तरी 'होते' असे उत्तर द्यायचे नाही. उलट, बापजाद्यांनी घालून दिलेला रस्ता आपण सोडला म्हणून आपली ही स्थिती झाली, हे त्याला पटवून द्यायचे. दहा रुपयांचा खर्च करून एक सागाचे झाड बागेत लावले आणि दहा-वीस रुपये खर्च करून ते जगवले, म्हणजे पंधरा-वीस वर्षांनंतर दीड-दोन हजार रुपये किमतीचे संचित त्या झाडाच्या रूपाने निर्माण होते– हे वडिलधाऱ्यांचे मत म्हणून त्याच्या गळ्यात मारायचे. हेच पाच-पंचवीस रुपये आपल्या बँकेत वा सोन्यात कोठेही गुंतवले असते, तरी त्याचे फार तर शंभर-दीडशे रुपये झाले असते. झाड लावणे ही हौस नव्हे, तर ती फायदेशीर गुंतवणूक आहे, आपोआप वाढत राहणारी– हे कळले, तरच शेतकरी झाडे लावायला लागतील. मुलीच्या जन्माबरोबर आपण एक झाड लावले, तर तिच्या लग्नाच्या खर्चाची तरतूद होते, हे शेतकऱ्याला माहिती करून द्यायला हवे. कुणी त्याग करावा, सेवा करावी, असे मुळी म्हणायचेच नाही. शेतकऱ्यांनी आपला स्वार्थ जपावा, या आमच्या अपेक्षेत काय बरे चूक आहे?

वनराई प्रकल्प सामाजिक उपयुक्ततेचा आहे. त्यातून प्रदूषणाचा प्रश्न सुटणार आहे. सरपणाची चणचण कमी होणार आहे. पाऊसमान वाढणार आहे. पक्ष्यांना घरे मिळणार आहेत. जमिनीचा कस शाबूत राहणार आहे. या सर्व फायद्याचे शेतकऱ्याला आकर्षण वाटणार नाही; पण जसा बायकोच्या अंगावर सोन्याच्या ठुशीसारखा एखादा अलंकार असतो, तसेच झाडे म्हणजे घरांचे, रानांचे अलंकार असतात– हे शेतकऱ्यांना कळले, तरच त्यांच्या मनात झाडांची निगराणी करायची कल्पना प्रस्थापित होईल. वेळ-प्रसंग आला तर अलंकार विकून प्रपंचाची गरज भागविता येते, तसेच या अलंकाराचेसुद्धा आहे.

वनीकरण काय किंवा अन्य काही नवे निर्माण झालेले ग्रामीण विकासाचे

अन्य विचार काय, ते काही संपूर्ण विचार नाहीत. झाडे लावणे, हा त्यांतल्या त्यात सोपा प्रकार. काही झाडांना तर पावसाचे फक्त चार शिंतोडे पुरतात. त्यासाठी माणसाला काहीच करायचे नसते, तरीही माणूस ते करीत नाही. कारण आजच्या समाजव्यवस्थेत प्रत्येक गोष्ट सरकारने करायची, असे गृहीत धरलेले आहे. पण सरकार-सरकार म्हणजे शेवटी काय? हे सरकार काही बाहेरून येऊन आलेले लोक चालवीत नाहीत. आपल्यांतलेच काही लोक आपण निवडून देतो आणि ते ग्रामपंचायतीपासून ते लोकसभेपर्यंतची सर्व तऱ्हेची सत्तेची स्थाने व्यापतात. आपल्या गावांना विसरतात. गंभीर समस्यांत उगाच अडकवून घेतात आणि प्रत्येक गावाचे अगदी लहान-सहान प्रश्न तसेच लोंबकळत पडतात.

शहरांत राहण्याची चटक लागली की, मग त्यांना खेडी परकी वाटतात. हा देश शेतीप्रधान लोकांचा आहे आणि कृषि-अर्थव्यवस्था या देशाचा कणा आहे, ही गोष्टच तथाकथित लोकनियुक्त सरकार विसरून गेले आहे. लोकांनी आपल्या गावात काही काम अंग झडझडून करावे, गाव स्वच्छ ठेवावे, पाण्याची व्यवस्था करावी, सांडपाणी वाहून जाण्यासाठी चर खोदावेत, निर्जन आणि बेवारस झालेली घरे पाडून टाकावीत, जागोजागचे उकिरडे नष्ट करावेत; तर गावे अधिक सुंदर होतील आणि हे सर्व करण्यासाठी लागणारी रक्कम एवढी क्षुद्र असेल की, ते देणे कोणत्याही सरकारला सहज शक्य होईल. पण यासाठी लोकांची आत्मनिर्भरतेची प्रेरणा जागी करायला पाहिजे. कुठून तरी बाहेरून सरकारचे अधिकारी येतील आणि आपले प्रश्न सोडवतील, ही आशा व्यर्थ आहे. ते सरकारी अधिकारी आपली नोकरी टिकण्यात मग्न असतील. चांगल्या गावी बदली करून घेणे, हाच त्यांचा सदैव उद्योग असतो. त्यांचे आणि आपले नाते कधी जमतच नाही. काही प्रमाणात ज्या सरकारी सवलतींचा लाभ लोकांना व्हावा तो लाभ हे झारीतले शुक्राचार्य लोकांच्या हाती पडू देत नाहीत; कारण तसे करायचे, तर त्यांना प्रत्यक्ष कष्ट करावे लागतात. निर्णयाची जबाबदारी स्वीकारावी लागते. त्याच्या दोन-तीन वर्षांच्या कारकिर्दीत काही ना काही पळवाटा काढून तो कसलेच काम करू देत नाही. उदाहरणच द्यायचे झाले तर, सामाजिक वनीकरणासाठी प्रत्येक अर्जदार शेतकऱ्याला वीस हेक्टर सरकारी जमीन नाममात्र भाड्याने सरकारने देऊ केली आहे. पण ही जमीन हे सरकारी अधिकारी अनेक ब्यादी काढून कुणालाही मिळू देत नाहीत. ही जमीन मिळविण्यासाठी एखादा सार्वजनिक न्यास हवा, अशी मूळच्या सरकारी आज्ञेत मुळीच तरतूद नाही. पण सरकारी अधिकारी मात्र रजिस्टर्ड संस्था हवी, असा आग्रह धरतात. आता मूळ उद्देशाशी

हे किती विसंगत आहे पाहा. पाच-पंचवीस मैलांवरून येऊन स्वकष्टाने एका मरुभूमीचे वृक्षराजीत रूपांतर करणे, हेच किती कष्टाचे काम आहे. हे करायला जो उद्युक्त होतो; त्याच्यामागे ट्रस्ट, हिशेब, ठराव ही शुक्लकाष्ठे लावण्याचे कारणच काय? झाडे लावणे आणि जगवणे, हे महत्त्वाचे तेवढेच कार्य सोडून बाकीचा ट्रस्टचा सर्व कारभार अगदी उत्तम चालवून करायचे आहे काय? कायदेबाजीला आज एका विचित्र तऱ्हेचे संरक्षण मिळते आहे. खेड्यांतल्या लोकांच्या गरजा काय, हे खेडुतांना ठरवू द्या. त्यांना जेथे काही कमी पडेल, तेथे सरकारी अधिकाऱ्यांनी धावून गेले पाहिजे. त्यांच्यात असलेल्या उणिवांना दूर केले पाहिजे. खरे तर मला असे वाटते की, जे काही या देशात घडणार आहे, ते लहान गावांत राहणाऱ्या भूमिपुत्रांच्या हातूनच. या देशाच्या पंचवार्षिक योजना पुस्तकात फार छान दिसतात; पण या सर्व योजनांचा मूलाधार माणूस आहे, हे मात्र कुणाच्या ध्यानात येत नाही. माणसाच्या श्रमाला दिशा आणि कर्तृत्वाला पिसारा यायला हवा असेल, तर या देशातील मानवी संपत्तीचा विकास केला पाहिजे. काही सुचत नाही म्हणून, चालले आहे त्यात बदल कशाला म्हणून, उत्कर्षाची आकांक्षा नाही म्हणून किंवा आपल्या धर्मातील मायावादाने येथील माणसांचा पराक्रम बोथट केला आहे म्हणून येथे फक्त जिवंत प्रेते राहतात. त्यांच्यात धुगधुगी आहे म्हणून ते जिवंत आहेत, इतकेच. पण प्रेताप्रमाणे ती चैतन्यरहित झाली आहेत. आपला परिसर सुंदर असावा, घर नीटनेटके असावे, मुलाबाळांना अंग झाकण्याइतके वस्त्र मिळावे, अक्षर आणि अंक-ओळख होण्याइतके तरी शिक्षण मिळावे, या गोष्टींशी खरे तर दिल्ली सरकारचा काही संबंध नाही. दिल्लीत आंबे पिकले, तर त्याचा सुगंध पुण्यात कसा येणार? परंतु हल्ली सगळ्या महत्त्वाच्या गोष्टी सचिवालयाच्या किंवा मध्यवर्ती सरकारच्या राजकीय जंगलात केवळ एका कागदावर लिहिल्या जातात. ते बंगलोर, उटी, गोहत्ती अशा सुंदर ठिकाणी काही सेमिनार्स घेतात आणि आपल्या आकडेवारीवर विश्वास ठेवून योजना सुचवितात– थोडक्या दिवसांत हे काम उरकायचे आणि मग देश पाहायचा, अशी त्या सर्वांची भूमिका असते आणि ते परदेशी तज्ज्ञ असल्याने त्यांचे सर्वार्थाने ऐकणे, त्यांची सरबराई करणे हे आपल्या सरकारचे कामच होऊन बसते. तज्ज्ञ या नात्याने त्यांनी सुचविलेल्या अनेक योजना इतक्या हास्यास्पद असतात की, त्या या भूमीत रुजणे शक्यच नसते. कारण त्यांनी ज्या-ज्या अनुकूल गोष्टींची कल्पना गृहीत धरलेली असते, त्यांतल्या कोणत्याच गोष्टी आपल्या सरकारजवळ नसतात. उदाहरणच द्यायचे झाले तर,

शिक्षणक्रमातील सेमिस्टर पद्धतीचे देता येईल. ज्या तज्ज्ञांनी ही योजना राबविण्याचे ठरविले, त्यांना या देशातील परिस्थिती माहीतच नव्हती. या योजनेमुळे प्राध्यापकांचे कामाचे ओझे किती वाढणार होते, याचा हिशेब न केल्यामुळे ही योजना काही कोटी रुपये खर्चून आपण सोडून दिली. या देशातील जमीन दिवसेंदिवस निकृष्ट होत चालली आहे. ऊस-शेती आली, त्याबरोबर नवनवीन रासायनिक खते आली. औषधांची फवारणी आली. इथल्या अडाणी माणसांनी त्यांचा इतका अतिरेकी उपयोग केला आहे की, या सर्व जमिनी आता कोड आल्यासारख्या दिसू लागल्या आहेत. कोणतेही नवे विज्ञान काही नवी दुखणी घेऊन येते, म्हणून ते स्वीकारताना पुढचा-मागचा विचार करावा लागतो. आपल्या देशातील शेती, पिके, झाडे, बागायती हीच हळूहळू सुधारली असती; तर या परिस्थितीत टिकून राहणारी व उत्पन्न देणारी अशी पिके झाली असती. पण या परदेशी तंत्राची आयात करणारे व्यापारी, रसायनांची किंवा औषधांची विक्री करणारे दलाल, मिंधे केलेले सरकारी अधिकारी आणि त्याहून समोर दिसणारे तात्पुरते पिकांचे सुंदर स्वरूप, यामुळे ही तंत्रे आली– रसायने आली– नव्या वनस्पती आल्या. पण देशाचा फायदा होण्यऐवजी नुकसान मात्र झाले. खरे पाहता, या देशात सर्वत्र दिसणारी गावठी बाभूळ हे एक असे झाड आहे की, ज्याला खर्च जवळपास नाहीच. बकऱ्या सोडून अन्य प्राणी या झाडाला इजा करत नाहीत. हे झाड कोणत्याही प्रतिकूल परिस्थितीत व निर्जल प्रदेशातसुद्धा वाढू शकते आणि सरपण म्हणून या झाडाइतके उपयोगी झाड नाही. ज्याला कोणत्याही परदेशी तंत्राची आवश्यकता नाही किंवा लागवडीसाठी पैशाची गुंतवणूक नाही, ते बहुगुणी झाड आम्हाला आवडत नाही. त्याऐवजी नव्याने आयात केलेले सुबाभूळ आपल्याला पसंत पडले आहे. पण सुबाभूळ लावणे म्हणजे प्रयत्नपूर्वक शेती करणे. त्याला योजना आहे, गुंतवणूक आहे, संरक्षण आहे. भोवतालच्या परिसरावर त्याचे काही परिणाम होणार नसतील आणि त्याच्या लागवडीमुळे जर भूगर्भातील पाण्याची पातळी म्हणण्यासारखी बदलणार नसेल, तर तेही लावायला हरकत नाही. पण पहिले का नाकारायचे, दुसरे का स्वीकारायचे, दोघांचा फायदा-तोटा कोणत्या तत्त्वावर ठरवायचा, याचाच विचार येथे झालेला नाही.

वास्तविक, इथला मनुष्य कोणत्याही बदलाला सहजासहजी तयार नसतो. कारण त्याला परंपरेचा दुरभिमान आहे. आळस तर कमालीचा आहे. काम करून दोन्ही वेळेस भरपेट जेवण्यापेक्षा एका वेळेस मिळणाऱ्या पेजेवर जगायला तो तयार असतो. म्हणजे, खऱ्याखुऱ्या अर्थाने इथल्या ग्रामीण उद्धारांशी इथल्या

माणसाचा म्हणावा तसा संबंध आलेला नाही. इथला मृतवत् आणि पशुवत् असणारा खेड्यांतील नागरिक बदलणे हे आवश्यक आहे; त्याशिवाय परिवर्तनाची भाषा व्यर्थ आहे. शब्दाने इथला माणूस बदलत नाही. 'आलेत असे पुष्कळ' म्हणून तो सहज तुमच्याकडे दुर्लक्ष करू शकतो. तेव्हा त्यांच्या निकट राहून, त्यांच्यासारखे जगून, त्यांच्याशी कोणताही संघर्ष न करता; जे काही आपल्याला करायचे आहे, त्याचे प्रात्यक्षिक त्यांच्यासमोर दाखविले पाहिजे. आरंभी त्यांचा उपहास व असहकार मिळतो; एवढेच नव्हे, तर दुष्टपणासुद्धा सहन करावा लागेल. लावलेली झाडे उपटून टाकण्यात खरे पाहिले, तर त्यांचा काही फायदा नसतो. तो मनानेही फार दुष्ट असतो, असेंही नाही. एका तरुण माणसाच्या दीर्घकालीन परिश्रमाची वासलात ही माणसे का लावतात? नवे काही तरी घडू शकेल, यावरचा त्यांचा विश्वासच उडाला आहे. बाहेरचे लोक इथे येतात आणि आपल्याला मूर्ख ठरवून असले काही तरी नवीन करतात, या भावनेतून त्यांचा हा दुष्टपणा जन्म पावतो. पण म्हणून खचून चालत नाही. आरंभी-आरंभी हे प्रकार घडल्यानंतर आणि अधून-मधून आपल्या शेतावर त्यांना रोजगार मिळू लागल्यावर त्यांची दृष्टी बदलू लागते. मग निदान ते विरोध करेनासे होतात. या नव्याने आलेल्या पण गावातच पाय रोवून स्थायिक झालेल्या माणसांमुळे शाळा सुधारली, देवळे स्वच्छ झाली, रस्त्यांवरचे खड्डे बुजविले गेले, उकिरडे साफ झाले आणि प्रसंगी विहिरीवर एखादा पंप बसला असे पाहिले की; थोडीफार मदत करण्याची त्यांची बुद्धी जागी होते. माणूस बदलल्याशिवाय कोणत्याही राष्ट्रीय उत्थापनाच्या कार्याला अर्थ नाही. माणसा-माणसांत असणारे चैतन्य हे खरे दैवी भांडवल आहे आणि ते जागे केले, तर आपले किती तरी प्रश्न हलके होणार आहेत. पण दुर्दैवाने या गोष्टीचे महत्त्व आमच्या राज्यकर्त्यांना कळले नाही आणि सामाजिक संस्थांनाही कळले नाही. सगळा झोपलेला देश खडबडून जागा केला पाहिजे. कोणाच्याही लक्षात येणार नाही, अशा सौम्य पद्धतीने त्याला कामाला लावले पाहिजे. आम्ही त्यांचा उद्धार केला, हा अहंभाव सोडून दिला पाहिजे. त्यांचा त्यांनी उद्धार केला; आम्ही किरकोळ स्वरूपाचे साह्य केले, या श्रेयावर आपण संतुष्ट असले पाहिजे. या खेड्यात काम करू पाहणाऱ्या कार्यकर्त्यांनी आपले पुष्कळसे नागररूप बदलले पाहिजे, पुष्कळशा नव्या गोष्टी शिकल्या पाहिजेत; म्हणजे स्वत:तही पुष्कळ बदल करण्याची आवश्यकता आहे, हे मान्य केले पाहिजे. बाहेरून लादले गेलेले बदल ग्रामीण समाज सहसा स्वीकारीत नाही, हे एकदा पक्के लक्षात आणले; तर ग्रामीण विभागात काम

करणाऱ्या सर्वच कार्यकर्त्यांना आज होणारा विरोध कमी होईल. खेडेगावांत होणारी कोणतीही कामे– वनीकरण, पाणी-पुरवठा, स्वच्छता, रस्ते-दुरुस्ती, मल-विसर्जन– अशी वेगवेगळी नसतात. त्या सर्वच कामांचे मिळून एक रूप निर्माण झालेले असते. त्याच्यात ग्रामीण स्वायत्तता दडली आहे. ग्रामीण अर्थरचनेचा पुनर्विचार हे तर साऱ्या संकल्पनांचे सूत्र आहे.

खेड्यांत लोक मागासलेले आहेत आणि शहरांतले फार शहाणे आहेत, असेही नाही. खेड्यांतील लोक आत्मसंतुष्टपणामुळे किंवा आळसामुळे निष्क्रिय बनले आहेत, तर शहरांतले लोक अतिरेकी हव्यासामुळे फक्त स्वत:पुरते पाहू लागले आहेत. सुसंस्कृतपणाच्या त्यांच्या व्याख्याच आज बदलल्या आहेत. अधिक पैसे, अधिक समृद्धी, अधिक सुखसाधनांची रेलचेल– हे त्यांच्या आयुष्याचे सूत्र बनून राहिले आहे. यांत केवळ उद्योगपती, मध्यमवर्गीय किंवा उच्च मध्यमवर्गीयच सामील आहेत, असे नाही. कामगारांची वा कर्मचाऱ्यांची मनोवृत्तीही तशीच बनत चालली आहे. कळत-नकळत एका फार मोठ्या सामूहिक गुन्हेगारांच्या टोळीत आपण सामील होत आहोत, इकडे कुणाचे लक्ष गेलेले नाही. जेव्हा आपण भ्रष्टाचार, वशिलेबाजी, स्मगलिंग यांच्याबद्दल तावातावाने बोलतो; तेव्हा हे आपल्या लक्षातही आलेले नसते की, आपल्या मुलाला वैद्यकीय कॉलेजात प्रवेश मिळवण्यासाठी आपण नाना तऱ्हेचे वशिले लावले होते, काही अधिकाऱ्यांना लाचही देऊ केली होती. स्मगलिंगचा माल विकत घेण्याची फॅशन समाजात इतकी वाढली आहे की, जर स्मगलर्सनी माल आणणे बंद केले, तर तो माल मिळण्यासाठी सरकारला पर्यायी व्यवस्था करावी लागेल. त्यासाठी लोक मोर्चे काढतील. शाळेतल्या प्रवेशापासून ते कोणत्याही प्रकारच्या परवान्यापर्यंत किंवा घराच्या बांधकामापासून ते उद्योगधंदा चालविण्यापर्यंत प्रत्येक गोष्टीत आज बेकायदा व्यवहार केला जातो आणि त्यात समाज भागीदार असतो. तरीही आपण चारित्र्यसंपन्न आहोत, असे या लब्धप्रतिष्ठितांना वाटत असते. वाजवी किंमत पाच रुपये आहे; परंतु दुर्मिळतेमुळे ज्या वस्तूची किंमत दहा रुपये असते, ती घेताना आपल्याला मुळीच अवघडल्यासारखे होत नाही. हवालदाराला रुपया-दोन रुपये लाच देण्याच्या प्रथेमुळे लाखो रुपये खाणाऱ्या पोलीस अधिकाऱ्यांना नैतिक संरक्षण मिळते. ज्या देशातील नागरिकांची नीतिमत्ता चांगली आहे, त्या देशात स्मगलिंगचा व्यवसाय चालूच शकणार नाही. राज्ययंत्र बिघडलेले आहे, असा आरोप अभिनिवेषाने करणाऱ्यांनी प्रथम ही गोष्ट लक्षात ठेवली पाहिजे की, राज्ययंत्र लोकांच्या चारित्र्यावर उभे असते. येथेही माणूस बदलण्याचा प्रश्न

उत्पन्न होतो; पण तशी आज तरी कोणाला आवश्यकता वाटत नाही. मंत्री, खासदार, आमदार, साखरसम्राट, सरकारी अधिकारी पैसे खातात ते मुख्यत्वेकरून कोणाची तरी बेकायदा कामे करूनच. ते घेणाऱ्यांची संख्या वाढते. आपली पात्रता नसताना अधिक उच्च पद मिळवावे, शाळा-कॉलेजात प्रवेश मिळवावा, इमारतीला अधिक मजले बांधायला परवानगी मिळावी किंवा कच्च्या मालाच्या पुरवठ्यात वाढ करून घ्यावी, कमी दर्जाचे आणि कमी प्रमाणात सिमेंट वापरून सरकारी इमारती बांधता याव्यात, यासाठी लोक पैसे देतात. घेणारे तेवढे दोषी आणि देणारे तेवढे साव, हे म्हणणे न्यायाला धरून होणार नाही. हा साराच एक लबाडीचा खेळ या देशात आज उघडपणे सामूहिकरीत्या चालू आहे. बिघडली आहे ती व्यक्ती व राज्ययंत्रणा. अशा व्यक्तींचा समाज जेव्हा अस्तित्वात येऊ लागतो; तेव्हा कितीही कायदे केले, कितीही छापे मारले, कितीही लोकांना पकडले तरी खऱ्या गुन्हेगारीला आळा बसणे शक्य नाही. कारण अशा गुन्हेगारांना त्यांच्या संपूर्ण टोळीचे संरक्षण असते.

म्हणून परिवर्तनाची भाषा आपण जेव्हा काढतो; तेव्हा आपल्याला समाज आठवत नाही व्यक्ती आठवत नाही. इथेच आपली गफलत झाली आहे. कम्युनिस्ट देशांत सर्वंकष अशी सत्ता तेथील राज्ययंत्रणेजवळ आहे. तेव्हा गुन्हा करताच येऊ नये, अशी परिस्थिती निर्माण करता येईल; पण लोकशाहीत ही गोष्ट शक्य नाही. लोकशाहीबद्दल हळूहळू जी अप्रीती निर्माण होते, तिचे मुख्य कारण लोकशाहित गुन्ह्यांनाही समर्थन देणारे लोक निर्माण होतात. गुन्हेगारांजवळ प्रचंड संपत्ती केन्द्रित झालेली असते. त्यामुळे गुन्हेगारांना देशातील चांगली बुद्धिमता विकत घेता येते. उत्तमांतले उत्तम वकील त्यांना मिळू शकतात. प्रसिद्धिमाध्यमाचा हवा तसा उपयोग करता येतो. खटले रेंगाळत ठेवता येतात. कारण गुन्हेगार एकटाच नसतो; तलाठ्यापासून ते राष्ट्रपतीपर्यंत गुन्हेगारांची एक टोळी निर्माण होते. एकट्या अंतुल्यांना शिक्षा होऊ शकत नाही, कारण त्यांचे अनेक साथीदार त्यात ओढले जाणार असतात. ते आपल्या सुरक्षिततेसाठी गुन्हेगारांचे संरक्षण करतात. त्यामुळे अशा गुन्हेगारांना कधी शिक्षा झाल्याचे ऐकिवात नाही. क्वचित लहान-मोठे गुन्हेगार शिक्षा भोगतत; पण महत्त्वाचे राष्ट्रीय स्तरावरचे गुन्हेगार नेहमीच सुरक्षित असतात. कायद्याचे हात त्यांच्यापर्यंत पोचूच शकत नाहीत.

खरी गोष्ट अशी आहे की, या देशाचा मर्मभाग कॅन्सरने पछाडला आहे आणि हा कॅन्सर तेथून हटविल्याशिवाय निरोगी देश निर्माण होणार नाही.

अत्यंत नाजूक ठिकाणी हा आजार निर्माण झाला असल्यामुळे याचे ऑपरेशन तज्ज्ञांच्या हातूनच व्हायला हवे. तो रोग म्हणजे, व्यक्तीच्या मनाचा झालेला अध:पात. हा रोग न झालेल्या व्यक्तींची संख्या वाढेल, तेव्हा आपोआपच अध:पतित लोकांना आपल्या गुन्ह्याचे भय वाटेल. ही जाणीव निर्माण करणे, हे परिवर्तनाचे फार मोठे कार्य आहे. पापाचे आणि पुण्याचे विचार करणारे एक इंद्रिय मानवात जन्मत:च असते, ते कार्यक्षम करणे आणि कार्यक्षम ठेवणे इकडे आजपर्यंत दुर्लक्ष झाल्यामुळे या देशावर आज संकटे आलेली आहेत. मूलत: माणूस दुष्ट-हव्यासी किंवा अतिलोभी नसतो; पण संसर्गामुळे तसा तो होणे, हे मात्र सहज शक्य असते. म्हणून माणसाचे निखळ चैतन्यदायी शरीर त्याला परत मिळवून देणे आणि त्याचे त्याबद्दलचे आकर्षण कायम ठेवणे, हा परिवर्तनाचा खरा रस्ता आहे.

(१२ ऑक्टोबर, १९८६)

-०-०-०-

१८

शेतीचे अर्थकारण : साऱ्या अर्थकारणाचा पुनर्विचार

शेतीचा धंदा किफायतशीर नाही, असे शरद जोशी म्हणतात. याचे कारण, आपल्या उत्पादनाची किंमत ठरवण्याचे स्वातंत्र्य शेतकऱ्याला नसते. वडिलोपार्जित शेतजमिनी असणारा किंवा दुसऱ्याची जमीन वहितीने करणारा यांना सारखेच लेखले जाते. वडिलोपार्जित जमिनीवर आपला जन्मसिद्ध हक्क जपण्यासाठी जो काय शेतसारा असेल त्याव्यतिरिक्त कोणताही खर्च पडत नाही; पण वहितीने किंवा भागीने जमिनी कसणाऱ्याला त्या जमिनीच्या मालकाला उत्पन्नाचा काही हिस्सा द्यावा लागतो. कूळकायद्यामुळे आपल्या जमिनी वहितीने देण्याचे प्रमाण कमी झाले आहे. तरीपण अजूनही पुष्कळ ठिकाणे मालक परगावी असतात, तेव्हा असे व्यवहार नाइलाजाने करावे लागतात. कूळकायदे वगैरे असल्यामुळे नोकरनामे लिहून देऊन अशा व्यवहारातून कायदेशीर सुटका करून घेण्याचा प्रयत्न आचरला जातो. शेती कशीही करा, पण तो व्यवसाय फायद्याचा नाही. कारण शेतीसाठी लागणारे बियाणे, नांगरटीचा खर्च, फवारणीचा खर्च आणि इतर सर्व खर्च धरून त्याला येणारा खर्च आणि उत्पादित मालापासून मिळणारी किंमत यांचे काही नातेच ठरलेले नाही. शेतकरी गरजू असतो. त्याला थांबणे शक्य नसते. भाव सर्वांत कमी असतात, तेव्हा सुगीच्याच दिवसांत आपला शेतीमाल त्याला विकून टाकावा लागतो.

हा बिनकिफायती शेतीचा व्यवसाय शेतकरी करीत राहिले

आहेत याचे कारण म्हणजे, एक तर त्यांना दुसरे काही करणे शक्य नसते आणि काळ्या मातीवर त्यांचे मन:पूर्वक प्रेम असते. आपल्या बापाच्या दारिद्र्याची कर्मकहाणी ऐकून तरुण कसला का होईना, पण रोजगार मिळवण्याचा प्रयत्न करतात आणि त्यामुळे शेतीकडे दिवसेंदिवस दुर्लक्ष होऊ लागले आहे. मजुरांची मजुरी शेतमजुरांच्या दुर्मिळतेमुळे वाढत चालली आहे. खते, रसायने यांच्याही किमती आकाशाला भिडल्या आहेत आणि नव्या बियाण्याला रोगप्रतिकारक शक्ती कमी असूनही त्यांचा वापर करण्यावाचून गत्यंतर उरले नाही. कृत्रिम खते व रसायने यांच्या अतिरिक्त वापरामुळे जमिनीचा पोतही बिघडत चालला आहे आणि धान्याची प्रतही कमी दर्जाची होत चालली आहे. हायब्रीड बियाण्यांमुळे थोडेफार उत्पन्न मिळाल्यासारखे वाटते; पण बियाणे वाईट निघाले, तर सर्व शेती धोक्यात येते; आणि जरी चांगले मिळाले, तरी त्या धान्याला भाव कमी मिळतो. शेतीचे भाव उत्पादन-खर्चानुसार वाढवून द्यावेत, अशी जी शरद जोशींची मागणी आहे, त्यात निश्चितच अर्थ आहे. पण तरीही भाव वाढवून देणे म्हणजे नेमके काय याचे स्पष्टीकरण नसल्यामुळे शेतीमालाचा सर्वच व्यवसाय सरकारने ताब्यात घेणे, असा त्याचा अर्थ निघतो आणि आज ज्या बेजबाबदार सरकारला राष्ट्रीयीकृत व्यवसाय फायद्यात चालवता येत नाही, ते सरकार शेतीमालाचा गुंतागुंतीचा व्यापार कसा काय करू शकेल, हा प्रश्न विचारात घ्यायला हवा.

एकाधिकार योजनेत कापसासारखे पीक एकाधिकारामुळे सरकारला किती खर्चात पाडते, याचा अनुभव आलेलाच आहे. सरकारला कांदा खरेदी करणे भाग पाडले, त्या व्यवहारात सरकारचे कोट्यवधी रुपये पाण्यात गेले. तीच गोष्ट तंबाखू आंदोलनातही झाली. एक-दोन वर्षे सरकारने तंबाखू खरेदी केली. पण ही कामे आजच्या सरकारी यंत्रणेला झेपत नाहीत आणि सरकारला तोटा सहन करावा लागतो. हा निष्कर्ष हाती आला, म्हणजे शेतकऱ्यांचे आंदोलन ज्या कारणांसाठी सुरू झाले, त्यांपैकी कोणतेही कारण अजूनपर्यंत यशस्वी झाले आहे असे म्हणता येणार नाही.

नाही म्हणायला, उसाला मात्र अधिक भाव मिळू लागला; पण याचे कारण संघटित शेतकऱ्यांच्या हातांत तो व्यवसाय आहे, हेच आहे. शेतकऱ्यांच्या मतांवरच साखर कारखान्यांचे डायरेक्टर बोर्ड निवडून येणार असल्यामुळे आणि ऊस-बागायतीचे सर्व ज्ञान व आकडेवारी शेतकऱ्याला आता माहीत झाल्यामुळे ऊस-बागायत जेथे चांगल्या तऱ्हेने होऊ शकते, तेथील शेतकरी बऱ्या अवस्थेत आहे. मात्र पाटाने मिळणाऱ्या पाण्याची टंचाई दिवसेंदिवस वाढत चालली आहे

आणि जी पाण्याची पाळी निदान २१ दिवसांनी व्हायची, ती आता ४५ दिवसांपर्यंत जाऊन पोहोचली आहे. त्यामुळे ऊस-पीक पुष्कळदा धोका देते. उसाचा उतारा कमी पडतो; पण सुदैवाने साखर कारखाने ही महाराष्ट्रातील राजकीय शक्ती असल्याने ऊस-बागायत कशी-बशी का होईना, पण टिकून आहे. एका धरणाचे जे लाभक्षेत्र असते, ते आता दडपादडपीने तिप्पट झाले आहे. ज्यांना पाणी घेण्याचा अधिकार नाही किंवा एक एकरासाठीच ज्यांना पाणी उपलब्ध आहे, ते कायदे मोडून अधिक क्षेत्रासाठी पाणी वापरतात. असे करण्याबाबत आज जो दंड द्यावा लागतो, तो त्यांना परवडतो. त्यामुळे ग्रामीण भागातील सलोख्याचे वातावरण आता बिघडले आहे. श्रीरामपूर, कोपरगाव भागात पूर्वी खूप साखर कारखाने निघाले. प्रवरानगर भागातला साखर कारखाना तर सहकारी क्षेत्रातला आद्य कारखाना. असे असतानाही आता त्या भागातील साखर कारखाने खूपच अडचणीत आले आहेत, कारण तेथपर्यंत पाटाचे पाणी आता पोचतच नाही. पाटालाच पाणी नसल्यामुळे विहिरींच्या पाण्याची पातळी खालावत चालली आहे. या लाभक्षेत्राच्या वरच्या अंगाला बेकायदा उपसा योजना निघाल्या आहेत आणि त्यांना सरकारी आश्रय आहे. धरणे पूर्ण भरली, तरीही आजच्या लाभक्षेत्राला पुरेसे पाणी देण्यास ती असमर्थ आहेत; शिवाय काही शहरांचा पाणीपुरवठाही आता या धरणावर अवलंबून असल्यामुळे पिण्याच्या पाण्यासाठी का होईना, पण पाटात पाणी सोडावे लागते आणि त्याचा गैरवापर केला जातो.

आज जे इरिगेशन मॅन्युअल अस्तित्वात आहे, त्याच्या निर्मितीशी माझ्या वडिलांचा संबंध आहे. ते काम उत्कृष्टपणे केल्याबद्दल इंग्रज सरकारने त्यांना पदवी आणि रोख पारितोषिक दिले होते. त्या वेळेस त्यांनी इंटेसिव्ह फार्मिंग (समूहक्षेत्र शेती) चा आग्रह धरला होता. म्हणजे जेथे पाटाचे पाणी जाण्यासारखे आहे तेथे तेथे ते घेतले गेले आहे, असे गृहीत धरून कराची आकारणी करणे. ह्यात पाणी चोरण्याचा प्रश्न येणार नव्हता. पाटांची लांबी खूपच कमी झाली असती आणि झिरप्यामुळे किंवा बाष्पीभवनामुळे पाण्याचा जो अपव्यय होतो, तोही टळला असता. दूरस्थ प्रदेशासाठी टेल टॅक्स निर्माण करावेत आणि पावसाळ्यातील पाण्याने ते भरावेत व त्यायोगे पाण्याचे लाभक्षेत्र थोडे वाढवावे, अशी त्यांची सूचना होती. पण ही सूचना मान्य होऊ शकली नाही. कारण ज्या विभागाला आज पाणी मिळते आहे, त्याचा पुष्कळसा भाग पाटाच्या पाण्यापासून वंचित राहिला असता. जेव्हा धरणे झाली व कॅनॉल बांधले गेले, तेव्हा कॅनॉलचे पाणी घ्यायला लोक फारसे अनुकूल नव्हते. तीन-चार वर्षे पाण्यावर कोणताही

कर न आकारता पाणी वापरायला लोकांना परवानगी द्यावी लागली. नियमित पाणीपुरवठ्याचे महत्त्व जसजसे लोकांना कळत गेले, तसतशी कॅनॉल बागायतीची शेती लोक करू लागले. ऊस त्यांतल्या त्यात सुरक्षित आणि नगदी रक्कम देणारे पीक असल्याने साखरेच्या कारखान्यांचे जाळे महाराष्ट्रात निर्माण झाले. आज योजलेली सर्व धरणे यशस्वी झाली आणि पुरीही केली, तरीही महाराष्ट्राची पाण्याची वाढलेली भूक पूर्णपणे पुरी करता येणार नाही. ज्या पिकाला जितके पाणी आवश्यक आहे तितके मिळालेच नाही, तर ते पीकसुद्धा अडचणीत येऊ शकते. मिरज भागातील पानमळे असेच बुडाले.

आजही साखर कारखाने तोट्यात जाताना दिसतात, कारण क्षमतेइतका ऊस मिळविणे कारखान्यांना शक्य होत नाही. मग उसाची पळवापळवी सुरू होते. शंभर-शंभर मैलांवरून उसाची वाहतूक करण्याचा अव्यवहारी प्रयत्न केला जातो. पूर्वी सर्वसाधारणत: मार्चअखेर साखर कारखाने बंद होत असत. म्हणजे जास्तीत जास्त १२० दिवस साखर कारखाने चालवण्याची प्रथा होती. मार्चनंतर साखरेचा उतारा कमी होतो. आपल्याकडे उसाची किंमत वजनावर दिली जाते, शर्करेतील प्रमाणावर नाही. त्यामुळे कारखान्यांचे नुकसान होते ते निराळेच. दोन कारखान्यांतील अंतर अमुक असावे, ऊस-बागायतीचे क्षेत्र प्रत्येक कारखान्याला नियंत्रित करावे– असे सरकारी कायदे असूनसुद्धा या कायद्यांची अंमलबजावणी होत नाही. शिवाय आरंभी शेतकऱ्याला आपल्या हक्कांबद्दल फारशी जाणीव नव्हती. उसाच्या टनाचा जो हिशेब कारखाना देई, तो शेतकरी मान्य करीत असे व वेगवेगळ्या कारणांसाठी प्रत्येक टनामागे काही ठरावीक रक्कम साखरसम्राट कापून घेई, त्यावरही शेतकऱ्यांचे नियंत्रण नव्हते. या कटाईमुळेच साखरसम्राट निर्माण झाले. पण आता शेतकरी शहाणे होऊ लागले आहेत. या कटाईवरही निर्बंध आले आहेत. कारखान्याला लागणाऱ्या कित्येक वस्तूंची खरेदी आता फेडरेशनमार्फत करावी लागते. त्यामुळे एके काळी साखर कारखान्याला जी समृद्धी होती, ती काही आता उरली नाही. रेठरे बुद्रुक येथील कृष्णा सहकारी कारखान्याने कोट्यवधी रुपये खर्चून कराडला एक अद्ययावत हॉस्पिटल बांधले आहे आणि एक विनाअनुदान मेडिकल कॉलेज काढले आहे. तीच गोष्ट विखे-पाटलांच्या प्रवरानगर येथील कारखान्यानेही केली आहे. हा सारा मूलत: शेतकऱ्यांचा पैसा आहे. यापुढे अशा तऱ्हेचा पैसा शेतकऱ्यांकडून जमा करणे साखर कारखानदाराला शक्य होणार नाही. ३ हजार टनी कारखान्याने येथील उत्पादनक्षमतेचा योग्य वापर झाला असता, तेथे साखरसम्राटांच्या राजकीय

महत्त्वाकांक्षेपायी आज पाच हजार टनी साखर कारखाने उभे आहेत. शहादा येथील पी. के. पाटलांच्या सातपुडा सहकारी कारखान्याने तर सरकारची कोणतीही परवानगी न घेता पाच हजार टनी कारखाना केला व त्यासाठी प्रायश्चित्त म्हणून काही काळ त्यांना कारखान्याचे अध्यक्षपदही सोडावे लागले. एखाद्या साखर कारखान्याची गाळप-शक्ती वाढवायची म्हणजे त्या साखर कारखान्यातील ऊस संपादन करण्याचे अधिकारक्षेत्रही वाढवावे लागेल. म्हणजेच, दुसरा कारखाना आसमंतात काढण्यास सरकार परवानगीही देऊ शकणार नाही. पण ज्यांचा राजकीय हस्तक्षेप मोठा, त्यांनी बहुतेक वेळा आपले अधिकारक्षेत्र दडपून वाढवून घेतले आहे.

याचा अर्थ, एके काळी अत्यंत सुरक्षित असणारा साखर-धंदाही आता तोट्यात आला आहे. एके काळी वऱ्हाड हे कापसाच्या उत्पादनासाठी प्रसिद्ध होते. पण कापूस एकाधिकारामुळे आणि पावसाचा अनियमितपणा वाढल्याने वऱ्हाडला कापसाने आणलेले वैभव पाहता-पाहता धुळीला मिळाले. महाराष्ट्राच्या एकूण शेतीविषयक धोरणाचा मुळातून विचार करायला हवा. देशावरची परिस्थिती अशी की, जसे सह्याद्रीपासून दूर जावे, तसतसे पावसाचे प्रमाण कमी होते. महाराष्ट्रातील काही भाग तर दुष्काळी म्हणून प्रसिद्ध आहेत. कारण ते रेनशॅडोमध्ये (मेघछायेत) येतात. सह्याद्रीच्या शिखरांच्या उंचीमुळे पावसाळी मेघ तेथेच अडविले जातात. नगर जिल्ह्याचा पूर्व दक्षिणी भाग, मांड-सांगोला यांसारखा सातारा-सांगली जिल्ह्याचा भाग, सोलापूर जिल्ह्यातील इंदापूरच्या पलीकडचा भाग– हे सारे पिण्याच्या पाण्याचेही दुर्भिक्ष असणारे दुष्काळी भाग होत. एकूणच पाऊस अनियमित झालेला आहे. कधी तो वेळेवर सुरू होतो; पण पिकाच्या वाढीच्या वेळेला आवश्यक असतो तेव्हा दडी मारतो, तर कधी तो वेळेवर सुरूच होत नाही. नको तेव्हा बदाबदा पडून जातो. म्हणून महाराष्ट्रात हिवाळी पीक हेच खरे पीक, असे मानतात. कारण ते थंड हवेमुळे, जमिनीत असलेल्या ओलीमुळे किंवा हिवाळ्यातील दवामुळे सुरक्षित असते. महाराष्ट्राचा एकत्र विचार करता, प्रत्येक नदीच्या खोऱ्याचा स्वतंत्र विभाग पाडून शेतीविषयक नवे धोरण आखायला लागेल. आधुनिक विज्ञानाची मदत घेऊन पेरणी केव्हा करावी, कोणती पिके घ्यावीत, खतांचा आणि रसायनांचा किती उपयोग करावा, हे सारे शास्त्रीय पद्धतीने ठरवायला हवे आहे. परंपरागत शेती आता टिकणार नाही, कारण पावसासकट सर्वच निसर्गाने अनिश्चितता धारण केलेली आहे. शेती हा एक जुगार बनला आहे. शेतकऱ्यांना सबसिडी देऊन, त्यांची कर्जे माफ करून हा

प्रश्न सुटणार नाही. शेती किफायतशीर कशी ठरेल याचा वेगळाच विचार केला पाहिजे. जोडधंदे देऊन शेतकऱ्यांची परिस्थिती सुधारावी, यासाठी कुक्कटपालन व दुग्धव्यवसाय सुरू झाला; पण महाराष्ट्रातील दुग्धयोजनेवर मध्यवर्ती सरकारच्या अधिकाऱ्यांचा रोष आहे. त्यामुळे आता जादा उत्पादित झालेल्या दुधाचे करायचे काय, हा एक नवाच प्रश्न निर्माण झाला आहे. अजूनही सरकार परदेशांतून दूध-पावडर वा बटर ऑईल आणते आणि आत्मनिर्भर होऊ पाहणारा हा व्यवसाय धोक्यात आणत आहे. अर्थशास्त्रज्ञांनी शेतीवर अवलंबून असणाऱ्यांची संख्या कमी केल्याशिवाय हा प्रश्न सुटणार नाही, हे उदाहरणे देऊन सांगण्याचा प्रयत्न केला आहे.

बिनकिफायतशीर शेतीत गुंतलेल्या काही माणसांना कारखान्यात मजूर करण्याचीही सूचना आहे. नवे कारखाने काढले की, नवे प्रश्न निर्माण होतात. एक तर महाराष्ट्राबाहेरच्या लोकांचा लोंढा महाराष्ट्रात त्यामुळे सतत येत राहिला आहे आणि तो उद्योगधंद्यांतील रोजंदारी काबीज करीत चालला आहे. महाराष्ट्रातील चांगल्या पिकाऊ जमिनी हे कारखाने फस्त करीत आहेत. कारखान्यांना लागणारे पाणी महाराष्ट्रालाच पुरवावे लागते. त्यामुळे शेतीकडचे पाणी कमी करावे लागते. शिवाय कारखान्यांमुळे प्रदूषण वाढते आणि जे काही पिण्याजोगे पाणी आहे, तेही कारखान्यातील रसायनांमुळे निरुपयोगी होत जाते. महाराष्ट्रातील लघुउद्योग चांगलेच अडचणीत आले आहेत. हे सारे केवळ संपूर्ण नियोजनाच्या अभावी घडलेले आहे. कारण महाराष्ट्रातील अनुकूल परिस्थिती पाहून जी कारखानदारी येथे वाढते, तिचा फायदा महाराष्ट्रापेक्षा परप्रांतीयांना आणि मध्यवर्ती सरकारला अधिक होतो. कारखानदारीमुळे भोवतालच्या परिसरातील पुष्कळ संतुलन बिघडते आणि सांस्कृतिक उलथापालथ होते. उद्योगधंद्यांमुळे येणाऱ्या परप्रांतीयांमुळे महाराष्ट्रातील महाराष्ट्रपण हरवले गेले आहे. झोपडपट्टी संस्कृती निर्माण झाली आहे. शांतताप्रिय, सदाचारी अशा महाराष्ट्रीय समाजाचे रूपांतर बेजबाबदार, हिंसक आणि चारित्र्यशून्य समाजात होऊ लागले आहे. शहरी संस्कृतीचे एक भयानक स्वरूप संघटित गुंडगिरीमुळे लक्षात येऊ लागले आहे. संपत्तीचे अवाजवी प्रदर्शन होऊ लागल्यामुळे कसलेही आचरण करून संपत्ती मिळवण्याचा मोह मराठी माणसाला होऊ लागला आहे. ज्या-ज्या सुविधा गावाचा आकार पाहून दूरदर्शीपणाने पूर्वी योजिलेल्या होत्या, त्या साऱ्या अपुऱ्या पडत गेल्या. कारण योजिलेली साध्ये आणि वाढत्या समाजाची गरज यांचा काही मेळच बसेना. म्हणजेच, केवळ शेतीविषयक दृष्टिकोन तपासून भागण्यासारखे नाही

समाजनियंत्रणविषयक नव्या दृष्टिकोनांचाही विचार करायला पाहिजे. आपला देश एक आहे. त्यामुळे इथल्या नागरिकांना कुठेही स्थायिक होण्याचा आणि कोणताही व्यवसाय करण्याचा अधिकार घटनेने बहाल केलेला आहे; पण याचा अर्थ असा नव्हे की, एकाच भूखंडात खूप गर्दी होत असेल, तर ती थांबविण्याचा राज्य सरकारचा अधिकार त्या भूखंडाला वापरता येणार नाही. शासनविषयक अडचणी निर्माण होतात, तेव्हा काही स्वातंत्र्याचा संकोच करावाच लागतो. संपूर्ण समाजाचे नियंत्रण करणारी शक्ती जर स्थानिक सरकारला असेल, तर केवळ आदर्शात असणारे अधिकार मनमानी पद्धतीने वापरण्यावर निर्बंध घालावे लागतील आणि आज अशा स्वरूपाच्या एका सामूहिक प्रयत्नांची आवश्यकता आहे. बिहार, उत्तर प्रदेश ही राज्ये मागासलेली आहेत, असे आपण म्हणतो. याचे कारण तेथे उद्योगप्रियता नाही, आधुनिकतेचे आकर्षण नाही. एवढेच नव्हे, तर पूर्वापार चालत आलेल्या रीतिरिवाजांचा तेथे अवाजवी अभिमान बाळगला जातो. मुंबई राज्य इतर राज्यांच्या तुलनेने प्रगत आहे. इथली कायदा आणि सुव्यवस्था इतरांपेक्षा अधिक चांगली आहे. इंग्रजी शिक्षणामुळे येथे सामाजिक सुधारणा निर्माण झाल्या आणि आधुनिकतेकडे वाटचाल सुरू झाली; पण आज मुंबई राज्याचा जो लौकिक आहे, तो यापुढे टिकेल असे वाटत नाही. आजच मुंबईत गुंडांचे एक प्रतिसरकार राज्य करीत आहे. हे राज्य शासनाला लांच्छनास्पद आहे. पण याचे मुख्य कारण सुविहित नियंत्रणाचा विचारच करायचा नाही, असे शासनाने ठरवलेले दिसते. जर असेच काही काळ चालू राहिले, तर वरवर पुढारलेले वाटणारे हे राज्य आतून पोखरले जाईल आणि तेव्हा फार उशीर झालेला असेल.

(२८ सप्टेंबर, १९८६)

-०-०-०-

१९

थोडे मनुस्मृतीच्या संदर्भात सांगायला हवे!

अलीकडे गेल्या पाच-दहा वर्षांत भारतीय समाजाला आजवर पूज्य असणाऱ्या ग्रंथांचा, संकल्पनांचा व संस्कृतिविषयक गोष्टींचा धिक्कार करण्याची एक फॅशन निर्माण झालेली आहे. हे करीत असताना त्या मूळ ग्रंथांचा अभ्यास करण्याची कुणालाही गरज वाटत नाही. ज्या अर्थी त्रैवर्णिकांना हे ग्रंथ, या परंपरा आणि ही संस्कृती आदरणीय वाटते; त्या अर्थी ती आपल्याला अपमानकारकच असणार, असे गृहीत धरून या सर्व गोष्टींबद्दल तुच्छतेने, टवाळीने आणि अभद्र भाषेत बोलणे म्हणजे या संस्कृतिपूजकांना धडा शिकविणे होय, असे अर्धसाक्षर किंवा अर्धवट दलित विचारवंत मानू लागले आहेत. लोकहितवादी, आगरकर, सावरकर, फुले, आंबेडकर यांसारख्या पंडितांनी चांगल्या-वाईटाची चिकित्सा करून त्याज्य गोष्टींवर कडाडून हल्ले चढविले होते. भास्करराव जाधव, खंडेराव बागल यांसारख्या मराठा पुढाऱ्यांनीसुद्धा तीक्ष्ण भाषेत संस्कृतीच्या खोट्या दंभावर हल्ला केला होता. तेव्हा आपल्या परंपरेवर हल्ले झालेलेच नाहीत, असे नाही. असे हल्ले झाल्याबद्दल बिचकूनही जाण्याचे कारण नसते, कारण चांगल्या-वाईटाची पारख करूनच समाजाची जडण-घडण करावी लागते. आज टीकेला जी नवी धार आलेली आहे, तिच्यातून समाज शुद्ध करावा आणि परंपरेचे ओझे फेकून द्यावे, अशी भावना नाही; तर समाज उद्‌ध्वस्त करावा आणि एक बौद्धिक अराजकाचे वातावरण निर्माण करावे, असा त्याचा हेतू दिसतो. सूड घेण्याची प्रक्रिया

या नव्या टीकेत आहे. याने उद्याच्या समाजाचे प्रश्न सुटणार नाहीत; उलट ते अधिक बिकट बनतील, याचे भान कोणी दाखवीत नाही.

हिंदू धर्माचे चमत्कारिक, सबगोलंकारी स्वरूप हे मुळातच अनाकलनीय आहे. हा समाज कोणत्याही विशिष्ट धर्मग्रंथाचे अनुसरण करीत नाही. वेद पवित्र मानायचे, पण वेदाप्रमाणे या देशात कोणती धर्म-संकल्पना आज शिल्लक राहिली आहे? कोणत्याही स्मृतिग्रंथाप्रमाणे या देशातील धर्मव्यापार चालत नाहीत. पुराणे म्हणजे तर निव्वळ अद्भुत कथांचा सावळागोंधळ आहे. कोणतेही धर्मकृत्य करताना आपण 'श्रुती-स्मृति-पुराणोक्त' असे म्हणतो. म्हणजेच श्रुती, स्मृती आणि पुराणे या सर्वांच्या आधाराने निर्माण झालेले किंवा आधार लाभलेले हे धर्मकृत्य आहे, असा त्याचा अर्थ होतो; पण तसेच दिसत नाही. कोणत्याही उपलब्ध स्मृतिग्रंथात आधार नाही असा जो आचारधर्म आपण प्रत्यक्षात आचरीत आहोत, त्याचे निराकरण हे धर्मग्रंथ जाळून कसे काय होणार? श्रुती, स्मृती आणि पुराणे ह्यांत मूळ कोणते आणि त्यात गरजेनुसार बदल कोणकोणते झाले व गेल्या हजार-पंधराशे वर्षांत या सर्वांचे विकृतीकरण कसे झाले, हे उलगडून सांगणे सर्वथा अशक्य आहे. यातून तीन मुद्दे उत्पन्न होतात :

१) ज्या अर्थी या समाजात बदलत किंवा विकृत होत एक संस्कृति-संकल्पना हजारों वर्षे वावरत आलेली आहे, त्या अर्थी तिच्यात समाज टिकवून ठेवण्याचे काही सामर्थ्य असले पाहिजे.

२) या समाजव्यवस्थेविरुद्ध कडवा प्रतिकार झालेला इतिहासाने नोंदलेला नाही.

३) त्या अर्थी या समाजव्यवस्थेत काही न्याय्य वा अन्याय्य कल्पना असल्या, तरी समाजाने त्या राजीखुशीने स्वीकारलेल्या आहेत.

विज्ञानाने पूर्वीचे बंदिस्त जीवन उद्ध्वस्त करून टाकले. व्यवसायांचे स्वरूप त्यामुळे बदलून गेले. कृषिप्रधान समाजरचना व्यवस्था उद्ध्वस्त झाली. तृप्तीबरोबरच हव्यास आणि दयेबरोबर हक्क या नव्या कल्पना अस्तित्वात आल्या. माणसांच्या गरजा प्रचंड प्रमाणात वाढू लागल्या. परमेश्वराची-निसर्गाची संतुलनाची योजना उद्ध्वस्त झाली. हे घडत असतानाच समाजधारणेचा परमेश्वरी रचनेचा सिद्धांत कोसळत गेला. धर्म या संकल्पनेचा पुनर्विचार करण्याची गरज आपोआपच निर्माण झाली आणि धर्म तर अपरिवर्तनीय बनलेले होते. हिंदू धर्म (वैदिक धर्म) सोडून अन्य सर्व धर्म हे आखीव-रेखीव आणि ग्रंथबद्ध असल्यामुळे त्यांच्यांत बदल होण्याची शक्यताच नव्हती. पण हिंदू धर्मात मात्र विविधतेला

आणि वैचित्र्याला भरपूर वाव असल्यामुळे त्याच्या पुनर्मांडणीचा विचार करणे शक्य झाले आहे.

इतर धर्मांचे कडवेपण शाबूत राहून हिंदू धर्म बदलण्याची प्रक्रिया मात्र आपण सुरू केली आहे. त्यामुळे हिंदू धर्म अधिकाधिक टीकाविषय झाला आहे. कुणीही हिंदू धर्मावर टीका केली, तरी हिंदू धर्म प्रतिकार करू शकत नाही; कारण हिंदू धर्माला मुळातच काही आकृतिबंध नाही. कोणत्याही गोष्टीचे उदात्तीकरण करणे वा अवमूल्य करणे– या दोन्ही गोष्टींची हिंदू धर्मात सोय असल्यामुळे या धर्माला धार नाही, आग्रह नाही आणि म्हणून प्रतिकारशक्ती नाही. जातिसंस्था ही तर कोणत्याही धर्मग्रंथात नाही. जी काही आहे, ती पुराणात आहे. चातुर्वर्ण्य– जे कर्म-विभागणीनुसार होते, त्यांचे वास्तव रूप आज उपद्रवकारक आणि अपरिवर्तनीय झाले आहे ही गोष्ट खरी; पण त्याला वेदांची व उपनिषदांची मान्यता नाही. श्रम-विभागणीसाठी निर्माण झालेली चातुर्वर्ण्याची व्यवस्था वर्णश्रेष्ठत्वात रूपांतरित केव्हा झाली आणि तिला कोणत्या धर्मग्रंथाचा आधार आहे, हेही न पाहता आपण धर्मग्रंथ जाळायला उद्युक्त झालो आहोत.

आपली ही दाससंस्कृती आहे, गुलामगिरीची संस्कृती आहे, असे वारंवार विधान केले जाते; पण त्यातही कितीसा अर्थ आहे? गुलामगिरी आणि दास-संस्कृती ग्रीक किंवा रोमन संस्कृतीत होती. तेथील गुलामसंस्कृतीत गुलामाला स्वतंत्र अस्तित्व नव्हते. आपल्याकडे शूद्र असा ज्यांचा उल्लेख केला जातो, त्या शूद्रांचीही त्या काळात राज्ये होती आणि सर्व वर्णांत रक्तसंबंध होते. अनुलोम व प्रतिलोम विवाहाची तर अनेक उदाहरणे देता येतील आणि या संकरामुळेच हिंदुस्थानात आर्यांची संस्कृती आहे, असे म्हणणे फार धाडसाचे होईल. शुद्ध आर्यवंशाचा असा कोणीही आज भारतात उरलेला नसावा आणि या शुद्धतेबद्दल वैदिक व स्मृतिकाळात कुणी आग्रह धरलेला दिसत नाही. प्रसरणशील समाजाला तसा आग्रहही धरता येत नाही. अमेरिकेत रेडइंडियन लोकांचा गोऱ्या लोकांनी संपूर्ण नायनाट केला किंवा काल-परवा झालेला हिटलरने वर्णश्रेष्ठत्वाच्या नावाखाली ज्यूंचा नरसंहार केला, तसा संहार आर्यांनी केलेला नाही. उलट, भिन्न संस्कृती असलेल्या आणि जिंकलेल्या हिंदुस्थानातील रहिवाशांना त्यांनी एका समाजधारणेत गोवून एक संपन्न समाज निर्माण केला.

या समाजातील प्रत्येक घटकाला स्वतंत्र कार्यक्षेत्र नेमून दिलेले होते. ब्राह्मण आणि क्षत्रिय यांना जमिनीवर मालकी सांगता येत नव्हती, एवढेच नव्हे, तर कोणतेही व्यवसाय करायला त्यांना बंदी होती. समाजाची अर्थव्यवस्था वैश्य

आणि शूद्रांच्याच हाती होती. म्हणून वर्गसिद्धांताला या वर्णव्यवस्थेत कोणतेही स्थान दिसत नाही. पुढे स्मृतिग्रंथात सांगितलेली समाजव्यवस्था नष्ट झाली, त्यामुळे समाजाचा तोल बिघडला. चांगली मालमत्ता, चांगले व्यवसाय व उत्तम प्रकारची द्रव्येत्पादक साधने ही ब्राह्मण, क्षत्रिय व वैश्य यांनी आपल्या हाती घेतली आणि तेथेच खऱ्या अर्थाने शूद्रतेला आरंभ झाला.

ज्या मनुस्मृतीबाबत आज वांदग निर्माण झाला आहे, त्या मनुस्मृतीच्या आधाराने आजची समाजव्यवस्था चाललेली नव्हती आणि चाललेली नाही. मनुस्मृती हे दोन हजार वर्षांपूर्वी अस्तित्वात असलेल्या समाजधारणेचे एकसूत्रीकरण (कोडिफिकेशन) आहे. कुणी तरी स्मृती लिहिली आणि समाज चालू लागला, असे घडलेले नाही. मनुस्मृतीतील जो आचारधर्म तेव्हा अस्तित्वात असावा, तो त्या समाजातील सर्व घटकांनी आपद्धर्म म्हणून स्वखुशीने स्वीकारलेला असला पाहिजे. केवळ भारतीय समाजाच्या दृष्टीने नव्हे, तर मानवसमूहाच्या दृष्टीनेसुद्धा मनुस्मृती हा एक महत्त्वाचा आणि परिपूर्ण असा दस्तऐवज आहे. एखाद्या जुन्या ग्रंथाचा गौरव केला म्हणजे, त्या ग्रंथातील शब्दन् शब्द मान्य असायला हवा, असे नाही. कोणताही ग्रंथ किंवा कोणतेही कायदे त्या-त्या समाजापुरतेच आणि काळापुरतेच महत्त्वाचे असतात. काळानुसार एक तर त्यात बदल करावे लागतात, नाही तर नवे स्मृतिग्रंथ निर्माण करावे लगतात. प्रगत झालेल्या मानवी अवस्थेत निर्माण केलेल्या भारतीय घटनेतसुद्धा चाळीस वर्षांत छपन्न वेळा बदल करावा लागला. मग मनुस्मृतीत बदल करायला हवा असणे किती आवश्यक आहे, हे सांगण्याची गरजच नाही.

दुर्दैव असे आहे की, या स्मृतीत अन्यायजनक वाटणारी समाजव्यवस्था असूनही समाज तिचा लवचिकपणे वापर करीत असल्यामुळे त्यानंतर एक हजार वर्षांपर्यंत भारतीय समाज बलिष्ठ होता, परकीय आक्रमणे थोपवू शकत होता आणि कला, संशोधने, विज्ञान यांत प्रगती साधीत होता– या गोष्टीचे विस्मरण का व्हावे? गेल्या हजार वर्षांत मात्र आपल्या समाजाचा लवचिकपणा हरवला. ग्रंथांच्या शब्दार्थावर आपला भर वाढला. समाज हा गरजेनुसार आपली व्यवस्था बदलतो, याचे आपल्याला विस्मरण झाले. एक बंदिस्त आणि कोंदट समाजरचना स्वीकारल्यामुळे समाजातील घटक परस्परांपासून दूर जाऊन-जाऊन विषमता वाढली. स्पर्शास्पर्श विचार वाढला, कर्मकांडांचे आणि तंत्रमार्गांचे प्राबल्य वाढले आणि एक भाबडा, दैववादी, पुरुषार्थहीन समाज निर्माण झाला. या साऱ्या गोष्टींचे उत्तरदायित्व मनुस्मृतीवर लादणे केवळ अन्यायजनकच नाही, तर मूर्खपणाचे

आहे. कोणताही ग्रंथ समाजाला बिघडवू शकत नाही आणि दाससंस्कृतीही निर्माण करू शकत नाही. संस्कृतीचे उत्कर्ष आणि अपकर्ष लंबकाप्रमाणे परस्परविरुद्ध दिशेने चालू असतात. भारतीय संस्कृतीला समृद्धीचे, सुबत्तेचे व शांततेचे अजीर्ण झाले आणि त्याच्या परिणामी ज्यांना प्रतिष्ठा होती, त्यांनी आपल्या पोळीवर तूप ओढून घेण्यास प्रारंभ केला.

समाजाच्या या अवनत अवस्थेत या देशावर कडव्या इस्लामने आक्रमण केले. समाज त्याचा साधा प्रतिकारही करू शकला नाही. आपापली राज्ये, वतने, जहागिऱ्या सांभाळण्यासाठी येथील उच्चवर्णीय लोक आक्रमकांना विकले गेले. ते स्वत:च गुलाम झाले आणि मग ज्यांना अधिक उपद्रव देणे शक्य होते, त्या शूद्रांना त्यांनी दलित करून टाकले. ज्यांना वरिष्ठांकडून थपडा मिळतात, ते आपल्या कनिष्ठांना अधिक क्रूरपणाने वागवतात, असे आपण आजही पाहतो; तीच गोष्ट त्याही कालखंडात झाली. आजच्या दलित समाजाच्या समस्या वैदिक परंपरेतील नाहीत किंवा त्या स्मृतिग्रंथातीलही नाहीत. गेल्या हजार वर्षांत सर्व धर्मग्रंथांची अवनती करण्यात आली. त्यांत नानाविध प्रक्षेप घुसडण्यात आले आणि आपल्या हावऱ्या मनोवृत्तीला सोईस्कर असा धर्मग्रंथांचा वापर सुरू झाला.

या गैरवापरात मनुस्मृतीचा गैरवापर सर्वाधिक झाला. मनुस्मृतीतील आचारधर्म ब्राह्मण आणि वैश्य मुळीच पाळत नसताना त्यातील सोईस्कर गोष्टी तेवढ्या या समाजाने खालच्या वर्गावर लादल्या. श्रमाची प्रतिष्ठा याच कालखंडात कमी झाली. त्यामुळे द्रव्योत्पादक कारागिरी आणि व्यवसाय कमी दर्जाचे ठरू लागले. जे कोणताच व्यवसाय तशा अर्थाने करीत नव्हते, ते ब्राह्मण आपल्या हातांत सर्व सत्ता घेऊन बसले आणि क्षत्रियांना त्यांनी देवाचा अवतार करून टाकले. परिणाम इतकाच झाला की, परंपरागत अभिमानाचे व्यवसायसुद्धा अपमानास्पद झाले आणि हळूहळू शूद्रांना गुलामांचे स्वरूप येत गेले. हे सारे प्रकार मनुस्मृतीच्या आज्ञेने झालेले नाहीत. एखाद्या तलवारीने एखाद्याचा प्राण घेतला तर शिक्षा आपण तलवारीला करीत नाही, प्राण घेणाऱ्याला करतो. जणू काही मनुस्मृतीमुळेच दलित प्रश्नांना गांभीर्य आले, असा समज दृढ झालेला आहे आणि त्याचेच पर्यवसान मनुस्मृति-दहनात झाले. मनुस्मृती जाळून काय होणार? मनुस्मृती काही आजच्या समाजधारणेचा कणा नाही. मनुस्मृतीत नसलेले असे अनेक आचारधर्म आहेत, जे आज समाजाच्या हाडीमांसी खिळलेले आहेत; ते नष्ट करण्याची योजना मनुस्मतीच्या धिक्कारात नाही.

मनू हा मोठा मानसशास्त्रज्ञ होता, असे म्हटले पाहिजे. माणसाची दुर्बलता

कशात आहे, हे त्याने नीट ओळखले होते. माणसाला सर्वोच्च पदावर बसायला आवडते. ते शक्य नसेल तर दुसऱ्या, तिसऱ्या क्रमांकावर बसायला तो खुश असतो. आपल्यापेक्षा किती लोक मोठे आहेत या दु:खापेक्षा आपल्यापेक्षा किती लोक लहान आहेत, हे सुख त्याला संतुष्ट करीत असते. प्रत्येकाची धडपड वरच्या पायरीवर जाण्याची असते, म्हणून तो वरच्याचे पाय ओढतो आणि खालच्याला लाथा झाडतो. हा मनुष्यस्वभाव आहे. या मनुष्यस्वभावाचे ज्ञान मनूला असले पाहिजे, म्हणून त्याने समाजाचे अनेक मजली घर बांधले आणि त्या घराला जिना ठेवला नाही. वरच्या मजल्यावर राहणाऱ्याबद्दल मत्सर वाटायचा; पण खालच्या मजल्यावर राहणाऱ्याबद्दल तुच्छता वाटायची– अशी समाजाची रचना राज्यकारभाराच्या दृष्टीने फार सोईची असते. समाजातील विविध घटकांत परस्परांविषयीचा मत्सर आणि तुच्छता असते, तेव्हा कोणत्याही घटकाकडून बंड होण्याची शक्यता नसते. समाजात सर्वांत खालच्या मजल्यावर राहणारा शूद्र समाज आपापल्यांतही मजले करून राहत होताच. त्यातही श्रेणी होत्याच. शिवाय, अगदीच उघड्यावर पडण्यापेक्षा समाजाने आपल्याला निवारा दिला, अशी नुकत्याच जिंकल्या गेलेल्या त्या काळातील लोकांना कृतज्ञताही वाटत असेल.

समाज एकरूप होऊ न देणे, ही एके काळची सोय असेल; आज ती आपल्या देशातील प्रगतीचा अडसर झाली आहे. या बंदिस्त समाजरचनेत खालच्या समजल्या जाणाऱ्या अनेक जाती होरपळून गेल्या आहेत. आता पूर्वीची दुबळेपणाची, कृतज्ञतेची किंवा भेकडपणाची भावना त्या समाजात राहिली असेल, हा भ्रम लवकरात लवकर सोडून दिलेला बरा. समाजाची एकसंधता जर अपरिहार्य असेल, तर जिने नसलेला अनेक मजली वाडा आपल्याला मोडून टाकावा लागेल. 'मनुस्मृती' हे त्रिकालबाधित सत्य नव्हतेच! वेदांची जागा मनुस्मृतीने घेतलेली नाही. तेव्हा कालमानानुसार आपण जी भारतीय घटनेची नवी स्मृती निर्माण केलेली आहे, ती एक मजली स्मृती आपण आचरणात आणली पाहिजे. मनुस्मृतीला तुटपुंजी समर्थने किंवा मूळ प्रश्नाला अर्धवट उत्तरे देण्याने नव्या समाजधारणेचा प्रश्न गुंतागुंतीचा होतो. बलिष्ठ हिंदू समाज हा काही श्रुति-स्मृती-पुराणोक्त कल्पनेतून होणे शक्य नाही अगर श्रुती, स्मती, पुराणे जाळूनही प्रश्न सुटणार नाहीत.

आपल्या अंत:करणात काळानुसार नवी फुले फुलली पाहिजेत, नवे वारे वाहिले पाहिजेत. जुन्या इतिहासात स्वत:ला गाडून घेण्यात अर्थ नाही. (तो किती

ही उज्ज्वल असला, तरी) इतिहासाचे थडगे होऊ नये, तर स्मारके व्हावीत. नव्या चुका होऊ नयेत म्हणून इतिहासाचे परिशीलन पुन:पुन्हा करायचे असते, मात्र आपण आहेत त्या इतिहासाची जुनी आणि फाटकी पाने गोळा करून त्यांतील शब्दार्थातच अडकून पडलो आहोत. एखादी ठिणगी पडली तर त्या इतिहासासकट हा समाज जळून जाईल, इतके ज्वालाग्राही जीवन आपण आज जगतो आहोत. इतकी वर्षे आमची संस्कृती राहिली, तिला एवढ्याशा विरोधाने ढिम्म होणार नाही– असा भ्रम बाळगणाऱ्या लोकांच्या बुद्धीची आपण कीव केली पाहिजे. ज्या इमारतीचा पायाच कमजोर झाला आहे, ज्याच्या कमानी डगडगताहेत आणि भिंती कललेल्या आहेत; त्या इमारती वाऱ्याच्या झुळकीनेसुद्धा पडू शकतात, त्याला प्रत्यक्ष वादळ लागतच नाही.

एका हिरव्या वादळातून हिंदू संस्कृतीने आपला बचाव कसाबसा एकदा करून घेतला आहे, त्याच्या जखमा अजूनही आपण उरापोटावर बाळगतोच आहोत; पण आता येणारे हे लाल वादळ आपल्या संस्कृतीला पायाभूत असणाऱ्या दलित समाजाला मोहिनी घालीत आहे व अपमानाचा सूड घ्यायला उद्युक्त करीत आहे. अशा वेळेस एकसंध समाजाची गरज जर आपण पुरवू शकलो नाही, तर आपल्यासारखे दुर्दैवी आपणच! मनुस्मृती, रामायण, महाभारत हे ऐतिहासिक दस्तऐवज असतील म्हणून आपण त्यांचे जतन करू, पण ते ग्रंथालयात; लाल संकटाशी मुकाबला करण्यासाठी वापरायची शस्त्रे ती नव्हेत!

(८ मे, १९८३)

-०-०-०-

२०

आजची तेजस्वी (?) पत्रकारिता

सप्तस्वातंत्र्याचा जयजयकार करणारी आमची एके काळची पत्रकारिता आता हळूहळू अध:पतित होत आहे. स्वातंत्र्याच्या नावाखाली बनवाबनवी, पक्षपातीपणा, लाचारी, सत्यविपर्यास– या व अशा दुर्गुणांनी ती दूषित झालेली आहे. प्रथम ज्ञानासाठी मराठी पत्रकरितेला आरंभ झाला, मग तिला सामाजिक सुधारणांचा आशय मिळाला. ह्या हिंदू समाजाला लागलेल्या धर्मश्रद्धा, फुटीरता व विषमता ह्या रोगांचे उच्चाटन केल्याशिवाय हा समाज पूर्ववैभवाला येणार नाही; असे ज्या-ज्या विचारवंतांना वाटू लागले, त्यांनी-त्यांनी त्यांच्या काळातील सुशिक्षितांसाठी वृत्तपत्रे काढली. इंग्रजी ज्ञानाचा प्रसार होऊ लागल्यावर आपल्या देशाच्या दुर्दैवाच्या कारणांची सखोल मीमांसा होऊ लागली. विषमता आणि रूढिग्रस्तता हे केवळ भारतीय समाजालाच लागलेले कलंक नाहीत, तर ते जगातील सर्वच समाजांना लागलेले कलंक असताना त्या एकाच कारणामुळे या देशाचे दुर्दैव ओढवले आहे, हे पुष्कळांना पटेनासे झाले. अधिक खोलवर जाऊन आपल्या समाजाची आणि परकीय समाजाची तुलना केल्यानंतर अनेक विचारवंतांच्या ध्यानात एक गोष्ट आली. ती म्हणजे की, आपण विज्ञान पराङ्मुख झालो, हे आपल्या अवनतीचे मुख्य कारण आहे. जातिनिष्ठ आणि पंथनिष्ठ अशा विस्कळीत समाजरचनेमुळे आपण आक्रमणांना थोपवू शकलो नाही, ही गोष्ट सत्य असली; तरी पाश्चिमात्य जगात वैज्ञानिक क्रांती होत होती, तिचा अंगीकार आपण केला नाही, हे आपल्या

पराभवाचे खरे कारण होते. त्याचबरोबर आपली वतनदारी, जमीनदारी व अन्य ऐहिक स्वार्थ सांभाळण्याच्या नादात आपण परकीयांशी सहकार्य केले आणि नव्या युद्धशास्त्रात सतत मागासलेले राहिलो, हेही आपल्या अवनतीचे प्रमुख कारण होते.

या सर्वांपेक्षाही महत्त्वाचे कारण आपले एकराष्ट्रत्व-एकदेशत्व कधीच घट्टपणे आपल्याला उभे करता आलेले नाही. सर्वसमावेशक अशा हिंदुत्वाचाही आपण चुकीचा अभिमान धरून धर्मदृष्ट्याही असंघटित राहिलो. परिणामी, घट्ट विचारसरणी असणाऱ्या आणि पुस्तकी धर्माचे निश्चित रूप असणाऱ्या कोणत्याही शस्त्रसज्ज धर्माशी आपल्या धर्माला मुकाबला करता आला नाही. परकीय आक्रमण आले, त्यांना खऱ्या अर्थाने आपण प्रतिकारच केला नाही आणि स्वातंत्र्य या कल्पनेची तर आपण जोपासनाही केली नाही. यास्तव, राष्ट्र नावाच्या कल्पनेची बांधणी, धर्म या संकल्पनेची पुनर्रचना आणि स्वातंत्र्य ह्या मूल्याचे जतन असा विविध प्रबोधनाचा मार्ग अवलंबिण्याचा निर्धार या देशातील पहिल्या पिढीतील विचारवंतांनी केला.

वास्तविक, हे तिन्ही मार्ग एकरूप होते, पण त्यांत सुसंवाद राखला गेला नाही. परतंत्र असलेल्या देशात प्रथम स्वातंत्र्याची कल्पना रुजवावी लागते. त्याचबरोबर स्वधर्माचेही रूप काळानुरूप बदलून घ्यावे लागते. त्याऐवजी राज्यकर्त्यांच्या साह्याने समाजाला एकदम न झेपणाऱ्या बदलाची अपेक्षा सुधारक करू लागले. स्वातंत्र्य-कल्पनेला मुरड घालावी लागली. आपला धर्म आणि संस्कृती ही टाकाऊ ठरवावी लागली. इंग्रजांना स्वातंत्र्य-कल्पनेचा आग्रह नकोच होता, कारण त्यातूनच राज्याविरुद्ध नवे राष्ट्रीय बगावतखोर निर्माण होण्याची शक्यता होती. त्याचा परिणाम असा झाला की, समाजसुधारक आणि इंग्रज सरकार हे एका बाजूला आणि स्वातंत्र्यवादी देशभक्त एका बाजूला– अशी विभागणी होऊन महाराष्ट्रात तरी दुहीचे बीज अकारण पेरले गेले. स्वातंत्र्यवाद्यांची तळमळ, हौतात्म्य आणि प्रचंड अशा राजसत्तेशी त्यांनी दिलेला लढा हे महाराष्ट्राच्या इतिहासातील एक वैभवशाली पान आहे. टिळकांच्या मृत्यूपर्यंत म्हणजे १९२०पर्यंत स्वातंत्र्यवादी चळवळींनी महाराष्ट्र भरून गेला होता.

या स्वातंत्र्यवादी चळवळीच्या पुरस्कर्त्यांना सामाजिक विषमतेचे भान नव्हते, असे नाही. त्यांचा सामाजिक सुधारणांना विरोधही नव्हता. फक्त त्यांचा विरोध टिकाऊ सुधारणा या मतपरिवर्तनानेच होतील, या भूमिकेवरून होत होता आणि काळाने त्याची सत्यता सिद्ध केलीच आहे. इंग्रज सरकारचे साह्य तर

आपल्या समाजाच्या अंतर्गत प्रश्नात कोणत्याही प्रकारे घेऊ नये; कारण त्यामुळे स्वातंत्र्य-चळवळीचा वेग मंदावतो आणि स्वातंत्र्य आले की, स्वत:च्या राज्यात आपल्याला हवा तसा सामाजिक बदल घडवून आणणे सोपे जाईल, अशा आग्रहातून समाजात दोन तट पडले आणि महाराष्ट्रीय पत्रकरितेचे एक अमंगल दर्शन त्या काळात घडले. पण निदान या अमंगल दर्शनात कोणाही व्यक्तीचा स्वार्थ नव्हता. देशावरच्या आपल्या विलक्षण प्रेमातूनच ज्याचे-त्याचे हट्ट निर्माण झालेले होते.

सन १९२० पर्यंतच्या सुमारे नव्वद वर्षांच्या पत्रकारितेत सुधारणांविषयीच्या आग्रहामुळे समाजाकडून आणि स्वातंत्र्य-चळवळीसाठी सरकारकडून महाराष्ट्रातील किती तरी पत्रकारांनी मानहानी, देहदंड, तुरुंगवास सोसून ऐहिक जीवन उद्ध्वस्त करून घेतले, याची नोंद करताना मराठी पत्रकारितेचा कुणालाही अभिमान वाटेल. वृत्तपत्र हे यांपैकी प्रत्येकाने साधन म्हणून वापरले; कोणीही पोट जाळण्याचा तो उद्योग केला नाही. समाजाची फसवणूक करावी, असा विचारही कोणाच्या मनात आला नाही. आपापले विचार आपापल्या प्रकृतिधर्मानुसार प्रामाणिकपणे सांगण्यासाठी पत्रकारिता हे व्रत म्हणून अनेकांनी पाळले. म्हणूनच या देशात महाराष्ट्राची शान वाढली. सामाजिक प्रबोधनाची आणि राजकीय स्वातंत्र्याची अशी दुहेरी प्रचंड चळवळ महाराष्ट्रात झाली. त्यात पत्रकारांचा फार मोठा वाटा होता. आज त्या पत्रकारांचे साहित्य 'अक्षर साहित्य' या पदवीला पोचलेले आपण पाहतो. याचे कारण, त्यातील प्रत्येक अक्षर त्यागाने सुगंधित झालेले आहे.

इ. स. १९२० ते १९४७ या कालखंडात स्वातंत्र्याचा लढा चालूच होता, त्या वेळेस लेखनाविषयी निर्बंध जारी असूनही वृत्तपत्रकार दुहेरी पातळीवर समाजाचे प्रबोधन करीत होते. पूर्व-इतिहासामुळे पत्रकारांना एक प्रतिष्ठा प्राप्त झालेली होती. या प्रतिष्ठेचा लाभ उठवण्यासाठी हळूहळू व्यापारी वृत्तीचे लोक या व्यवसायात येऊ लागले. गांधीजींच्या अनाकलनीय राजकारणामुळे महाराष्ट्रातील वृत्तपत्रे काही काळ दिशाहीन झाल्यासारखी होती, तरी पण सरकारची तरफदारी करणारी वृत्तपत्रे मात्र अपवादानेच होती. शिक्षणाचा वाढता प्रसार, विज्ञानाचे वाढते महत्त्व, मिळालेल्या काही राजकीय सुधारणा ह्यांमुळे लेखनस्वातंत्र्य, भाषणस्वातंत्र्य या स्वातंत्र्यकल्पनेचा आविष्कार वेगवेगळ्या पद्धतीने होत होता. जरी सर्व वृत्तपत्रे पारतंत्र्यविरोधी असली, तरी गांधीवादाचे समर्थन करण्यात अनेक वृत्तपत्रांची शक्ती फुकट गेली. साम्यवादाचाही विचार याच कालखंडात

उदित झाला आणि त्यानेही प्रत्येक प्रश्नावरील मतभेद वाढीला लागले.

सर्वसाधारणपणे असे म्हणता येईल की, सर्वथा स्वार्थप्रेरित आणि व्यापारी वृत्तपत्रकारिता त्या काळातही आपल्याला फारशी पाहायला मिळत नाही. अर्थात, पत्रकारितेतील तेज तेव्हा ओसरू लागले होते. अधून-मधून काँग्रेस जेव्हा चळवळींच्या घोषणा करी, तेव्हा कायद्याचे अनेक निर्बंध असूनसुद्धा याही कालखंडात पत्रकारितेने लोकांना जागृत केले. पत्रकारांनी १९४२ च्या चळवळीत बऱ्यापैकी कामगिरी केली, असे म्हणायला हरकत नाही. पण त्याच काळात परस्परविरोधी विचारसरणींचा एवढा बुजबुजावट झाला की, पत्रकारितेत मधून-मधून दुराग्रही भाषा दिसू लागली. हिंदुत्वनिष्ठ पत्रे, गांधीवादी पत्रे, साम्यवादी पत्रे अशी एकांतिक विचारांनी भरलेली वृत्तपत्रे महाराष्ट्रात जन्माला आली. हिंदू-मुसलमान संबंधांतील काळेकुट्ट फाळणीचे प्रकरण युद्धाच्या पार्श्वभूमीवरच उभे राहिले. त्यामुळे गांधी, नेहरू, राजाजी, लोहिया, रॉय, आंबेडकर, सावरकर, जीना, डांगे अशा विविध व्यक्तित्वांच्या संघर्षाचे परिणाम पत्रकारितेवर झाले आणि पक्षपाती पत्रकारितेचा जन्म झाला. समाजात अस्पृश्यता होतीच, पण राजकीय अस्पृश्यताही निर्माण होऊ लागली. परिणामी, वृत्तपत्रकारिता हळूहळू मलिन झाली. तरीही तिला व्यापारी स्वरूप आले, असे म्हणता येत नाही.

स्वातंत्र्य आले आणि पत्रकारितेचे स्वरूपच बदलले. स्वातंत्र्यासाठी आक्रंदन हा प्राण ती हरवून गेली. स्वत:चेच राज्य आल्या कारणाने जर सुधारणा हव्यात, तर आपण प्रस्थापित केलेल्या सरकारशी भांडण्याचा प्रसंग आला. राजकीय पक्षांशी बांधलेली वृत्तपत्रे विरोधी पक्षीय नेत्यांचे चारित्र्यहनन करण्यात धन्यता मानू लागली. त्या काळात गांधी व सावरकर यांच्या चारित्र्यहननाची हद्द झाली. तरीही अजूनही वाचकवर्ग हा बहुतांशी मध्यमवर्गीय असल्यामुळे वृत्तपत्रांतील भाषा फार खालच्या पातळीवर आली नाही. काँग्रेसचा आश्रय घेतला, तर वृत्तपत्र काढणे सोपे जात होते. वृत्तपत्राला काही विशेष नीतिमूल्ये उरली नव्हती. स्वराज्याची आच होती, ती आच सुराज्यनिर्मितीसाठी कुणीही दाखविली नाही. सरकारचे वाभाडे काढणे व उच्चपदस्थांचे चारित्र्यहनन करणे, हा वृत्तपत्रांचा एकमेव धंदा झाला.

संयुक्त महाराष्ट्राची चळवळ सुरू झाली आणि पत्रकारितेची भाषा शिवराळ-पणा व असभ्यपणा यांच्या पातळीवर झुकू लागली. आचार्य अत्रे हे या नवपत्रकारितेचे जनक. जे आपले ऐकत नाहीत, त्यांच्याबद्दल काहीही लिहिले तरी वाचायची वाचकांना याच कालखंडात सवय लागली. शिक्षणाचा प्रसार मोठ्या प्रमाणावर

झालेला होता, त्यामुळे वाचकांचीही संख्या अफाट वाढू लागली. जिल्ह्या-जिल्ह्यागणिक वृत्तपत्रे निघू लागली. उद्योगपतींनीही भाषिक वृत्तपत्रे काढण्यास आरंभ केला. वाचकांचा जो नवा समूह दाखल झाला होता, त्याच्या रुचीप्रमाणे पत्रकारितेने रूप धारण केले. साखळी वृत्तपत्रांत पत्रकारांना भरपूर सुखसोई व साधने असत आणि त्यांचा फायदा घेऊन सर्व समाजाला संतुष्ट करण्यासाठी निरुद्देश अशी पत्रकारिता निर्माण होत चालली. महामंत्री, मंत्री यांची निरर्थक भाषणे; घेराव, मोर्चे, संप यांच्या सचित्र हकिगती; लग्नापासून ते लहान-सहान सभारंभांचे वृत्तांत यांनी वृत्तपत्रांचे रकानेच्या रकाने भरू लागले. अंधश्रद्धा वाढवणारी भविष्ये, बुवांचे चमत्कार, मटक्याचे आकडे, रेसचे अंदाज, शेअर्सची चढ-उतार, नट्यांची खासगी लफडी लोक चवीचवीने वाचू लागले. थोडक्यात, लोकरंजन हा वृत्तपत्रांचा प्रमुख हेतू झाला. आपल्या सोईची बातमी देणे, आपण ज्यांच्या आश्रयाने वाढतो त्यांच्या हितांचे रक्षण करणे, नामवंतांबद्दल संशयास्पद मजकूर लिहून वाचकांचे कुतूहल चाळवणे, हलकी-फुलकी आणि सवंग करमणूक देणाऱ्या कव्हर स्टोरीज किंवा विशेष लेख छापणे– असा पायंडा पत्रकारांनी सुरू केला.

स्पर्धेत टिकायचे तर अधिकाधिक वाचकांचे रंजन करण्याचे समर्थन होऊ लागले. ज्यांची यंत्रणा मोठी, त्या वृत्तपत्राचे खप अफाट वाढू लागले. खपाबरोबरच जाहिरातींचे उत्पन्न वाढून तो एक आर्थिक लाभाचा उद्योग झाला. काही लेखक व काही राजकीय पुढारी ह्यांना सांभाळून बाकीच्यांवर निर्भयपणे लिहून आपणच खरे निर्भय आणि सच्चे पत्रकार आहोत, असा देखावा मांडणे सुरू झाले. पत्रकारांना सांभाळण्याची सरकारलाही गरज वाटू लागली आणि म्हणून पत्रकारितेला आतून लाचारीचे पण बाहेरून निर्भयतेचे असे स्वरूप जाणीवपूर्वक देण्यात आले आहे. पूर्वी आपल्या मतांविषयी तळमळ, प्रबोधनाविषयी आस्था किंवा आदर्श समाज निर्माण करण्याची आकांक्षा अशी पत्रकारितेची उद्दिष्टे होती. ती उद्दिष्टे हरवून गेली. समाजाची श्रद्धास्थाने उद्ध्वस्त करावीत, आदरणीय असे काही उरू देऊ नये आणि ज्या-ज्या व्यक्ती समाजात आपल्या काही कामामुळे प्रतिष्ठित आहेत, त्यांची नालायकी सिद्ध करावी– अशी एक नवी पत्रकारिता जन्म पावली. छापील शब्दांवरचा लोकांचा विश्वास उडाला. वृत्तपत्रे ही एके काळी समाजाची आदरस्थाने असत; आज वृत्तपत्रांची जागा करमणूक करणाऱ्या विदूषकांनी घेतली आहे. वेगळ्या कारणांमुळे किंवा खपामुळे जी प्रतिष्ठा आपल्याला मिळालेली आहे, त्या प्रतिष्ठेचा फायदा घेऊन कुणाला मोठे करायचे व कुणाला

लहान करायचे– हे आता पत्रकार ठरवतात. आम्ही ज्या अर्थी लिहिले त्या अर्थी तेच सत्य आहे, असे तुम्ही मानले पाहिजे– असा एक क्षुद्र दंभ आजच्या संपादकांत निर्माण झाला आहे. चार जाहिराती जास्त आल्या तर ज्यांचे संपादकीय काढून टाकण्याच्या योग्यतेचे असते किंवा कमी केले जाते, तेच संपादक सर्वज्ञतेचा आव आणून कोणत्याही प्रश्नावर सोईस्कर उत्तरे काढीत असतात. त्यांचे एक लक्ष सत्ताधीशांच्या डोळ्याकडे असते आणि दुसरे सर्क्युलेशन मॅनेजरकडे. मालकाने सूचना केल्या की, यांची मते चट्कन बदलतात; कारण ती सूचना नसते, तर आज्ञाच असते.

एका चुकीच्या नव्या भोगवादाचा जन्म समाजात झाला आहे. या भोगवादाला खतपाणी घालण्यात वृत्तपत्रकारांनी धन्यता मानली आहे. पण हा भोगवाद धड पुरुषार्थीही नाही किंवा काही कृतिशीलही नाही. ज्या पूर्वीच्या परंपरेवर आजची पत्रकारिता हक्क सांगते, त्या तपस्वी पत्रकारांनी अनेक तऱ्हेच्या सामाजिक चळवळी केल्या आणि त्या चळवळींमुळे त्यांच्या शब्दाला एक वजन प्राप्त झाले. शिवाय, घटना जेथे घडते तेथे संपादक किंवा उपसंपादक प्रत्यक्ष गेला, तर त्याला सर्व घटनांचे बरोबर भान येते. आज बंद खोलीत बसून संपादक आपली मते तयार करतात आणि काल-परवा नेमलेल्या वार्ताहरांच्या बातमीवर विश्वास ठेवून किंवा पुस्तकांच्या व नियतकालिकांच्या वाचनाने अग्रलेख खरडतात. त्यांची भाषा चांगली असते. पुष्कळदा ती भडकही असते. त्यामुळे वाचकांची करमणूक होते. पण संपादक हा काय साजिंदा आहे काय? त्याने प्रत्यक्ष वस्तुस्थिती माहिती असल्याशिवाय लेखन केले, तर ते बिनबुडाचेच होणार. जाणीवपूर्वक खोटे लिहायचे असे कोणी ठरवले, तर त्यांना आपण बंदी घालू शकत नाही. कारण आपण वृत्तपत्रस्वातंत्र्याचे पुरस्कर्ते! पण आपल्या शब्दांवर लोकांचा विश्वास बसावा, अशी आकांक्षा संपादकाने बाळगायला हवी की नको? आजच्या सर्व वृत्तपत्रांतील बातम्यांवरून काही निष्कर्ष काढायचे ठरले, तर ते वस्तुस्थितीला धरून आहेत का? पत्रकारिता हा धंदा झाला तरी चालेल; पण धंद्याची नीतिमत्ता तरी पाळायला हवी का नको? कसलीच सामाजिक नीतिमत्ता न पाळणाऱ्या संपादकांनी समाजाला किंवा लहान-मोठ्या समाजसेवकाला संस्था कशा चालवाव्यात किंवा कार्यकर्त्यांची जबाबदारी कोणती, यांचा उपदेश करावा याचे आश्चर्य वाटते.

पत्रकार हा समाजाचा भाग असतो. समाजात वावरतही असतो. पण आपल्या लेखनामुळे किती लोकांचे जीवन उद्ध्वस्त होते, किती व्यक्ती आयुष्यातून

कायमच्या उठतात याचे भान मात्र तो विसरत चालला आहे. पत्रकारामध्ये चांगले करण्याची शक्ती फार थोडी, पण घात करण्याची शक्ती मात्र अफाट आहे. एखाद्या चळवळीचे वा एखाद्या घटनेचे विकृत चित्रण करून तो जनतेला चुकीच्या दिशेने नेऊ शकतो. रचनात्मक कार्यापेक्षा विध्वंसनाच्या कार्याकडे फार मोठ्या प्रमाणावर पत्रकारिता झुकू लागली आहे. ही किलर इंस्टिंक्ट किंवा खुनी प्रवृत्ती हळूहळू आपले सारे समाजजीवन उद्ध्वस्त करून टाकील. या खुनी प्रवृत्तीमुळे सनसनाटी निर्माण होते आणि सर्वसामान्य वाचकाला ही गोष्ट आवडीने वाचावीशी वाटते. जक्कल-सुतार, रंगा-बिल्ला, फूलनदेवी यांसारख्या खुनी आणि दरोडेखोरांच्या हकिगतींचे लेखन अशा तऱ्हेने केले जाते की, त्यांच्या जीवनरहस्याचे वाचकांना कुतूहल वाटते. समाजातल्या बऱ्या-वाईट माणसांवर लिहितानासुद्धा जो एकांतिक हल्ला केला जातो, तोही त्यांना संपवून टाकण्याच्या इराद्यानेच.

जी खरी निष्ठावंत माणसे असतात, ती अशा टीकेने घाबरत नाहीत. कारण त्यांची निष्ठा अखेरीस त्यांचे संरक्षण करते. तरी त्यांच्या कार्याचे नुकसान होतेच. शिक्षणसंस्थांचे चालक, महिलाश्रमाचे कर्मचारी, साहित्य संस्थांचे चालक ही सारी माणसे चारित्र्याचे आदर्श नसतील; पण काही उपयुक्त कार्यांत ही गुंतलेली असतात आणि एखाद-दुसऱ्या माणसाच्या बळावरच एकेक संस्था उभी असते. क्षणभर असे समजू या की, एखादा लहानसा गुन्हा अशा व्यक्तीच्या हातून झाला; म्हणून काही त्यांची उपयुक्तता सर्वार्थाने संपत नाही. त्यांची उपयुक्तता तर आपल्याला हवी असते; फक्त त्यांच्या कार्यपद्धतीतील एखादी त्रुटी त्याने बदलावी, असे आपले मत असते. तो मनुष्य संपला की, ती संस्था धोक्यात येणार असते. पण एवढे भान पत्रकार सहसा ठेवीत नाही. एखाद्या त्रुटीला तो संस्थाचालक जबाबदारही नसतो. तरीही संस्थेतील बहुमतामुळे त्याला एखादी अग्राह्य गोष्ट पत्करावी लागते. कधी सरकारचे दडपण आलेले असते, कधी एखादा मोठा गुन्हा थांबविण्यासाठी लहानशी बेकायदा गोष्ट त्याला करावी लागलेली असते. इथे तारतम्याचा प्रश्न येतो. संस्थाजीवनात वावरल्याशिवाय आणि चळवळींचा अनुभव पाठीशी असल्याशिवाय हे तारतम्य निर्माणच होत नाही.

मध्यंतरी 'पुणे विद्यार्थी गृहा'तील काही अनागोंदी कारभाराबाबत मी एक लेख लिहिला होता. तो लेख प्रसिद्ध झाल्यानंतर त्या संस्थेचे चालक माझ्याकडे आले आणि त्यांनी आपला सर्व खुलासा मजजवळ दिला व संस्थेची कोणतीही

कागदपत्रे पाहण्याची मला मुभा दिली. ते पाहून मी लिहिलेल्या लेखात हा सर्व खुलासा लिहिला आणि संस्था टिकवण्यासाठी आवश्यक वाटणाऱ्या काही सूचना केल्या. कित्येकदा अशा तऱ्हेची माहिती आपल्याजवळ जमा झाल्यावर आपण कधी चौकशी केली; तर ती माहिती अज्ञानातून, आकसातून आणि वैयक्तिक द्वेषातून जमा झालेली असते, हे आपल्या लक्षात येईल.

राजकीय व्यक्तीबाबत थोडे कठोरपणे लिहिले तरी बिघडत नाही, कारण एक तर ती माणसे कोडगी झालेली असतात आणि ती माणसे एकाकी नसतात. शिवाय भ्रष्टाचार हा तिथे अपरिहार्यपणे वावरतही असतो. ज्यांचे चारित्र्यहनन झाले आहे असे वाटते, ती माणसे कोर्टात जातात. आपल्याजवळ जर पुरेसा पुरावा नसेल, तर प्रथम लिहू नये आणि लिहिले गेले, तर ताबडतोब दिलगिरी व्यक्त करावी, हेही भान पुष्कळ संपादक पाळत नाहीत. चारित्र्यहननाचे एक मोठे शस्त्र त्यांच्याजवळ उपलब्ध असते– ते म्हणजे त्यांची लेखणी आणि त्यांचे वृत्तपत्र. त्या बळावर आपण खटला करणाऱ्याला वठणीवर आणू, असे त्यांना वाटते; पण बहुतेक वेळेला ते जमत नाही. 'माणूस'च्या संपादकांनी जवाहरलाल दर्डा यांच्यावर दर्डांच्याच एका नातेवाइकाकडून मिळालेल्या माहितीच्या आधारे बदनामीकारक लेख लिहिला. पुराव्याची कोणतीही व्यवस्था केली नाही. माझ्यासारख्या एका त्रयस्थाने मध्यस्थी केली आणि दर्डाजी सन्माननीय तडजोडीला तयार झाले. त्यात दिलगिरीही मागायला लागत नव्हती. पण त्या वेळेस 'माणूस'चे संपादक श्री. माजगावकर हे हवेत होते, त्यांनी ती तडजोड नाकारली. पुढे कोर्टात प्रकरण गेल्यानंतर जेव्हा त्यांच्या लक्षात आले की, आपण काहीच सिद्ध करू शकत नाही; तेव्हा त्यांनी अत्यंत लज्जास्पद अशी क्षमायाचना करून हे प्रकरण मिटवले.

गोविंदराव तळवलकरांनी उस्मानाबादच्या कलेक्टरांसंबधी असेच एक वार्तापत्र छापले. वास्तविक, वार्ताहर विश्वसनीय होता आणि आज तो जबाबदार वृत्तपत्रांतून वार्तापत्रे लिहीतही आहे. त्याने सर्व आरोप सिद्ध होतील असा पुरावा जमा करून ठेवलेला होता. पण सोलापूरला जाऊन पहिल्याच तारखेला गोविंदराव तळवलकरांनी वकिलांच्या समोर परस्पर दिलगिरी व्यक्त केली आणि आपल्या नामुष्कीची किंमत म्हणून वार्ताहरालाच कामावरून कमी केले.

अशा घटनांमुळे संपादकांच्या शब्दावरचा विश्वास उडत जातो. माझे सुदैव इतकेच आहे की, माझ्यावर सरकारकडून आणि खासगी व्यक्तींकडून इतके खटले होऊनही माझ्यावर असा नामुष्कीचा प्रसंग आला नाही. जेव्हा एक-

-दोनदा असे लक्षात आले की, या प्रकरणात आपल्याजवळचा पुरावा अपुरा आहे, तेव्हा दुसरी काही खरीखुरी टिकतील अशी प्रकरणे मी शोधून काढली आणि त्या प्रकरणांशी मूळ प्रकरण रंगवून टाकले. फायदा इतकाच झाला की, ज्या दोन व्यक्तींबाबत ही घटना घडली, त्या दोन व्यक्तींबद्दल मला पुन्हा लिहिता आले. सुदैवाने ती दोन्हीही माणसे वेगवेळ्या प्रकाराने भ्रष्ट झालेली होती, म्हणून सोडून द्या; पण जेव्हा खरोखरीच आपल्याकडून काही अन्याय घडतो, तेव्हा त्या अन्यायाच्या दुरुस्तीमुळेच आपल्या शब्दांची किंमत वाढते.

पत्रकारांच्याही भ्रष्टाचाराचे प्रमाण आता वाढू लागले आहे. कुणाकडून पैसे घ्यावेत, काही सन्मान पदे उपटावीत, सवलती मिळवाव्यात, वेगवेगळ्या मंडळांवर नेमणुका करून घ्याव्यात आणि त्यांची भाटगिरी करावी– ही प्रथा सुरू झाली आहे. पंचतारांकित हॉटेलातील सामिष आणि मद्यासहित भोजन ही तर प्रेस कॉन्फरन्सला अत्यावश्यक गोष्ट झाली आहे. वास्तविक, पत्रकारांना फार चांगले नाही, तरी बरे वेतन मिळू लागले आहे. तरी पण दुसऱ्याच्या पैशाने सर्व मौजमजा करण्याकडे बहुतेक सर्व पत्रकारांचा कल असतो. दोन-तीन अपवादात्मक पत्रकार सोडले, तर आपल्या खर्चाने मद्य पिणारे पत्रकार तुम्हाला आढळणारच नाहीत. आदरातिथ्याच्या परतफेडीचा शिष्टाचार त्यांना मान्यच नसतो. एकदा अशा वेगवेगळ्या तऱ्हेच्या सवयी लागल्या की, आपली सरबराई करून घेणे हा आपला हक्क आहे, असे त्यांना वाटू लागते. जो अशी सरबराई करू शकेल, अशा समाजकंटकांना पाठीशी घालण्यासाठी नाना तऱ्हेचे उद्योग सुरू होतात. त्यायोगे समाजकंटकांना संरक्षण मिळतेच आणि न्यायाने वागणाऱ्या दुसऱ्यांच्या-वर मात्र अन्याय होतो. सार्वजनिक चारित्र्य व स्वाभिमानासाठी जर कोणी आग्रहाने उभा राहू पाहील, तर त्याचे सार्वजनिक चारित्र्य व स्वाभिमान कसा खोटा आहे, हे सिद्ध करण्यासाठी काही लाचार पत्रकार लेखणी झिजवतात. काहींच्या हातांत मोठमोठी वृत्तपत्रे आहेत आणि त्यामुळे त्या वृत्तपत्रांचा दबदबा व प्रसार मोठा आहे, त्यांच्याशी मुकाबला करणे म्हणूनच कठीण जाते.

पुढे-पुढे तर अशी परिस्थिती येते की, वृत्तपत्रांच्या प्रसारामुळे मान्यता प्राप्त झालेल्या संपादकाच्या शब्दाला अकारण वजन प्राप्त होते. त्याचा व्यासंग आणि विद्धत्ता ही एका क्षेत्रापुरती मर्यादित असते; पण त्या वृत्तपत्राच्या छत्राखाली पुष्कळ लेखक, विचारवंतांना आश्रय मिळत असल्यामुळे ते सारे लेखक व विचारवंतही त्या संपादकाची मते खरी आहेत असे गृहीत धरून त्याचीच पाठराखण करीत असततात. स्पर्धेच्या या जगात वृत्तपत्रीय स्पर्धा वृत्तपत्रीय

उपयुक्ततेवर किंवा प्रामाणिकपणावर न होता साधनांवर होऊ लागते आणि मग साऱ्याच मूल्यांचे निकष बदलतात. निदान आज तरी पत्रकारितेचे सारे निकष व्यापारी तत्त्वाशी निगडित झालेले आहेत.

आजचे पत्रकार समाजाचे मार्गदर्शक किंवा अन्यायाच्या प्रतिकारार्थ उभे राहणाऱ्यांचे आधारस्तंभ उरलेले नाहीत. ज्याचा आवाज मोठा व ज्याची साधने जास्त, असा हा सर्वथा विकला गेलेला संपादकसुद्धा रामशास्त्री बाण्याचा म्हणून प्रसिद्ध होऊ शकतो. हिंदुत्वनिष्ठा असेल, तर सारे हिंदुत्ववादी त्याचे समर्थन करीत राहतात. समाजवादी असेल, तर बघायलाच नको. कारण त्यांची संहारक शक्ती मोठी. संपादक कम्युनिस्ट विचारसरणीचा असेल, तर त्याचे विरोधक हे भांडवलशाहीचे हस्तक ठरतात. मग ते विरोधक स्वत: दरिद्री असले तरी किंवा भांडवलशाहीचा त्यांनी धिक्कार केला तरीही; प्रत्यक्ष तुमची कृती कोणती आहे, यापेक्षा कोणत्या विचाराच्या माणसाचे तुम्ही नगारे वाजवता, यावरून तुम्हाला मापतात. देशापेक्षा पक्षावर, धर्मापेक्षा जातीवर आणि कृतीपेक्षा शब्दांवर हळूहळू आपल्या मूल्यमापनाची आखणी होत आहे. तरीही म्हणे, पत्रकार समाजाला घडवतात!

(५ फेब्रुवारी, १९८४)

-o-o-o-

२१

देवाची गरज का वाढली, हे मला सांगता येणार नाही!

चैत्रापासून फाल्गुनापर्यंत हिंदू धर्मात अनेक सण असतात. प्रत्येक सणाला काही ऐतिहासिक, तर काही सांस्कृतिक संदर्भ आहेत. हे सण आजच्या स्वरूपात केव्हापासून अस्तित्वात आले, हे काही सांगता येत नाही. त्या सणांनी आपले जीवन खूप संपन्न केले आहे, यात मुळीच शंका नाही. अलीकडे धर्माची आवश्यकता नाही आणि धर्माचार करणे म्हणजे मागासलेपणाचे लक्षण आहे, असे समजून सणातील धार्मिक भाग एक तर टाळला जातो किंवा त्याचे महत्त्व कमी केले जाते. हे सर्व सण म्हणजे मानवी मन उल्हसित करणारे आणि ऐहिक जीवनावरील प्रीती वाढवणारे क्षण असतात. आपण आपला वाढदिवस विसरलो आणि आणि बर्थ-डे साजरा करू लागलो. वास्तुशांती नकोशी झाली आणि हाऊस वॉर्मिंगचा समारंभ आला. लग्नविधी कमी प्रतीचा वाटू लागला आणि रजिस्ट्रारच्या समोर जाऊन एकमेकांशी निष्ठेने राहण्याची प्रतिज्ञा करणे आपल्याला सुखावह वाटू लागले. जेवणावळीचा आपल्याला कंटाळा आला, पण बफे डीनर आपल्याला आवडू लागले. सनईवाल्यांची जागा बिसमिल्लांच्या टेपने घेतली. हे सारे बदल झाल्यामुळे आपण आधुनिक झालो, असे आपल्याला वाटू लागले आहे. धर्मातील कर्मकांडे आपण नष्ट केली, असा आपला भ्रम बळावला आहे. काही काही कर्मकांडे आपण टाकली; पण त्यांऐवजी पाश्चिमात्य कर्मकांडे स्वीकारली. पुष्पहार घालण्यापेक्षा आज आपण फुलांचा बुके

देतो; पण हार घालण्यामागे जी विनयशील आदराची भावना होती, ती काही बुके देऊन निर्माण होत नाही. माणूस हा उत्सवप्रिय आहे आणि कितीही दडपले तरी त्याची उत्सवप्रियता नष्ट होणार नाही. लग्नामध्ये बँडची बेंगरूळ वाद्ये कशी काय शिरली, देव जाणे! पण संगीताची जाण वाढूनसुद्धा ती बेसूर, कर्कश वाद्ये का बंद होत नाहीत; कुणास ठाऊक? लग्नात त्या-त्या प्रसंगानुसार वस्त्रांचे आदान-प्रदान होते. लग्नाचा म्हणून खास वेष शिवला जातो. आपण कर्मकांडे कमी केली आहेत आणि म्हणून आधुनिक झालो आहोत, हे मुळीच खरे नाही. आपल्या परंपरा मोडून पाश्चिमात्यांच्या स्वीकारल्या म्हणजे आपण सुधारलो, असे आपल्याला वाटते! केवळ लग्नच नव्हे, सभा-संमेलनांचे आयोजनसुद्धा आपण परंपरागत पद्धतीनेच करतो; देखावा मात्र आधुनिकतेचा. व्याख्यानांचे विषय बदलले. बांधिलकी, स्त्री-मुक्ती, जनजागरण, भारतीय एकात्मता या असल्या विषयांवर चर्चा करून आपण सामाजिक कर्तव्ये पार पाडतो, असा आपल्याला भ्रम होत असतो. पण असल्या व्याख्यानांना उपस्थिती असते शे-पन्नास लोकांची व त्याच वेळेला एखाद्या धर्मगुरूचे 'गीते'वर वा रामायणावर भाष्य चालू असते किंवा हरिपाठाचा सप्ताह चालू असतो, तेव्हा गर्दी जमते हजारोंची! मला तर असे वाटू लागले आहे की, धर्मसंस्था दुबळी करण्याच्या प्रयत्नात आपण तिचे पुनरुज्जीवन करत आहोत. उपास-तापास, देवदर्शन किंवा स्तोत्रपठण या गोष्टींत फारच वाढ झाली आहे. हे असे का झाले आहे? का होते आहे?

एक महत्त्वाचे कारण आहे. ते म्हणजे, सुखाची अनेक नवी साधने सापडूनही माणूस सुखी झालेला नाही. माणसाचे साधे आयुष्य संपुष्टात येऊन एक धावपळीचे, गर्दीचे आणि वेगाचे आयुष्य त्याला जगावे लागते आहे. जीवनाला एकंदर जी गती आलेली आहे, ती अजूनही माणसाला पेललेली दिसत नाही. कोणत्याच बाबतीत माणसाला 'उद्या'ची शाश्वती वाटत नाही. त्यामुळे ज्याच्यावर विश्वास टाकावा, असे या जगात काहीच उरलेले नाही. धर्मपीठे नाहीत, धर्मग्रंथ नाहीत, धार्मिक गुरू नाहीत, राजकीय पक्ष नाहीत किंवा सांघिक जीवनही सुरक्षितता आणू शकत नाही. माणूस अधिकाधिक एकाकी होत चालला आहे. या सृष्टीत असणारा कोणीही मर्त्य माणूस स्वार्थरहित असणे शक्य नाही. त्यामुळे निरपेक्ष प्रेमाला माणूस पारखा झाला आहे. माणसाचे आधार तुटलेले आहेत. अशा अवस्थेत 'परमेश्वर' या अमूर्त कल्पनेवर तो विश्वास टाकतो आणि मनाने निश्चिंत होतो.

देवाची गरज का वाढली, हे मला सांगता येणार नाही! / १९५

गेल्या शंभर वर्षांत भारतीय परंपरांवर व धर्मरचनेवर प्रचंड आघात होऊन गेले. असे वाटले होते की, मिशनऱ्यांच्या प्रभावी प्रचारापुढे, मुसलमानांनी घडवून आणलेल्या धर्मांतरामुळे, जागतिक पंडितांनी कुत्सितपणे लिहिलेल्या चुकीच्या भारतीय इतिहासामुळे आणि इंग्रजांपुढे लोटांगण घालून त्याची कृपा संपादणाऱ्या व धर्मावर प्रहार करीत सुटलेल्या सुधारकांमुळे या देशातला पुरातन धर्म उद्ध्वस्त होईल. पण तसे काही घडलेले दिसत नाही. असल्या अवाजवी उपद्रवाचा प्रतिकार करून हिंदू परंपरांचे रक्षण करणाऱ्या अनेक संस्था तेव्हाच जन्माला आल्या आणि त्यांनी ख्रिश्चन, मुसलमान, यहुदी हे सर्व धर्म हिंदू धर्माइतकेच कालबाह्य व जुनाट झाले आहेत, हे समप्रमाण पटवून दिले. हिंदू धर्मावर केल्या गेलेल्या आघातांचा त्यामुळे परिणाम होऊ शकला नाही. सर्वांत पुरातन संस्कृती असा जो भारतीयांचा आपल्या संस्कृतीबद्दल दावा आहे, तो खोडून काढण्याचा पाश्चिमात्य इतिहासकारांचा प्रयत्न हळूहळू खोटा पडत गेला आहे. या साऱ्या गोष्टींचा एकत्रित परिणाम असा झाला की, आपल्या दीर्घकालीन परंपरांत बदल करण्याची आवश्यकता आहे, हे लक्षात येऊनही धर्माचे रक्षण करण्याची निकड व आवश्यकता उत्पन्न झाली. आधुनिक जगातील मानवी न्याय आणि समानता लक्षात घेऊन भारतीय परंपरांनी बदलले पाहिजे, ही जाणीव निर्माण झाल्यावर पूर्वीच्या एकांगी सुधारकांपेक्षा या नव्या सुधारकांना अधिक यश मिळते आहे. दलित आणि स्त्रिया यांना न्याय मिळू लागला आहे. ग्रंथप्रामाण्य आणि व्यक्तिप्रामाण्य झपाट्याने ओसरू लागले आहे. भारतीयांनी कोणत्याही अ-भारतीय संकल्पना स्वीकारण्याची गरज नाही; त्या न स्वीकारताही त्यांना आधुनिक जगात जगण्याची क्षमता प्राप्त करून घेणे शक्य आहे, असे आता वाटू लागले आहे. त्यामुळे धर्माचे आणि परंपरांचे पुनरुज्जीवन केल्यामुळे आपण समाजविरोधी कृत्य करतो, असे कोणी मानत नाही. कम्युनिस्टांपैकी काही कम्युनिस्ट– विष्णुपंत चितळ्यांसारखे– धर्मपालन करणारे होते. त्यांचे धर्मपालन अर्थरचनेच्या नव्या मांडणीला अडथळा आणू शकत नव्हते. या जगात कसे वागायचे याचे नियम व परलोकात कसे वागायचे याचे नियम यांचा झगडा होण्याचे कारण नाही आणि जेव्हा झगडा उत्पन्न होईल, तेव्हा अर्थातच या जगातील हितालाच प्राधान्य द्यावे लागेल.

जगाची जी आता नव्याने पुनर्निर्मिती होत आहे, त्यात पूर्वीचा धर्मबुडवेपणा उरलेला नाही. धर्म ही अफूची गोळी आहे, असे कुणी मानत नाही. धर्मांध झालेल्यांची शक्ती वाढू दिली जाणार नाही, हे खरे; पण धर्माचे पालन करायला

कुणाला अडचणही येणार नाही. ही एक प्रकारे प्रगतीच आहे. आपल्या देशातले जे अतिरेकी सुधारक आहेत, ते सोडले; तर पंचाण्णव टक्के समाज धर्माची आवश्यकता मानतो. निरुपद्रवी धर्माचार चालू ठेवण्याची इच्छा बाळगतो. सिद्धिविनायकाभोवती गर्दी करतो. बाबुलनाथाला जातो. नवरात्रात चतु:शृंगी वा जोगेश्वरी येथे रांगा लावतो. यात आपण काही चुकतो आहोत, असे त्याला मनोमन वाटत नाही. कारण ज्या वेळेस अशा निरर्थक गोष्टी भाविक माणूस करतो; तेव्हा त्याचे टीकाकार दारू पीत असतात, जुगार खेळत किंवा क्षुद्र तऱ्हेच्या भांडणात गुंतलेले असतात. धर्म नको, देव नको, कर्मकांडे नकोत– असे म्हणणाऱ्यांचे चारित्र्य फार थोर असावे लागते. कारण त्यांना देवाच्या साह्याची गरज केव्हाही लागत नसते. लोकहितवादी हे पहिले संस्कृती-प्रहारक– आपल्या भाषेची, देवाधर्माची कुचेष्टा करणारे बिनीचे पुरोगामी वीर. पण त्यांची अखेर देव-देव करण्यात गेली.

कुठल्या ना कुठल्या तरी दबावाखाली वावरणाऱ्याने दुसऱ्याला प्रतिगामी म्हणावे, याचेच आश्चर्य वाटते. बौद्धिक दृष्ट्या जे गुलाम असतात, त्यांनी दुसऱ्या गुलामाची चेष्टा करण्यात काय अर्थ आहे?

जगाच्या एकंदर लोकसंख्या विचार केला, तर कोणत्याही स्वरूपाचे देवत्व न मानणारे लोक नगण्य निघतील. इंग्लंड, अमेरिका येथील हॉस्पिटलमध्ये बायबलची प्रत प्रत्येक खोलीत ठेवलेली असते. काही ठरावीक वेळी टीव्हीवरून धर्मप्रवचन चालू असते. ते ऐकण्याच्या वेळा नोंदवून ठेवलेल्या असतात. अधून-मधून कुठली तरी मिशनरी संस्था आपला प्रतिनिधी पाठवते. हेतू हा– तुम्ही परदेशात आले आहात तरी पण एकटे नाही– येशू तुमच्या पाठीशी आहे, असे तुम्हाला वाटावे. 'सेक्युलॅरिझम' या शब्दाचा आपण फार चुकीचा अर्थ लावत आहोत. शासनाने शासकीय निर्णय घेताना धर्माचा वेगवेगळा विचार करून निर्णय घेता कामा नये व सर्व धर्मांना समान वागवले पाहिजे; पण धर्मच नकोत, असा याचा अर्थ नाही. ज्यांना धर्मच नको असेल, तो सेक्युलर होऊ शकणार नाही. कारण अन्य धर्माबद्दल सहिष्णू असण्याची अट नास्तिकाला कधीच पुरी करता येणार नाही. ज्या देशाने एका विशिष्ट धर्मीयांसाठी हिंदू कोड बिल पास केले आणि इतर धर्मीयांना त्यातून वगळले, तो देश सेक्युलर असूच शकत नाही. भारत हे सेक्युलर राष्ट्र आहे, असे म्हणणे हे सर्वथा खोटे आहे. भारत हे सोईप्रमाणे धर्मांना, जातींना वेगवेगळ्या प्रकारचे संरक्षण देणारे एक बेजबाबदार राष्ट्र आहे. सेक्युलर म्हणवून घेण्यात आपण फार पुरोगामी आहोत,

असे भारत सरकारला का वाटते; कुणास ठाऊक? सेक्युलर असणे आणि नसणे याचा पुरोगामित्वाशी काही संबंध नाही. जगातली बहुतेक राष्ट्रे सेक्युलर असल्याचा खुळचट दावा करत नाहीत आणि तरीही सर्वांना एकच न्याय लावायची शासन-यंत्रणा निर्माण करतात. आपापल्या धर्माबद्दल जगातील बहुतेक सर्व राष्ट्रांना अभिमान आहे. आपली ख्रिश्चॅनिटी ही अन्य धर्मीयांना उपद्रवकारक कशी होणार नाही याची युरोप-अमेरिकेत काळजी घेतली जाते. मुसलमानी राष्ट्रे मात्र जगावेगळे वर्तन करतात. मुळातच मुसलमान धर्म अन्य धर्मीयांविषयी तुच्छता बाळगतो. त्यांना कमी दर्जाचे लेखतो. प्रसंगी त्यांना नष्ट केले तरी चालेल, अशी आकांक्षा बाळगतो. हिंदू धर्माचे मूळचे स्वरूप हे सेक्युलर होते. म्हणजे परधर्मसहिष्णुता ही गोष्ट हिंदू धर्माचा एक अपरिहार्य भाग होती. हिंदूंच्या धर्मरचनेत अंतर्गत पुष्कळच दोष जरूर आहेत; पण त्या दोषांसाठी दुसरे भलतेच दोष चिकटवून, हिंदू धर्माची अवज्ञा करणाऱ्यांना आपण धडा शिकवला पाहिजे.

सर्व धर्म सारखे असतात, हाही आपला गोड गैरसमज आहे. सर्व धर्म सारखे असावेत, असायला हवेत; असे ज्या धर्मांना वाटत होते, त्यांनी धर्मांतरे करण्याची प्रथा आपल्या धर्मात निर्माण होऊच दिली नाही. जबरदस्तीने कुणाचा धर्म काढून घेता येतो, यावर हिंदू धर्माचा विश्वास नाही. हिंदू धर्मीयांना असेच वाटत होते की, धर्माचा व्यवहार हा पारलौकिक कल्याणासाठी करायचा असल्यामुळे सर्व धर्म सारखेच असतील. सातव्या-आठव्या शतकापर्यंत भारतात येणाऱ्या शक, हूण, बर्बर या भिन्नधर्मीय टोळ्यांची भीती हिंदू धर्माला वाटली नाही. त्या टोळ्या आल्या, त्यांना जागा करून दिली गेली व त्यांनी सुखाने येथे राहण्याचे पसंत केले. त्यांचे काही धर्माचार हिंदू धर्माने स्वीकारले आणि पाहता-पाहता या वेगवेगळ्या टोळ्या भारतीय हिंदू समाजाचा भाग बनून गेल्या. ख्रिश्चन व मुसलमान या दोन धर्मांची कथा वेगळी आहे. त्यातही मुसलमानांची आणखी वेगळी आहे. इस्लाम जर वाढायचा असेल, तर जबरदस्तीने इस्लामीकरण केले पाहिजे, प्रतिकार केला तर विरोधकांना नष्ट करून टाकले पाहिजे– हा इस्लामने निश्चय केला. युरोपात इस्लामने मार खाल्ला. हिंदुस्थानात मुसलमानांनी हे दोन्ही मार्ग अनुसरले. गोमांसाच्या एका तुकड्याने धर्म बदलत नाही, हे समजण्याचे शहाणपण वैदिक धर्म घालवून बसला होता. बौद्ध आणि जैन धर्माच्या उदयानंतर वैदिक धर्माचा पुरुषार्थ, संघटन, आक्रमकताही संपुष्टात आली होती. त्या तत्त्वज्ञानाच्या अतिरेकी वापरामुळे वैदिक धर्माची ओहोटी सुरू झाली होती. हिंदू धर्माला परत संघटित करण्याचा प्रयत्न शंकराचार्यांनी केला– पण तोही एक प्रकारची संन्यस्त

वृत्ती स्वीकारून. हिंदू धर्म टिकला, पण त्यांचे तेज हरपले. मुसलमानांची टोळधाड जेव्हा सिंध प्रांतावर चालून आली, तेव्हा काय घडते आहे हेच मुळी वैदिकांना समजले नाही. त्यातून सावरून संघटित होईपर्यंत या देशाचा प्रचंड भाग मुसलमान व्यापून बसले होते आणि त्यांनी येथे बाटगी प्रजाही निर्माण केली होती. सर्व धर्म सारखे नसतात, हे सांगायला खरे तर पुराव्याची काही गरजच नाही. समाज-नियंत्रण करण्याची प्रत्येक समाजाची वेगवेगळी पद्धत असते, त्यावरून त्या-त्या समाजाचे अंतरंग शोधता येतात. मुसलमान धर्म हा मुळातच एक जंगली, असहिष्णू असा धर्म आहे. सर्वसामान्य मानवी प्रमादाला दुरुस्त करण्याची इस्लाममध्ये संधीच नाही. जंगलाचा कायदा इस्लाम मानतो. त्याचा परिणाम एकच झाला. तो असा की, मागासलेले मुसलमान ठिकठिकाणी पराभूत झाले. अंतर्गत भेदामुळे विस्कळीत झाले. आज धार्मिक दृष्ट्या मुसलमान संघटित आहेत. पण या संघटित धर्माचे आता कुणाला भय वाटत नाही. याचे कारण विज्ञानाचे व इस्लामचे वैर हेच होय. इस्रायलसारख्या चिमुकल्या राष्ट्राने गेल्या २५-३० वर्षांत इजिप्त, सौदी अरेबिया, लेबनॉन, सीरिया, जॉर्डन यांना एकएकटे आणि संघटितरीत्या पराभूत केले आहे. खोमेनीसारख्या मूर्ख माणसामुळे जगातील साऱ्याच राष्ट्रांना मुसलमान धर्माविरुद्ध भूमिका घ्यावी लागली आहे.

या नव्या जगाच्या मांडणीत धर्माला किती स्थान असावे, असा प्रश्न आपोआपच उत्पन्न होतो. पुस्तकी पंडित सांगतात की, धर्माची आता काहीही गरज उरलेली नाही. पण समजा– धर्माचा काही उपयोग असेलच, तर तो वैयक्तिक मानावा. हे सारे अरण्यरुदन आहे. याचे मुख्य कारण पूर्वी कधीही नव्हती एवढी धर्माची गरज आता वाढत आहे. मनुष्य जितका अस्वस्थ, तितका भ्यायलेला, तितकी त्याला देवाची आणि त्यामुळेच धर्माची गरज वाटत असते. जी काही मानवी सुखाची साधने गेल्या शतकात विज्ञानाच्या प्रगतीने निर्माण केली, त्यांचा अतिरिक्त वापर झाल्यामुळे माणसाला रितेपणा जाणवू लागला. सवयीमुळे ही सुखे त्याला हवीशी वाटतात, नाही असे नाही; पण ती सुखे मिळविण्यासाठी द्यावी लागणारी किंमत त्याला आता अवाजवी वाटू लागली आहे. शहर स्वच्छ राखणे आवश्यक आहे; याचाच अर्थ, शहर साफ करणारी यंत्रणा निर्माण झाली पाहिजे आणि प्रतिदिनी निर्माण होणारी घाण प्रदूषण निर्माण करणार नाही अशा पद्धतीने रोजच्या रोज नष्ट झाली पाहिजे.

आधुनिक जगाचा काही हिस्सा आपण पत्करला आणि काही आपण स्वीकारूच शकलो नाही. अंडरग्राऊंड ड्रेनेज निर्माण झाले आणि घराघरांतून

घाण हलवली गेली; पण ती एकत्रित करून कुठे तरी सोडून द्यावी लागली. कारण त्या पुढचा खर्च या गरीब देशाला परवडण्यासारखा नव्हता. दळणवळणाची आधुनिक साधने निर्माण झाली, त्यामुळे पुण्याहून मुंबईला ३५ मिनिटांत जाता येऊ लागले. पण दोन्ही गावांच्या विमानतळापासून घरापर्यंत जाण्याची यंत्रणा मात्र पूर्वीचीच राहिली. त्यामुळे रेल्वेने जाणे काय किंवा विमानाने जाणे काय, वेळ सारखाच लागतो. भारतासारख्या मागास राष्ट्राला माणसाच्या सामर्थ्याची मर्यादा समजायला वेळ लागतो. पण विज्ञानप्रणीत अशा पाश्चिमात्य राष्ट्रांना मात्र मानवाचा दुबळेपणा केव्हाच समजला आहे. चेर्नोबिल येथे एका अणुभट्टीतून गळती सुरू झाली आणि जवळपास १०० मैल परिघाच्या क्षेत्रात रेडिओॲक्टिव्ह अशा किरणांनी माणसांवर हल्ला केला. नेमका मानवी नाश किती झाला, हे अजून बाहेर आलेले नाही. पण जेवढी जेवढी मानवाची प्रगती होत जाईल, तेवढा तेवढा मानवी जीवनातील धोका वाढत जाईल. आपण आपल्या आहारात आता हायब्रीड ज्वारी किंवा अन्नधान्य खातो. याच्या मागे जे जीन्सचे व क्रोमोझोम्सचे शास्त्र आहे आणि ज्यात चांगल्या जननपेशी निवडण्याची प्रवृत्ती आहे, तीही धोकादायक आहे. निसर्गनिर्मित जननक्रियेवर निसर्गातील सुप्त नियंत्रणे असतात. पण त्या कृत्रिम जननक्रियेत ही नैसर्गिक नियंत्रणे शिल्लक राहतीलच, असे वाटत नाही. अणुविद्येपेक्षाही जेनेटिक्स हे शास्त्र मानवापुढे भयानक प्रश्न निर्माण करू शकेल!

या सर्व वेगवान वैज्ञानिक प्रगतीमुळे काही प्रश्न सुटल्यासारखे वाटतात; पण बरीच नवी गुंतागुंत निर्माण होत आहे. नव्या काँकॉर्ड विमानाचा वेग हा आवाजाच्या वेगापेक्षाही जास्त आहे. त्याच्या अचाट वेगामुळे एखादे वादळ निर्माण व्हावे, अशा तऱ्हेने हवेचे चलनवलन होते. या नव्या वेगाचे, अधिक सक्षम बीजांच्या निवडीचे, दीर्घकाळ चालणाऱ्या विघटनाच्या प्रक्रियेचे माणसावर नेमके काय परिणाम होतील याचे अनुमान करणे कठीण आहे. पण मानवी आयुष्य धोक्यात येत चाललेले आहे, एवढे मात्र सुबुद्ध माणसाला समजायला लागले आहे आणि या असुरक्षित भावनेतूनच माणसाला परमेश्वराची गरज अधिकाधिक भासत आहे. केवळ भारतातच नव्हे, तर साऱ्या जगातच मानवी बुद्धीबद्दल अनादर आणि परमेश्वरी शक्तीबद्दल कुतूहल वाढत चालले आहे. १०-२० वर्षांपूर्वी नॉस्ट्रॅडोमसचे भविष्य कुणी गंभीरपणे विचारात घेत नव्हते. आता जगातल्या साऱ्या वृत्तपत्रांनी या जुन्याच ग्रंथाला इतकी अवाजवी प्रसिद्धी दिली की, ते पाहिले म्हणजे आश्चर्य वाटते.

मनुष्य जेवढा जेवढा निसर्गापासून दूर जाईल तेवढे त्याला अधिक असुरक्षित वाटू लागेल. निसर्गात निर्माण होणारी फळे, फुले, खनिजे वापरताना माणसाला अधिक सुरक्षित वाटते. मानवनिर्मित खते, कीटकनाशके, औषधे किंवा रसायने वापरताना माणसाला भीती वाटते. निसर्ग माणसाला सतत फसवण्याचा प्रयत्न करत असतो आणि या क्रियेतून प्रत्यक्षात अस्तित्वात नसलेल्या, अस्तित्व न जाणवणाऱ्या 'परमेश्वर' नावाच्या शक्तीशी माणूस नाते जोडू इच्छितो. अगदी अनामिक देव माणसाला आवडत नाही. देवाला नाव हवे, रूप हवे, विकार हवेत. थोडक्यात– त्याचे रूप ओळखीचे हवे की, ज्याच्यावर प्रेम करता येईल, नाते जोडता येईल आणि आपण मनातून घाबरलो आहोत, हेही हलक्या आवाजात सांगता येईल. सर्व जगात मांत्रिकांचे, ज्योतिष्यांचे, धर्मगुरूंचे प्रस्थ वाढताना दिसते. याचे मुख्य कारण म्हणजे, माणूस हाच मनुष्यजातीचा विनाश करणार आहे; हे त्याला पुरतेपणे कळलेले आहे, म्हणून माणसापेक्षा वेगळा परंतु माणसाच्या अडचणी ओळखणारा असा एक मनुष्यसदृश प्राणी माणसाने निर्माण केला आहे. त्याचा जन्म माणसाच्या मनातल्या भीतीतून झाला. विनाशाच्या रौद्र शक्तीतून झाला. हे ब्रह्मांड माणसाच्या आकलनाच्या पलीकडे आहे, या कल्पनेतून झाला. विज्ञानाची नवी क्षितिजे शोधणे, याचा अर्थच अज्ञानाचा अथांगपणा मान्य करणे होय, आणि त्याला घाबरूनच माणसाने आधार शोधला. त्याचेच नाव 'देव'. या देवाला प्रतिष्ठा आली; म्हणून देऊळ, चर्च, मशीद वगैरे देवगृहे निर्माण झाली. निदान मनुष्याइतके तरी त्याला वैभवात राहता यावे म्हणून माणसाने त्याला साजशृंगार व वस्त्रे दिली. देवाची गरज आता वाढताना दिसते.

–आणि त्याच्या अमानुष शक्तीचा प्रत्यय यावा म्हणून नानाविध कल्पित पुराणकथा रचल्या. देवाला जेवढे शृंगारता येणे शक्य होते तेवढे माणसाने शृंगारले. घाबरलेला माणूस परमेश्वरापुढे लीन होतो, यात आश्चर्य ते काय? पण तेवढ्यापुरते त्याला एक संरक्षण कवच लाभते, ही गोष्ट नाकारण्यात अर्थ नाही. कोणताही धर्मग्रंथ भाकडकथांवाचून जन्म पावू शकत नाही, कारण त्या परमेश्वरी शक्तीच्या गोष्टी ऐकवून तो माणसाला भीतिमुक्त करण्याचा प्रयत्न करतो. कोणत्याही धर्माने दुसऱ्या धर्माची निंदा करण्यात अर्थ नाही; कारण ज्यात परमेश्वराच्या अमर्याद शक्तीच्या अफाट कथा निर्माण झाल्या नाहीत, असा धर्मच नाही. पुरातनपणामुळे जास्त भाकडकथा शिरल्या असतील, एवढेच; पण तर्क नावाच्या गोष्टीचा त्याग केल्याशिवाय देवाचे अस्तित्व सिद्ध होत नाही. म्हणून मनुष्याच्या मनाच्या समाधानासाठी तर्कावर तिलांजली द्यायला केव्हाही तयार असले पाहिजे.

पण देवाचे आणखी एक रूप आहे. ते मात्र निर्मितिप्रक्रियेशी जखडलेले आहे. कोणतेही निर्मिती झाली की, त्याला कारण असावे लागते आणि तिला निर्माताही असावा लागतो. या जगात फक्त मानवप्राण्यालाच विचार करता येतो. आठवणी साचवून ठेवता येतात आणि स्वप्नेही निर्माण करता येतात. प्रगत अशा मेंदूमळे माणसाला ही गोष्ट शक्य झाली, या त्याच्या असाधारण शक्तीमुळे इतर प्राण्यांहून मनुष्यप्राणी हा वेगळा तर वाटतोच; पण शारीरिक दृष्ट्या दुर्बल वाटूनही चैतन्यसृष्टीवर तो स्वामित्व गाजवतो. या मनुष्यप्राण्यांपैकी काहींना अज्ञात गोष्टी शोधून काढण्याचे इंद्रिय मिळालेले असते. या जगाची जी वैज्ञानिक प्रगती झाली, त्या प्रगतीला माणसाची ही अज्ञात गोष्टी हुडकून काढण्याची शक्तीच, कारणीभूत झाली. दगडावर दगड घासून अग्नी निर्माण करण्याच्या प्राथमिक शोधापासून ते केवळ कणाकणांना एकत्र बांधून ठेवणारी शक्ती अलग करण्याच्या विघटनाच्या अणुविद्येपर्यंत किंवा त्यापुढेही या वसुधेबाहेरील प्रचंड अशा ग्रहमालिकांचा प्रत्यक्ष संपर्क येईपर्यंत सर्व संशोधकांनी आपल्याला प्राप्त झालेल्या या शक्तीच्या साह्याने हे शोध लावले. जगाचे सारे स्वरूपच त्यांनी पालटून टाकले. हे जगातले महान संशोधक ज्ञानाने किंवा पांडित्यामुळे गर्विष्ठ होण्याऐवजी अधिक लीन झाले. एक गूढ उकलले; पण त्याच वेळेस शेकडो नवी गूढे लक्षात आली. त्यामुळे मी केले, मला सापडले– हा त्यांचा अहंकार नष्ट झाला. आपल्यापूर्वी कुणी तरी हे कार्य करून गेले आहे, असे त्यांना वाटू लागले आणि हा कुणी तरी म्हणजेच जगद्नियंता किंवा ब्रह्मांडनायक असावा, असे त्यांना वाटू लागले. जगातले बहुतेक सर्व शास्त्रज्ञ हे आस्तिक आहेत. काही शास्त्रज्ञ तर प्रीस्ट (धर्मगुरू) होते. क्वचित एखादा शास्त्रज्ञ नास्तिक असेलही; पण सर्वसामान्यत: सर्व बुद्धिमान आणि प्रतिभासंपन्न शास्त्रज्ञ हे देवाचे अस्तित्व मानणारे आहेत. ही नियमबद्ध रचना कुणी तरी केली असली पाहिजे, असे त्यांना मनोमन वाटते. कारण त्या रचनेचे एक सूत्र सापडण्याऐवजी तिच्या नियंत्रणाचे सूत्र असलेच पाहिजे, हा त्यांचा अनुभव आहे. तीच गोष्ट श्रेष्ठ अशा लेखकांची. लेखकांतही कवी आणि नाटककार हे अधिक आस्तिक असण्याची शक्यता असते. एखाद्या अद्भुत क्षणी कवीला जे सुचून जाते, ते त्याचे त्यालाच पुन्हा रचता येणार नसते. मग साहजिकच त्याला वाटते– हे मला सुचले, हे अचानक सुचण्यामागे कसला कार्यकारणभाव असेल? पण असला कार्यकारणभाव त्याला शोधूनही सापडत नाही. नाटककारालाही असाच अज्ञात शक्तीचा प्रसाद लाभलेला असतो. मुळात योजलेल्यापेक्षा काही काही वेगळीच व्यक्तिमत्त्वे त्याच्या लेखणीतून

निर्माण होतात, जेव्हा ही माणसे प्रत्यक्ष जिवंत होऊन प्रेक्षकांसमोर एक ३-४ तासांचा भातुकलीचा खेळ खेळतात, त्यांचे अस्तित्व लक्षात येऊ लागते. ही माणसे जन्म पावण्यासाठी पुरुष आणि प्रकृती किंवा नर आणि मादी यांच्या मीलनाची गरज पडली नाही. ही एका अद्‌भुत क्षणी माझ्या मनाच्या गाभाऱ्यातून उभी राहिली. मी त्यांना फक्त हात धरून प्रकाशात आणले. पण त्यांना निर्माण कुणी केले? ही आली कोठून? असे सारे प्रश्न नाटककाराला गोंधळात पाडतात. प्रेक्षक जेव्हा एखाद्या नाट्यकृतीने उल्हसित होऊन टाळ्या वाजवतात, तेव्हा नाटककाराचा अहंकार सुखावतो. ही माझी निर्मिती आहे, अशी ऐट तो मिरवत असतो. पण पुढचे नाटक लिहायला तो जेव्हा बसतो, तेव्हा त्याची निर्मितिक्रिया थांबलेली असते. पुन्हा त्याला वाट पाहावी लागते, पुन्हा तो अद्‌भुत क्षण त्याला साधावा लागतो, पुन्हा नम्रता धारण करावी लागते. सरस्वतीच्या प्रतिभानामक दासीचा अनुनय करावा लागतो. ती केव्हा प्रसन्न होईल, हे सांगता येत नाही. ती अशीच अचानक नाटककाराच्या मस्तकात घुसते, आणि मग चारी दिशांनी अक्षरे गोळा होऊ लागतात, त्यांचे शब्द बनतात, शब्दांची वाक्ये बनतात आणि त्या अक्षरांच्या मेळाव्यातून भावसंपन्न व्यक्ती जन्म पावतात. हे असेच प्रतिभेचे प्रवास चालू राहता-राहता एक दिवस नाटककाराच्या लक्षात येते की, आपण फक्त लेखनिक आहोत. कुणी तरी मजकूर सांगितला व आपण लिहून घेतला. एका विमनस्क स्थितीत हिंडणाऱ्या प्रतिभानामक स्त्रीला आपली कुडी पसंत पडली आणि ती सरळ आपल्या डोळ्यांच्या प्रवेशद्वाराशी आली. होकार किंवा नकार संभवतच नव्हता, कारण ती आपल्या रक्तात भिनून गेली होती. बस्स–फक्त इतके स्मरते. देवाचा जन्म हा असाही होऊ शकतो; नाही असे नाही. निसर्गाचे किंवा माणसाचे रौद्र रूप, हळवी पहाट किंवा उदास संध्यकाळ, रागावलेला किंवा मेलेला समुद्र, रानातली गूढ स्तब्धता... इथेसुद्धा देवाचा जन्म होतो.

(१५ नोव्हेंबर, १९८७)

-०-०-०-

२२

आपला परिवार केवढा मोठा असतो?

आपण आपल्या परिवाराचे रक्षण करण्यासाठी जी धडपड करतो, त्या धडपडीलाच प्रपंच असे म्हणतात. कितीही स्वार्थी असला तरी मनुष्य एकटा जगू शकत नाही. स्त्री ही त्याची नैसर्गिक गरजच आहे आणि या गरजेतून अपत्य-निर्मिती ही एक स्वाभाविक गोष्ट आहे. त्यामुळे प्रत्येक माणसाला किमान आपल्या बायको-मुलांची जबाबदारी घेणे भाग पडते. आपल्या जन्माला कारणीभूत असणारे आई-वडील आणि आपले सहोदर हेही आपल्या जबाबदारीच्या क्षेत्रात ओढले जातात. त्यांनाही टाळणारे आणि अगदी स्वतःच्या बायको-मुलांच्या पलीकडे कसलीच जबाबदारी न स्वीकारणारे लोक या जगात आहेत. आपल्या समाजात लाजेकाजेस्तव का होईना, वृद्ध माता-पित्याची व भावंडांची जबाबदारी घ्यावी लागते.

सर्वसामान्यतः आपली जबाबदारी पेलण्याची मर्यादा इथे संपते. गेल्या पिढीपर्यंत मावश्या, आत्या, चुलते अशा जवळच्या नातेवाइकांच्या कुटुंबांचीही काही प्रमाणात जबाबदारी घ्यावी लागे. त्यांपैकी कुणाच्या शिक्षणाला साह्य केले जाई, कुणाच्या विवाहाला मदत केली जाई, तर कुणाचे मालमत्तेविषयीचे हक्क मिळवून देण्यासाठी कज्जे लढवायला मदत केली जाई. मर्यादा कितीही मोठी केली, तरी नात्यांनी गुंतलेल्या माणसांची जबाबदारी घेणे, ही जास्तीत जास्त जबाबदारीची मर्यादा आपण मानत होतो.

'राष्ट्र' नावाची संकल्पना गेल्या शतकापर्यंत अस्तित्वात

नव्हतीच. हिंदू धर्मातील विस्कळीत स्वरूपामुळे धर्म नावाची संकल्पना अस्तित्वात होती, असेही म्हणता येत नव्हते. जास्तीत जास्त ज्या गावात आपण राहतो; त्या गावाच्या रक्षणाची, सामूहिक सुखसोईंची, दैवी अवकृपेची जाणीव लोक थोडीफार ठेवत असत. पण यांपेक्षा अधिक विशाल दृष्टिकोन आपल्या समाजात निर्माण होऊ शकला नाही. दीन-दुबळ्यांना मदत करावी, भुकलेल्याला खाऊ घालावे, तृषार्ताला पाणी पाजावे– या वा अशा औदार्याच्या कल्पना साधू-संतांची कर्तव्ये आहेत, असे मानले जाई. सर्वसामान्य माणूस कुटुंब हीच आपल्या औदार्याची परिसीमा माने. दधिची ऋषीने समाजाची गरज म्हणून आत्मत्याग केला, या गोष्टी अपवादात्मक अशा मानल्या जात. आपल्या संत-वाङ्मयातून 'जे का रंजले गांजले, त्यासी म्हणे जो आपुले। तोचि साधू ओळखावा, देव तेथेंचि जाणावा।' अशा तऱ्हेचे विचार आढळतात; पण अशा तऱ्हेच्या रंजल्या-गांजल्यांचा विचार करणारे लोक संसारी नसून साधुजन असतात, असे मानले गेले. परिणामी, हा सारा समाज आत्मकेंद्रित बनला. सामूहिक मोक्षापेक्षा वैयक्तिक मोक्ष ही त्यांची आकांक्षा बनली.

स्वतःच्या परिवाराबाहेर एक फार मोठा प्रचंड समाज अस्तित्वात आहे आणि त्याच्या सुख-दुःखांशी आपले काही नाते आहे, याचेच त्याला विस्मरण झाले. आपल्याला सामाजिक मन उरलेच नाही. मला काय त्याचे, ही वृत्ती बळावली. माझ्या जवळच्या समाजावर, जवळच्या राज्यावर माझ्या डोळ्यांदेखत हल्ले झाले, तेथे रक्तपात घडले; तरीही त्या घटनेमुळे मला फारसे दुःख होईना. मी एकटा काय करणार, ज्याने-त्याने आपापल्या पुरते पाहावे– अशा तऱ्हेचे भ्रांत तत्त्वज्ञान या देशात जन्म पावले. आपण कोण आहोत, आपला परिवार केवढा मोठा आहे, शेजाऱ्याच्या सुख-दुःखांशी आपली सुख-दुःखे किती निगडित आहेत याचे भान या देशात निर्माणच झाले नाही. व्यक्तिगत स्वार्थ, व्यक्तिगत मोक्ष, व्यक्तिगत अहंकार, व्यक्तिगत मत्सर ह्या सर्व व्यक्तिगत गोष्टींमुळे या देशात सामूहिक अहंकार जन्म पावलाच नाही. जगातील शेजाऱ्यांच्या सुख-दुःखात आपला वाटा आहे; जात, धर्म, भाषा, संस्कृती या समान धाग्यामुळे कुटुंबापेक्षा आपल्या जगाची मर्यादा मोठी आहे याचे आपल्याला विस्मरण झाले. अल्पसंतुष्ट, आत्मकेन्द्रित, स्वार्थी आणि बेजबाबदार अशी मनोवृत्ती निर्माण होत गेली आणि या वृत्तीचे हळूहळू समर्थन होत गेले.

या जगातील सुख-दुःखे ही निव्वळ माया आहे. यात मनुष्यप्राण्याने अडकून राहू नये. खरे शाश्वत असे जे सुख आहे, ते या पृथ्वीवरील चैतन्यसृष्टीपेक्षा

वेगळ्या ठिकाणी आहे, या तत्त्वज्ञानामुळे ऐहिक व्यापारात या समाजास रस नव्हता. आपल्या स्वत:च्या सुखासाठीसुद्धा धडपड करण्याची चेतना फार थोड्या जणांच्या ठिकाणी उरली होती; मग इतरांची दु:खे हलकी करण्यासाठी प्रयत्न करणे दूरच राहिले.

या समाजाचे जे अवमूल्यन झाले, त्याचे मुख्य कारण येथे सामूहिक मन तयार झाले नाही. व्यक्तीला स्वार्थ हवा, त्यामुळे त्याची उद्योगप्रियता वाढते आणि सुखे मिळवण्याची आकांक्षा तप्त राहते. पण हा स्वार्थ एका मर्यादेनंतर संपुष्टात येऊन त्याचे रूपांतर परमार्थात व्हायला हवे. परमार्थ याचा जो अर्थ अभिप्रेत आहे, तो म्हणजे श्रेष्ठ दर्जाचा अर्थ– शाश्वत स्वरूपाचे सुख– इंद्रियजन्य सुखापेक्षा आत्म्याला मिळणारा संतोष; पण या अर्थाबरोबरच आणखी एक अर्थ अभिप्रेत आहे– तो म्हणजे, दुसऱ्याचे सुख पाहून होणारा आनंद. हा आनंदही उच्च कोटीतला आहे. अशा तऱ्हेच्या उच्च दर्जाचा आनंद मिळवण्याची आकांक्षा जेवढी मोठी असते, तेवढा समाज उच्च पातळीवर चढत जातो. पाश्चिमात्य समाजात गेल्या चार-पाच शतकांत जो बदल झाला, तो केवळ वैज्ञानिक प्रगतीने नव्हे; तर तेथील माणसांनी आपल्या सुख-दु:खाची क्षितिजे विस्तृत केली, म्हणून झाला.

ही क्षितिजे कोणती होती? तिथल्या समाजाने प्रत्येक व्यक्तीचा लहान-लहान वाटणारा त्याग गोळा करून नवे संस्थाजीवन निर्माण केले. मोठमोठी ग्रंथालये, शिक्षणसंस्था, संशोधनसंस्था या एका व्यक्तीच्या शक्तीतून उत्पन्न होऊ शकल्या नसत्या. अनेक व्यक्ती एकत्र आल्या, सामूहिक गरजेचे महत्त्व त्यांना पटले; त्यातून संस्थाजीवन निर्माण झाले. पाश्चिमात्य माणूस स्वत:चा विचार करत नाही, असे नाही. स्वत:चा व स्वत:च्या परिवाराचा विचार करून झाल्यानंतर उरणारी उर्वरित शक्ती, उरणारा पैसा व उरणारा वेळ हा जरी सामूहिक जीवनासाठी खर्च केला तरी फार मोठ्या प्रचंड कार्याची उभारणी होऊ शकते. इंग्रजी राजवट या देशात येईपर्यंत इथे संस्थाजीवन जवळपास नव्हतेच. चिपळूणकरांनी डेक्कन एज्युकेशन सोसायटी काढली आणि त्यात गरजेपुरते निर्वाह-वेतन घेऊन काम करण्यासाठी काही लोक सामील झाले. यातूनच एक प्रचंड शिक्षणसंस्था आकाराला आली. नाही तर बाबा गोखले यांची व्यक्तिगत मालकीची शाळा होती, तशी चिपळूणकर मास्तरांची शाळा चालू राहिली असती. ही शिक्षणसंस्था स्थापन झाल्यावर या समाजातील तरुणांची मनेच बदलली. आपण स्वतंत्र व्हावे, आत्मनिर्भर व्हावे आणि इंग्रजी राज्य हे वरदान नाही तर

तो शाप मानावा– अशी भावना समाजात पैदा झाली. त्याच कालखंडात या देशात गावोगावी वाचनालये स्थापन झाली, शाळा-कॉलेजे निघत गेली. एकेका व्यवसायाचे हितसंबंध सांभाळणाऱ्या व्यावसायिक संस्था निर्माण झाल्या, सेवेचे प्रकल्प सुरू झाले आणि बघता-बघता आपल्या कौटुंबिक कक्षेबाहेरच्या लोकांच्या सुख-दु:खांशी आपला प्रथमच संबंध आला. 'समाजाचे मंडळीकरण करा' हे इतिहासाचार्य राजवाडे यांचे प्रतिपादन म्हणजे पाश्चिमात्यांच्या प्रगतीतील रहस्य जाणण्याचा एक प्रयत्न होता.

गेल्या शतकाच्या अखेरीस व या शतकाच्या प्रारंभी महाराष्ट्रात सामाजिक संस्थांचे पेव फुटले आणि वैयक्तिक सुख-दु:खांच्या कक्षेपलीकडे मराठी मनुष्य विचार करू लागला. त्यामुळे इतर प्रांतांपेक्षा महाराष्ट्राची अधिक प्रगती झाली. प्रपंचासाठी अन्य कुणावरही जी माणसे अवलंबून नव्हती, त्यांनाही सामूहिक जीवनाचा आनंद कळल्यामुळे समाजसुखासाठी त्यांनी आपली संपत्ती उधळून टाकली. संपत्ती असण्यात आनंद होता– नाही असे नाही; पण सार्वजनिक कार्यासाठी किंवा संस्था स्थापण्यासाठी निष्कांचन होण्यात काही वेगळाच आनंद होता. स्वातंत्र्य मिळेपर्यंत समाजाच्या मंडळीकरणाची क्रिया नि:स्वार्थी बुद्धीने चालवली गेली. महाराष्ट्राचे सांस्कृतिक जीवन बहरले. शिक्षणसंस्थांचे जाळे विणले गेले. अनेक उपयुक्त सामूहिक सेवा निर्माण झाल्या. निर्माण झालेल्या सामूहिक संपत्तीतून काही द्रव्य वैयक्तिक स्वार्थासाठी काही लोकांनी पळवलेही गेले असेल; पण सर्वसामान्यत: असे म्हणता येईल की, समाज सावध असल्याने असे प्रकार तुरळक होत होते. त्या वेळेस सर्व सामूहिक जीवनाला स्वातंत्र्यप्राप्ती हे एक टोक असल्याने माणसांची मनेही चळली नव्हती.

पण स्वातंत्र्य मिळाले व आपल्या सामूहिक जीवनाच्या अधोगतीला आरंभ झाला. स्वातंत्र्यानंतर सरकारच्या साह्याने अनेक सामूहिक संस्था निर्माण झाल्या, संस्था वाढल्या; पण अशा संस्था स्थापन करण्यामागे जी एक सामाजिक ऋण फेडण्याची प्रवृत्ती होती, ती काही उरली नाही. उलटपक्षी, या सामूहिक संस्था एखाद्या व्यक्तीच्या किंवा गटाच्या ताब्यात राहाव्यात, अशा तऱ्हेने या संस्थांची वाढ होत गेली आणि होत्या त्या संस्थाही व्यक्तीच्या, पक्षाच्या किंवा एखाद्या गटाच्या ताब्यात ठेवण्याची प्रक्रिया वाढली. लहानसहान योगदान करणाऱ्या माणसांची संख्या घटत गेली आणि या नव्याने उत्पन्न झालेल्या सामूहिक संपत्तीतून वैयक्तिक लाभ उठवण्याची प्रवृत्ती निर्माण झाली. आपल्या स्वातंत्र्यानंतरच्या काळाच्या शोकांतिकेचे हे एक प्रधान कारण आहे की, आपले सामूहिक जीवन

भ्रष्ट होत गेले. आपल्या वाट्याचा हिस्सा सामूहिक संस्थेला देण्याऐवजी संस्थेमार्फत निर्माण झालेल्या सामूहिक संपत्तीचा आपल्या हक्कापेक्षा अधिक हिस्सा लोक मागू लागले. ज्यासाठी हे संस्थांचे जाळे निर्माण झाले, ते कारणच आता विसरले गेले.

अर्थशास्त्राचा कितीही मुलामा दिला किंवा कोणत्याही अर्थवादात त्या-त्या काळाची अर्थनीती बसवली, तरी एक गोष्ट निर्विवादपणे मान्य करावी लागेल. ती म्हणजे, सरप्लस प्रॉफिट (जादा नफा) हाच नव्या भांडवलाची निर्मिती करतो. हे नवे भांडवल निर्माण झाल्याशिवाय समाजाची प्रगती अशक्य असते. या भांडवलातूनच समाजाच्या नव्याने उत्पन्न होणाऱ्या गरजा आणि त्यासाठी उत्पन्न करावे लागणारे मोठे प्रकल्प निर्माण होत जातात. हा जादा होणारा नफा भांडवलशाही राष्ट्रांत काही व्यक्ती खाऊन फस्त करतात, आणि फारच थोडा भाग संपत्तीच्या पुनरुत्पादनासाठी शासनाच्या हाती पडतो. याउलट, कम्युनिस्ट मानल्या गेलेल्या राजवटीत हा जादा उत्पन्न झालेला नफा केवळ सरकारच्या हातांत राहतो; पण त्या राजवटीत चैतन्य नसते. 'सब घोडे बारा टक्के' वृत्ती निर्माण होते. नफ्याचे प्रमाण मुळातच कमी असते. समाजाच्या सर्व गरजांवर नियंत्रण ठेवणारी शासनव्यवस्था तेथे असल्याने आपखुशीने आपण त्याग करून समाजासाठी काही केले, हा आनंद तेथे लाभू शकत नाही. सर्वच माणसे एकाच पद्धतीने विचार करू लागतात. सर्वच गोष्टी सरकारला मोठ्या प्रमाणावर उत्पन्न करायला लागत असल्याने त्यात केवळ उपयुक्ततेचाच विचार केला जातो; सौंदर्याचा विचार करता येत नाही. अर्थपद्धती कोणतीही असो; प्रयत्नपूर्वक नवे भांडवल निर्माण करण्याचा आणि त्यातून मानवी आयुष्य अधिक समृद्ध करण्याचा प्रयत्न आपल्याला केला पाहिजे.

आपल्या देशात संमिश्र अर्थव्यवस्था आहे. महत्त्वाच्या अनेक धंद्यांचे राष्ट्रीयीकरण झालेले आहे. खासगी म्हणून मानलेल्या क्षेत्रांतही सरकारचे निर्बंध आहेत. सर्व तऱ्हेच्या वित्तसंस्था सरकारच्या ताब्यात आहेत. असे असूनही मिळालेल्या अर्ध्यामुर्ध्या स्वातंत्र्यातूनही खासगी उद्योगधंद्यांनी प्रचंड नफा मिळवला, उद्योगधंद्यांचे विस्तार केले, नवे उद्योगधंदे काढले आणि या सर्व उद्योगधंद्यांत काम करणाऱ्या कामगारवर्गालाही समृद्धी प्राप्त करून दिली. सरकारीकरण झालेल्या उद्योगधंद्यांतून जो जादा नफा निर्माण होतो; त्यातून सरकार नवे प्रकल्प उभे करते, अधिक सुविधा वाढवते. या नफ्याचा काळजीपूर्वक व योजनाबद्ध उपयोग न केल्यामुळे अशी भ्रष्टाचारप्रधान शासनव्यवस्था निर्माण झाली आहे

की, ती जादा नफा मधल्यामधेच खाऊन फस्त करते. हा भ्रष्टाचार खासगी व्यवसायातही आहे. तिथेही तो मोठ्या प्रमाणावर आहे. पण तिथला भ्रष्टाचार किंवा चैनबाजी ही व्यवसायाच्या विकासाला अनुकूल वातावरण निर्माण करते. खासगी व्यवसाय वाढवण्यावाचून किंवा नवे व्यवसाय काढल्यावाचून तिथे चालणारच नाही, याचे कारण स्पर्धा. नव्याने निर्माण झालेला जादा नफा हा कधी उघड असेल, तर कधी काळ्या पैशात त्याचे रूपांतर झाले असेल; पण हा पैसा पुन: पुन्हा वापरात ठेवावा लागतो. काळा पैसा जेव्हा प्रत्यक्ष व्यावसायिक गुंतवणुकीच्या रूपाने परत वापरण्यात येतो, तेव्हा हळूहळू त्याचे रूपांतर पांढऱ्या पैशात (व्हाईट मनीत) होते. मधून-मधून करचुकव्यांना उत्पन्न जाहीर करण्याची संधी देऊन वा उद्योगपतींनी केलेल्या बेकायदा उद्योगांवर पांघरूण घालून सरकार काळ्या पैशाचे पांढऱ्या पैशात होणारे रूपांतर उघड्या डोळ्यांनी होऊ देते. या देशात आर्थिक गुन्हेगारांना शिक्षा न होण्याचे मुख्य कारण हे आर्थिक गुन्हेगारच, स्वार्थ साधून का होईना, पण देश समृद्ध करत आहेत हेच आहे. ज्याप्रमाणे सहकारक्षेत्रात साखरसम्राटांनी किंवा सहकारमहर्षींनी खूप मोठी कमाई केली आणि अनेक तऱ्हेचे बेकायदा उद्योग केले, तिकडे सरकारने दुर्लक्ष केले. कारण या साऱ्या व्यवहारांतून ग्रामीण महाराष्ट्राचा आर्थिक विकास झाला आहे, तसेच उद्योगपतींच्या बाबतीत घडले आहे. आता आपल्यापुढे प्रश्न आहे तो असा की, आपल्या देशाचे आर्थिक परिवर्तन करण्यासाठी लागणारा कायदेशीर पैसा (पांढरा पैसा) आपल्यापाशी नाही. मग आपण काय करू शकू?

आपल्या विकासाच्या कल्पना जर स्पष्ट असतील, देशभक्ती म्हणजे केवळ हुतात्मा होऊन फासावर जाणे नव्हे हे जर आपल्याला पटलेले असेल; तर मार्ग सापडू शकेल. आजच्या कायदेकानूंचा, आजच्या कर्मचाऱ्यांचा, कामगारांचा, लहान-मोठ्या व्यावसायिकांचा जो लाभ झाला आहे; तो सर्वथा त्यांच्या पात्रतेनुसार झालेला नाही, तर आजच्या यंत्रणेमुळे तो झालेला आहे. अशा वेळेस समाजासाठी थोडे अधिक श्रम करणे त्या वर्गाला शक्य आहे का? आपल्याला प्राप्त झालेल्या संपत्तीचा अगदी थोडा भाग आपण सामूहिक सुखस्वास्थासाठी खर्च करू शकतो का? आपल्या अहंकाराला छाटून पाच-पन्नास माणसांचा एखादा संघ आपण स्थापू शकतो काय की, जो संघ एखादा छोटा औद्योगिक प्रकल्प, सेवा प्रकल्प किंवा रचना प्रकल्प उभा करू शकेल? मला तर असे वाटते की, दारिद्र्यरेषेखालील जनता सोडून दिली किंवा अतिश्रीमंत लोकांना वगळले तरी जो पंधरा-वीस कोटींचा समाज उरतो, त्याच्याजवळ सुप्त स्वरूपात फार मोठी शक्ती आहे. ती

वापरलेली गेलेलीच नाही; ती फुकट जाते आहे. तो थोडे श्रम करू शकतो किंवा त्या श्रमाचे मूल्य नफा भांडवलासाठी देऊ शकतो. त्याला मिळत असलेल्या त्याच्या उत्पन्नापैकी अगदी एक नगण्य भाग बाजूला काढून तो प्रचंड भांडवलाची निर्मिती करू शकतो. ज्यांच्या मनात एक समान आकांक्षा आहे, अशा लोकांचे लहान-लहान संघ बनवून तो समाजाची आजची मरगळ घालवू शकतो. आपल्या देशाचे शासन भ्रष्ट झालेले असले, सर्व राजकीय पक्ष निष्प्रभ झालेले असले, उद्योगपती व त्याचबरोबर कामगार हेही संकुचित वृत्तीचे बनलेले असले आणि त्याहीपेक्षा या संपूर्ण देशातील मानवी समाजाची चेतना हरवलेली असली; तरीही या देशातील माणूस अंतर्यामी कुठे तरी जिवंत आहे. त्याला परिस्थितीचे भान आहे. एकेकटा तो अगतिक आहे. त्याला कुणी तरी हे सांगितले पाहिजे की, भांडवल-निर्मितीचे खरे साधन म्हणजे माणसाचे दोन हात हेच होत. सद्विचारांची गंगोत्री म्हणजे माणसाचा मेंदू. जे राज्यकर्ते, राजकीय पक्ष वा संघटना करू शकणार नाहीत; ते साहित्यिक, कवी, नाटककार हे मानवी मनाचे उत्थान करू शकतील. आमच्या मायावादाने जसा आमचा ऐहिकावरचा विश्वास गमावला, तसाच चुकीच्या सामूहिक कल्पनेमुळे आम्ही माणसाचे महत्त्व कमी करून टाकले. माणूस हे जगातले सर्वश्रेष्ठ भांडवल आहे आणि जे काही या जगात घडायचे असेल, ते या माध्यमार्फतच घडवता येईल. शेवटी आजपर्यंतचा इतिहास पाहिला; तर जे काही घडलेले आहे, ते समूहाने घडवलेले नाही, तर एकेक माणसाने समूहामार्फत घडवलेले आहे. चर्चिल, नेपोलियन, लेनिन, गांधी, लिंकन, हिटलर अशा माणसांनी अत्यंत क्षुद्र वाटणाऱ्या समाजाकडून केवढे पराक्रम करवून घेतले. इतिहासात अशाच माणसांची नावे शिल्लक उरलेली आहेत की, ज्यांनी आपल्या व्यक्तिमत्त्वाने समाजाच्या मनात एक स्वप्न उभे केले आणि लोकांना कामाला लावले. या कामातूनच खूप देश काही काळ तरी मान उंच करू शकले.

आपल्या समाजात काही प्रश्न उत्पन्न झालेले आहेत. पण आपण गांगरून गेल्यामुळे प्रश्न काही सुटत नाहीत. या प्रचंड देशात कोणत्याही एका व्यक्तीला– अगदी राजीव गांधींनाही– सर्व प्रश्न सोडवणे शक्य नाही. तिथे ही एकाच माणसाने ते प्रश्न सोडवावेत, अशी चुकीची आकांक्षा बाळगल्याने कुठलाच प्रश्न सुटू शकलेला नाही. जबाबदाऱ्या जर वाटून घेतल्या, एकेका प्रश्नाभोवतीच एकाने किंवा छोट्या समुदायाने आपले लक्ष केंद्रित केले; तर ते प्रश्न सुटण्याचा संभव जास्त वाटतो. अन्य कुणी तरी करेल, असे समजून सामान्यतः सुखवस्तू

माणूस आपली जबाबदारी झटकतो. 'सरकार' किंवा 'शासन' या संस्था केवळ शाब्दिक नियमांवर बोट ठेवून चालणाऱ्या असल्याने त्याही काही नवे घडवू शकतील, असा विश्वास आता वाटत नाही. जे-जे संस्थाजीवन आम्ही निर्माण केले, तेथेही राजकीय पक्षांनी धुडगूस घातला आहे.

ज्या कारणासाठी या संस्था निर्माण झाल्या, ती कारणे अजून तशीच उरलेली आहेत व संस्था मात्र निष्क्रिय झाल्या आहेत. म्हणून तर आपण आता नव्याने अन्य काही शक्तींकडून परिवर्तन होऊ शकेल काय, ते पाहतो आहोत. समुदायाचे महत्त्व मी जरूर मानतो किंवा सामूहिक शक्तीचाही मी अपमान करत नाही; पण आज ज्या प्रतिष्ठित, सार्वजनिक संस्था आहेत, त्या चैतन्यहीन झालेल्या आहेत. मला तर एकच मार्ग दिसतो. तो म्हणजे प्रत्येकाने आपले समविचारी शोधावेत, एखादा छोटा प्रश्न हाती घ्यावा, त्यासाठी लागणारी रक्कम स्वत:च उभारावी आणि पगारी माणसापेक्षा स्वत:चीच जादा श्रम करण्याची शक्ती वापरावी. यात अन्य कुणाच्या साह्याचा, सहकारी, कायदेकानूंचाही फारसा जाच नाही. एवढेच नव्हे, तर फार मोठ्या प्रमाणावर मतभेदालाही येथे जागा नाही. हा छोटासा समूह काम करू लागला आणि सामूहिक श्रमाचा व त्यागाचा आनंद त्या समूहाच्या डोळ्यांत दिसू लागला की, पाहता-पाहता अशा शेकडो लहान-मोठ्या संघांची स्थापना होईल. काही निकोप स्पर्धा निर्माण होतील. अधिकाधिक श्रम करण्याची किंवा पैसा खर्च करण्याची वृत्ती वाढेल. कुणाच्याही सुखात व्यत्यय न आणता सुखाचा एक नवा रस्ता आपल्याला सापडेल. असे काही प्रत्यक्षात करता येईल का?

माझ्या मर्यादित शक्तींनी अशा काही उपक्रमांना मी चालना दिली होती. ग्राहक पंचायत हा असाच एक उद्योग होता. असेच आणखी काही प्रकल्प 'सोबत'च्या लेखनातून प्रेरणा घेऊन निघालेले आहेत. त्यांचा वेग वाढला पाहिजे; संख्या वाढली पाहिजे. आज प्रश्न उत्पन्न झाले की, आपण म्हणतो– सरकार लक्ष देईल, कारण सरकारचे ते कामच आहे; पण आपल्या लक्षात येत नाही की, आजचे सरकार आंधळे आहे व बहिरेही झाले आहे. त्याला काही दिसतही नाही व ऐकूही येत नाही. ते मुर्दाड बनले आहे. आजचे आपले शासन म्हणजे नाइलाजाने कमीत कमी रोजच्या गरजेची कामे करणारी एक उदासीन यंत्रणा आहे. या यंत्रणेजवळ एके काळी जी चेतना होती, तीही निर्णयाची शक्ती आपण लोकनियुक्त प्रतिनिधींकडे देऊन पूर्णपणे निष्प्रभ केली आहे. यापुढे सरकारवर फारसा विश्वास ठेवण्यात अर्थ नाही. राजकीय पक्षांना तर कोणतेच काम

करायला वेळ नाही. म्हणून शेवटी, या देशातील सर्वांत लहान माणसाच्या अंत:करणातील ठिणगीला मी फुंकर घालत आहे. जर ही ठिणगी प्रज्वलित झाली, तिचे ज्योतीत रूपांतर झाले आणि अशा अनेक ज्योती निर्माण झाल्या; तर या देशातील अंधार दूर व्हायला कितीसा वेळ लागेल?

(१५ नोव्हेंबर, १९८७)

- ०- ०- ०-

२३

घामातून झाडे उगवतात, तेव्हा...

सर्वसामान्य माणूस परिस्थितीने अगदी गांजलेला आहे. काय करावे, ते त्याला कळत नाही. पगारवाढ झाली की, त्याला थोडेसे बरे वाटते; पण त्याच्या लक्षात येते की, प्रत्यक्षात पगार वाढलेलाच नाही. सर्व वस्तूंच्या किमती वाढल्यामुळे उत्पन्नात झालेली वाढ केव्हाच जिरून गेली आहे. खर्चाची व उत्पन्नाची टोके कशी मिळवावीत, हा त्याच्यापुढे गहन प्रश्न आहे. चैनी तर सोडाच, पण जीवनावश्यक गोष्टी दिवसेंदिवस इतक्या महाग होत चालल्या आहेत की, आपल्याला व आपल्या बायको-मुलांना पोटभर खायला घालता येईल, अशी त्याला खात्री देता येत नाही. मग आपले उत्पन्न वाढण्याचे मार्ग तो आपोआप आचरू लागतो. शिक्षक शिकवण्या करतो, पैसे घेऊन विद्यार्थ्यांना प्रश्नपत्रिका पुरवतो किंवा परीक्षेत पास करण्याबद्दल विद्यार्थ्यांकडून पैसे घेऊन ते परीक्षकाला देण्याचा भडवेगिरीचा धंदा करतो. शिक्षकासारख्या त्यातल्या त्यात भ्रष्टाचाराला वाव नसलेल्या व्यवसायाची ही स्थिती; तर मग अन्य व्यवसायांत काय घडत असेल, ते सांगायलाच नको. तीन-चार लाख रुपये कॅपिटेशन फी देऊन आणि चार-पाच लाख रुपये पागडी-सजावट यांसाठी खर्च करून प्रॅक्टीस सुरू केलेल्या डॉक्टरने भरमसाट फी आकारली, तर त्याची काहीच चूक नसते. कॉंट्रॅक्टर्स सिमेंटमध्ये भेसळ करतात, कमी दर्जाचा माल वापरतात. व्यापारीही भेसळ करतात. मालाचे पुरेपूर वजन गिऱ्हाइकाला देत नाहीत. कारकून कागद

पुढे सरकवण्यासाठी पैसे मागतात, अधिकारी सही करण्यासाठी पैसे मागतात. खालपासून ते वरपर्यंत समाजापुढे जगायचे कसे, हाच एक प्रश्न आहे. तो प्रश्न सोडविण्याचा मार्ग म्हणून भ्रष्टाचाराचा जन्म झालेला आहे. काही ठिकाणी श्रीमंतीची लालसाही त्याला कारण झाली आहे. अनीतीचे आचरण तर करावेच लागते. ती कमीत कमी कशी होईल, एवढाच विचार आपण करायचा. समाजातील सर्वच घटक वेगवेगळ्या कारणांनी अस्वस्थ झालेले आहेत. पापाची एक साखळी तयार होत आहे आणि प्रत्येकाला या साखळीत गुंतवून घ्यावेच लागते. जर घेतले नाही, तर संघटित लोक या भ्रष्टाचारापासून दूर राहू इच्छिणाऱ्या माणसाला जगणे मुश्किल करतात. त्यामुळेच समाजात एक भयग्रस्त वातावरण निर्माण झाले आहे.

या भयग्रस्त अवस्थेचे आणखी एक उत्तम उदाहरण म्हणजे, एक पर्यायी राज्यव्यवस्था निर्माण होणे. ती पोलिसांच्या, लष्कराच्या इतकीच मजबूत असते. तिला धनिकांचे साह्य मिळते आणि खासदार, आमदार, ट्रेड युनियन्स यांच्याकडूनही संरक्षण मिळते. हवा तो गुन्हा करणे व त्यातून सुटून जाणे, ही गोष्ट आता फार सोपी झाली आहे. याचे कारण या देशातील सर्वोच्च बुद्धिमत्ता गुन्हेगारांचे संरक्षण करण्यात गुंतलेली आहे. पर्यायी अर्थव्यवस्था हा शब्द आपण आजपर्यंत ऐकत आलो तो काळ्या पैशांच्या संदर्भात. देशात किमान चाळीस हजार कोटी रुपये काळ्या बाजारात आहेत की, ज्यांच्या जोरावर आर्थिक उलाढाली केल्या जातात, खूप नफा मिळवला जातो आणि तरीही त्यावर कर-अकारणी करता येत नाही. हा काळ्या पैशाचा वापर जवळपास उघडपणे व राष्ट्रीयीकृत बँकांमधूनसुद्धा केला जातो आणि आपले सरकार त्याबाबत काही करत नाही.

सर्वच क्षेत्रांत एक विलक्षण अंदाधुंदी निर्माण झाली आहे. कुणाचाही कुणावर विश्वास नाही. कोण आपल्याला केव्हा लुबाडेल, याचा भरवसा नाही. एवढ्यासाठी सर्वच प्रकारच्या गुन्हेगारांशी मैत्रीचे संबंध ठेवावे लागतात. या प्रचंड महाकाय देशात वरिष्ठ पातळीवरील अधिकारी हेरगिरी करतात, सरकारी व्यापारात दलाली करतात; एवढेच नव्हे, तर लष्करी शस्त्रास्त्र-खरेदीतही कमी दर्जाचा माल स्वीकारून जवानांचे प्राण धोक्यात आणतात. गट करून राहणारे जे लोक असतात, ते त्या मानाने सुरक्षित असतात. सरकारतर्फे वेगवेगळ्या आरोपांसाठी हजारो खटले भरले जातात, पण त्यांतील दहा टक्के लोकांनासुद्धा शिक्षा होत नाही. या देशात पर्यायी अर्थव्यस्थेबरोबरच पर्यायी राज्यव्यवस्था निर्माण होऊ पाहत आहे. दुकानदारांनी वेळच्या वेळी हप्ता दिला, तर दुकानदारांना

संरक्षण मिळते. सावकारांनी, व्यापाऱ्यांनी, बागाईतदारांनी योग्य तो नजराणा गावच्या प्रमुखाजवळ दिला; तर या सर्व घटकांना हवे तसे उद्योगधंदे करायला संरक्षण मिळते. ही जी पर्यायी अर्थव्यवस्था व राज्यव्यवस्था निर्माण होत आहे, ती अधिकृत व्यवस्थेच्या संमतीनेच होत आहे. किंबहुना, लोकनियुक्त अधिकृत सरकार अशा तऱ्हेच्या पर्यायी गुन्हेगारी सरकारला मान्यता व संरक्षण देते, हीच आपली खरी शोकांतिका आहे.

दुसऱ्या महायुद्धाच्या पूर्वीच्या काळात भ्रष्टाचार, दिरंगाई किंवा समांतर राज्यपद्धती अजिबात नव्हती आणि ती आजच नव्याने कार्यक्षम झाली, हे जरी खरे नसले; तरी पूर्वी समांतर व्यवस्थेत गुंतलेल्या माणसाला अपराधाची जाणीव असे. प्रस्थापित सरकारशी हे समांतर सरकार बरोबरीने वागते. ते समांतर सरकार व समांतर अर्थव्यवस्था पूर्वी एवढी व्यापक नव्हती. गांधी, नेहरू यांच्या दांभिक, ढोंगी, कणा नसलेल्या नेतृत्वातून देशाची ही अवस्था निर्माण झालेली आहे. देशाच्या प्रगतीविषयी काही निश्चित कल्पनाच कोणाजवळ नव्हत्या. त्या-त्या काळात काही परवलीचे शब्द असत. समाजवाद, बांधिलकी, सर्व-धर्म-समभाव, नियोजित अर्थरचना या व अशा अनेक कल्पनांतील वरवरचे पोशाखी स्वरूप आपण स्वीकारले आहे. ज्या परिस्थितीत या सर्व संकल्पना जन्म पावल्या, त्या परिस्थितीचा आपण विचारच केला नाही. धर्म ही इतकी फडतूस कल्पना आहे का, की लोकसभेत ठराव केला की, आपल्याला क्षणार्धात धर्म नष्ट करून टाकता येईल? शिवाय सर्व धर्म सारखे आहेत, असे कुणा गाढवाने म्हटले आहे? धर्माची आवश्यकता पारलौकिक कल्याणासाठी आहे, असे आपण मानतो. पण अन्य धर्मांत ऐहिक सुख-स्वास्थ्यासाठीसुद्धा धर्म आज्ञा देतो. सर्व धर्म सारखे नसतात. निदान तसे कुणी मानत नाही म्हणून तर धार्मिक दंगली होत असतात. लोकशाही म्हणजे निवडणूक आणि लोकनियुक्त सरकारचा कारभार, असा फार भाबडा अर्थ आपण धरून चाललो आहोत; परंतु त्यात लोकांचे राज्य अभिप्रेत आहे व प्रत्येक व्यक्तीच्या स्वातंत्र्याचा प्रश्न असतो– ह्या साऱ्याच चांगल्या कल्पना विकृत स्वरूपात वावरू लागल्या आहेत. देशाचे राजकारण निवडणुकीतून निर्माण होते. पण निवडणूक ही एक अतिशय महागडी गोष्ट झाली आहे. इतकी महाग की, ती या देशाला कधी परवडणारच नाही. ज्यांच्या हातांत स्वातंत्र्यानंतर सत्ता गेली, ती माणसे लुच्ची आहेत. त्यांनी निवडणूक लढवण्याचे स्वातंत्र्य विरोधी पक्षांना ठेवले आहे आणि कधी कधी विरोधी पक्षांची माणसे निवडून येतातही; पण मुळात निवडणूक-यंत्रणाच इतकी

महाग केली आहे की, भ्रष्टाचाऱ्यांच्या सहकार्याशिवाय कोणत्याही निवडणुकीत यश मिळणे अशक्य आहे. विरोधी पक्ष त्यांच्या निसरड्या भूमिकेमुळे आपली प्रतिमा गमावून बसले आहेत. भ्रष्टाचाराशी प्रत्यक्ष व अप्रत्यक्ष संबंध ठेवल्याशिवाय त्यांचे अस्तित्वच शिल्लक राहत नाही. सरकारची वेगवेगळी दडपणे आहेतच, त्याचप्रमाणे आपल्या सामाजिक स्तराची दडपणे आहेत. धर्माची, जातीची, भाषेची अशी अनेक दडपणे आहेत. उद्याच्या चिंतेचे, असुरक्षितपणाचे असे आणखी दडपण आहे. अशा वेळी माणसाने करावे तरी काय?

सगळीकडे अंधार पसरलेला आहे. वादळ सैराटत आहे. लाटा गगनाला भिडत आहेत, आणि एक एवढासा जीव या प्रचंड झंझावतात कशीबशी मान उंच करून जगण्याचा प्रयत्न करत आहे. त्याची जिद्द फार मोठी आहे. त्याला माहीत आहे की, एखाद वेळेस या झंझावातात आपला चुराडा होईल. पण त्याला हेही माहीत आहे की माणसाने अशी अनेक वादळे, तुफान पचवली आहेत. या माणसाची वाटचाल आरंभी केवळ मानवी गतीने होत होती; पण आता माणूस शब्दांच्या गतीने प्रवास करू शकतो. जास्तीत जास्त मैल, दोन मैलांवरच्या वस्तू पाहू शकत होता; पण आता हजारो मैलांवरच्या वस्तू तो स्वच्छ पाहू शकतो. आजाराशी, दुष्काळाशी, महाप्रलयाशी, वणव्याशी किंवा हिंस्र श्वापदांशी झगडत-झगडत मनुष्य या क्षणापर्यंत चालत आलेला आहे. तो सहजासहजी पराभूत होणार नाही.

माणसाला हजारो वर्षांचा इतिहास आणि हजारो वर्षांचे भविष्य आहे. प्रचंड अशा आकांक्षा आहेत. हे जरी खरे असले, तरी अगदी खऱ्या अर्थाने माणूस स्वत:पासून स्वत:पर्यंत एवढ्याच कालखंडाचा धनी असतो. आपल्यापूर्वी काय घडले व पुढे काय घडणार आहे, याचे त्याला कुतूहल असते; नाही असे नाही. पण जन्माअलीकडे व जन्मापलीकडे जे काही जग आहे, त्याच्याशी त्याचा काहीच संबंध नसतो. पूर्वसुकृत ही एक भ्रामकच कल्पना. जन्मोजन्मीचा प्रवास हे काव्य. माणसाला लिहिण्याची कला सापडली. त्याबरोबर आपल्याला जे सुचले, ते त्याने कागदावर वा दगडावर कोरून ठेवले. त्याच्या लेखी आपल्यानंतर येणाऱ्या माणसाला आपल्या अनुभवांचा उपयोग व्हावा, अशी भावना होती. म्हणून औषधांचे गुणधर्म, स्वरसमूहातील सौंदर्य, नक्षत्रमालेचे त्याच्या काळातील दिसणारे चित्र, स्फुरण पावलेल्या संकल्पना, उद्याचे मनसुबे– हे त्याने शब्दबद्ध करून ठेवले. आपणही आपले असेच काही अनुभव नोंदवून ठेवले आहेत. या अशा नोंदींतूनच मानवाची संस्कृती निर्माण होत गेली. तरीपण

खऱ्याखुऱ्या इहवादी अर्थाने जन्माबरोबर एक आकांक्षा निर्माण होते, तिचा काही काळ प्रवास होतो आणि मृत्यूनंतर ती आकांक्षा विसर्जित होते. कुणी तरी ओळखीचे चार लोक आपली आठवण काढतात. पण यापलीकडे आपले अस्तित्व कुठे राहिलेले असते? नाही म्हणायला आपल्या आकांक्षा, वासना यांचे रोपण आपण आपल्या अपत्याच्या ठायी केलेले असते. पुराव्याने त्यांतले काहीच सिद्ध करता येणार नाही. सिद्ध करायचे असेल, तर आनुवंशिक शास्त्र मानावे लागेल. आपण घोड्याची, कुत्र्याची पेडिगरी मानतो; पण माणसांची मानायला नकार देतो. कारण ती मान्य करण्याने आधुनिक समतेच्या तत्त्वाला बाध येतो. सर्व माणसे सारखी असतात, हा सिद्धांत रद्द करावा लागेल. या आनुवंशिक शास्त्रामुळेच वर्णव्यवस्था टिकवण्याचा आपण प्रयत्न केला. यापुढे आपल्याला वर्णव्यवस्था मोडायची आहे. एखादी गोष्ट शास्त्राने पटवली तरी तिचा अवलंब करणे आजच्या जमान्यात कठीण आहे. जन्मजात गुणधर्म ही संकल्पना आपण टाकून देऊन, गुणधर्मानुसार प्रतिष्ठा हे नवे सूत्र पत्करू पाहत आहोत. पूर्वी जे प्रश्न सुटल्यासारखे वाटत होते, ते आज उग्रतेने आपल्यासमोर उभे आहेत. धर्मशास्त्र व न्यायशास्त्र यांच्या आधाराने आपण एका मोठ्या समाजावर अन्याय केला, त्याला ज्ञानापासून वंचित केले; यात आपले काही चुकले असे वाटत असले, तरी अनेक वर्षांच्या चुकांची भरपाई करायला आपण तयार नाही. ती भरपाई करायची, तर रास्त गुणांना डावलावे लागते. एखाद्या ब्राह्मणाच्या पोटी जन्म घेतला ही चूक झाली, अशी परिस्थिती जर निर्माण झाली; तर फक्त माणसे बदलतात, प्रश्न तोच राहतो. ब्राह्मणाच्या पोटी जन्म घेतल्यामुळे जर पूर्वीच्या काही पिढ्यांनी काही फायदे घेतले असतील, तर दलितांच्या पोटी जन्म घेतल्यामुळे काही खास फायदे त्यांना आज मिळवता येतील. समाजात न्यायाधिष्ठित समानता आणण्याचे हे उपाय म्हणजे– ज्यांनी अपमान भोगला, त्यांना अपमान करण्याचा परवाना देणे– हा असा का आहे? पूर्वजन्म आणि त्याचे हिशेब हे संपूर्ण नाकारल्यावाचून कोणताही प्रश्न आज सोडवणे शक्यतेच्या कोटीतले वाटत नाही.

सगळीकडे अंधार पसरलेला आहे. एकेका माणसाला या परिस्थितीत बदल करणे शक्य नाही, म्हणून सारा समाज भ्रमचित्त होऊन बसला आहे. असे प्रसंग मानवावर पूर्वी कधी काळी आले असतीलच की नाही? वर्षामागून वर्षे लोटली तरी मानवी सुख-दुःखांच्या स्वरूपात फार फरक झाला नाही. या न्यायाने असा निराशाग्रस्त काळ यापूर्वीही आला असणार; त्या वेळेस माणूस

कसा वागला, याच्या नोंदी माणसाने ठेवल्या असतीलच का नाही? आणि जर ठेवल्या असतील, तर आपले प्रश्न सुटण्याची शक्यता आहे. निश्चितपणाने आपल्या इतिहासात ही नोंद सापडेल, असे नाही. पण आपल्याला थोडा अदमास करता येतो. शिवाजीच्या पूर्वकाळी अशीच एक अविश्वासाची, बेजबाबदारीची, भ्रष्टाचाराची सावली या समाजावर पडली होती. सारा समाजच स्वत्वहीन झाला होता. परकीय असलेले मुसलमान येथे सुखाने राज्य करू शकतील, असा एक भाबडा, दुबळा समाज परिस्थितीने निर्माण केला. आज ज्या अंधारमय परिस्थितीत आपण वावरत आहोत, तशीच परिस्थिती तेव्हाही अस्तित्वात होती. अस्मानी-सुलतानीपुढे कोणाचे काही चालत नाही, असेच आजच्याप्रमाणे तेव्हाचा समाजही म्हणत होता; पण त्यातून प्रथम रामदासांनी आणि नंतर शिवाजीने आपल्याला आपल्या सत्त्वाची जाणीव करून दिली. ज्यांनी त्यापूर्वी कधी शस्त्र हातात घेतले नव्हते, अशा समाजातूनच उत्तम सैनिक निर्माण झालेच ना?

याचा अर्थ– जेव्हा रस्ते बंद होतात, तेव्हासुद्धा एखाद्या बाजूचा दरवाजा उघडता येण्याची शक्यता असतेच. आजच्या परिस्थितीत ही वाट कोणती, की जिच्यावरून प्रवास केला म्हणजे आपली मुक्तता होईल?

व्यक्ती आणि समाज यांचे परस्परांशी काही नाते आहे. व्यक्तींतूनच समाज निर्माण होत असला, तरी व्यक्ती आणि समाज यांच्या परस्परांच्या अपेक्षा भिन्न आहेत. आपल्या स्वत:च्या संपूर्ण गरजा एक व्यक्ती भागवू शकत नाही. त्यातूनच समूहाची महती वाढली आणि समूहाने व्यक्तिस्वातंत्र्याचा खूप संकोच केला. व्यक्तीला कळत होते की– आपल्यावर वागण्याचे, बोलण्याचे, चालण्याचे अनेक निर्बंध आता पडत आहेत. अधून-मधून ह्या निर्बंधांविरुद्ध माणसाने आरडाओरडा करून पाहिला, परंतु त्याचा काही उपयोग झाला नाही. निर्बंध मोडणाऱ्यांना शिक्षा भोगावी लागली. ते नियम पाळणाऱ्यांना सामूहिक संपत्तीवर आणि सुविधांवर हक्क सांगता येई. पूर्वीच्या मानाने तो अधिक सुरक्षित बनला आणि केवळ उदरभरण करण्यापलीकडे अन्य गोष्टी करण्यासाठी त्याला सवड लाभू लाभली. एका माणसाचा अपुरा संसार आता पुष्कळच विस्तारला आणि निर्बंधांच्या मानाने फायदे अधिक आहेत, हे त्याच्या लक्षात आले. हे निर्बंध खासगी जीवनात नव्हते. सामाजिक जीवनात मात्र या निर्बंधांची आवश्यकता होती. काही निर्बंध रेखीव होते आणि ते मोडणाऱ्यांना निश्चित अशा शिक्षा होत्या. या रेखीव निर्बंधांना कायद्याचे रूप आले. यांव्यतिरिक्त आणखीही

पुष्कळ निर्बंध व्यक्तिमात्रांवर होते की, ज्यांचा समावेश कायद्यांत होत नव्हता. अशा निर्बंधांतून नीतिशास्त्र निर्माण झाले. माणसा-माणसांतील व्यवहार निश्चित करण्यासाठी या दोन पातळ्यांवर नियंत्रणे सुरू होती आणि या दोन्ही नियंत्रणांमुळे व्यक्तीचे स्वातंत्र्य मर्यादित झाले. काही विशिष्ट समाजातून माझा जोडीदार निवडण्याचे स्वातंत्र्य मला मिळाले. पण त्या स्वातंत्र्यावर अनेक प्रकारची नैतिक बंधने होतीच. मी जोडीदाराला निवडले तसेच जोडीदारानेही मला निवडले आहे, हे गृहीत कृत्य होते. त्याचप्रमाणे निवडलेल्या जोडीदाराबरोबर कोणत्या पद्धतीने राहायचे, होणाऱ्या अपत्यांचे संगोपन कोणत्या प्रकाराने करायचे, बेबनाव उत्पन्न झालाच तर तो कोणत्या पद्धतीने सोडवायचा– याचे काही नियम होते. आपल्यावर किती प्रकारचे निर्बंध आहेत, हेही आपल्याला माहीत नसते. पण निर्बंधांशिवाय आजचे समाजजीवन नाही. खरे तर आजच्या आधुनिक जगात स्वातंत्र्य-संकल्पनेचा अर्थच संकुचित झाला आहे. थोडे-फार स्वातंत्र्य असते व तेवढेच वापरताही येते. पण जर स्वातंत्र्याच्या मर्यादा शोधण्यासाठी तळात उतरलो तर आपले स्वातंत्र्य बेगडी आहे, हे लक्षात येते. जेव्हा देशावर किंवा समाजावर विलक्षण स्वरूपाची मरगळ येते, तेव्हा लुप्त होत जाणाऱ्या स्वातंत्र्य-भावनेला हाक मारावी लागते.

कोणाही माणसाने मारलेली हाक त्या माणसाच्या अंत:करणात पोहोचत नाही. पण काही माणसांचे व्यक्तिमत्त्वच असे असते की, त्यांची हाक कोणाही सामान्याला समजू शकते. रामदासांनी 'मराठा तितुका मेळवावा' अशी जी हाक मारली, ती महाराष्ट्राच्या दऱ्याखोऱ्यांतून घुमली आणि दीर्घकालीन झोपेतून मराठी समाज जागा झाला. त्याच सुमारास स्वत्व जागे करणारा शिवाजी दऱ्याखोऱ्यांत हिंडू लागला होता. ज्यांनी समर्थांची हाक ऐकलेली होती, त्यांना प्रत्यक्षच मराठी एकतेचे साजिरे रूप पाहायला मिळाले आणि त्यांची झोप उडून गेली. लहानखुऱ्या, अननुभवी शेतकऱ्यांच्या शरीरात एवढा चिवटपणा असेल आणि मनात एवढा अदम्य विश्वास असेल, असे कुणालाच वाटले नव्हते. महाराष्ट्रात प्रत्यक्षात ते घडले. एका प्रचंड बलवत्तर सेनेला इथे अडकवले गेले आणि या जगाला धडा शिकवला गेला. सुखे आणि दु:खे ही क्रमाने येत राहणार, त्यांचेही ग्रह-ताऱ्यांप्रमाणे भ्रमण होत असते. माणसाने धीर सोडता कामा नये. एक दिवस असाही उजाडतो की, तेथे माणसा-माणसांतील सुप्त शक्ती जागी होते. त्यासाठी माणसाने उमेद हरवता कामा नये.

आपण एकट्याच्या बळावर इकडचा डोंगर तिकडे नेऊ शकत नाही

किंवा नदीला बांधही घालू शकत नाही. पण एकेका माणसाने आपल्याला होईल तेवढेच करायचे ठरवले, तर कामाचा डोंगर उभा राहील. वर्षानुवर्षे थेंबाथेंबाने, ओंजळी-ओंजळीने आपण पाणी इकडचे तिकडे नेले, तर एखादे तळे निर्माण होऊ शकेल. काही तरी नवे निर्माण होत आहे, या आनंदाचे झाड एकाच वेळी अनेकांत रुजते, तेव्हा अनेक हात आपल्या मदतीला येतात. शब्दाने नव्हे, प्रात्यक्षिकाने आपण लोकांना जिंकलेले असते. आपला घाम जिथे गळतो, ती भूमी आपल्याशी संवाद साधू लागते. आपल्या हयातीतच आपण केलेल्या कामाचे फळ आपल्याला मिळेल, असा लोभ आपण धरता कामा नये. आपण आपल्या मुलांच्या, नातवंडांच्या डोळ्यांनी आपल्या श्रमातून निर्माण झालेली रचना पाहू शकू. आरंभी एकटे असणाऱ्या आपल्याला हळूहळू इतरांचे हात मिळत जातील आणि एक सामूहिक आनंदयात्रा निर्माण होईल. आपले हे बीजरूपाने सुरू झालेले काम वृक्षरूपाने आपल्याला पाहायला मिळेल.

सगळेच अंधारलेले आहे व पुढे काय घडणार, अशी चिंता पडलेल्या आपल्या मनाला आपण पुनःपुन्हा एक गोष्ट शिकविली पाहिजे. कुणी तरी झाडे लावली, त्याची फळे आपण खात आहोत. कुणी तरी पाणी अडवले म्हणून आपली तहान भागली आहे. कुणी तरी लोक होऊन गेले, त्यांनी ही निर्मिती स्वतःसाठी केली नव्हतीच तर ती तुमच्या-माझ्यासाठी केली होती. हे जर खरे असेल, तर आपणही असे काही केले पाहिजे की, त्यामुळे उद्याच्या जगाची गरज भागेल.

पण या सगळ्यात अडचण आहे ती एकाच गोष्टीची. आपल्यामध्ये जो एक अहंकारी 'स्व' दडून असलेला आहे; त्याच्याकडूनच आपल्या स्वत्वाची, कर्तव्याची किंवा कर्तृत्वाची हत्या होत असते, आणि म्हणून या 'मी'ला आवरणे अत्यावश्यक असते. हे काम सोपे नाही. ज्यांना हे जमले, त्यांनी समाज आणि ती व्यक्ती यांच्यातले अंतरच पुसून टाकले. ही माणसे समाजाचा एक भाग होऊन गेली आणि त्याच ठिकाणी समाजपुरुष दिसू लागला.

अशी माणसे आकाशातून पडत नाहीत. ती तुमच्या-माझ्यासारखीच लहान चणीची माणसे असतात; पण मनात त्यांनी समाज झेललेला असतो. अनेकांचे अश्रू पुसता-पुसता त्यांचे अश्रू गोठलेले असतात. हळूहळू या लहान कणाचा वटवृक्ष फार जागा व्यापून टाकतो. त्याला पारंब्या फुटतात. एका स्वप्नाचे अनेक हृदयांत रोपण होते. हे प्रचंड काम सोपे होते, असे वाटू लागते. कारण, पाया रोवून बसलेला माणूस तिथेच उभा असतो.

अश्रू जसे प्रखर अस्त्र आहे, तसेच घाम हेही तीक्ष्ण अस्त्र आहे. अश्रूने कातळ फुटतात आणि जमिनीतले पाणी या प्रवाहाच्या भेटीला येते. उत्तुंग हिमालयाच्या डोंगररांगा फोडून गंगा आपल्यापाशी येते ती केवळ घामाचा सुगंध भोगण्यासाठी.

जेव्हा शस्त्रे गंजून जातात, समाज चेतनारहित बनतो; तेव्हा माणसाजवळ हे फार मोठे अस्त्र दिलेले आहे. त्याचे आज विस्मरण झाले आहे, इतकेच.

(१७ जानेवारी, १९८८)

-०-०-०-

२४

कृषिव्यवस्था : एक समग्र विचार

स्वातंत्र्यानंतर आरंभीच्या काळात आपल्या देशाची अर्थव्यवस्था ही मुख्यत्वेकरून उद्योगीकरणावर आधारित होती. स्वातंत्र्यपूर्व काळात जे काही थोडेफार उद्योगधंदे होते, ते अपरिहार्यतेतून निर्माण होऊ दिले गेले. पण ज्यांची निर्मिती व व्यापार करणे इंग्रजांना शक्य होते, ते उत्पादनाचे उद्योगधंदे हिंदुस्थानात वाढावेत असे इंग्रजांना वाटणे शक्यच नव्हते. इंग्लंड हा देश धनधान्याने समृद्ध नाही. इंग्रजांच्या साम्राज्यातील वसाहतींना लुटून ते एक समृद्ध राष्ट्र बनले होते आणि त्या साम्राज्याचा कणा होता इंग्रजांची नाविक सत्ता आणि नौकानयनाद्वारे होणारा व्यापार.

महात्माजी १९२० मध्ये राजकारणात आले. त्यापूर्वी स्वदेशीचा आग्रह सुरू झालेला होताच. त्याला गांधीजींनी अधिक व्यापक रूप दिले आणि परदेशी मालावर बहिष्कार टाकून स्वदेशी माल वापरावा, असा आदेश दिला. स्वातंत्र्याच्या लढ्यात स्वदेशीचा वापर ही एक अत्यावश्यक अशी चाल होती. त्यातूनच साखर, कापड, ज्यूट आदी कारखाने निघू लागले. त्या कारखान्यांची मालकीही इंग्रजांकडे होती. पण हळूहळू भारतीय उद्योगपती निर्माण होऊ लागले व औद्योगिकीकरणाची प्रक्रिया चालू झाली. तिला वेग आला नसला, तरी आयात होणाऱ्या परकीय मालावर कर आकारून स्वदेशी मालाच्या उत्पादनाला संरक्षण देण्याचा कायदाही मंजूर झाला. गांधी स्वदेशीचे पुरस्कर्ते असले तरी

यंत्रयुगाचे विरोधक असल्यामुळे हव्या त्या गतीने औद्योगिकीकरण झाले नाही. पण पुढे दुसरे महायुद्ध ओढवले आणि युद्धासाठी लागणाऱ्या सर्व वस्तूंचे कारखाने हिंदुस्थानात काढणे इंग्रजांना भाग पडले. युद्धानंतर लगेच स्वातंत्र्य आले आणि त्यामुळे औद्योगिकीरणाचा वेग वाढत राहिला. अतिमहत्त्वाच्या गुंतागुंतीच्या वस्तू सोडून आता बहुतेक वस्तूंचे उत्पादन हिंदुस्थानात होऊ शकते. शिक्षणाचा प्रसारही वेगाने वाढला. परदेशांत जाऊन नवनवीन औद्योगिक तंत्रज्ञाने भारतीय तरुणांनी शिकून घेतली. आता कोणताही उद्योग सुरू करण्यासाठी परदेशातून तंत्रज्ञ आणण्याची आवश्यकता उरली नाही. अवकाशक्षेत्र, जेनेटिक्स यांसारख्या शास्त्रांत आपण कदाचित मागे असू; पण बाकीच्या अन्य सर्व क्षेत्रांत भारत स्वावलंबी झाला आहे, असे म्हणायला हरकत नाही.

या देशातला सर्वांत प्रधान व्यवसाय म्हणजे कृषिव्यवसाय असून त्याकडे आपण हवे तितके लक्ष पुरवलेले नाही, अशी जाणीव जनता पक्षाच्या राजवटीपर्यंत उत्पन्न झालेली होती. वैज्ञानिक प्रगतीमुळे आपण चांगल्या बीजाची निर्मिती करू शकतो, चांगल्या खतांची व कीटकनाशकांचीही निर्मिती करू शकतो; त्याचबरोबर चांगल्या तंत्रज्ञानाच्या मदतीने देशाच्या गरजेइतके किंवा त्याहूनही अधिक कृषि-उत्पादन करू शकतो. मध्यंतरी कृषिव्यवसायाकडे जे दुर्लक्ष झाले, त्यामुळे या देशात अन्नधान्याची टंचाई निर्माण झाली. असा प्रसंग आता पुन्हा येईल, असे वाटत नाही. पण आपल्या सरकारचे काही सांगता येत नाही. आपले कृषिधोरण कोणत्याही शास्त्रशुद्ध आधारावर नाही. त्यामुळे आज ज्या वस्तूंचे उत्पादन जास्त होते, ते ठेवायला गोडाऊनमध्ये जागा उरत नाही, त्याच उत्पादनाचे पुढील वर्षी दुर्भिक्षही निर्माण होऊ शकते. एके काळी साखर एवढ्या प्रमाणात उत्पन्न केली गेली की, तिचे भाव कोसळले. एवढेच नव्हे, तर शेतकऱ्यांना मिळणाऱ्या भावातून खर्चसुद्धा भागू शकत नव्हता. लोकांनी ऊस लावणे बंद केले. त्याचा परिणाम साखरेचे दुर्भिक्ष होण्यात झाला. आजही केवळ राजकारणासाठी उत्तर प्रदेश, बिहार या प्रदेशांतील उसाला इतर प्रांतांच्या तुलनेने जास्त भाव दिला जातो. हे एक प्रकारे तिथल्या लोकांच्या आळशीपणाला उत्तेजनच दिले जात आहे. विपुल पाणी आणि भू-प्रदेश असून बिहार व उत्तर प्रदेश येथील ऊसउद्योग नेहमी तोट्यात असतो. आजही केवळ सरकारी धोरणातील मूर्खपणामुळे महाराष्ट्रातील कित्येक साखर कारखाने तोट्यात चालले आहेत. उसाच्या शेतीला पाण्याची हमी लागते, ती उरलेली नसताना नव्या कारखान्यांना उत्तेजन देणे मूर्खपणाचे आहे. पण राजकीय कारणांसाठी नवे कारखाने निघत आहेत. मुक्त

साखर व लेव्ही साखर असे दोन प्रकार ठेवण्यामागे लोकांचे हित पाहण्याची इच्छा नाही; तर ज्यावर राहणीमानाचा निर्देशांक ठरतो, त्या गोष्टींची किंमत सरकारला वाढू द्यावयाची नाही. राहणीमानाचा निर्देशांक ठरवताना सरकारी दराने मिळणाऱ्या साखरेचा भाव गृहीत धरला जातो.

घरबांधणी योजना, विकास योजना, कृषिसंशोधन केन्द्रे, जमीन-सुधारणा प्रकल्प, शेतीचा व्यापार, शेतीवर कर्जे देणाऱ्या बँका, पाटबंधारे वा विहिरी यांची निर्मिती, कमी होत जाणारे पर्जन्यमान वाढण्याची दीर्घकालीन योजना– या व अशा अनेक गोष्टी एकाच सूत्राने नियोजित केल्या पाहिजेत आणि या गोष्टींबरोबरच शेतमजुरांचा प्रश्नही सोडवून घेतला पाहिजे. आत्ताच्या शेतीला आज द्यावी लागणारी शेतमजुरी परवडणारी नाही. दर्जेदार बी, उपयुक्त खते आणि आवश्यक ती कीटकनाशके यांच्याबरोबरच पाण्याचेही नियोजन करायला हवे. या पाणी-नियोजनाअभावी ज्याला मिळेल तेथे तेथे प्रत्येक जण कायद्याला ठोकरून चोरून पाणी वापरत आहे. एखाद्या धरणाचे लाभक्षेत्र ठरवून एखादी विशिष्ट कृषिव्यवस्था निर्माण केली, तर समानतेची मागणी कितीही न्याय्य वाटत असली तरी, सर्वांना पाणी देता येणारच नाही. म्हणून ही व्यवस्था मोडणाऱ्यांना शिक्षा व्हायला हवी. बेकायदा उपसा-केन्द्रातून पाणी घेऊन नव्याने शेती करणारे कृषिव्यवस्था मोडून टाकत आहेत. महाराष्ट्राने साखर कारखानदारीत प्रचंड प्रमाणावर पैसा गुंतवलेला आहे, ती गुंतवणूक अशा वागण्याने धोक्यात येईल. काही लोकांना कायमचे श्रीमंत ठेवावे आणि काहींना गरीब– असा हेतू असेल, तर त्यासाठी रोटेशन ब्लॉक्सचा वापर करता येईल. परंतु सरकारी परवानगीशिवाय कोणीही नदीतून वा कालव्यातून पाणी उपसणे म्हणजे कृषिव्यवस्था मोडून टाकणे होय. प्रत्येक कारखान्याला जेवढे क्षेत्र लागते, तेवढे क्षेत्र सरकारने वाटून दिले आहे. त्यात निर्माण होणारा ऊस त्या कारखान्यातील गाळपशक्तीला पुरेसा आहे, अशीही सरकारने व्यवस्था केलेली आहे. ऊस-शेतीवर कर बसवा, परंतु उसाला पाणी पुरवण्याचे जे अभिवचन सरकारने दिलेले आहे, ते सरकारने पाळलेच पाहिजे. राष्ट्रीय संपत्तीची अशा प्रकारे हानी करणे, हे अन्यायजनक आहे. ऊस-क्षेत्र आळीपाळीने बदलून समानता आणणे शक्य आहे किंवा काय, याचा विचार करायला हरकत नाही. पण उसाची शेती बुडवून महाराष्ट्राला तरी फायदा नाही; उलट महाराष्ट्रातील साखर कारखानदारी, उसासाठी अडलेली जमीन आणि सार्वजनिक पैसा वापरून निर्माण केलेले पाण्याचे कृत्रिम साठे यांची भरपाई मध्यवर्ती सरकारने केली, तरच उसासाठी एवढी जमीन व पाणी देणे शक्य

होईल. याचाच अर्थ महाराष्ट्र सरकारने हा प्रश्न राष्ट्रीय प्रश्नाशी जोडून घेतला पाहिजे.

या देशातील जाणकार इंजिनिअर्सनी पाण्याचा साठा वाढविण्याविषयी किंवा भूपृष्ठातील पाण्याची पातळी उंचावण्यासाठी प्रयत्न केले असतीलच. तोडलेल्या रानावनांच्या जागी नवी अरण्ये निर्माण होऊन त्यामुळे पर्जन्यमान वाढेल– हा फार दूरचा प्रवास आहे. आजच्या आज याविषयी काय करता येईल? लहान-मोठी धरणे बांधणे व गावतळी निर्माण करणे याचा तर विचार चालूच असणार. पण नदीच्या पात्रात लहान-लहान बंधारे घालणे, डोह अधिक खोल करणे, शक्य तेथे पात्र रुंद करणे किंवा पात्रातच पाणी मुरवण्यासाठी जमिनीखाली उलटी धरणे बांधणे याचाही विचार करायला हरकत नाही. पूर्वी धरणासाठी काही विशिष्ट प्रकारच्या जागा लागत. डोंगर अगदी जवळ-जवळ आहेत व कृत्रिम कॉंक्रीटचा बंधारा बांधून त्या डोंगरातून जाणारा पाण्याचा प्रवाह अडवला की, जलाशय निर्माण होई. अतिशय उत्तम धरणांची जागा कोयनेची किंवा भाक्राची मानली जाते. फार लहानशा भिंती बांधून तेथे प्रचंड जलाशय निर्माण झाले. पण अशा तऱ्हेच्या जागा आता संपत आल्या आहेत. पाण्याची उपयुक्तता एवढी वाढली आहे की, पूर्वीचे धरणाचे अर्थशास्त्रीय हिशेब आता कुचकामी झाले आहेत. पाण्याखाली जाणारी जमीन व भिजणारी जमीन यालाही काही प्रमाण असायला लागते, इकडे दुर्लक्ष करणे आता भाग झाले आहे. एखादे धरण किफायतशीर आहे किंवा नाही हे ज्या मूल्यांवर ठरवले जाई, ती मूल्येच आता बदलली आहेत. त्याचे कारण पाणी ही नैसर्गिक संपत्ती असली तरी वाढत्या गरजा भागवण्यासाठी निसर्गाच्या लहरीवर अवलंबून राहणे परवडण्यासारखे नाही. समुद्राच्या पाण्यापासून पिण्याचे पाणी उत्पन्न करणाऱ्या राष्ट्रांना त्यासाठी जी किंमत मोजावी लागते, त्यापेक्षा कितीही खर्च झाला तरी नैसर्गिक पाणी साठवायचा खर्च कमीच असेल. वस्तुत: हिंदुस्थान हा उष्णकटिबंधातील देश आहे. येथे पाण्याची कमतरता होण्याचे कारण नव्हते. पण अगदी क्षुल्लक स्वार्थासाठी येथील लोकांनी रानावनांचा जो नाश केला, त्याला तोड नाही. मनुष्यवधाइतकाच हाही अपराध गंभीर मानला पाहिजे. आता कितीही प्रयत्न केला, तरी राने-वने निर्माण व्हायला अनेक वर्षांचा कालावधी लागेल. शिवाय वाढत्या लोकसंख्येपासून ही रानेवने वाचवणे, हाही एक कष्टाचा उद्योग आहे. लोकांना घरगुती गरजांसाठी इंधन लागते. ते इंधन लाकूडफाट्यातून मिळत होते. आता कोणत्याही खेडेगावाला पुरेसा असा लाकूडफाटाच शिल्लक नाही. त्यामुळे

रोजची गरज भागवण्यासाठी मिळेल त्या झाडावर हल्ला करण्यावाचून सामान्य नागरिकाला उपाय सापडत नाही. लाकूडफाट्याच्या इंधनाऐवजी पर्यायी इंधन शोधायचे म्हटले म्हणजे खनिज तेलांचा विचार करावा लागतो. आपल्या देशात खनिज तेलांचे साठे व नैसर्गिक वायू आता मिळू लागला आहे. लोकसंख्यावाढीचा वेग थांबल्याशिवाय नागरिकांना पिण्यासाठी व शेतीसाठी पाणी आणि सरपणासाठी ऊर्जा किंवा कारखानदारीसाठी खनिज तेल किंवा वीज पुरवणे शक्य नाही. एका प्रश्नात दुसरा प्रश्न कसा अचानक येऊन मिसळतो व सोपे वाटणारे प्रश्न गुंतागुंतीचे करून ठेवतो, याचे कृषि-उद्योग हे एक उत्तम उदाहरण आहे. ज्या देशांचा प्रधान उद्योग शेती हा आहे आणि शेती हाच राहणार आहे, त्या देशाचे सर्वच प्रश्न कृषि-उद्योगाशी निगडित असतात. सुट्या-सुट्या प्रश्नांची उत्तरे काढता येत नाहीत. देशाचा विकास या शब्दांतच सर्वच व्यवसायांचा– त्यातही कृषिव्यवसायाचा विकास अभिप्रेत आहे. आकडेवारीने हे प्रश्न नीट समजावून सांगता येत नाहीत, कारण परिस्थितीनुसार या प्रश्नाची उग्रता कमी-जास्त होते.

परदेशांत सर्व प्रकारची मूलभूत संशोधने चालू असतात. आपल्या देशात मात्र मूलभूत संशोधनापेक्षा विकसित झालेले तंत्रज्ञान आयात केले जाते. ते या परिस्थितीला अनुकूल आहे किंवा नाही, याचा फारसा विचारही केला जात नाही. खरे तर प्रवृत्तीतून विकृती आणि विकृतीतून पूर्वस्थिती– असा प्रवास नित्यश: चालू असतो. जेव्हा समस्या निर्माण होतात, तेव्हा आपोआपच त्यांची उत्तरेही निर्माण झालेली असतात; परंतु आपल्या ती लक्षात येत नाहीत, कारण स्वतंत्रपणे विचार करणे आपण सोडूनच दिले आहे. उत्तर हिंदुस्थानातील नद्यांतून किती तरी पाणी वाहून जाते. गंगा-कावेरी योजना एके काळी विचारात घेतली गेली होती, पण ती अव्यवहार्य म्हणून टाकून दिली गेली आहे. उत्तरवाहिनी गंगा दक्षिणवाहिनी करून डोंगरांच्या रांगा फोडत तिला पठारावर आणण्याच्या भगीरथ राजाच्या प्रयत्नाचा उल्लेख आपण 'भगीरथ प्रयत्न' असा करतो. अनेक पिढ्या हे काम चालले असले पाहिजे व अनेक माणसे यात खर्ची पडली असली पाहिजेत. असल्या कामात कोणी खर्चाचा हिशेब ठेवत नाही. मनुष्यजातीपुढे जेव्हा जीवन-मरणाचा प्रश्न उद्भवतो तेव्हा अशक्य वाटणारी कृत्ये माणसाने केली आहेत. कोकणात महामूर पाऊस पडतो आणि डोळ्यांदेखत सगळाच्या सगळा वाहून जातो. त्या पाण्याचा ना माणसाला फायदा, ना निसर्गाला. सह्याद्रीच्या लहान-मोठ्या पश्चिमेकडील दऱ्या हे पाणी साठवू शकतील आणि सौर-ऊर्जेच्या किंवा पवन-ऊर्जेच्या साह्याने हे पाणी तृषार्त अशा देशभागाला पुरवता येईल. ही कल्पना आज हास्यास्पद वाटेल; पण

दिशा वळवून गरजेप्रमाणे पाण्याचा प्रवाह वाहू देणे, असा प्रयोग यापूर्वीही भारतात घडला आहे. हा विषय शास्त्रीय आहे व तो शास्त्राच्या मर्यादेतूनच सोडवावा लागेल. नुसती स्वप्ने काही कामाची नाहीत. सौरशक्तीने समुद्राच्या पाण्याची वाफ करून शुद्ध पाणी मिळवता येणे भविष्यात अशक्य नाही. अणुभट्टीने आजच काही देशांत शुद्ध पाणी पुरवण्यात येते. सर्व ऊर्जा-स्रोत जेव्हा संपतील, तेव्हा अखेरचा पर्याय सौरऊर्जा हाच आहे. ती अमर्याद अशी शक्ती मानवजात आहे तोपर्यंत तिची सोबत करणार आहे. पण आजचा प्रश्न सोडवण्यासाठी उद्याच्या ज्ञानाचा काही उपयोग नाही. आज पाण्यासाठी सार्वत्रिक हाकाटी निर्माण झाली आहे आणि माणसाच्या गरजेइतके पाणी लवकरात लवकर निर्माण करण्याची क्षमता माणसात निर्माण झाली पाहिजे.

जमीन आहे, पाणी आहे, पेरण्यासाठी बी आहे, ते उगवण्यासाठी ऊन आहे; पण ते पेरायला पुरेसे हात नाहीत. बीज पेरून माणसाला उपयुक्त असे धान्य त्यातून निर्माण होत नाही. झाडाझुडपांची निगा ठेवावी लागते, तृणांकुरे काढून टाकावी लागतात, वेळोवेळी खते द्यावी लागतात आणि कीटकनाशकांचा वापरही करावा लागतो. सर्वांत महत्त्वाचे म्हणजे, नियंत्रित असलेले पाणी झाडाजवळ पोहोचवावे लागते. हे सगळे करण्यासाठी लागणारे मनुष्यबळ म्हणजे शेतकऱ्याचे कुटुंब. शेतकरी आपल्या कुटुंबासाठी कुटुंबाला घेऊन शेतात काम करतो, त्याचे मजुरीमूल्य काढणे कठीण आहे. पण एवढे कष्ट करूनही त्याला बाहेरच्या अन्य मजुरांची मदत घ्यावी लागते. प्रत्येकाला पुरेल एवढी शेती या देशात नाही. तेव्हा शेतमजूर या देशात राहणारच. जसजसे औद्योगिकीकरण सुरू झाले तसतसे ज्यांना गाव सोडण्याची धिटाई दाखवता आली, ते शहरांत येऊन रोजगार करू लागले. संघशक्तीच्या बळावर त्यांनी आपल्याला हवे तेवढे वेतन ठरवून घेतले; पण उरलेला जो शेतमजूर आहे– त्याची परिस्थिती काय आहे? तो असुरक्षित आहे, असंघटित आहे आणि शिवाय त्याला रोजगाराची हमी नाही. त्याच्या लेखी फक्त 'आज' अस्तित्वात असतो. काम केले, ठरलेला रोजमुरा घेतला आणि आभाळाच्या छताखाली दोन्ही वेळ कोरडी भाकरी खाल्ली म्हणजे त्याच्या जीविताचा सर्व हिशेब मांडून होतो. संसार, मुले-बाळे, घर, आजारपण, अपत्य-संगोपन या गोष्टी त्याने देवावरच सोपवलेल्या असतात. अगोदरच भारतातील ऐंशी टक्के शेती ही परमेश्वरी कृपेवर अवलंबून असते. ती शेती पिकवणारा शेतकरी सर्वथा दैवावर अवलंबून असतो. पण त्याला आधाराला जमीन तरी असते, पण शेतमजुराला तीही नसते. शेतमजुरांना शाश्वती नसल्यामुळे ते

बेदरकार बनतात, कामचुकार बनतात आणि वेळ पाहून वाटेल तशी मागणी करू शकतात. अशा शेतमजुरांची संघटना करणे, त्यांच्या कामाचे स्वरूप ठरवणे, एखादे काम अंगावर घेऊन पार पाडण्याची संघटित क्षमता दाखवणे– असा काही विचार करता येणे शक्य आहे का? एखाद्या गावात पाऊणशे पुरुष व पन्नास बाया शेतमजूर म्हणून काम करतात असे धरले; तर ज्याला शेतमजूर हवा असेल, त्याने वैयक्तिक मजूर न शोधता या मजूरसंघाकडे शेतमजुरांची मागणी का करू नये? शेतीची विविध प्रकारची अनंत कामे असतात. ही कामे शिकवण्याच्या शाळा नाहीत, पाहून-पाहून ही कामे शिकली जातात. पण शेतमजुरांच्या संघाला सर्व कामे करणाऱ्या गटांच्या समूहाचे रूप येऊ शकेल, काम चांगले होईल, केल्या कामाचा योग्य तो मोबदला मिळेल आणि एक काम रेंगाळत चार-सहा दिवस करण्यापेक्षा दहा-बारा जणांची टोळी हे काम थोडक्या वेळात करू शकेल. हा विचार काही ठिकाणी प्रयोगाने तपासून पाहिला पाहिजे. यांत्रिक पद्धतीने शेतीची काही कामे करायचे ठरले, तर ही मजूरसंघाची योजना अधिक कार्यक्षम होऊ शकेल. कारण अशी यंत्रे विकत घेणे, कार्यक्षम ठेवणे व त्यांचा जास्तीत जास्त वापर करणे– ही गोष्ट मजूर संघटनांना करणे अधिक सोपे जाईल.

हा विचार थोडा नवीन आहे. पूर्वीची अगदी व्यक्तिगत कृषिव्यवस्था आधुनिक जगात आता समूहरूपाने करायला हवी. पूर्वी एखादा शेतकरी मृत्यू पावला आणि त्याचे शेत कसण्यासाठी कोणी मागे उरलेले नसले, तर गावची पंचायत इर्जिक करीत असे. म्हणजे, सर्व गावकरी जमून त्या विधवेचे सर्व शेतकाम उरकून टाकीत. समुदायाकडून मोठमोठी कामे होतात, ईर्ष्या उत्पन्न होते आणि व्यक्तीला जे अशक्य वाटते ते शक्यतेच्या कोटीतले होते. समूहजीवनाचा प्रयोग भारतीय संस्कृतीत फार पूर्वीपासूदन केला गेला आहे आणि आजही तो काही प्रमाणात चालू आहे. संघाचे एखादे मोठे अधिवेशन भरते, तेव्हा लाखभर माणसे गोळा होतात. त्या सर्वांचे अन्न रांधणे, हा एक कारखाना होऊन बसतो. अशा वेळेस सर्वसामान्य नागरिकांकडून चार पोळ्या व ठरलेली भाजी अशा पद्धतीने अन्न गोळा करण्यात येते. कुणावरही फार बोजा पडत नाही आणि सार्वजनिक काम म्हणून अधिक दक्षतेने वेळच्या वेळी अन्न पाठवले जाते. शेतीचे कामसुद्धा अशाच सामूहिक पद्धतीने केले, तर कामाचा उरक होईल. त्याहीपेक्षा, आपले समाजजीवन अधिक घट्ट होईल. शेतमजुरांचे लहान-मोठे तांडे करून त्यांना शेतीची अवजारे पुरवणे, हा प्रयोग काही खेड्यांत राबवता

येईल. ही पद्धत जर यशस्वी झाली, तर गावची म्हणून काही सार्वजनिक कामे असतात, ती करणेही सोपे जाईल. ग्रामपंचायती, लोकल बोर्डे, बांधकाम खाते ही दिवसेंदिवस अधिकाधिक निर्जीव होत चालली आहेत. एखाद्या छोट्या पाझर तलावाचे काम गावकरी समूहशक्तीवर पूर्ण करू शकतील; आणि अशी कामे दिरंगाई न होता, कमी खर्चात होऊन ठरलेली मजुरी प्रत्येकास देऊनही सामूहिक भांडवल निर्माण होऊ शकेल.

शरद जोशी यांच्या शेतकरी चळवळीमुळे एकूण कृषि-उद्योगाचे आकलन अधिक होऊ लागले आहे. राज्यकर्तेही एके काळी शेतकरीच होते; परंतु शहरात येऊन त्यांचे डोळे फाकले आहेत, खेड्याची आपली नाळ त्यांनी तोडून टाकली आहे. अजूनपर्यंत तरी हिंदुस्थान हे कृषिप्रधान राष्ट्र आहे व काही काळ तरी ते तसेच राहील. या देशात औद्यागिक कारखानदारीवर अवलंबून असणाऱ्यांची संख्या वाढेल तोपर्यंत आपल्या मालाला जगात गिऱ्हाईकच राहणारच नाही, कारण अन्य लहान-मोठी राष्ट्रे स्वयंपूर्ण होण्याचा विचार करत असतीलच. अमेरिका, जपान, जर्मनी या राष्ट्रांच्या उत्पादनांशी स्पर्धा करून तिथल्या बाजारपेठा काबीज करणे काही शक्य होणार नाही. म्हणून उद्योगधंद्यांची वाढ, ही या देशातील गरजांच्या मर्यादेइतकीच राहणार आणि म्हणूनच औद्योगिकीरणाला आपोआपच मर्यादा उत्पन्न होणार.

वर निर्दिष्ट केलेली शेती आणि शेतीव्यवसायाशी निगडित असलेले व्यवसाय यांचा एक सलग विचार करावा लागेल. थोडक्यात, हे एक प्रकारचे संमिश्र अशा विविध जबाबदाऱ्यांचे जग असेल. जमिनीची सुधारणा, पाण्याचे साठे, शेतीव्यवसायात आवश्यक असणारी प्रयोगक्षमता, बियाणे, खते, कृमिनाशके यांचे उत्पादन, मनुष्याचा सामूहिक उपयोग, शेती-अवजारांची निर्मिती, शेतीमाल साठवण्याचा व वितरण करण्याच्या व्यवस्थेचा विचार म्हणजे एकूण भारतीय जीवनाचाच पुनर्विचार, असा त्याचा अर्थ होतो. म्हणून शरद जोशी जेव्हा म्हणतात की, शेतकरी-प्रश्नाची सोडवणूक झाली की, नवे अर्थशास्त्रच जन्म पावेल, ते पुष्कळ अर्थी खरे आहे. खरे तर जीवनाचा कोणताही भाग अलग अलग करून तपासता येत नाही. जीवन हे एक संपूर्ण, सलग असे बंदिस्त विश्व आहे. त्यातील एक भाग दुरुस्त करायचा असे म्हटले, तर सगळ्याचीच उलटापालट करावी लागेल. ती करायला भारतीय समाज मनाने कधी तयार होत नाही. अडचण आहे ती हीच की, स्थितिशील समाजाला गतिमान कसे बनवायचे? दैववादी शेतकऱ्याला प्रयत्नवादी कसे बनवायचे? परंतु आधुनिक जगाशी नाते

जमवून घ्यायचे असेल तर या समाजाची धारणाच बदलावी लागेल. ती बदलण्याचा एक प्रयोग म्हणून शरद जोशी यांच्या शेतकरी चळवळीकडे पाहावे लागेल. नुसत्या शेतीमालाच्या भाववाढीने कृषिजीवन बदलणार नाही. संपत्ती आली म्हणजे ती कशी वापरावी, किती साचवावी, उपभोगाची मर्यादा काय– हे सारे शिकवायास हवे. पूर्वी धर्म हे कार्य करी; आता कायद्याने हे करावे. ते नको असेल, तर ते शिकवावयाचा उद्योग समाजधुरिणांनी हाती घ्यावा.

(७ फेब्रुवारी, १९८८)

- ० - ० - ० -

२५

सार्वभौम लोकशाही राष्ट्र कसे असते?

नेहमीच एक प्रश्न विचारला जातो. तो म्हणजे– स्वातंत्र्य मिळाले, पण ते प्रत्यक्षात काही जाणवत का नाही? ते आज कोणाजवळ असेल? कदाचित छपवलेले किंवा गहाण पडलेले– हे शोधावेच लागेल. एक दिवस युनियन जॅक अचानक खाली उतरवले गेले आणि तिरंगी झेंडा अस्मानात डुलू लागला. गोऱ्या रंगाचे अधिकारी एकामागोमाग एक निघून गेले आणि काळे अधिकारी सचिवालयात वा अन्यत्र वावरताना दिसू लागले. 'गॉड सेव्ह द क्वीन' हे गाणे सुरू होताच उभे राहण्याची गरज उरली नाही. वंदे मातरम्‌मध्ये मूर्तिपूजेचा वास आहे. म्हणून 'जन गण' हे गाणे वाजताच उभे राहावे लागू लागले. फार मोठा मौलिक बदल त्या वेळी झालेला नव्हताच. स्वातंत्र्यदिन, प्रजासत्ताकदिन या दिवशी सुट्ट्या दिल्याकारणाने शाळकरी मुलांना स्वातंत्र्य आल्याचे कळे; पण एरवी स्वतंत्र देशात वावरणाऱ्या नागरिकाचे सार्वभौमत्व भारतीयांना कधी जाणवलेच नाही

इंग्रजांनी येथे सुमारे सव्वाशे वर्षे राज्य केले, पण त्या कालखंडात जगात निर्माण होऊ लागलेल्या वैज्ञानिक दृष्टीचा पाया त्यांनी येथे घातला. लोकशाहीचे राज्य चालविण्याची दृष्टी त्यांनी येथे रुजवली. ज्ञानाचे वेगवेगळे रस्ते त्यांनी आम्हाला दाखवून दिले. शाळा, कॉलेजेस, विद्यापीठे– एवढेच नव्हे, तर सरकारकडून जनतेला काय हवे, हे मागणारी इंडियन नॅशनल काँग्रेस ही संस्थासुद्धा त्यांनीच जन्माला घातली. टेलिग्राफ, टेलिफोन,

रेल्वे, पोस्ट यांमुळे अवाढव्य वाटणारा हा देश एकदम छोटा वाटू लागला. हे सारे काही इंग्रजांनी परोपकारी बुद्धीने निर्माण केले नव्हते, त्यात त्यांचा स्वार्थ होताच. पण तो स्वार्थ साधताना भारत हा देश त्यांनी आधुनिक जगाशी जोडण्याचा प्रयत्न केला.

वास्तविक, जगाला देण्यासारखे भारताजवळ सुद्धा खूप काही होते; पण पाश्चिमात्यांच्या प्रगतीने भारावून गेलेल्या सुशिक्षित पिढीने तिकडे दुर्लक्ष केले आणि पाश्चिमात्य विचारधारा व जीवनपद्धती स्वीकारली. आपल्या पराभवाची कारणमीमांसा करताना जाणत्यांच्या लक्षात आले की, या देशातील समाजस्थिती हे काही त्या पराभवाचे कारण नाही. आपली शस्त्रास्त्रे कमी दर्जाची राहिली होती. आपण तलवार-ढालींनीच लढत होतो आणि युरोपात मात्र अत्यंत आधुनिक शस्त्रास्त्रे निर्माण होत होती. संरक्षणाची आपली शास्त्रे ज्याप्रमाणे कमी दर्जाची होती, त्याप्रमाणे आपले युद्धशास्त्रही कमी दर्जाचे होते. हजार-दोन हजार सैनिकांची पलटण भारतीय दहा हजार सैन्याचा पराभव करीत असे. भारतासारखा एवढा मोठा देश इंग्रजांनी किती थोड्या इंग्रज सैनिकांच्या मदतीने जिंकून घेतला हे पाहिले की, शरमेने मान खाली जाते. अशा विषम लढाईत इंग्रज यशस्वी झाले, याचे कारण आधुनिक शस्त्रास्त्रे त्यांच्याजवळ होती, हे जरी खरे असले; तरी त्याचबरोबर राष्ट्र नावाच्या एका संकल्पनेचा त्यांच्यावर परिणाम झालेला होता. सैनिक म्हणून त्यांचे मनोधैर्य व चापल्य हे तर जास्त होतेच, त्याहीपेक्षा कोणत्या तरी एका सूत्राने त्यांची युद्धयोजना होत असे. इंग्रजांनी हा देश पाहता-पाहता व्यापला. येथील लहान-मोठी राज्ये धुळीला मिळवली आणि आपल्या राज्याचा पाया मजबूत करण्यासाठी काही तत्त्वज्ञान जन्माला आणले.

युद्धे शस्त्राने जिंकता येतात; पण शस्त्राने ती कायम राखता येत नाहीत. त्यासाठी पराजित राष्ट्राचा कणा मोडून टाकावा लागतो. पराजित राष्ट्रांचा धर्म खोटा व मागासलेला, संस्कृती विस्कटलेली; कपडे, आहार किंवा तत्सम दिनक्रमातील गोष्टीसुद्धा टाकाऊ- असे सिद्ध करण्यासाठी त्यांच्या देशातील नामांकित इतिहासशास्त्रज्ञ, तत्त्वज्ञानी, विचारवंत आणि धर्मप्रचारक यांना हाताशी धरले. इथल्या स्थानिक लोकांपैकी काही सरकारी नोकरीमुळे अगोदरच मिंधे झाले होते. त्यांनी आपली संस्कृती किती कालबाह्य झालेली आहे, हे सांगायला आरंभ केला. राजसत्तेचा आधार होता, तेव्हा गावोगाव चर्चेस बांधण्यात आली. ख्रिस्ती धर्माचा प्रचार मिशनरी करू लागले. दरिद्री हिंदूंना औषधोपचार करू लागले आणि हळूहळू उपकृत, ओशाळ्या लोकांची एक फौजच त्यांनी निर्माण

केली. हिंदू धर्माची आणि परंपरांची कुचेष्टा करण्याची रुची त्यांनी सुशिक्षितांना लावली. इंग्रज जाऊन आज ४० वर्षे झाली, तरीही आपल्या देशातील सुशिक्षित हे प्रत्येक भारतीय गोष्टीचा तिरस्कार करताना दिसतात. इंग्रजांनी ही स्वनिंदेची विषवल्ली हिंदुस्थानात लावून ठेवली, ती आता चांगलीच फोफावली आहे. आमच्या जीवन-व्यापारातील कोणताही व्यापार, विज्ञान, शिक्षण, साहित्य, वास्तुकला या सगळ्याच आज परधार्जिण्या आहेत. आमचा देह भारतीय, पण मेंदू अमेरिकन किंवा रशियन– अशी स्थिती झाली आहे. आम्हाला स्वतःच्या उत्कर्षाचा विचार भारतीय पद्धतीने करता येतच नाही. चार-दोन पाश्चिमात्य माणसांना दंडवत घातल्याशिवाय आम्हाला आमचे विचार मांडता येत नाहीत. आमच्या अंतःकरणात स्वपरंपरांविषयी तिरस्कार व पाश्चिमात्य ते-ते अनुकरणीय अशी वृत्ती दडलेली असते.

युद्धानंतर युरोपमध्ये समाज उद्ध्वस्त झाले. तो उद्ध्वस्तपणा व एकाकीपणा किंवा सर्वनाश पाश्चिमात्य साहित्यात निर्माण झाला, तो बरोबर होता. आपल्या समाजाचे युद्धात काहीच उद्ध्वस्त झाले नव्हते. असे असताना आपल्या साहित्यात मात्र त्या सर्व पाश्चिमात्य संकल्पना येऊन बसल्या. विज्ञानक्षेत्रात आम्ही परावलंबी आहोत. याला विविध कारणे आहेतच. मुख्य म्हणजे, आम्हाला इहवादाचा विचारच करता येत नाही; तो विचार करण्याऐवजी पारलौकिक सुख-दुःखाच्या गुंत्यात आम्ही अडकतो. विज्ञानाला आवश्यक असणारा बुद्धिप्रामाण्यवाद हा येथे जन्मच पावू शकत नाही. आता वैज्ञानिक क्षेत्रात आपले परावलंबित्व अजून काही काळ तरी राहणारच आहे; पण आमच्या जीवनाची सर्वच अंगे परकीयांनी व्यापून टाकली आहेत, हे आपल्या कसे लक्षात येत नाही? कोणताही राजकीय विचार, समाजशास्त्रीय संकल्पना, न्यायदानातील न्याय-तत्त्वाची मांडणी ही सारी परकीय विचारावर अवलंबून आहे. जणू काही येथे राजाचे प्रजेवर काही नियंत्रण नव्हतेच. जगाला आश्चर्य वाटावे, अशा तऱ्हेचे प्रगत जीवन एके काळी या देशात जगले जात होते. असे असताना लहान मुलांना कसे शिकवावे या शास्त्रापासून, पतीपत्नींनी संबंध कसे ठेवावेत येथपर्यंत आम्हाला परदेशी सल्लागारांची मदत का लागावी? आमचे केवळ जीवनच परकीयांना पराधीन केले आहे असे नाही, तर आम्ही आमची विचारशक्तीसुद्धा त्यांच्याकडे गहाण टाकली आहे. स्त्री आणि पुरुष एके काळी स्वतंत्र प्रवृत्तीनेच वागत असणार. मध्यंतरी काही अशा घटना घडल्या असतील की, जेव्हा पुरुषांनी स्त्रियांचे हक्क हिरावून घेऊन त्यांना दासीपद दिले. स्त्रीमुक्तीची संकल्पना जुन्या भारतीय समाजव्यवस्थेकडे

पाहून का सुचू नये? पण ती तशी सुचत नाही. वादसभांतून पुरुषांच्या बरोबरीने वाद घालणारी स्त्री हिंदुस्थानात होती, तेव्हा स्त्रियाच काय पण पुरुषसुद्धा युरोप-अमेरिकेत अर्धनग्न अवस्थेत फिरत होते. आपल्या देशाचा इतिहास, परंपरा, उन्नती आणि अवनती या साऱ्याच विचार करून या भूमीला जे सर्वथा अपरिचित आहेत, त्याचा स्वीकार परकीयांकडून करायला हरकत नाही. पण या उष्ण प्रदेशात सूट-बूट घालून नेकटायने गळा आवळण्याची मुळीच गरज नाही. सुताची, रेशमाची व लोकरीची सुंदर वस्त्रे निर्माण करण्यासाठी प्रसिद्ध असणाऱ्या या देशात कृत्रिम धाग्याची वस्त्रे निर्माण करण्याचे खरोखरच कारण नाही. हे पाश्चिमात्य तंत्रज्ञान आपल्याला फुकट मिळते, असेही नाही. त्याची फार मोठी किंमत आपल्याला द्यावी लागते. या तंत्रज्ञानावाचून आपले चालणारच नाही, अशी आपली समजूत असल्यामुळे आपण त्याचा त्यागही करू शकत नाही. मिशन स्कूलमधील शिक्षण चांगले असते, मुलांना शिस्त लागते आणि इंग्रजी तर नक्कीच सुधारते, हे आपण अजिबात तपास न करता केलेले विधान आहे. आपल्या मुलांना बटलर करावयाचे असेल, तर मिशन स्कूलमधील इंग्रजी जरूर उपयोगी आहे. परंतु चांगल्या इंग्रजीसाठी चांगला शिक्षक लागतो. त्याला ख्रिस्ती लोकांनी काढलेली शाळा लागत नाही. नूतन मराठीतील नाना नारळकरांची प्रेमळ शिस्त कोणत्याही मिशन स्कूलला लाजवणारी होती. ज्ञान कोठेही मिळाले तरी ते पत्करायला हरकत नसावी हे खरे; पण आपल्या जवळपास मिळणारे ज्ञान तुच्छेतेने नाकारणे आणि दूरचे ज्ञान कवटाळणे, यात काही अर्थ नाही. उच्च दर्जाची जीवनमूल्ये, त्यांचे संघर्ष, अभिजात शोकनाट्ये किंवा धर्मसत्ता आणि राजसत्ता यांचे संघर्ष पाश्चिमात्य देशांत अधिक प्रमाणात झाले आहेत. नवविचारासाठी पाश्चिमात्य वैज्ञानिकांना धर्मसत्तेशी झगडावे लागले. त्यामुळे विज्ञानाची प्रगती झाली. असे संघर्ष हे भारतीय जीवनात अभावाने आहेत. संशोधनाची, सेवेची, ग्रंथालये निर्माण करण्याची शास्त्रे पाश्चिमात्यांनी प्रगत केली; तेव्हा आमचा समाज झोपलेला होता. पण त्याचबरोबर ज्ञानलालसेपोटी हजारो शब्द मुखोद्गत करणे आणि पिढ्यान् पिढ्या सांभाळून ठेवणे, हे बिकट वाटणारे कामही आपण केले आहे याचे विस्मरण आपल्याला पडून चालणार नाही. जे रस्तेच आम्हाला अनोळखी आहेत, त्या रस्त्यांचा आम्ही जरूर उपयोग करू; पण आम्ही एक संपन्न समाज निर्माण केला होता, याचे विस्मरण आपल्याला होऊ देऊ नये.

पराधीन जीवनामुळे समाज पंगू होतो, कर्तृत्वशक्ती खालावते आणि आपत्काली आपण घाबरून जातो. आज आमच्या समाजाचे असेच काही तरी

झाले आहे. स्वातंत्र्य येऊन इतकी वर्षे झाली तरी सुखाची सावली काही लाभत नाही. यामुळे इथले विचारवंत चिंताग्रस्त झाले आहेत. फारशी किंमत न देता आपल्याला स्वातंत्र्य मिळाले, त्यामुळे स्वातंत्र्याचे मोलच कळाले नाही; परकीयांच्या तालाने चालण्याची आपली वृत्ती अजिबात संपुष्टात आली नाही. माणसाची प्रज्ञा स्वतंत्रपणाने काम करू लागली, तरच स्वातंत्र्याचा अर्थ समजतो.

जेव्हा इंग्रजांच्या व्यापाराचा, नीतीचा, विज्ञानाचा आणि त्यामुळे प्राप्त झालेल्या कर्तृत्वाचा भारतीय मनावर विलक्षण परिणाम झाल्यामुळे तो अधोमुख होऊन इंग्रज राज्यकर्त्यांपुढे लाचार झाला; तेव्हा सव्वीस वर्षांच्या विष्णुशास्त्री चिपळूणकरांनी स्वत्वाचा आग्रह धरला. आपला इतिहास वा साहित्य उच्च आहे, हे प्रतिपादिले. परंपरांत आपली संस्कृती दडलेली आहे, या त्यांच्या आग्रहातूनच टिळकांना जनतेच्या असंतोषाची चळवळ बांधता आली. इंग्रज राज्य ही परमेश्वरी कृपा नव्हे, तर तो आपल्या दुर्बलतेचा एक पुरावा आहे, असे त्यांनी निबंधमालेतून पुनः पुन्हा सांगितले. स्वराज्याची तहान सुराज्याने भागत नाही हे जसे खरे, तसेच खऱ्याखुऱ्या स्वाभिमानी राष्ट्राची शान केवळ स्वतंत्र निशाणाने निर्माण होत नाही, हेही तितकेच खरे. परकीय सांस्कृतिक दडपणाखाली या देशाचे स्वातंत्र्य कुंचबले आहे. स्वातंत्र्याचा खरा अर्थ जर समजून घ्यायचा असेल; तर आमचे सारे जीवन या जमिनीतूनच उगवले आहे, यावर आमचा दृढ विश्वास हवा. आपल्या देशाच्या सीमा चहूबाजूंनी बंदिस्त केल्या तरी आपले काही अडणार नाही, असा आत्मविश्वास आपण बाळगायला हवा. पण त्यासाठीच या देशातील स्वातंत्र्य कोणी आणले, कसे आणले आणि स्वातंत्र्य म्हणजे तरी काय, याचाच विचार करावा लागेल.

स्वातंत्र्य म्हणजे स्वतःच्या तंत्राने वागण्याची संधी होय. व्यक्तीच्या बाबतीत व्यक्तीची इच्छा व समाजाच्या बाबतीत सामूहिक इच्छा या स्वातंत्र्याच्या मर्यादा ठरवतात. माणसाला संपूर्ण स्वातंत्र्य कधीच मिळू शकत नाही, कारण व्यक्तीपुरते निसर्गाचे नियम आणि समूहापुरते सामाजिक निर्बंध त्याला पाळावेच लागतात. पण अशी थोडी बंधने असली तरीसुद्धा त्याच्या वागण्या-चालण्यावर फार मोठे निर्बंध पडत नाहीत, कारण यांतील बरीचशी बंधने त्याच्या अंगोपांगांत मुरून गेलेली असतात. त्या बंधनांचा त्याला काच होत नाही. स्वतःच्याच परिवारातील किंवा समाजातील व्यक्तींची किंवा संस्थांची नियंत्रणे मनुष्य जमेल तितकी सहन करतो. पण संपत्तीचे वा अधिकाराचे अवाजवी केंद्रीकरण झाले आणि नियंत्रकाच्या वागण्यात लहरीपणा, मनमानी वा पक्षपात वगैरे गोष्टी जाणवू

लागल्या की, माणसाला आपल्या नैसर्गिक स्वातंत्र्याचे स्मरण होते; मग तो त्या नियंत्रणाविरुद्ध बंड करतो. अधिकाराचा गैरवापर केला गेला, न्याय मिळाला नाही किंवा संपत्तीचा संचय झाला, या कारणावरून व्यक्ती किंवा पक्ष यांविरुद्ध बंड उभारले जाते. स्वकीयांविरुद्ध फारसे अन्याय होत नसतानासुद्धा स्वातंत्र्याचा संकोच झाला म्हणून बंड करण्याची ऊर्मी येते; मग परकीय सत्ताधीशांच्या विरुद्ध बंड होणे तर स्वाभाविक असते. कितीही चांगली राजवट असली तरी एक तर ती परकीयांची असते म्हणून नको असते आणि दुसरे म्हणजे, संपत्तीचा काही भाग तरी परकीय सत्ताधीश हरण करणारच. अगदी आध्यात्मिक दृष्टीने पाहिले तरी कुणाविरुद्ध तरी, कशाविरुद्ध तरी माणूस बंड करत असतोच. कुणाचीही सत्ता नाकारणे, हिंसक बनणे, आपल्या नसलेल्या संपत्तीचा हव्यास बाळगणे, दुसऱ्या स्त्रीची अभिलाषा धरणे– या प्राणिजगताला जवळच्या असणाऱ्या गोष्टी मनुष्यप्राण्याजवळही असतात. आहे या परिस्थितीचा कंटाळा येणे, हेसुद्धा बंडाचे कारण होऊ शकते. हे बंड स्वत:विरुद्ध, परिवाराविरुद्ध, समाजाविरुद्ध, स्वधर्माविरुद्ध असेसुद्धा रूप घेऊ शकते. कित्येक बंडांची अखेर सर्वनाशात होणार, हे कळत असूनसुद्धा अनेक माणसे केवळ बंडाच्या वेडापायी कोणतेही धाडस करतात.

आपल्या देशातील समाजव्यस्थेविरुद्ध एक प्रदीर्घ बंड चालू होते. समतेसाठी संतांचे जे आक्रंदन चालू होते, त्याला बंडच म्हटले पाहिजे, परंतु या बंडात रक्तपात नव्हता. हवा असणारा सामाजिक बदल हळूहळू झाला असता, तरी चालण्यासारखे होते. प्रथम आले मुसलमानांचे आक्रमण, त्याविरुद्ध फारसे बंड झालेच नाही. वास्तविक, त्या वेळेला अपेक्षा अशी होती– स्वधर्मावर आलेला हा हल्ला हिंदू समाज परतवून लावेल; पण तसे घडले नाही. स्वधर्माचे राज्य स्थापन करण्याचे शिवाजीचे बंड हे अपवादात्मक होते. न्याय-अन्यायाच्या कल्पना जागृत झाल्याशिवाय बंडे निर्माण होत नाहीत. मुसलमानांनी हिंदू धर्मावर हल्ले चहूबाजूंनी केले, बलात्कार केले, रक्तपात केले, मालमत्ता लुटल्या, देवळे फोडली; तरीही या देशात कुठेही बंड होऊ नये, याचे आश्चर्य वाटते. याउलट इंग्रजांचे आक्रमण धार्मिक नव्हते; आरंभी तर ते व्यापारी होते आणि नंतर त्याचे राजकीय आक्रमणात रूपांतर झाले. इंग्रज राजवट १८१९ मध्ये येथे स्थिर झाली असे मानले, तर अवघ्या चाळीस वर्षांत ती राजवट उधळून टाकावी, ही इच्छा का बळावली? इंग्रज राजवट मुसलमान राजवटीपेक्षा न्यायाला अधिक महत्त्व देणारी, प्रगत व विज्ञाननिष्ठ होती. इंग्रजांशी आपला संबंध आला, त्या क्षणापासून न्यायासाठी लढण्याची संकल्पना आपल्या मनात निर्माण

होऊ लागली. माणसांचे हक्क आणि कर्तव्ये आपल्याला समजू लागली. समाजरचनेत समानतेला, व्यक्तिस्वातंत्र्याला आणि न्यायकल्पनेला महत्त्व असलेच पाहिजे, ही जाणीव आपल्याला झाली. या जाणिवेने आपल्या समाजाचे रंग-रूपच बदलले. पूर्वी या देशात एक विस्कळीत समूह होता, त्याचा समाज झाला. त्या समाजाचे काही मानबिंदू ठरू लागले आणि त्या मानबिंदूंचे रक्षण करणे हे आपले कर्तव्य आहे, असेच सुशिक्षितांना वाटू लागले. स्वातंत्र्याची तीव्रतर अभिलाषा इंग्रजी राजवटीनंतर येथे जागी झाली आणि प्रत्येक गोष्ट आपली असावी, असा एक स्वत्वाभिमान निर्माण झाला. या स्वत्वभावनेतूच भारतीयत्वाचा जन्म झाला. फक्त आपली स्वत्वभावना पूर्णपणे विकसित होण्याआधीच इंग्रजांना साम्राज्य सोडून द्यावे लागले. इतक्या लवकर स्वातंत्र्य येईल, अशी कल्पनाच नसल्यामुळे आपण अजून रचनेचे शास्त्र शिकलो नव्हतो. स्वातंत्र्य वापरताना कोणती बंधने पाळावी लागतात, याचे काही ज्ञान नसल्यामुळे आपल्या हातून स्वातंत्र्याचा उपमर्द झाला. आपल्या स्वातंत्र्याला जी काही कडू फळे लागली आहेत, त्याचे मुख्य कारण फारशी किंमत न देता मिळालेले स्वातंत्र्य हे तर आहेच; पण त्याहीपेक्षा स्वातंत्र्य आणि रचना यांचे काही नाते आहे, याचाच आपल्याला विसर पडला.

जेव्हा स्वातंत्र्य येते, तेव्हा समाजाचा नवा पट मांडण्याचे आव्हान आपोआपच घेऊन येते. आपण नवा पट मांडल्याचा देखावा केला. सेक्युलॅरिझम, डेमॉक्रसी, सोशियालिझम (धर्मातीतपणा, लोकशाही आणि समाजवाद) या गोष्टीवर आपण नवा समाज उभारण्याचे ठरविले. या शब्दांवर आपल्या नेत्यांचा मुळीच विश्वास नव्हता. आपण जरी या तीन शब्दांना खऱ्या अर्थाने प्रामाणिक राहिलो असतो, तरीसुद्धा अनेक प्रश्न गुंतागुंतीचे राहिले नसते. खऱ्याखुऱ्या अर्थाने आपण निधर्मी आहोत का, याचे उत्तर नकारार्थी द्यावे लागेल. जेव्हा धर्मासाठी, जातीसाठी वेगवेगळे कायदे केले जातात; तेव्हा धर्मातीतपणाला अर्थ उरत नाही. त्यापेक्षा आपण हिंदुस्थान हे हिंदूंचे राष्ट्र आहे, अशी अन्य काही राष्ट्रांप्रमाणे भूमिका घेतली असती; तर मुसलमानांच्या धर्मांध चळवळींना, अकालींच्या अतिरेकी चळवळीला, नागा-मिझो आदी जमातींच्या देशविघातक चळवळींना आपण आवर घालू शकलो असतो. या देशात खऱ्याखुऱ्या अर्थाने लोकशाही आहे का? निवडणुका वर्षानुवर्षं लांबवणे, प्रामाणिक माणसाच्या आवाक्यात त्या राहणार नाहीत एवढ्या खर्चिक करणे, राखीव जागा ठेवणे– या साऱ्या गोष्टींचा हवा तितका वाईट परिणाम झालेलाच आहे. लोकशाहीच्या प्राथमिक मागण्यासुद्धा

आपण पुऱ्या केल्या नाहीत. सारी प्रसारमाध्यमे एका पक्षाच्या हातांत आहेत. कित्येक पक्षांना किंवा धर्मीयांना परकीय देशांतून पैशाचा पुरवठा होतो. परकीय मदत ही जमेची बाजू अंदाजपत्रकात दाखवली जावी, या गोष्टी लोकशाहीचा बकवास करणाऱ्या देशाला शोभा देत नाहीत. या देशातील उद्योगपतींची मालमत्ता गणिती श्रेणीने वाढते व समाजातील काही झुंडशक्तीच्या बळावर ते हवे ते मिळवू शकतात, तेथे कसली कपाळाची लोकशाही नांदणार? आपल्या परराष्ट्रनीतीचे सार कोणत्याही सत्तागटात आपण सामील झालेलो नाही, असे सांगितले जाते. पण ही गोष्ट खोटी आहे, हे सर्वांना माहिती आहे.

रशियन गटातील राष्ट्र, अशीच जगाला आपली ओळख आहे, आणि ती रास्त आहे. आपण जे-जे बोलतो, ते प्रत्यक्षात आचरलेच पाहिजे, असा आग्रह धरत नसल्यामुळे आपल्याला या समाजाचे नेमके काय करायवाचे आहे, ते सांगता येत नाही. इंग्रज साम्राज्यशाहीविरुद्ध लढाई करणारी मंडळीच स्वातंत्र्यानंतर देशाची घडी बसवायला लागली. या कामात ते वाकबगार नव्हते. रक्तबंबाळ स्वातंत्र्य आपल्याला पत्करावे लागले, याचेही कारण राज्य जिंकण्याची लढाई करणारे आणि राज्यरक्षण करणारे लोक वेगळे असावे लागतात, याचे भानच आपल्या देशाला आले नाही. बुद्धिमान लोकांची गांधीयुगात अत्यंत चेष्टा झाली– आणि सरंजामशाहीच्या काळात वावरणाऱ्या एका संताच्या हातांत समाज घडविण्याची जबाबदारी पडली. गांधीवादात समाजाला युद्धसामग्रीची गरज नव्हती प्रयोगशाळांची गरज नव्हती, कारखान्यांची गरज नव्हती; खरे तर कमीत कमी गरजा असणारा एक समाज त्यांना घडवायचा होता. पुढच्या काळाचे त्यांना अजिबात भान नव्हते. त्यामुळे सर्वांना आपल्या तालावर नाचवणारा हा संत समाजाला उद्योगी, विज्ञाननिष्ठ, बुद्धिप्रामाण्यवादी आणि आधुनिक करण्याऐवजी समाजाचे अतीव नुकसान करणारा ठरला. प्रत्यक्षात गांधींचे तत्त्वज्ञान नेहरूंनीही गंभीरपणे आचरणात आणले नाही.

नेहरू हेसुद्धा अत्यंत स्वप्नाळू गृहस्थ होते. नियतीशी संकेत करण्याची भाषा बोलत असत. तो नियतीशी केलेला संकेत चीनने केलेल्या आक्रमणानंतर पाहता-पाहता उन्मळून पडला. नियतीशी संकेत करणारी माणसे लेचीपेची असून चालत नाहीत, त्यांचा स्वत:वर विश्वास असावा लागतो, त्यांना शक्ती वापरता यावी लागते आणि अपयशाच्या कालखंडातही विजयाचा रुबाब मिरवता यायला लागतो. नियतीशी संकेत करणारी माणसे चर्चिलच्या जातीची असतात. अग्नीत ती जळत नाहीत; उलट ती अधिकच तेजाळून बाहेर पडतात. नेहरूं-जवळ निर्धारच नव्हता. एका अपयशाने नेहरू एवढे खजिल होऊन गेले की,

त्या अपयशानंतर ते फार दिवस जगूच शकले नाहीत. ज्यांना काही करायचे असते, त्यांच्या हातून चुका होतात. चुका झाल्या तरी हिम्मत हरता कामा नये. भारतीय नेतृत्वाने असा निर्धार कधी दाखवलाच नाही. बांगलादेशातील हिशेबी विजय, एवढे एकच कृतनिश्चयाचे अपवादात्मक उदाहरण आहे. ज्या अर्थी आपली सत्ता दीर्घकाळ टिकली आहे, त्या अर्थी आपले वागणे बरोबर आहे– असे काँग्रेसवाले धरून चालतात. निवडणुकीतील त्यांचे यश हे लोकशाहीच्या अभावाचे यश आहे. वास्तविक, निकोप लोकशाहीला किमान दोन सुदृढ पक्षांची आवश्यकता असते. भारतातील अन्य पक्ष पुरेसे वाढू शकले नाहीत, याचे मूळ कारण काँग्रेस पक्षाजवळ ठोस असा काही कार्यक्रमच नाही. त्यामुळे विरोध कशाशी करायचा, हेच कधी विरोधी पक्षांना समजले नाही. लहान-सहान असंतुष्ट गटांचा एक सुदृढ पक्ष होत नाही. पायाभूत अशा शुद्ध विचारसरणीवरच नवा विरोधी पक्ष उभा राहू शकेल.

स्वातंत्र्य मिळाल्यानंतर ज्या प्रकारचे शासन या देशात येणार होते, त्याची पूर्वतयारी कोणीच केलेली नव्हती. पक्षाला आवश्यक असणारा सैद्धांतिक विचार कोणाजवळच नव्हता. गांधीजींच्या तत्त्वज्ञानामुळे स्वातंत्र्य मिळाले, असा भ्रम पुष्कळांनी बाळगला आणि जणू काही गांधी तत्त्वज्ञान म्हणजे काँग्रेसचे तत्त्वज्ञान, म्हणजेच देशाचे तत्त्वज्ञान– असे गृहीत धरले गेले; पण गांधी तत्त्वज्ञानावर नेहरूंचाही विश्वास नव्हता आणि काँग्रेस संघटनेचाही विश्वास नव्हता. स्वातंत्र्य अहिंसेने मिळालेले नाही; एवढेच नव्हे, तर या देशातील काँग्रेस व इतर पक्षांच्या स्वातंत्र्य-संग्रामानेही मिळालेले नाही, हे समजण्याचे भान कुणालाच नव्हते. अपेक्षेपेक्षा स्वातंत्र्य फार लवकर मिळाले, फारशी किंमत न देता मिळाले. आपली घटना आंबेडकरांनी दिली, असे आपण म्हणतो. पुष्कळांना असे म्हटल्याने बरे वाटते. पण त्या घटनेतील अनेक प्रमेये कोणत्याही पक्षाला केव्हाही मान्य नव्हती, याचे आपल्याला विस्मरण होते. हिंदुस्थान हे राष्ट्र आहे, हे प्रमेय आपण पत्करले. मग ते राष्ट्र नाही, असे मानणाऱ्या चळवळी करणाऱ्या व्यक्ती व पक्ष यांच्यावर आपण कारवाई केली का? आपण निधर्मी शासन पत्करले, ही गोष्ट खरी आहे का? जर असेल, तर भारतीय लोकसभा मुस्लिम स्त्री विधेयक मंजूर करू शकते काय? आपण लोकशाही मूल्ये स्वीकारली, पण कोणत्याही राजकीय पक्षाच्या निवडणुका होत नाहीत. मुख्यमंत्र्यांची निवडही निवडणुकीने होत नाही. पक्षाचे अध्यक्ष आणि पंतप्रधान हे एकच कसे असू शकतील? पण या साऱ्या गोष्टी आपण चालू दिल्या आहेत. नगरपालिकांची व विधानसभांची नियोजित

मुदत संपल्यावर, तेथील अधिकारपदे निवडणुका घेऊन कोणा तरी व्यक्तीच्या हातात द्यायला हवीत. निवडणुका पुढे ढकलण्याचा सरकारला अधिकार आहे का? घटना ज्या-ज्या मूल्यांवर आधारित आहे, त्या कोणत्याही मूल्यावर आपला विश्वास नाही; आणि तरीही आपण घटना पवित्र असल्याची शपथ घेतो. सार्वभौम देशातील एका नागरिकाला अन्य राष्ट्रात अप्रतिष्ठेने वागविले, तर ते राष्ट्र आपला अपमान मानते. असे भारताने आपले सार्वभौमत्व केव्हाही सिद्ध केले नाही. आमच्या देशाचे नागरित्व असणारी माणसे की ज्यांना परकीय देशांत राजकीय राजाश्रय मिळालेला नाही, ती राष्ट्रविघातक कृत्ये करत असता आपण त्यांना थोपवू शकत नाही.

म्हणूनच आपले स्वातंत्र्य विसविशीत राहिले. अलिप्त म्हणजे दुबळ्या, म्हणजेच भिक्षेकरी राष्ट्रांत आपण अग्रभागी आहोत. पण समर्थ राष्ट्रे कोणत्याही बाबतीत आपली दखल घेत नाहीत. आपण राजकीय आणि आर्थिक दृष्ट्या इतके परावलंबी आहोत की, युनोने मान्यता दिलेल्या इस्रायल राष्ट्राला आपण साधी मान्यताही देऊ शकत नाही, भारतीय वंशाच्या मॉरिशस व फिजी अशा राष्ट्रांना आपण साह्यही करू शकत नाही. आफ्रिकेत वर्षानुवर्षे राहिलेले भारतीय तेथून हाकलेले गेले, त्यांच्यासाठी आपण काय केले? आपण शांततेच्या, अण्वस्त्रबंदीच्या सत्तासमतोलाच्या, साम्राज्यशाही विरोधाच्या खूप काही थापा मारत असतो, पण आपल्या शब्दाला काही वजन आहे का? रशियाने अफगणिस्तानात केलेल्या आक्रमणाचा निषेधसुद्धा करू आपण शकलो नाही, कारण आपण रशियाचे आश्रित आहोत. मग जर पाकिस्तानने अमेरिकेचा आश्रय स्वीकारला व त्यांच्याकडून शस्त्रखरेदी केली, तर तक्रार करायला आपल्याला काय तोंड आहे? जेव्हा अमेरिकन शस्त्रसामग्री भारताविरुद्ध वापरली जाईल, तेव्हा आपण काय विळ्या-कोयत्याने लढणार आहोत? आपण त्यावेळी रशियन सामग्री वापरणार आहोत. आपल्या देशाजवळ एक महिन्यापेक्षा अधिक काळ युद्ध चालविण्याची साधनेच नाहीत. संपत्तीची पुरेशी धूळधाण झाली आणि दोन्ही देश कर्जबाजारी झाले की, युद्ध संपविण्यात येते. अमेरिकेच्या व रशियाच्या शस्त्रांची चाचणी होते आणि आपले दास्य अधिकाधिक वाढत राहते. या सर्वांचे खरे कारण म्हणजे, आपल्या स्वातंत्र्याची प्रेरणा कोणत्याही घट्ट मूल्यावर आधारित नाही, हे होय. इंग्रज ज्या पद्धतीने राज्य करत होते, त्यांच्या काळात जी शिक्षणव्यवस्था होती किंवा नोकरशाहीचे अधिकार होते; त्यांमध्ये म्हणण्यासारखा काहीच फरक पडलेला नाही, त्यामुळे इंग्रज गेले अन् त्यांच्या जागी काळे साहेब आले, एवढेच. राज्य

करण्याला सोईचे असावे, म्हणून अल्पसंख्यांचे लाड इंग्रज करीत. आजचे राज्यकर्तेही केवळ मते मिळविण्यासाठी म्हणून पक्षपाती भूमिका घेत आहेत. इंग्रजांनी इथला बहुसंख्य नागरिक जो शेतकरी– त्याला गरिबीत ठेवले आणि त्या लुटीतील संपत्तीतून शहरांत समृद्धीची व वैभवाची प्रतीके निर्माण केली. भारताचा वस्त्रोद्योग एके काळी आदर्श मानला जाई. इंग्रजांनी तो बुडवला. कॉंग्रेस सरकारनेही स्वातंत्र्यानंतर इथला वस्त्रोद्योग रासायनिक धाग्यांची आयात करून बुडवून टाकला. राज्य बदलल्याच्या व स्वतंत्र झाल्याच्या फारशा खुणा जाणवत नाहीत. जे काही जाणवते, ते मानहानिकारक आहे. राज्यकर्त्यांचे उद्दाम शब्द कमी झाले, त्यांची जागा लोचटपोचट अशा आश्वासनांनी घेतली. दिरंगाई वाढत गेली. आपल्या माणसावर मेहेरबानी होऊ लागली. सरकारी नोकरीत मिळणारी ठरीव प्राप्ती आणि स्वतंत्र्य व्यवसायात मिळणारी अमर्याद प्राप्ती यांतील फरक भरून काढण्याचा नवा मार्ग कॉंग्रेस पुढाऱ्यांना सापडला. तो म्हणजे, कोणताही कागद एका ठिकाणाहून दुसऱ्या ठिकाणावर जाण्यासाठी वजन ठेवावे लागू लागले. पूर्वी न्यायालयाला प्रतिष्ठा होती. क्वचित कोठे भ्रष्टाचार असेल, पण सर्वसामान्य माणसाला न्यायालय हा शेवटचा आधार वाटे. आता ती स्थिती राहिलेली नाही. समाजकंटकांपासून समाजाचे रक्षण करण्यासाठी पोलीस दले निर्माण केली; पण आता समाजाचा पोलीस आणि समाजकंटक सामुदायिकरीत्या लूट करतात. त्यांची दहशत एवढी मोठी आहे की, त्याविरुद्ध वर्तन करणारा जिवंतच राहू शकत नाही. सरकारचे कर ज्याप्रमाणे नियमित द्यावे लागतात, त्याप्रमाणे या प्रतिसरकारचे कर नियमितपणे दिले तरच आपल्याला अभय मिळते.

व्हिएतनामने वीस-पंचवीस वर्षांच्या अराजकानंतर रक्त सांडून स्वातंत्र्य मिळवले. देशाची एक तरुण पिढी स्वातंत्र्ययुद्धात खर्ची पडली. अमेरिकेसारख्या समृद्ध व शस्त्रसज्ज राष्ट्राबरोबर दरिद्री, एकाकी व्हिएतनामी नागरिकांनी जिवाच्या बाजीने युद्ध खेळले. स्वातंत्र्याची किंमत रक्ताचे अर्घ्य दिल्याशिवाय कळतच नाही आणि आमचे स्वातंत्र्य तर आम्हाला पुष्पगुच्छाप्रमाणे विनासायास मिळाले. रक्त सांडले, त्यामुळे आमचे स्वातंत्र्य कलंकित मात्र झाले. कारण भेकड समाजाने घाबरून काही बांधवांचा बळी दिला, म्हणून देशाला स्वातंत्र्य मिळाले. लढता-लढता ही माणसे मेली असती, तर कधीच शरमण्याचे कारण नव्हते; पण दुर्दैवाने नेभळ्या नेत्यांनी आमची मातृभूमीच विकून टाकली आणि एक सिंहासन विकत घेतले. या सिंहासनाधिष्ठित नेत्यांना सिंधी, पंजाबी, पठाण, बंगाली लोकांची भूमी परस्पर विकण्याचा काय अधिकार होता? त्यांना कधीही

शरम वाटलेली नाही. योग्य वेळी त्यांना योग्य ती कल्पना देऊन जर हा सौदा केला असता, तर एवढा सर्वनाश ओढवला नसता; ही मंडळी अशी उद्ध्वस्त होऊन दाही दिशांना विखुरली गेली नसती किंवा संघटित असा प्रतिकार करून त्यांनी काही भूमी राखली असती. पण या बदमाश नेत्यांनी गुप्तपणे सौदे करून लक्षावधी माणसांना बेघर केले. काहींची बायका-मुले मरून गेली आणि तरुण कोवळ्या मुली म्लेच्छांनी जनानखान्यात खुशाल ओढल्या. खरे तर या गुन्ह्याला क्षमा नव्हती. या प्रत्येक नेत्याची जाहीर चौकशी करून त्याला फासावर लटकवले असते, तरीही क्षम्य होते. पण महात्माजींचा वध झाला आणि सारे पापात्मे आपल्या पापाचे खापर दुसऱ्यावर फोडायला मोकळे झाले. एवढा मोठा नरसंहार झाला, एवढी जगात मानहानी झाली; पण आमच्या स्वातंत्र्याच्या इतिहासात त्याबद्दल कसलीही नोंद नाही. याचेही कारण स्वातंत्र्य आले आहे, हेच मुळी आपल्याला जाणवले नाही.

भारतीय स्वातंत्र्य, स्वातंत्र्यलढा, सार्वभौमत्व या साऱ्याच गोष्टी फार संशयास्पद आहेत. पूर्वी गुजरातच्या सुभेदाराला जेवढे स्वातंत्र्य होते, तेवढे तरी आजच्या गुजरातच्या लोकनियुक्त मुख्यमंत्र्याला आहे का? गुजरातचे राज्य कसे चालावे, हे शहनेशहा राजीव गांधीच ठरवणार ना? जिल्हा परिषदेच्या निवडणुका केव्हा घ्यायच्या, हा निर्णय हस्तिनापुरातील चाणक्यच करणार ना? लोकांच्या इच्छेचा यात प्रश्न आलाच कुठे! दिलेल्या भाकरतुकड्यावर संतोष मानून हुजूरांना संपूर्ण इमान द्या, हाच आजचा उसूल आहे. हुजूरांचा आश्रय गेला की काय होते, हे पाहायला पुष्कळ व्यक्ती उपलब्ध आहेत. टोळीतून बाहेर पडलेल्या माणसाची रया जाते. शरद पवारांसारख्या मस्तवाल माणसाचे राजीव गांधीनी धिंडवडे केलेच की नाही? सांगितलेले निमूटपणे ऐका, म्हणजे तुमच्या अन्नोदकाची सोय आम्ही करू– या आश्वासनावर कॉंग्रेस पक्ष सुरक्षितपणे टिकू शकतो. सर्व गोष्टींचा म्हणूनच आपण एकदा पुनर्विचार करायला हवा. समानता, लोकशाही, समाजवाद, निधर्मीपणा हे शब्द या देशात आले कोठून? त्यांचे मूळ अर्थ काय? यापुढे या देशाची वाटचाल कोणत्या मूल्यांवर होणार? हे सारेच प्रश्न आपल्याला भेडसावीत राहणार आहेत. त्यांची उत्तरे ज्या दिवशी आपल्याला देता येतील, त्या दिवशी सार्वभौम देशाची महती आपल्याला समजेल.

(२७ मार्च, १९८८)

-०-०-०-

२६

राष्ट्रवादाचे शत्रू आणि त्यांची गटबाजी

दूरदर्शनवरची 'तमस' ही चित्रमालिका आता संपली. त्यामुळे निर्माण झालेला क्षोभही आता संपुष्टात येईल. सातत्याने जागरूकता न दाखवल्यामुळे हिंदू समाजावर जी अनेक संकटे कोसळतात आणि त्या धर्माची मानखंडना होते, त्यांतलेच तमस हे एक प्रकरण आहे. या देशात एक पद्धतशीर असा राष्ट्रविरोधी कट अमलात आलेला आहे. या कटाची कल्पना कोणाला नाही असे नाही; पण त्यासाठी पद्धतशीर प्रतिकाराची तयारी करायला हवी, याचे भान मात्र हिंदू संघटकांना नाही. आपण राष्ट्रद्रोह करतो आहोत याचेच ज्ञान जर अनेकांना नसेल, तर राष्ट्रद्रोही शक्तींना प्रतिकार करण्याचे ज्ञान इतरांच्यांत कुठून येणार? हिंदू संघटक ज्या हिंदुत्वाचे रक्षण करतात, तो दुर्दैवाने हिंदुराष्ट्रवाद नसून हिंदू धर्मवाद आहे. सर्व धर्मच अंधश्रद्धांनी, ऐहिकाविषयीच्या उदासीनतेने, विज्ञानाच्या वैराने भरलेले आहेत. धर्माच्या कर्मकांडांतूनच धर्माचे वर्तमान अस्तित्व सिद्ध होते. आज हिंदू धर्माचे आपण संरक्षण करतो आहे, असे वाटणाऱ्या अनेक व्यक्ती हिंदू धर्माचे संरक्षण करीत नसून हिंदू कर्मकांडांचे संरक्षण करीत आहेत. त्यामुळेच हिंदू संघटनेला आज हवी तेवढी धार आलेली नाही. हिंदू धर्मात नको असलेली अनेक कर्मकांडे शिरलेली आहेत. अगदी जवळचे उदाहरण द्यायचे असेल तर, सत्यनारायणाचे देता येईल. आपण चुकीच्या गोष्टींचे जतन करतो आहोत, याचे ज्या वेळी हिंदू संघटकांना भान येईल; तेव्हा हिंदूंच्याकडून कडवा प्रतिकार केला

जाईल. त्यासाठी हिंदू धर्माचे स्वरूप, अत्यावश्यक असणारी धर्मव्यवस्था आणि सर्वश्रेष्ठ असा धर्मनायक निर्माण करणे आवश्यक आहे. हिंदू धर्माचे वस्त्र बहुरंगी आणि भरजरी होते, ही गोष्ट एके काळी अभिमानाची वाटत होती; आज ती अत्यंत गैरसोईची झाली आहे. हिंदू धर्मावर जी आक्रमणे होतात, त्यांतील महत्त्वाचे आक्रमण म्हणजे धर्म न मानणाऱ्यांचे– कम्युनिस्टांचे– की, ज्यांचा एक स्वतंत्र धर्मपंथच आहे. मार्क्सचा 'कॅपिटल' हा त्यांचा धर्मग्रंथ आहे. या धर्माचे अनुयायी धर्म नको-नको म्हणतानाही एका धर्माचे पालन करत असतात.

हिंदू तत्त्वज्ञानात जी स्वाहाकार प्रवृत्ती होती की, जिची मोहिनी जगातील सर्व पंडितांना पडते; त्या स्वाहाकार प्रवृत्तीला भिऊन कम्युनिस्ट आपला धर्मातीतपणा टाकून देतात आणि हिंदू तत्त्वज्ञानाचे वैरी असे जे-जे धर्म आहेत, त्यांना संरक्षण देतात. धर्मच न मानणाऱ्या कम्युनिस्टांनी मुसलमानांशी कडवेपणाने भांडायला पाहिजे, कारण मुसलमान धर्माइतका लांच्छनास्पद धर्म कोणताच नसेल. पण त्यांना मुसलमान चालतात, याचे कारण, हिंदूंचा प्रभाव कमी करण्यासाठी मुसलमान त्यांना उपयोगी पडतात. शिवाय रशियात, चीनमध्ये मुसलमानांची संख्या बरीच आहे. अफगणिस्तानमध्ये कम्युनिस्ट राजवट आल्यानंतर सरकारी पातळीवर मुसलमान धर्माचा गौरव केला जात होता, असे कम्युनिस्टांनीच लिहिले आहे. म्हणूनच मुसलमानांना भारतीय कम्युनिस्ट संरक्षण देतात आणि त्यांना चिथावून हिंदूच्यावर सोडतात. कम्युनिस्ट आहोत, असे सांगणारे सर्व मुसलमान अतिशय धर्मांध असतात. त्याविरुद्ध कम्युनिस्टांनी कधीच आक्षेप घेतला नाही. हिंदू-मुसलमान दंग्यात जरी मुसलमानांनी पुढाकार घेतला असला, तरीही मुसलमानांच्या धर्मांधपणाला दोष देण्याऐवजी आर्थिक प्रश्नावरून हा दंगा झाला असेल, असा निर्लज्ज निष्कर्ष ते काढतात. 'तमस'मध्ये फाळणीच्या हत्याकांडात हिंदू आणि मुसलमान दोघेही सारखेच गुन्हेगार आहेत, असे दाखवण्याचा प्रयत्न केला आहे, याचेही कारण हेच आहे. मुसलमानांना त्यांनी केलेल्या गुन्ह्यापासून मुक्त करण्यासाठी 'तमस'सारख्या मालिकांचा जन्म होतो. नव्या पिढीला खरोखरीच असे वाटते की, निहलानी हे प्रामाणिक गृहस्थ आहेत व जसे घडले असणार तसेच 'तमस'मध्ये दाखवण्याचा प्रयत्न केला त्यांनी असणार. सुदैवाने भारतात त्या काळातील वृत्तपत्रांच्या संचिका उपलब्ध आहेत. ब्रिटीश आर्काईव्हमध्ये त्या काळची सर्व कागदपत्रे सुरक्षित आहेत आणि सरकारनेच त्या काळी मंजूर केलेले काही अनुबोधपट फिल्म इन्स्टिटयूटच्या आर्काईव्हमध्ये पाहायला मिळतात. सर्व इतिहास उपलब्ध आहे. उद्या जरी तो कॉंग्रेसने व

कम्युनिस्टांनी नष्ट करण्याच्या प्रयत्न केला, तरी त्यांचे हात ब्रिटिश आर्काईव्हपर्यंत पोहोचू शकणार नाहीत. फाळणीच्या नंतर गांधीजींचा मृत्यू झाला नसता, तर मुसलमानांना संरक्षण मिळाले नसते. गांधीहत्येने इथल्या मुसलमानांना फार मोठे संरक्षण लाभले, ही दुर्दैवाची गोष्ट आहे. फाळणीच्या जखमा भरत आल्या तसतसे मुसलमान पूर्वपदावर गेले. पुन्हा फाळणीपूर्व काळाप्रमाणेच दंग्यांना आरंभ झाला आहे.

भारतीय कम्युनिस्टांनी भारताच्या स्वातंत्र्यलढ्यात मुळीच भाग घेतला नाही, याचे मुख्य कारण रशियाने हिटलरशी सख्य केले आणि नंतर हिटलरने युद्ध सुरू केले. त्यामुळे कधी ते लोकयुद्ध झाले, तर कधी ते साम्राज्यशाहीविरोधी युद्ध झाले. कम्युनिस्टांनी स्वातंत्र्यलढ्यात भाग न घेण्याचे आणखी एक कारण आहे. स्वातंत्र्यलढ्यातील लोकशाहीतून हिंदू राष्ट्रवाद जन्माला येणार होता आणि तो तर कम्युनिस्टांना कधीच नको होता. स्वातंत्र्य मिळू नये आणि मिळाले तरी हिंदू मताचे शासन येथे निर्माण होऊ नये, यासाठी अनेक कारवाया घडल्या. त्यांत रशियाचा फार मोठा वाटा आहे. रशियाने स्वतंत्र भारताला खूप मदत केली आहे व आजही जागतिक राजकारणात रशियाच्या मदतीशिवाय आपले काही चालत नाही. पण याची किंमत रशियाने खूप मोठ्या प्रमाणात वसूल केली आहे. भारतातील कच्चा माल रशियाला मातीमोलाने द्यावा लागतो आणि रशियन माल ते म्हणतील त्या भावाने घ्यावा लागतो. ही आर्थिक नुकसानी सोडली, तरी नेहरूंच्या काळापासून ते आजपर्यंत कम्युनिस्टांचा प्रभाव भारतीय शासनावर कायम राहिला आहे. कम्युनिस्टांनी पोसलेले किती तरी कुत्रे आज हिंदुत्ववाद्यांवर भुंकत असतात, कारण रशियाने भारताला कायम पराधीनच ठेवण्याची व्यवस्था केली आहे. रशियाने अफगणिस्तानचा कब्जा केला. त्यामुळे अमेरिकेला पाकिस्तानमध्ये घुसायची संधी मिळाली आणि हिंदुस्थानच्या संरक्षणखर्चात मात्र प्रचंड वाढ करावी लागली. भारत-पाकिस्तानमधील मागील युद्धात तह झाला तो ताश्कंदमध्ये– रशियाच्या पुढाकाराने. त्यासाठी अस्सल भारतीय असणाऱ्या पंतप्रधान शास्त्रींना बळी जावे लागले, याचेही विस्मरण होऊ देता कामा नये.

कम्युनिस्टांनी या देशातील कारभारावर अप्रत्यक्षपणे जे वजन ठेवले आहे, त्याचा बोध राष्ट्रवादी समजल्या जाणाऱ्या पक्षांना झाला असावा, असे जाणवत नाही. तो असता; तर भारतातील एकूण सर्व प्रसिद्धिमांध्यमे साम्यवाद्यांच्या कब्जाखाली आहेत, याचेही भान त्यांना आले असते. आपल्या हातांत असलेली प्रसारमाध्यमे हीसुद्धा आधुनिक करणे त्यांना जमलेले नाही; मग ज्यावर कम्युनिस्टांचा

ठसा उमटेलला आहे, त्या प्रसिद्धिमाध्यमांवर कब्जा करणे दूरच राहिले. जनता पक्षात अडवाणी माहिती आणि प्रसारणमंत्री होते. वास्तविक, दिसायला हे खाते जरी क्षुद्र असले, तरी राष्ट्रीय प्रतिमा वाढवण्याच्या संदर्भात हे खाते फार महत्त्वाचे होते.

दुर्दैवाने अडवाणींना या खात्याचे महत्त्वच समजले नाही. ते समजले असते; तर आज भारतीय शासनाचे माहिती खाते हिंदू तत्त्वज्ञानाचा उच्छेद करण्याचे काम करत आहे, ते झाले नसते. आज प्रसिद्धिमाध्यमे ज्या मंडळींना गाजवीत आहेत, ती सारी मंडळी उघड-उघड कम्युनिस्ट आहोत, असे म्हणण्यात त्यांना लाज वाटत नाही. मग, हिंदुत्वनिष्ठ आहोत, असे म्हणण्याला हिंदूंनाही लाज का वाटावी? स्मिता पाटील हिचे कलेच्या क्षेत्रातील स्थान काय आहे, यावर मी काही मत व्यक्त करू इच्छित नाही, परंतु या नटीने एका विवाहित पुरुषाबरोबर कायदा मोडून लग्न केले, ती माताही बनली. यात एका अन्य स्त्रीवर अन्याय झाला, असे चुकूनसुद्धा कम्युनिस्ट लॉबीपैकी कोणीही म्हटले नाही. द्विभार्या प्रतिबंधक कायदा करणाऱ्या मुंबई राज्यात तिचा बाप एक मंत्री होता आणि हिच्यावर म्हणे सेवादलाचे संस्कार झाले होते! कम्युनिस्ट लॉबी किती पक्षपाती आहे, आपल्या माणसांचे अपराध ती कसे खुबीने लपवते, याचे हे उत्तम उदाहरण आहे.

सतीचे प्रकरण ज्या लोकांनी गाजवले, त्यांना राज बब्बरच्या पहिल्या बायकोची आठवण कशी काय झाली नाही? सदैव स्त्रियांचा कळवळा येणाऱ्या या कम्युनिस्टांना मुस्लिम स्त्री विधेयकाने अजिबात धक्का बसलेला दिसत नाही. हिंदूंना ठेचणे आणि मुसलमानांना गोंजारणे, ही कम्युनिस्ट स्ट्रॅटेजीतील महत्त्वाची कलमे आहेत. धर्म या शक्तीचे रौद्र स्वरूप कम्युनिस्टांनी पोलंडमध्ये नुकतेच पाहिले आहे. तेव्हा जास्त संख्या असलेल्या धर्मावर प्रहार करणे, त्यांच्यात आणि अल्पसंख्याकांत शत्रुत्वाचे वातावरण निर्माण करणे, हे त्यांच्या नीतीत बसतेच. म्हणून हिंदू राष्ट्रवादाचे पहिल्या क्रमांकाचे शत्रू मुसलमान नव्हेत, तर कम्युनिस्ट होत. कम्युनिस्ट या शब्दप्रयोगात साम्यवादाचे सर्व पंथ आणि उपपंथ येतात.

एक मोठा समाज असा असतो की, ज्याला कोणत्याच राजकीय विचारात रस नसतो; पण त्याचबरोबर निरर्थक कर्मकांडांनाही त्यांचा विरोध असतो. ही संख्या प्रचंड असते. कर्मकांडांचा बडिवार माजवणाऱ्या संघटनांपासून हा सारा बहुसंख्य समाज कारण नसताना दुरावतो. मला स्वत:ला श्राद्ध-पक्ष, उपास-तापास, मंत्र-तंत्र, ज्योतिष– एवढेच नव्हे तर उपाध्याय, मूर्ती यांपैकी काहीच

मान्य नाही; तरी मी हिंदू आहे व हिंदू म्हणूनच राहू इच्छितो. कर्मकांड न मानणाऱ्या हिंदूंना जर हिंदू संघटकांकडून नकळत टाळले जात असेल, तर हिंदूंचा पराभव अटळ आहे. हिंदूंना या राष्ट्रविरोधी शक्तीपासून वाचवायचे असेल तर आचरता येईल, आकलन करून घेता येईल– असा सुटसुटीत हिंदू धर्म त्यांना दिला पाहिजे.

सर्वसमावेशकता हेच आमचे वैभव आहे, असल्या भोंगळ औदार्याने हिंदूचे रक्षण होणार नाही. सावरकरांना दूरदृष्टी होती. त्यांनी कर्मकांडविरहित हिंदू राष्ट्रवादाची उभारणी केली की, जी कम्युनिस्टांना टक्कर देऊ शकेल. मुसलमान आणि ख्रिश्चन या दोनच धर्मांकडून हिंदूधर्मीयांना भय आहे, हे ज्ञात झालेले असल्यामुळे मुसलमान व ख्रिश्चनांना वगळणाऱ्या हिंदुत्वाची व्याख्या त्यांनी केली. धर्मच न मानणारे मनातल्या मनात एक धर्म मानतात, हे ओळखूनच त्यांनी विज्ञानवादी समाजाची योजना केली. गाय हा एक उपयुक्त पशू आहे, असे शब्दप्रयोग काढण्यामागची त्यांची भूमिका– कुराण, बायबल हे पवित्र ग्रंथ नाहीत, तर केवळ ग्रंथ आहेत; येशू, महंमद हे कोणी प्रेषित नाहीत, तर त्या-त्या काळी उपयोग पडणारी कर्तबगार माणसे आहेत– अशी आहे. हे सांगताना त्यांनी पक्षपातीपणे हिंदूंचा अवाजवी गौरव केला नाही.

शब्दप्रामाण्य, ग्रंथप्रामाण्य, अवतारप्रामाण्य या साऱ्या गोष्टींची त्यांनी टर उडवलेली आहे. विज्ञानाच्या कसोटीवर टिकेल तेवढेच हिंदुत्व त्यांना अभिप्रेत आहे. विज्ञानाच्या कसोटीवर ख्रिश्चन आणि इस्लाम टिकण्याची मुळीच शक्यता दिसत नाही. आजच्या हिंदू संघटकांनी हे ध्यानात ठेवले पाहिजे की, स्वत:च्या अस्तित्वासाठी अवाजवी वाढलेली हिंदुत्वातील कर्मकांडे नष्ट केली पाहिजेत. अजूनही पाच लाख लोक हिंदू धर्म परिषदेस जमतात, याने हुरळून जाता कामा नये. धर्म टिकवायचा असेल, तर इतकी वर्षे हा धर्म टिकला तसा आणखीनही पुढे टिकेल, असे म्हणून चालणार नाही. तेव्हा प्रसिद्धिमाध्यमे कनिष्ठ प्रतीची होती, तेव्हा दुसऱ्यांच्या मतांचे परिवर्तन प्रभावीपणे करता येत नसे; आता येते.

'तमस' ही दूरदर्शन मालिका तरुणांनी पाहिली आहे. हिंदू व मुसलमान हे सर्वनाशाला सारखेच जबाबदार आहेत, असे त्यांच्या चित्तात ठसले आहे. त्यांच्यावर झालेला हा परिणाम पुसून काढणे अवघड आहे. तो काढायचा असेल; तर खऱ्याखुऱ्या अर्थाने मुसलमान धर्माचे, त्यांनी केलेल्या अत्याचारांचे वास्तव दर्शन घडवणाऱ्या अशाच मालिकांची आवश्यकता आहे. सरकार त्या काढू देणार नाही. चित्रपट हे फार प्रभावी साधन आहे. दुर्दैवाने या साधनाचे

महत्त्व राष्ट्रवाद्यांना अजूनही समजलेले नाही. देवादिकांच्या अद्‌भुत लीलांची चित्रे ही काही धर्माची सेवा नाही. हिंदू धर्माची शक्ती चिकित्सेत, तपस्येत, समष्टी जीवनात, ज्ञानमार्गात, हौतात्म्याच्या नशेत होती– हे आम्हाला समजले पाहिजे. हिंदू धर्माचे वास्तव दर्शन घडवणारे आधुनिक भाष्यकार निर्माण होत नाहीत, ही दुर्दैवाची बाब आहे. हिंदू धर्म नाकारणे म्हणजे काय, हे लोकांना समजावून सांगितले पाहिजे.

हिंदू धर्म म्हणजे कृष्णाची रासक्रीडा, इंद्राने अहल्येचा घेतलेला उपभोग, रामाने केलेला वालीवध किंवा खोटेपणाने अर्धवट सत्य सांगून करवलेला द्रोणाचार्यांचा वध नव्हे. हे हिंदू माणसांचे दोष असतील; हिंदू धर्माचे नव्हेत. हिंदू धर्म म्हणजे नानविध संशोधक, नानविध पराक्रमी योद्धे, या देशातील भौतिक शास्त्रे विकसित करणारे शास्त्रज्ञ, आजही जगाला चकित करणारे योगशास्त्र, ज्योतिर्गणित, सप्तसुरांचे संगीत, रोगनिवारक आयुर्वेद– ही व अशी अनेक शास्त्रे होत. मानवाच्या अस्तित्वाचे रहस्य शोधण्यासाठी प्रदीर्घ जाणीवपूर्वक केलेला एक प्रवास म्हणजे हिंदू धर्म होय. देशाच्या चारही कोपऱ्यांत धर्मचिंतनात मग्न असलेले शंकराचार्यांचे मठ, पुरातन नगरशास्त्र, युद्धशास्त्र, भाषाशास्त्र, व्याकरणशास्त्र हे सारे हिंदू धर्मात आहे. हिंदू धर्म म्हणजे ऐहिक जीवनाचा आलेख होय. या ऐहिक जीवनाला लगटलेली पारमार्थिक कल्याणाची आकांक्षा म्हणजे हिंदू वेदांत होय. मतमतांतरे असणाऱ्या माणसांनी येथे वादसभा आयोजित केल्या; नरमेध यज्ञ निर्माण केले नाहीत.

अशा एका लांबचचक मानवी प्रयत्नांचा इतिहास म्हणजे हिंदू धर्म होय. तो जतन करण्यायोग्य आहे. धर्माची आवश्यकता नाही, असे मानणाऱ्यांनीही एक नवा धर्म निर्माण केला. त्यासाठी एक धर्मध्वज आणि धर्मपीठ निर्माण केले. आपल्या धर्माविरुद्ध बोलणाऱ्या माणसांचे त्यांनी मुडदे पाडले. ट्रॉटस्कीसारख्या आपल्या सहकाऱ्यांचेही खून करवले. दारिद्र्याचा व्यापार करणाऱ्यांनी एका नव्या धर्माची स्थापना केली आहे आणि त्याला पुष्कळसे लोक बळी पडत आहेत. ज्या धर्मात दुसऱ्याला विचार मांडण्याची संधीच मिळत नाही, अशा धर्मात ते नकळत जाऊन पडतात. आपण गुलाम झालो आहोत, हे कळायलाही त्यांना वेळ लागतो. जेथे कम्युनिस्ट राजवटी आल्या, तेथे माणसांची जनावरे झाली. या जनावरांनी पुष्कळ काम केले. त्यामुळे तेथे अन्नान्नदशा निर्माण झाली नाही इतकेच. पण त्याचबरोबर समृद्धीही आली नाही.

त्या धर्माचे या देशातील अनुयायी हिंदू राष्ट्रवादाचा बीमोड करण्याच्या

प्रयत्नात आहेत. परवा पुणे येथे भरलेल्या सामाजिक परिषदेत अरविंद लेल्यांना बोलू दिले गेले नाही, त्यात आश्चर्य वाटण्यासारखे काहीच नाही. बाबा आढाव काय, सारा समाजवादी पक्ष काय, साधना कार्यालय काय, सारी ग्रंथाली चळवळ, पुरोगामी नावाची प्रतिगामी मंडळी मिळून सारा देशविघातक एक सामूहिक कट उघडपणे चाललेला आहे. ही मंडळी मायावी युद्धात फार प्रवीण आहेत. आरंभी-आरंभी हे मानवतेचे असे सोज्वळ रूप घेतात की, त्याला लोक आपोआपच बळी पडतात. मुसलमानांशी खुलेपणानेच शत्रुत्व करावे लागेल, कारण त्यांचा काही छुपा कारभार नाही. ते उघड-उघड हा देश मुसलमानमय करण्याची भाषा बोलतात. तेव्हा त्यांच्याशी प्रसंगी प्रकट युद्धच करावे लागेल. ते परवेडल, कारण त्यासाठी शस्त्रास्त्रे ठरवता येतात; पण कम्युनिस्टांच्या उपद्व्यापांचे असे नाही. ते गुप्तपणाने वेगवेगळ्या बुरख्यांखाली समाजात वावरत असतात. कधी ते लेखनस्वातंत्र्याच्या रक्षणासाठी उभे राहतात, पण अन्य मतांच्या लेखकांचे स्वातंत्र्य अमान्य करतात. म्हणताना तो कृतज्ञतानिधी; पण असतो तो कृतघ्नतानिधी. कम्युनिस्ट विचारसरणीचे एखादे नाटक करून लाखो रुपये उभे करता येत नाहीत, हे त्यांना माहीत असल्यामुळे चक्क अत्र्यांचा एक हलकाफुलका फार्स करून टोळीटोळीने गावोगाव फिरून आपल्या पगारी प्रचारकांना पोसण्यासाठी ते पैसा उभा करतात. रेडिओ, टी. व्ही. या साऱ्या माध्यमांवर युक्ती-प्रयुक्तीने ते पकड ठेवतात.

या देशात कम्युनिस्ट, मार्क्सवादी, समाजवादी अशा डाव्या विचारसरणीच्या ज्या भिन्न-भिन्न छटा आहेत, त्या लोकशाहीचा दुरुपयोग करून राष्ट्राभिमानी वृत्ती नष्ट करतात. डाव्या विचारसरणीची राज्ये ज्या राष्ट्रांत आहेत, तेथे औषधालाही लोकशाही शिल्लक नाही. जी विचारसरणी दुसऱ्या विचाराची सहिष्णूपणे कदर करत नाही; त्या विचारसरणीला लोकशाहीचे कोणतेही फायदे मिळू नयेत, हेच उचित आहे. या देशातला प्रमुख राष्ट्रीय प्रवाह शत्रुस्थानी मानून डाव्या विचारसरणीचे लोक या देशाची मानखंडना सतत करत असतात. मुसलमानांचा किंवा अन्य धर्मीयांचा मुकाबला करणे त्या मानाने सोपे असते. कारण धर्मभावनेला धर्मभावनेने शह देणे मुळीच कठीण नाही. परंतु कम्युनिस्टांची समानतेची भाषा फसवी असली तरी अर्धपोटी माणसांना ती नेहमीच मोहात पाडते. म्हणून कम्युनिस्ट विचारांना दरिद्री राष्ट्रांत नेहमीच पाठिंबा मिळत असतो. हिंदूराष्ट्रवादाचा जेव्हा आम्ही जयजयकार करतो; तेव्हा श्रीमंतांना अधिक श्रीमंत करावे, शोषकास अधिक शोषण करण्याची संधी द्यावी, असे आम्हाला थोडेच वाटत असते? या

देशात दैवी संपत्तीची मिरासदारी मानली गेलेली आहे. तामसी संपत्ती सदैव धिक्कारली गेली आहे. जो काही भारतीय संस्कृतीचा इतिहास उपलब्ध आहे, त्यात प्रत्येकाला आपापल्या व्यवसायाची हमी दिलेली आढळते. कोणताच व्यवसाय बुद्धकाळापर्यंत तरी कमी दर्जाचा मानला गेलेला नाही.

रामाने केलेला सीतात्याग हा अन्य काही कारणांमुळे आक्षेपार्ह असेल; पण रामराज्यात रजकालाही महाराणीच्या चारित्र्याबद्दल शंका घेता येत होती, त्याचे काय? महाभारतकाळी नौकानयन करणाऱ्या कोळी जातीतील स्त्रीशी विवाह करून पट्टराणीपदाचा मान देऊन तिच्या संततीलाच राजगादीचा वारसा मिळण्याची व्यवस्था करणे शक्य होते. आज संपत्तीचा संचय करण्याची भिन्न-भिन्न स्वरूपे निर्माण झाली आणि संचित संपत्तीच्या बळावर दुर्बलांना लुटण्याचे शास्त्र निर्माण झाले. हव्यास वाढले. भारतीय संस्कृतीने या लुटालुटीचा सदैव निषेध केला आहे. संपत्तीवर नियंत्रण असावे, महत्त्वाच्या संपत्ती-उत्पादन-केन्द्रांचे समाजीकरण व्हावे, याबद्दल आमच्या मनात शंका नाहीत. व्यक्तीपेक्षा समाज श्रेष्ठ हेच या संस्कृतीने सदैव मानलेले आहे; पण ज्याला सामाजिक सुविधांचा लोभ नाही, त्याला रानात जाऊन हवे तसे वागण्याचे स्वातंत्र्यही या संस्कृतीने दिले आहे. कर्तव्ये व हक्क हे परपस्परांवर अवलंबून असतात आणि भारतीय संस्कृतीत याची सांगड घातलेली आहे.

कम्युनिझमचे फार मोठे भय वाटावे, असे कम्युनिझममध्ये काही नाही. पण कम्युनिस्टांचा जीवनव्यवहार मात्र लष्कराच्या मदतीशिवाय चालू शकत नाही. जेथे जेथे कम्युनिझम आला, तेथे तेथे लहान-सहान माणसांच्या प्राथमिक हक्कांवर नियंत्रणे आली. दास म्हणून राहायचे असेल, तर कोणाचा दास म्हणून राहायचे याला काही फारसा अर्थ नाही. राजाचे, सामंतांचे, जहागीरदारांचे दास म्हणून राहणे काय आणि कम्युनिस्ट राजवटीचे दास म्हणून राहणे काय– मौलिक दृष्ट्या त्यात काहीच फरक नाही. युरोपमध्ये धर्म ही संकल्पना राजसत्तेशी स्पर्धा करू लागली म्हणून धर्मच नको, असे वाटू लागले. धर्माने विज्ञानाची प्रगतीही रोखून ठेवली होती. या देशात धर्मपीठे आणि राजसत्ता यांचा संघर्ष झालेला नाही. इथल्या प्रगतीला धर्म हा अडसर ठरलेला नाही. मॉस्को किंवा पेकिंगच्या खलित्यातून 'धर्माचा निषेध करा' असा हुकूम आल्यावर इथले गावठी मार्क्स धर्माच्या नावाने केकाटू लागले. त्यातही प्रतिकार करू न शकणारा आणि काही उणिवांच्यामुळे अपराधीपणाची जाणीव निर्माण झालेला हिंदू धर्म कम्युनिस्टांना बरा सापडला. हिंदू धर्मावर कोणतेही आरोप केले, तरी हिंदू संतापून प्रतिकारार्थ

उभे राहत नाहीत. पारशी, ज्यू, ख्रिश्चन, मुसलमान या धर्मांतही सुधारणा केली पाहिजे, असे इथल्या सुधारकांना कधी वाटलेच नाही; आजही वाटत नाही. मुसलमान आणि ख्रिश्चन यांच्यावर कम्युनिस्टांनी आक्षेप घेतला, तर तो त्यांना परवडणार नाही. कारण अशा आक्षेपकांना सुरक्षित राहताच येणार नाही. सर्व-धर्म-समभाव, शांततापूर्ण सहजीवन या तऱ्हेचे धादांत लबाडीचे शब्दप्रयोग जात्यंध मुसलमानांना संरक्षण देण्यासाठीच निर्माण झालेले आहेत. म्हणूनच कम्युनिस्ट किंवा डाव्या विचारसरणीच्या लोकांपासून या देशाने सावध असले पाहिजे. या लोकांनी कळत-नकळत सर्व सांस्कृतिक केन्द्रांवर कब्जा केला आहे, तो हटवला पाहिजे. सांस्कृतिक संघटना, वृत्तपत्रे, चित्रपट आदी गोष्टींचे महत्त्वच राष्ट्रवाद्यांना समजलेले नाही; ते त्यांनी समजून घेतले पाहिजे.

हिंदू राष्ट्रवादाचे आणखी काही शत्रू आहेत. हिंदू आणि राष्ट्रवाद हे दोन्हीही शब्द कम्युनिस्टांना आवडणारे नाहीत, पण समाजवाद्यांना राष्ट्रवाद हा शब्द मात्र चालत असावा. डावे या नावाने ओळखले जाणारे सर्वच पक्ष एकाच तऱ्हेने हिंदुत्वाचे वैर करत नाहीत. हैदराबाद, मराठवाडा येथील समाजवाद्यांना निजामी राजवटीत वावरावे लागले आणि मुसलमानांकडून छळ सोसावा लागला; म्हणून तिथले समाजवादी हिंदुत्वनिष्ठ आहेत. मराठवाडा, आंध्र या विभागातील डाव्या विचारसरणीची मंडळी मुसलमानांची कट्टर शत्रू बनली, याचे एक चालते-बोलते उदाहरण म्हणजे नरहर कुरुंदकर होत. 'जागर' नावाच्या पुस्तकात किंवा त्यांच्या अन्य पुस्तकांत कुराण आणि हादिस या इस्लामी ग्रंथांचा त्यांनी जो अन्वयार्थ लावला आहे, तो कोणाही हिंदूला अभिमानास्पद वाटेल. इतक्या सोप्या भाषेत इस्लामचे आक्रमक स्वरूप त्यांनी मराठी समाजापुढे मांडले आहे की, तसे स्वरूप आम्हा हिंदुत्वनिष्ठांच्या भाषेलाही नाही. कोणतेच धर्मग्रंथ न वाचता किंवा इंग्रजांनी हेतुत: चुकीचे निष्कर्ष लावून काढलेले ग्रंथ वाचून सर्व धर्म सारखेच असतात, हे धादांत असत्य नेहरू-गांधींनी आम्हाला शिकवले. मुसलमान जेथे जेथे गेले तेथे तेथे फार मोठ्या प्रमाणावर मानवी हत्या झाली. तेथील स्थानिक संस्कृती नष्ट करण्यात आली. तेथील ग्रंथालये, मंदिरे किंवा वास्तुशिल्पे यांचा विध्वंस करण्यात आला.

यहुदी आणि ख्रिश्चन धर्माला मुसलमान धर्म हा जवळचा आहे. त्या मानाने सगुण देव-देवतांच्या अधीन झालेला हिंदू धर्म परका आहे. वैदिकांनी चार-पाच हजार वर्षांपासून जी सांस्कृतिक, वैज्ञानिक, शैक्षणिक प्रगती साधली; तिची ख्रिश्चनांना असूया वाटते. या असूयेच्या पोटीच रामायणाचा, महाभारताचा,

वेदांचा, राम-कृष्णांचा काळ ते फार अलीकडे ओढतात. हिंदू संस्कृतीशी वैर करण्याचा हाही एक मार्ग आहे. आपण समजतो तेवढी वैदिक संस्कृती जुनी नाही, हे ठरवणे हेतुपुरस्पर आहे. कारण त्यामुळे अर्धनग्न स्थितीत हिंडणारा युरोप किंवा जन्मच न पावलेली आधुनिक अमेरिका यांची तुलनाच होऊ शकत नाही. साम्राज्यशाहीच्या विस्ताराच्या काळात भारताबद्दल खोटे इतिहास लिहिले गेले. मुळात नसलेल्या चालीरीतींची हास्यास्पद टवाळी करणे आणि येथील संस्कृती टाकाऊ आहे हे ठरवणे, हा त्यांचा उद्योग बनला. पण साम्राज्ये नष्ट झाली आणि चुकीचा इतिहास लिहिण्याचे आता कारणही उरले नाही.

भारतभूमीत घडलेल्या सांस्कृतिक घटनांचा व साहित्याचा नवा अन्वयार्थ लावण्याचा प्रयत्न अलीकडे युरोप-अमेरिकेत सुरू झाला आहे. संस्कृत भाषेचे अध्ययन तर अनेक विद्यापीठांनी सुरू केले आहे. वेदांचाही अभ्यास नव्याने सुरू झाला आहे. इंग्लंडमध्ये काही शाळांत संस्कृत हा विषय सक्तीचा करण्यात आला आहे. अमेरिकन विद्यापीठांतून योगासने हा अभ्यासाचा विषय मानला जाऊ लागला. सांस्कृतिक धन हे एक भूमीचे नसते, तर अखिल मानवजातीच्या मालकीचे असते– हा विचार आता बळावू लागल्यामुळे जे काही पुरातन ज्ञान जगात आहे, त्याचा पुनर्विचार सुरू झाला आहे. एवढ्या विपुल प्रमाणात मतभिन्नता असूनही भारतात त्यापायी रक्तपात झाले नाहीत.

पण मुसलमानांच्यात मात्र एक-दोन असे पंथ-उपपंथ असूनही प्रचंड रक्तपात होतो याचे पाश्चिमात्यांना आश्चर्य वाटते. फक्त भारतीय समाजवाद्यांना, कम्युनिस्टांना येथे असलेल्या ज्ञानभांडाराचे मोल वाटत नाही. चातुर्वर्ण्य, जातिभेद या गोष्टींबद्दल आपण कडवटपणे बोलतो, कारण त्यामुळे आपले नुकसान झाले; पण पाश्चिमात्य समाजशास्त्रज्ञांना त्यात काहीच गैर वाटत नाही. उलट, समाजाची घडी बसवणाऱ्या उपयुक्त संस्था, असे पाश्चिमात्यांना त्याबद्दल वाटते. कालानुक्रमाने अगदी अलीकडे निर्माण झालेला धर्म म्हणजे मार्क्सिझम. त्यापूर्वी गुरू नानकाने शीख धर्माची स्थापना केली. सातव्या शतकापासून लहान-मोठे पंथ उदयाला आले, पण धर्म मात्र उदयाला आले नाहीत. गेल्या दोन हजार वर्षांत उदयाला आलेले ख्रिश्चन व मुसलमान हे दोन धर्म जीवनाचा अगदी वरवर विचार करणारे आहेत. मतभेद सहन न करणारे, खरे तर जंगली आहेत. पाश्चिमात्यांनाही आपल्या धर्मातील उणिवा मान्य आहेत, पण धर्मात कोणताही बदल करणे त्यांना परवडणारे नाही. धर्मात कोणताही बदल केला, म्हणजेच बंडखोर विचारांना स्थान दिले; तर धर्माचे अस्तित्वच संपुष्टात येते.

याउलट वैदिक धर्माचे झाले. द्वैत-अद्वैत, सगुण-निर्गुण, बौद्ध, जैन अशी अनेक मते वैदिक धर्मातून उदय पावली आणि तरीही हिंदू धर्म शिल्लक राहिला.

मुसलमानांना हिंदू धर्माचा राग आहे, त्याचे कारण अगदी उघड आहे. हा स्वाहाकारी धर्म आपल्या धर्मातील उदारमतवादी लोकांना आकर्षित करून घेईल; मग त्यांच्या धर्मग्रंथांचे, प्रेषिताचे आणि धर्मगुरूंचे स्थान डळमळू लागेल, असे त्यांना वाटते. मोगलांचे राज्य खिळखिळे होत गेले आणि मूळचा इराणी, तुर्की आवेश मावळत गेला; तेव्हा धर्मसमन्वयाची भाषा बोलली जाऊ लागली. इंग्रजांचे राज्य आणखी काही काळ न येते, तर आजची हिंदू-मुसलमान संबंधातील कटुता राहिली नसती.

इंग्रजांनी बहुसंख्य हिंदूंना ताब्यात ठेवण्यासाठी मुसलमानांत जाणीवपूर्वक वेगळेपणा निर्माण केला आणि त्या विशेष दाखवलेल्या खुशीला मुसलमान समाज बळी पडला. आपापल्या उपासनापद्धती कायम ठेवून हिंदू-मुसलमानांना एकत्र यावे लागेल. हिंदूंना ती गोष्ट अवघड नाही. कारण शक, हूण, बर्बर, नाग अशा अनेक भिन्न संस्कृतींच्या टोळ्या या हिंदू धर्मात सहजगत्या मिसळून गेल्या. मुसलमानांना हे शक्य नाही, कारण त्या धर्माचे स्वरूप. तेवढ्यासाठी मुसलमान धर्माची तपासणी करायला लागेल.

मुसलमानांचा द्वेष करून किंवा चार गुंडांना तुरुंगात ठेवून हिंदू-मुसलमान प्रश्न सुटतील, असे मानणे वेडेपणाचे आहे. ज्या कालखंडात व ज्या परिस्थितीत इस्लाम धर्म निर्माण झाला, त्याचा परिणाम मुसलमान धर्मरचनेवर झालेला आहे. इस्लामचा जन्म होण्यापूर्वी अरबस्तानात मूर्तिपूजक राहत होते. एवढेच कशाला, मक्केतील 'काबा' या शिवमंदिराचे महंमद पैगंबर यांचे वाडवडील पुजारी होते. निश्चित असा कोणताच बंदिस्त धर्म अरबस्तानात अस्तित्वात नसावा. लहानसहान टोळ्या आपापले परंपरागत रीतीरिवाज पाळत असणार. जर नवा धर्म या प्रदेशात स्थापन करावयाचा असेल, तर पहिल्या धर्माचे अस्तित्व पुसून टाकणे, हे महंमदापुढचे पहिले काम असले पाहिजे आणि त्याने ते तडफेने केले असले पाहिजे. कुराण हा ग्रंथ हळूहळू निर्माण होत होता आणि महंमदाच्या मृत्यूनंतर शे-दीडशे वर्षांनी त्याचे संकलन पूर्ण झाले. तेव्हा दुसऱ्याला पटवून देऊन इस्लाम वाढण्याची शक्यता नव्हती; परकीयांना जिंकून त्यांना आपल्या छत्राखाली घेणे, एवढेच शक्य होते आणि तेवढेच महंमदाने केले.

महंमदाच्या मृत्यूनंतर कुराणाची, मुस्लिम धर्मपीठाची, दैनंदिन कर्मकांडांची निश्चिती होत गेली आणि अर्धभुकेले महंमदाचे अनुयायी चारी दिशांनी समृद्ध

भूमीच्या शोधार्थ हिंडू लागले. तशा काही टोळ्या हिंदुस्थानच्या दिशेने आल्या. त्यांनी सिंधमध्ये प्रवेश केला. तशाच काही टोळ्यांनी दक्षिण युरोपमध्ये– विशेषत: स्पेनमध्ये व उत्तर आफ्रिकेत– प्रवेश केला. हिंदुस्थानमध्येही टोळधाड आली आणि एकामागोमाग एक विजय मिळवत गेली. तीच गोष्ट आरंभी युरोपमध्ये झाली. पण योग्य वेळी सावध होऊन, संघटितपणे प्रतिकार करून युरोपातून मुसलमान धर्म हाकलला गेला.

मुसलमान व ख्रिश्चन धर्मांत काही साम्यस्थळे आहेत. मध्य आशियात म्हणजे जॉर्डन-लेबनॉनमध्ये यहुद्यांचे व ख्रिश्चनांचे पवित्र क्षेत्र जेरुसलेम हे आहे. ख्रिश्चन धर्माचा व मुसलमान धर्मीयांचा संपर्क सतत येत राहिला आणि बायबलमध्ये ज्या आणखी एका प्रेषिताचे आगमन होणार असे येशूने म्हटले, तो प्रेषित मीच आहे, असे सांगून महंमदाने ख्रिश्चन धर्माशी सांधा जुळवला. प्रेषिताच्या म्हणजे येशूच्या व प्रेषिताच्या आईच्या म्हणजे मेरीच्या आणि अन्य काही संतांच्या मूर्ती ख्रिश्चनांना मान्य आहेत. पण देवाची मूर्ती ख्रिश्चनांनाही मान्य नाही. मुसलमानांना तर मूर्तिपूजाच मान्य नाही. त्यामुळे महंमदाचे चित्र असायलाही मुसलमान धर्मात बंदी आहे. भारतात अशा बाबतीत मुसलमान जेवढे कडवे असतात, तेवढे अन्य देशांतील मुसलमान नसतात. मग याचे कारण कदाचित असे असावे की, कडवटपणा निर्माण व्हावा, हिंदूंचे व मुसलमानांचे वैर पेटते राहावे, म्हणून जाणीवपूर्वक ही भूमिका इथल्या मुसलमानांनी घेतली असावी. लोकांना जातीय बनवणे व त्यांच्या धर्मांधतेचा फायदा घेऊन आपण श्रीमंत होणे, ही खोड जगातल्या सर्वच धर्मगुरूंना लागलेली असते. भारतातले मुसलमानही त्याला अपवाद नाहीत. शिवाय गेल्या युद्धानंतर आखाती राष्ट्रांना खनिज तेलांचा शोध लागला. अनपेक्षितपणे वैज्ञानिक जगतात खनिज तेलाची अत्यंत आवश्यकता आहे, हे लक्षात घेऊन इस्लामी राष्ट्रे एकत्र आली आणि त्यांनी खनिज तेलांच्या किमती प्रचंड प्रमाणावर वाढवल्या. या अचानक प्राप्त झालेल्या समृद्धीचे काय करायचे, हा प्रश्न त्यांच्यासमोर उभा राहिला. खरे तर ही संपत्ती त्या प्रदेशात दुर्मिळ असणारे पाणी व शेती योजनांसाठी खर्च केली असती, तर या देशांना हे इंधन संपल्यानंतर जगायचे कसे, हा प्रश्न उरला नसता.

पण असला काही विचार करण्याची बुद्धी या देशांजवळ नाही. अणुबॉंब निर्माण करण्यास ही राष्ट्रे फार आतुर झाली आहेत. भारतासारख्या देशात मुसलमान धर्म वाढवावा, यासाठी ती पैसा ओतायला तयार आहेत. चहूबाजूंनी इस्लामी राष्ट्रांनी वेढलेल्या इस्रायलसारख्या छोट्या राष्ट्राने समृद्ध अशा मुसलमान

राष्ट्रांच्या नाकात दम आणला. ती राष्ट्रे संपत्तीच्या जोरावर धर्मप्रसार करण्याची भाषा करू शकतात, या मूर्खपणाला काय म्हणावे तेच कळत नाही. अजून वीस-पंचवीस वर्षे आखाती राष्ट्रांची संपत्ती भारतीय मुसलमानांकडे वाहत येणार. पुढे काय, हा प्रश्न इथल्या मुसलमानांना विचारायला हवा.

मुसलमान धर्माचे स्वरूप असे आहे व त्यामुळेच विज्ञानयुगपूर्व काळात त्याची झपाट्याने वाढ झाली. पण विज्ञानयुगाच्या प्रारंभाबरोबर त्याचे एकांतिक स्वरूप खुपू लागले. ज्याने कुराण हा ग्रंथ नीटपणे वाचला आहे, त्याच्या लक्षात येईल की, हा खरे तर धर्मग्रंथच नाही. मनुष्यजातीच्या पारमार्थिक सुखाचा विचार धर्मग्रंथातून व्हायला हवा आणि त्या अनुषंगाने मनुष्याने इहलोकातील आपले वर्तन कसे ठेवायला हवे, याचे नियम धर्मग्रंथाने सांगायला हवेत. ख्रिश्चन काय किंवा मुसलमान काय, या धर्मातील मनुष्याच्या अस्तित्वाविषयीचा खुलासा फारच त्रोटक आहे. त्या मानाने भारतीय धर्मग्रंथ खूपच समृद्ध आहेत. शिवाय बायबल किंवा कुराण या धर्मग्रंथांत जी काही सृष्टीच्या उत्पत्तीबद्दल, पाप-पुण्याबद्दल संकल्पना सांगितली असेल; त्याविरुद्ध लिहिण्या-बोलण्यास प्रतिबंध असल्यामुळे त्या धर्माचा विकास होऊ शकला नाही. पण त्याचबरोबर मतामतांचा गलबलाही झाला नाही.

खरे तर कोणताही धर्म ही एक प्रकारची गुलामगिरीच असते आणि त्या गुलामगिरीत गोडी वाटावी, असे धर्मांध माणसाला वाटत आले. तुलनात्मक दृष्ट्या वैदिक धर्म किंवा हिंदू धर्म याबाबतीत खूप उदार आहे. चढ-उतार झाले, तरीसुद्धा काळानुसार बदल करून वैदिकांनी त्यातून वाट काढली. जर मुसलमानांच्या इतकेच वैदिकही हट्टी असते, तर भिन्न-भिन्न उपासना असणाऱ्या अनेक टोळ्यांचा समावेश हिंदू धर्मात होऊ शकला नसता. हिंदू धर्माला निश्चित आकार नसल्याकारणाने आणि कोणत्याच कर्मकांडाबद्दल आग्रह नसल्याने, जबरदस्तीने धर्मांतर करायला भाग पाडणे वैदिकांना शक्य झाले नसते. बौद्ध काळानंतर वैदिक धर्मनेतृत्व शहाणपणा गमावून बसले. तसे झाले नसते, तर मी मुसलमान झालो, म्हणजे नेमके काय झालो, असा प्रश्न मुसलमान धर्म स्वीकारलेल्या हिंदूला करता आला असता. हिंदू ही एक सर्वव्यापक कल्पना असल्यामुळे कोणतीही उपासना पत्करली, तरी हिंदुत्व नष्ट होत नाही. पण हिंदुत्वाची विशाल संकल्पना विसरल्यामुळे पुढची अरिष्टे हिंदू धर्मावर ओढवत गेली.

त्यातही अन्नधान्याचा तुटवडा असणाऱ्या बुभुक्षित प्रदेशातून इस्लामचे अनुयायी समृद्धीच्या शोधात निघाले आणि त्यांना हिंदुस्थानात चांगला पाय

रोवता आला. सर्वनाशाला ते तयार झाले होते. त्यांना मागे कोणतेच पाश नव्हते. कसल्याच मोठ्या संस्कृतीचे त्यांना रक्षण करायचे नव्हते. जेव्हा कडव्या एकांतिक आवेशाला जय मिळू लागतो, तेव्हा त्या आवेशात वृद्धी होते. मुसलमानांचे कडवेपण त्यांच्या धर्मरचनेत आहेच; त्याचबरोबर अरबस्तान, इराण, सौदी अरेबिया, आदी प्रदेशांतील उजाडपणातही आहे. जर अगदी आरंभी-आरंभीच मुसलमानांना कडवा प्रतिकार होता, तर आपले दुराग्रह सोडून हिंदू धर्मातील एक एकेश्वरी पंथ म्हणून मुसलमान येथे सुखाने राहिले असते. ज्या वेळेला हिंदू संस्कृती अधोगतीच्या पायरीवर उभी होती, तेव्हाच मुसलमानांची टोळधाड आली आणि त्या टोळधाडीत इथला असंघटित समाज वाऱ्यावर उडावा तसा उडून गेला. इस्लामने मूर्तिपूजा नाकारली आणि येथे तर गावागावांत उत्तमोत्तम देखणी देवळे व मूर्ती होत्या. शिवाय ही सारी देवळे आर्थिक दृष्ट्या समृद्ध होती. वैदिकांचा कणा मोडायचा असेल; तर त्यांना एकत्र बांधून ठेवणारी मंदिरे, यज्ञशाळा, ग्रंथालये, आश्रमशाळा, नालंदा-तक्षशिला यांसारखी महाविद्यालये उद्ध्वस्त करून टाकावीत, असे या मुसलमानांनी ठरवले आणि त्यांनी वैदिक संस्कृतीने वर्षानुवर्षांच्या कष्टाने जमा केलेले वास्तुशिल्प, मूर्तिशिल्प, साहित्याचे भांडार पार नष्ट करून टाकले. इस्लामला स्वत:ची संस्कृती नाही. तो उजाड, जंगली टोळीवाल्यांचा एक धर्म आहे. सुसंस्कृत समाजाचे कोणतेही लक्षण मुसलमानांजवळ नव्हते. ग्रंथाची आणि वादसभांची त्यांना चीड होती. वास्तुशास्त्राला आवश्यक असणारे ज्ञान त्यांच्याजवळ नव्हते. संगीत, नृत्य, वादन, चित्रकला, शिल्पकला या कलांना कुराणाने मज्जाव केलेला आहे. स्त्रीला गोशात ठेवण्याची सक्ती केली आहे. हिंदुस्थानात आल्याबरोबर इथली राजमंदिरे, राजनगरे, वैभव, राजस्त्रिया हे सारे बघून मुसलमानांचे डोळेच फिरले. मूळचे तुर्की, इराणी, अरेबिक मुसलमान आजच्यासारखेच असतील, तर तेव्हाही क्रूर असलेच पाहिजेत. संख्येने लहान असणाऱ्या समाजाला जेव्हा सत्ता ताब्यात ठेवायची असते, तेव्हा नागरिकांवर दबाब ठेवण्यासाठी क्रूरतेचा वापर करावाच लागतो. या इराणी, तुराणी किंवा मंगोलियन आक्रमकांनी केवळ मौज म्हणून दिल्लीतील हजारो नागरिक मारले, ते त्यांच्या प्रवृत्तीला साजेसेच होते. आज हिंदुस्थानातून पाकिस्तानात गेलेल्या मुसलमानांनासुद्धा तुच्छतेने वागवले जाते. याचे कारण खऱ्या मुसलमानांपेक्षा हिंदू धर्मीयांच्या संगतीत वावरलेले मुसलमान त्यांना निराळे वाटतात.

हिंदू धर्मीयांच्या किती तरी सवयी आणि संकल्पना इथल्या मुसलमानांनी नकळत ग्रहण केल्या आहेत. असे म्हणतात की, भुत्तोच्या मुलीचे परवा लग्न झाले,

तेव्हा तिला डाव्या हातात हातभर बांगड्या घालाव्या लागल्या. तरी मुसलमानांना आपल्यापासून वेगळे ठेवण्यासाठी इंग्रजांनी जाणीवपूर्वक प्रयत्न केले व हिंदूंपासून फोडले आणि त्याचाच परिणाम आपले स्वतःचे राज्य मागण्याची हिंमत त्यांनी दाखवली. सामोपचाराने ही गोष्ट घडणार नाही म्हणून त्यांनी प्रचंड प्रमाणावर हत्याकांडे केली. त्याला ब्रिटिशांची संपूर्ण अनुमती होती. अखंड हिंदुस्थान ही जगाच्या सत्तासमतोलात व्यत्यय आणणारी गोष्ट आहे, असे त्यांना वाटले म्हणून त्यांनी हिंदुस्थानला ही कायमची पाचर मारून ठेवली आहे. जगातील कोणतेही मुसलमान जेवढे प्रतिगामी नाहीत, तेवढे भारतातील आहेत. मुसलमानी राष्ट्रांत सहसा बिगरमुसलमान नागरिक राहू शकत नाहीत. मूर्तिपूजकांविरुद्ध मुसलमानाच्या मनात आकस आहे आणि त्यांचा विध्वंस करण्याची मुसलमानांना परवानगी आहे, हे त्याचे एक कारण आहेच; पण खरे कारण– कुराण हा एक सर्वश्रेष्ठ ग्रंथ आहे आणि परमेश्वराचा तो अखेरचा शब्द आहे, यावर खऱ्या मुसलमानाची श्रद्धा असते. त्याचप्रमाणे या मताविरुद्ध कोणतेही मत मानणे म्हणजे परमेश्वराशी द्रोह केल्यासारखा आहे, असे मुसलमान मानतात. मुसलमानांचा हिंदूंवर विशेष राग असण्याचे कारण अरबस्थानात राहिलेल्या व वाढलेले महंमदाला हिंदू, बौद्ध, जैन आदी धर्ममतांची कल्पनाच नव्हती. तेव्हा कुराणात त्यांचा काहीच उल्लेख झालेला नाही. माणसाला लागणारे सर्व ज्ञान व सूचना कुराणात असल्याने, कुराणात नाही ते शिल्लक ठेवण्याची आवश्यकताच नाही, असे सच्च्या मुसलमानाला वाटते. आहे अशाच मागासलेल्या स्थितीत मुसलमान धर्म राहील, तरच आपली स्थाने मजबूत राहतील, असे मुल्ला-मौलवींना वाटते. मुसलमानांचा हा एकांतिक समज त्यांना टिकवून धरावा लागतो. मुसलमानी राष्ट्रांत मुसलमानांना स्पर्धाच नाही. त्यामुळे तेथे ते म्हणतील ती पूर्व दिशा आहे. तसे भारतात नाही. हिंदू येथे बहुसंख्य आहेत. त्यामुळे दहशतीच्या बळावर हिंदू आपल्या अधीन ठेवणे मुसलमानांना शक्य वाटते. मुस्लिम राष्ट्रांजवळ आज खनिजतेलाची विपुलता आहे, त्याचीही हिंदुस्थानला गरज आहे. मुसलमान राष्ट्रे दुखावतील, असे भारतीय शासनाला काही करता येत नाही. इस्रायलला आपण साधी मान्यताही देऊ शकत नाही. कारण इस्रायल व अरब राष्ट्रे यांचे दीर्घकाळ युद्ध चालू आहे. या साऱ्या पार्श्वभूमीवर मुसलमानांना आणखी एक गोष्ट अनुकूल आहे. ती म्हणजे, जगातील महासत्तांना भारतीय लोकशाहीची प्रगती होऊ नये, असे प्रामाणिकपणे वाटते. ज्या-ज्या अशांततेच्या चळवळी भारतात चालतात, त्याला बड्या राष्ट्रांचा गुप्तपणे पाठिंबा आहे. कायदा व सुव्यवस्था टिकविण्यात हिंदुस्थानची

सर्व गंगाजळी खर्च व्हावी व त्यांना वैज्ञानिक प्रगती साधता येऊ नये– त्यासाठी त्याने कर्जबाजारी राहावे, असा त्यांचा प्रयत्न असतो. या एकूण साऱ्या भारतविरोधी कारवायांत सत्तारूढ अशा काँग्रेस पक्षाची मन:स्थिती काय आहे, याचा विचार केला; तर लक्षात येते की, लोकशाहीत निर्णायक बहुमत मिळवण्यासाठी मुस्लिम मतांची आवश्यकता आहे. हिंदू नाराज होतील, पण ते विखुरलेले आहेत; त्यामुळे आपली स्थाने मजबूत राहतील. काँग्रेसजनांना मुसलमानांचे फार प्रेम आहे– अशातला भाग नाही. किंबहुना, काँग्रेसमधील एका मोठ्या गटाला मुसलमानांचे फाजील चोचले पुरवणे मान्य नाही. पण ते न पुरवण्यामुळे सत्ता जात असेल, तर ते पुरवण्याची त्यांची तयारी आहे. जोपर्यंत केवळ हिंदूंच्या मतांवर शासन ताब्यात राहणार नाही तोपर्यंत मुसलमानांचे अवाजवी महत्त्व राहणार. हिंदू संघटनेचे उद्दिष्ट मुस्लिम-द्वेष हे नसून, हिंदूंच्या मतांतून निर्माण होणारे शासन निर्माण करणे, हे आहे. हिंदूंचे संघटन करताना काही गोष्टी लक्षात ठेवल्या पाहिजेत की, मुळात हिंदू समाज हा एकजिनसी समाज नाही. काही लोकांचे अनेक वर्षे आपण हक्कच नाकारलेले आहेत. त्या हक्कांची भरपाई आपल्याला प्रथम करायला लागेल. त्यानंतर सर्व प्रसिद्धिमाध्यमांवर मुसलमानधार्जिण्या लोकांचा जो प्रभाव आहे, तो आपल्याला नष्ट करावा लागेल. मुसलमानांना बाहेरून मिळणाऱ्या पैशावर लक्ष ठेवावे लागेल; आणि त्याचप्रमाणे मुसलमानांजवळ जसे जिहादला तयार असणारे शेकडो मुसलमान युवक आहेत, त्यांहून अधिक संख्येने मोठी हिंदू धर्मरक्षक पथके निर्माण करायला हवीत. प्रत्यक्ष रक्तपात होणार नाही; कारण मुसलमानांच्या ध्यानात येईल की, प्रसंग पडला तर हिंदू प्रत्यक्ष प्रतिकार करतील आणि त्या विषम लढाईत मुलमान समाज होरपळून निघेल. विनंतीअर्ज, हृदयपरिवर्तन या मार्गांपेक्षा हिंदू संघटना आणि बलप्रदर्शन हा एकच मार्ग हिंदू-मुसलमान प्रश्न सोडवण्यास समर्थ आहे. आपल्याहून प्रचंड संख्येने असलेल्या हिंदूंना मुसलमान घाबरवू शकतात, याचे परकीयांना खरे तर आश्चर्य वाटते. पण ही वस्तुस्थिती आहे, आणि तिला गांधी, नेहरू व काँग्रेस जबाबदार आहे. नव्याने जागृत झालेले लढाऊ हिंदू जनमत हे उद्याच्या भारताचे खड्ग ठरणार आहे.

(१३ मार्च, १९८८)

-०-०-०-

२७

व्यक्तीकडून समाजाकडे– टोळीकडून संस्थांकडे

प्रत्येक गोष्टीच्या शाळा नसतात. काही गोष्टी अनुभवाने चुकत-माकत शिकाव्या लागतात. शेतकी कॉलेजात शेतीचे पुस्तकी ज्ञान, पिकांवर पडणारे रोग व त्यांवरील उपचार, वेगवेगळी खते, मातीची गुणवत्ता ओळखण्यासाठी तिचे पृथक्करण करून घेण्याची पद्धत वगैरे सर्व गोष्टी शिकवल्या जातात. अलीकडे पुस्तकी शिक्षणावर टीका झाल्याने नांगर धरण्याचे, ट्रॅक्टर चालवण्याचे, भांगलण करण्याचे कामही शिकवले जाते. पण अजून कोणत्याही कॉलेजात पाऊस आज येणार का उद्या येणार, ते सुचवणारी चिन्हे कोणती याचे शिक्षण दिले जात नाही. झाडावरचे फळ केव्हा उतरवावे, म्हणजे मुंबईच्या बाजारात पोहोपर्यंत ते पिकेल– ही गोष्ट अभ्यासक्रमात अजून आणता आली नाही. एखाद्या वर्षी एकर-दोन एकर आल्याचे पीक लावून हजारो रुपयांचा फायदा मिळतो, पण हा शेतीतला जुगार खेळण्याचे शिक्षण शेतकी कॉलेजात मिळत नाही. फारसे शिक्षण मिळाले नसलेला अडाणी शेतकरी सुशिक्षित शेतकऱ्यापेक्षा कित्येकदा अधिक किफायतशीर शेती करतो. याचे कारण निसर्गाचे नियम पाहून-पाहून तो शिकलेला असतो आणि म्हणून निसर्गाचे गूढ रहस्य त्याला लवकर समजते. निसर्गाचे ज्ञान देणाऱ्या शाळा अस्तित्वात नाहीत.

अशा अनेक गोष्टी आहेत की, ज्यांच्या शाळाच नाहीत. कविता करायला शिकवणाऱ्या शाळा नसतात. रंगतदार कीर्तन

कसे करावे, हेही शाळेत शिकता येत नाही. पाठांतर करायची निवडक पदे व पूर्वरंग-उत्तररंग याचे नाते, उभे कसे राहावे, हालचाली कशा कराव्यात, कीर्तनात नाटक केव्हा आणावे, हे सारे प्रयासाने शिकता येते; पण कीर्तन रंगवणे ही गोष्ट काही शाळेत जाऊन शिकता येत नाही. संगीताच्या शाळा तर गल्लोगल्ली निघालेल्या आहेत. तेथे गेले की, काही दिवसांत राग ओळखता येतात. वर्ज्य स्वर कोणते, हे पाठ म्हणून दाखविता येते, चीजांची नोटेशन्स पाठ करता येतात. गाण्यातील गणिताच्या शाळा असतात, पण गाण्यातील सौंदर्यानुभावाच्या शाळा नसतात.

हिशेब कसे ठेवावेत, यांच्या शाळा असतात; पण गोड बोलून देणग्या कशा मिळवाव्यात, हे शिकण्याच्या शाळा नसतात. सार्वजनिक संस्था कशा चालवाव्यात यांचे यथार्थ शिक्षण देणारी शाळा अस्तित्वात नाही. आपला देश मागासलेला मानला जातो, याचे कारण अजूनही आपल्या देशात संस्थाजीवनाचे महत्त्व नीटसे समजलेले नाही. कोणताही समाज ही मुळातच एक संस्था असते. शाळा, वाचनालये, हॉस्पिटल्स, वस्तुसंग्रहालये, तक्रारनिवारण केंद्रे वगैरे अनेक तऱ्हेच्या सामाजिक संस्था ही समाजाची गरज असते. या अशा संस्था विशिष्ट उद्देश डोळ्यांसमोर ठेवून निर्माण कराव्या लागतात. इंग्रजी अमलानंतर जरा स्थिरस्थावर झाले आणि मग सामाजिक गरजा भागवणाऱ्या या सार्वजनिक संस्था निर्माण होत गेल्या. चार माणसे एकत्र येऊन एका विशिष्ट कारणासाठी त्यांनी संस्था जन्माला घातली. त्यासाठी त्या संस्थेची घटना बनवण्यात आली व त्या घटनेनुसार त्या संस्थेचा हेतू अमलात आणण्याचा प्रयत्न सुरू झाला. एका व्यक्तीजवळची साधने मर्यादित असतात. पण अनेकांची ताकद एकत्र आली म्हणजे मग संस्था स्वतःच्या पायांवर उभी राहण्याइतकी स्वतंत्र करता येते. संस्थेच्या कारभारावर चोखंदळ व्यक्तींचे नियंत्रणही राहू शकते. काही निःस्पृह माणसे डोळ्यांत तेल घालून संस्थेचा कारभार घटनेनुसार चाललेला आहे का नाही, हे पाहतात. काही मान्यवर माणसे संस्थेचे उत्पन्न व संस्थेचा खर्च यांच्यावर डोळ्यांत तेल घालून लक्ष ठेवतात आणि संस्थेच्या स्वास्थ्यासाठी संस्थेची गंगाजळी उभी करून देतात. कित्येकदा मूळ तत्त्वापासून संस्थेतील कार्य दूर जाऊ लागले, म्हणून संस्थेत मतभेद होतात व काही माणसांना संस्था सोडून जावे लागते. देशाभिमानी शिक्षण देण्यासाठी स्वार्थत्यागी वृत्तीच्या लोकांनी डेक्कन एज्युकेशन सोसायटी स्थापन केली. सरकारचे साह्य घ्यायचे नाही, सरकारच्या मान्यतेचीही फिकीर करायची नाही, ही सारी उद्दिष्टे चार-पाच वर्षांतच

नष्ट झाली. संस्था संस्थेसारखीच चालू राहावी, स्वार्थत्याग म्हणजे भिकारडेपणा नव्हे, असे काहींना वाटू लागले. कुरबुरींना सुरुवात झाली आणि संस्थेला फाटे फुटले. संस्था चालूच राहिली. महाराष्ट्रातले संस्थाजीवन हे असे निर्माण होत गेले.

स्वातंत्र्यपूर्व काळात समाजसेवेच्या कार्यासाठी स्वयंपूर्ण संस्था निर्माण करणे व ती चालवणे, यामागे देशभक्तीचीही भावना होती. स्वातंत्र्यानंतर आपल्याच लोकांचे राज्य आले आणि पदरमोड करून स्वार्थत्यागपूर्वक संस्था चालवण्याची प्रेरणा संपुष्टात आली. सरकार आपले आले, तेव्हा सरकारने या संस्था चालवण्यासाठी आवश्यक तो पैसा उपलब्ध करून दिला पाहिजे, अशी हक्काची भाषा बोलू जाऊ लागली. हळूहळू संस्थांचे विस्तार होत गेले. लहान-लहान संस्था आता मोठ्या होत-होत लाखांचे व्यवहार करू लागल्या. त्यांच्या प्रचंड मालमत्ता निर्माण झाल्या. त्यामुळे संस्था ताब्यात असण्याचे फायदेही लोकांच्या ध्यानी येऊ लागले. आपण केवळ कारभारी मंडळाचे सदस्य आहोत, ही भावना जाऊन आपण या संस्थेचे मालक आहोत, ही भावना निर्माण होत गेली आणि त्याच्या परिणामी संस्थेवरील ताबा टिकवण्यासाठी गैरमार्गाचा वापर होऊ लागला. पैशाचे अपव्यवहार होऊ लागले. मूठभर लोकांनी संस्थांचा कब्जा घेतला. त्याविरुद्ध दुसरा गट तक्रार करू लागला आणि न्याय मिळेना, तेव्हा कोणता तरी एक पक्ष कोर्टात गेला. संस्थांचे काम ठप्प झाले. दैनंदिन व्यवहार कसाबसा चालवण्याइतकाच अधिकार उरला. संस्थेच्या कार्याची हानी झाली, मालमत्तेची धूळधाण झाली आणि कित्येक अत्यावश्यक असा संस्था निष्क्रिय झाल्या. या सर्व संस्थांचे नियंत्रण करणारी चॅरिटी कमिशनर ही एक कायदेबाज यंत्रणा निर्माण झाली. त्याने एवढेच झाले आहे की, या देशातील हजारो सार्वजनिक संस्था आज निष्क्रिय होऊन पडल्या आहेत. काही संस्थांत भांडणे नाहीत, मालमत्ता आहेत; पण ट्रस्टीच इतके वृद्ध झाले आहेत की, त्यांच्या हातून काही कामच होत नाही. मात्र, आपणहून संस्थेचे त्यागपत्र द्यावे, असे कोणालाच वाटत नाही. काही संस्था नाममात्र उद्दिष्ट पुरे केल्याचा देखावा करतात. परंतु, एकूण सारे संस्थाजीवन नासलेले आहे. ज्याप्रमाणे औद्योगिक न्यायालये असतात, त्याप्रमाणे सार्वजनिक संस्थांसाठी वेगळी न्यायालये हवीत. त्यांचे निर्णय तातडीने लागण्याची व्यवस्था हवी. संस्था निष्क्रिय झाल्या असतील, तर त्या संस्थेत हस्तक्षेप करण्याची काही यंत्रणा उभी केली पाहिजे. थोडक्यात– संस्थाजीवनाचे नीतिनियम, कायदे, घटना या साऱ्यांचे पुनर्मूल्यांकन केले पाहिजे. प्रत्येक सार्वजनिक संस्थांची पुरेपूर

चौकशी करून तिच्या कारभारात पुन्हा चैतन्य आणले पाहिजे, तरच लोकांच्या आश्रयाने आणि त्यागाने निर्माण झालेल्या या संस्था उपयुक्त असे कार्य करू शकतील.

संस्थाजीवन म्हणजे काय, सभासदांचे आणि पदाधिकाऱ्यांचे संबंध कसे असावेत, संस्थेचे कार्य कसे चालवावे– या साऱ्या गोष्टींचे शिक्षण देणारी एखादी संस्था निर्माण व्हायला हवी. सार्वजनिक संस्था चालवण्याचा आजचा जो अनुभव आहे, त्यावरून आधुनिक काळाशी जमवून घेणारा नवा कायदा निर्माण होण्याची आवश्यकता आहे. हल्ली सार्वजनिक संस्था वेगवेगळ्या कायद्यांच्या कक्षेत मोडतात. सहकारी संस्था या सहकारी कायद्यानुसार चालतात. सेवासंस्था या ट्रस्ट ॲक्ट अन्वये किंवा सोसायटीज् ॲक्ट अन्वये नियंत्रित केल्या जातात. जेव्हा हे कायदे निर्माण व्हायचे होते, तेव्हा अनेक संस्था कंपनी ॲक्टप्रमाणे नोंदवल्या गेल्या. त्यामुळे सर्वच सामाजिक संस्थांना सामावून घेईल, असा कायदा नाही. त्याचप्रमाणे वयात आलेले कोणतेही स्त्री-पुरुष कोणत्याही संस्थांचे पदाधिकारी बनू शकतात. ज्या उद्दिष्टांसाठी संस्था स्थापन होतात, त्या उद्दिष्टांशी कधीही संबंध न आलेली माणसे त्या संस्था चालवताना दिसतात. साहित्यिक या शब्दाची व्याख्या नाही. त्यामुळे साहित्य संस्थांत बिगरसाहित्यिकांचेच वर्चस्व असते. पत्रकारांच्या संस्था बहुधा पत्रकार नसलेल्या लोकांच्या हातांत आहेत, कारण पत्रकार म्हणवून घेण्यासाठी कोणत्याही अटीची पूर्तता करावी लागत नाही. शिक्षणाशी ज्याचा फारच थोडा संबंध आला आहे, अशी माणसे अनेक शिक्षण-संस्थांत निर्णय घेण्याच्या जागी बसलेली असतात. या गोष्टीचा परिणाम असा झाला आहे की, आमचे सारे संस्थाजीवन विस्कळीत झाले आहे.

मुळात संस्थाजीवन ही संकल्पनाच सार्वजनिक नीतिमत्तेची मागणी करते. सार्वजनिक मालमत्ता वापरण्यासाठी काही बंधने स्वीकारावी लागतात. समाजाचा स्तर उंचावायला हवा असेल; तर व्यक्तिगत चारित्र्य व सार्वजनिक चारित्र्य यांची जी सोईस्कर विभागणी केली जाते, ती थांबवली पाहिजे. चारित्र्य हे एक सलग विणीचे वस्त्र आहे. खासगी जीवनात स्वैरतेने वागणरा माणूस सार्वजनिक जीवन शुद्धतेने जगू शकतो; परंतु ज्या विश्वासावर सामाजिक संस्थांची उभारणी होते, त्या विश्वासाला नीतिमत्तेच्या दुभागणीमुळे अर्थच राहत नाही. मला अनेकदा अनेक सार्वजनिक संस्थांच्या अधिकारपदावर व कार्यकारिणीवर घेण्याच्या कसोशीने प्रयत्न केला गेला; त्याला मी नकार दिला. ज्याला सर्वसामान्य मोह ठोकरून लावता येतात, त्यानेच सार्वजनिक जीवनात पडावे. ज्याप्रमाणे डॉक्टर हा

चोवीस तास शुद्धीवर असायला हवा, त्याप्रमाणे सार्वजनिक कार्यकर्ता प्रस्थापित समाजाचे नियम कटाक्षाने पाळणारा हवा. तुमचे बाकीचे सर्व व्यवहार अगदी नेकीचे, प्रामाणिकपणाचे आणि तळमळीचे असले; तरी ज्या समाजात तुम्ही राहता, त्या समाजाच्या रिवाजाप्रमाणे वर्ज्य गोष्टी तुमच्या हातून होता कामा नयेत. मद्यपान ही गोष्ट आपल्या समाजात प्रतिष्ठित मानली जात नाही. किंबहुना, मद्यप्याला लवकर मोहवश होण्याची संधी मिळते. स्त्री-पुरुष संबंधांबाबत एके काळी आपल्या समाजात उदार दृष्टिकोन होता; पण इंग्रजी समाजाच्या संपर्कामुळे एकपत्नीव्रत हे चारित्र्याचे लक्षण मानले जाऊ लागले. कालमानानुसार समाजाने नीतिमत्तेचे निकष ठरविलेले असतात, त्यांचे पालन सार्वजनिक कार्यकर्त्यांनी केले पाहिजे. ही सर्व बंधने पाळून जर तुम्ही एखाद्या संस्थेसाठी आयुष्य वेचले, तर आयुष्याच्या अखेरीस लोक आपला आदर करू लागतात. ही संस्था मी उभी केली, एखादी संस्था मी वाढविली किंवा एखाद्या संस्थेला मी अडचणीच्या काळातून बाहेर काढले– असे अभिमानपूर्वक आपल्याला म्हणता आले पाहिजे. हे मिळवण्यासाठी पुष्कळ किंमत द्यावी लागते, ती अलीकडे दिली जात नाही. सार्वजनिक संस्थांत काम करणाऱ्याला पूर्वी जी प्रतिष्ठा असे, तशी ती आज उरलेली नाही. लोकमान्य असे चारित्र्य, काटेकोर कारभार, पै-पैशाबद्दल दाखविली जागरूकता आणि एखाद्या कार्यातील निष्ठेमुळे झोकून दिलेले आपले आयुष्य– या साऱ्यांतूनच आजवरच्या संस्था उभ्या राहिल्या, मोठ्या झाल्या. रुपया-आठ आणे वर्गणीतून प्रचंड मोठ्या वास्तू उभ्या राहिल्या आणि ज्या कोण्या माणसाने समाजकार्याचे एक स्वप्न पाहिले होते, ते पुरे झाले.

नुसता प्रामाणिकपणा, नुसते चारित्र्य किंवा नुसतेच कष्ट पुरत नाहीत. एखादे ग्रंथालय हे जर आपल्या चळवळीचे क्षेत्र असेल तर ग्रंथांविषयी, ग्रंथकारांविषयी, ज्ञानाविषयी नितांत प्रेम असावे लागते. त्या विषयाचे किमान आकलन असल्याशिवाय संस्थेचा विकास होत नाही. ग्रंथांची संख्या आणि ग्रंथालयाची इमारत यामुळे ग्रंथालय निर्माण होत नाही; महत्त्वाची गोष्ट असते ती म्हणजे, ग्रंथांचे माणसाच्या आयुष्यातील महत्त्व समजावून घेण्याची पात्रता. ही पात्रता अंगी आल्याबरोबर ग्रंथालयात येणाऱ्या वाचकांची योग्यता आपल्याला समजू लागते. वागण्यात आर्जवीपणा आपोआप येतो. देव-घेव करण्याची वस्तू हे ज्ञानाचेच साधन आहे, सुसंस्कृत माणसांचा हा व्यवहार आहे, याचे दर्शन आपोआपच आपल्या कृतीतून होत जाते. शिक्षणसंस्था असेल, तर संस्थेच्या इमारतींना अर्थातच महत्त्व आहे. त्यासाठी सरकारचे अनुदान किंवा दानशूर

माणसांचा अनुनय ह्या गोष्टी समजून घ्याव्या लागतील. मोठमोठ्या इमारती बांधल्या, विद्याविभूषित शिक्षकांची नेमणूक केली, प्रयोगशाळा-ग्रंथालये-फर्निचर या सगळ्यांची रेलचेल केली; तरीही या सर्व पसाऱ्यात महत्त्व असते, ते जग न पाहिलेल्या व प्रथमच प्रकाशाकडे डोळे लावणाऱ्या कोवळ्या वयातील बालकांचे. या बालकांचे रूपांतर आपण शास्त्रज्ञांत करणार, क्रीडापटूंत करणार, चित्रकारांत करणार, का विचारवंतांत करणार– हे समजण्यासाठी मानवी जीवनाचे उदात्त आदर्श कोणते, हेच समजणे आवश्यक असते. चांगले आदर्श डोळ्यांसमोर असले, तर इमारत गळकी असली तरी चालू शकेल; पण चांगले आदर्श मात्र कणाकणाने जोपासावे लागतात. आपण साधनांना अवाजवी महत्त्व देतो. त्यांना महत्त्वच नाही, असे नाही. साधने लागतातच. काही कापायचे असले, तर करवत हवी. जमीन खुरपायची असेल, तर खुरपे हवे. पण काय कापायचे व काय पेरायचे, हे ठरविल्याशिवाय साधनांना अर्थ नसतो. शब्दांचा उपदेश माणसे ऐकत नाहीत– किंबहुना, त्याविरुद्ध वर्तन करण्याची मानवी प्रवृत्ती असते. आपल्या आचरणातून व दैनंदिन व्यवहारातून आपण नीतिमत्तेचा संस्कार करू शकतो. वाचनाची गोडी लावायची असेल, तर त्या ग्रंथांत दडलेल्या कथा, कविता नव्याने शिकू पाहणाऱ्या मुलांना ऐकवाव्या लागतात. नव्या आनंदाचा अनुभव ही शिक्षणाची पहिली पायरी असते. त्याचप्रमाणे चारित्र्य ही संसर्गजन्य गोष्ट आहे. आदर असलेल्या व्यक्तीच्या संगतीत सिगारेट ओढण्याचे धारिष्ट्य होत नाही. चारित्र्यवंताचा परिणाम परिसरातील व्यक्तींवर होत असतोच. सार्वजनिक जीवन शुद्ध राहायचे असेल, तर अशा चारित्र्यसंपन्न माणसांची नितांत गरज आहे.

सहकारी जीवन हे संस्थाजीवनच आहे. ते सामूहिक स्वार्थासाठी निर्माण केलेले संस्थाजीवन आहे. येथे त्यागाची अपेक्षा नाही; फक्त मिळलेल्या सुविधा सारख्या प्रमाणात वाटून घेण्याची नीमिमत्ता असली, की पुरे. सरकार या शब्दात अभिप्रेत असणारी समानता, ही हरवल्यानंतर सहकारी चळवळींचा बोजवारा उडाला, म्हणून ओरडण्यात काही अर्थ नाही. पाश्चिमात्य देश इहवादी आहेत. म्हणूनच तिथल्या सार्वजनिक संस्था अत्यंत काटेकोरपणे चालवल्या जातात आणि त्यातून सर्वांचाच फायदा होत राहतो. सचोटी ही नैतिक कल्पना नाही. ती नीतिमत्तेचा भाग नसल्याने पाळण्याची सक्ती नाही. सचोटी हे एक व्यापारी धोरण आहे. सचोटीने वर्तन करणाऱ्याला अकारण सावध राहावे लागत नाही. कट-कारस्थाने करावी लागत नाहीत. आपला स्वार्थ साधूनही दुसऱ्याला फायदा

मिळू देण्यात व्यावहारिक शहाणपण असते. अवाजवी स्पर्धा टळतात. 'ऑनेस्टी इज द बेस्ट पॉलिसी' असा वाक्यप्रयोग आहे. 'ऑनेस्टी इज ॲन इसेन्शियल व्हर्च्यू' असे कोणी म्हटलेले नाही. याचे कारण आपण समजून घेतले पाहिजे; म्हणजे सार्वजनिक जीवन कसे जगावे, याचा मूलमंत्र सापडेल. दुर्दैव असे की– लांड्या-लबाड्या करून, कट-कारस्थाने करून, सत्तेचा गैरवापर करून आपल्याच सहकाऱ्यांना बुडवायची वृत्ती निर्माण झाली की, मतभेद शब्दाच्या पलीकडे जातात व ते संहारक बनू शकतात. न्याय ही गोष्ट दुसऱ्याला दिल्याशिवाय आपल्याला मिळत नाही. दुसऱ्याचे हक्क मानले, तर आपल्या हक्कांचे संरक्षण होते. समाजजीवनाची गुरुकिल्ली येथेच आहे. परस्परांच्या उणिवांना अवाजवी महत्त्व न देता, परस्परांच्या गुणांचा अधिकाधिक उपयोग करून घेणे; हे साऱ्या सार्वजनिक संस्थांत दिसू लागले की, समाजाचा कायापालट होईल. अजूनही आपण सार्वजनिक जीवनाला सरावलेलो नाही. चोरांची टोळी होते व सज्जनांची संस्था होते. आपण टोळीयुगाकडून संस्थायुगाकडे येणार की नाही?

(३ एप्रिल, १९८८)

- ० - ० - ० -

२८

परकीयांचे वैचारिक दास्य झुगारून द्या!

आपला देश राजकीय दृष्ट्या एक झाला तो इंग्रज राज्यात. त्यापूर्वी या देशात एक आध्यात्मिक राष्ट्र अस्तित्वात होते आणि इथे एक आध्यात्मिक लोकशाहीही नांदत होती. सुवर्णद्वीप या नावाने ओळखला जाणारा हा भरतखंड एका छत्राखाली इंग्रजी राज्यापूर्वी कधीही नव्हता. राज्ये, साम्राज्ये, महाराज्ये यांचे स्वरूपही स्वामित्वाचे नव्हते. स्वामित्वाची खूण म्हणून सम्राटाला काही करभार दिला की, जे-ते राज्य स्वतंत्र होते. या देशाची रचनाही अशीच झाली आहे की, आजच्या प्रत्येक राज्याची सांस्कृतिक अलगता असूनही एकतेचे एक अभूतपूर्व प्रदर्शन इथे घडत गेले. भिन्न भाषा, भिन्न धर्मपंथ, आहार व वस्त्रप्रावरणे आदी भिन्न जीवनपद्धती या देशात नांदत असूनही भारतीय समजल्या जाणाऱ्या या सांस्कृतिक बंधनाने या देशाचे एकत्व सिद्ध झालेले होते. वेद, उपनिषदे, पुराणे आणि स्मृतिग्रंथ बहुतेक सर्व राज्यांत मानले जात असत. तरीही ते मानण्याची जबरदस्ती येथे केली गेली नाही. हिंदू तत्त्वज्ञानाशी मतभेद व्यक्त करून बौद्ध तत्त्वज्ञान इथे रुजले. त्याला राजाश्रयही मिळाला. तरीही इथल्या चिवट समाजशक्तींनी या देशातून बौद्ध तत्त्वज्ञान हाकलून दिले. चीन, जपानसारख्या दूरस्थ राष्ट्रांत बौद्धमत प्रस्थापित झाले. पण वैदिक संस्कृतीपुढे बौद्धमताचा पाड लागला नाही. महावीरांचा जैन हा एक वैदिक धर्माचाच भाग म्हणून मागे उरला. शंकराचार्यांनी दळणवळणाची फारशी साधने नसताना किंवा व्यवहारभाषेचे

सौकर्य नसताना वादविवादात बौद्धमताचा पाडाव केला, असे म्हटले जाते. त्याचा अर्थ मी तरी असा लावतो की, बौद्धमत पराभूत होण्यासाठी परिस्थिती निर्माण झालेलीच होती; फक्त शंकराचार्यांचे आगमन हा शेवटचा प्रहार ठरला.

पण एक गोष्ट त्यामुळे लक्षात येईल की, सर्व नागरी समाज वेगवेगळ्या भाषांतून व्यवहार करीत असला तरी ज्ञानभाषा ही संस्कृतच असल्यामुळे भिन्न शासन असलेल्या राज्यांत मुक्तपणाने संचार करून, राज्यांच्या सीमा ओलांडून, ज्ञानप्रसाराला किंवा पारमार्थिक अभ्युदयाला राज्यसीमा अडथळा आणू शकत नव्हत्या. वेगवेगळ्या धर्ममतांत लहान-मोठे संघर्ष झाले नाही, असे नाही. पण तरीही त्यापायी प्रचंड प्रमाणावर नरसंहार झाल्याचे उदाहरण नाही. मतस्वातंत्र्य हे गृहीत धरले असल्यामुळे वेगवेगळी धर्ममते आणि संप्रदाय या देशात सुखेनैव नांदू शकले. समृद्ध भूमीच्या शोधात आशिया मायनर, इराण, इराक इकडून ज्या नानाविध टोळ्या आल्या; त्याही स्वखुशीने इथल्या समाजात विलीन होऊन गेल्या. शक, हूण, बर्बर या भिन्न जमाती आपले वेगळेपण इतक्या गमावून बसल्या की, त्यांना आज आपले स्वतंत्र अस्तित्व दाखविणे हिंदुस्थानात तरी कठीण होऊन बसले आहे. अफगणिस्तानापासून ते इंडोनेशियापर्यंत वैदिक संस्कृतीचा जयजयकार होत होता आणि यापुढेही जाऊन असे म्हणता येईल की, पश्चिम आशिया आणि दक्षिण युरोप येथेही भारतीय संस्कृती पोचलेली होती.

परंतु, कुठल्याही संस्कृतीचे तेज तिच्या सर्वव्यापी धोरणामुळे हळूहळू ओसरते. नवागत अशा प्रत्येक संस्कृतीला सामावून घेण्याच्या नादात प्रत्येक संस्कृतीचे काही विशेष, काही पूजास्थाने, काही मूर्तिपूजा वैदिक संस्कृतीत शिरल्या आणि वैदिक संस्कृतीचा जो मूळ कणा– तो यज्ञ मात्र निष्प्रभ होत गेला. एका आक्रमक अशा वैदिक संस्कृतीचे स्वरूप हळूहळू शबल संस्कृतीत झाले. आकारशून्य झालेल्या वैदिक संस्कृतीला खिस्ताचे आणि महंमदाचे आक्रमण थोपविता आले नाही. त्या आक्रमणात वैदिक संस्कृतीची अधिकच छकले उडाली. जातिनिष्ठ समाजरचना दृढपणे स्थिर झाली. सर्वसमावेशकता हरवली. आपल्यापुरते पाहण्याची वृत्ती बळावली आणि वैदिक संस्कृतीचा ऱ्हास व्हायला सुरुवात झाली.

इस्लामी संस्कृती ही काही नवे निर्माण करणारी संस्कृती नव्हे, तर आहे ती संस्कृती नष्ट करून टाकणारी संस्कृती आहे. त्यामुळे या देशात येताक्षणीच त्यांनी ग्रंथशाळा, पाठशाळा उद्ध्वस्त करून टाकल्या. या देशातील धर्ममते मूर्तिपूजेच्या रूपाने पंथात स्थिर होत आली होती. आपल्या संहारक संस्कृतीचे

अस्तित्व टिकविण्यासाठी मुसलमानांनी येथे उभारली गेलेली प्रचंड मंदिरे उद्ध्वस्त करून टाकली. समाजाच्या जो कणा, तो म्हणजे बुद्धिवादी समाज. त्यांची जबरदस्तीने धर्मांतरे घडवून आणली.

वस्तुत: इस्लामजवळ स्वत:चे कसलेही सांस्कृतिक जीवन नव्हते. वास्तुरचना, संगीत, साहित्य आदी सर्व सांस्कृतिक खुणा वाळवंटी प्रदेशात निर्माण झालेल्या संस्कृतीला माहीतच नव्हत्या. त्यांनी त्या अन्य संस्कृतींतून उचलल्या आणि आपल्या म्हणून मिरवल्या. हिंदुस्थानातच नव्हे, तर स्पेनमध्येही मुसलमानांच्या म्हणून वास्तू समजल्या जातात त्या मुसलमानांच्या नाहीत, हे पाश्चिमात्य संशोधक आता कबूल करू लागले आहेत. आज भारतीय संगीत म्हणून जे ओळखले जाते, ते मुसलमानांनी निर्माण केले आहे, असा इतके दिवस ग्रह करून देण्यात आला होता; पण भारतीय संगीत हे वैदिक परंपरेतूनच निर्माण झालेले आहे, हे संशोधनांती सिद्ध झाले आहे. ग्रहगणित, योगशास्त्र, शरीरशास्त्र, आयुर्वेद ही सारी वैदिक संस्कृतीचीच अपत्ये आहेत. पृथ्वी गोल असून ती सूर्याभोवती फिरते, हे ज्ञान भारतीयांना इसवी सनापूर्वीपासूनच ज्ञात आहे; पण पृथ्वी स्थिर नसून ती सूर्याभोवती फिरते, हे पटवून देण्यासाठी युरोपीय विद्वानांना मात्र पंधरावे शतक पाहावे लागले.

भारतीय संस्कृतीतील श्रुति-स्मृती हे केवळ आध्यात्मिक उन्नतीचे ग्रंथ नसून, त्यात विज्ञाननिष्ठ शास्त्रीय प्रमेयांची मांडणी केलेली आहे. फक्त शास्त्राची गुप्तता कायम ठेवण्यासाठी घेतलेल्या खबरदारीमुळे वेदऋचांचा खरा अर्थ आज आपल्याला लागू शकत नाही. आज जर्मनीत ह्याबाबत खूप काही संशोधन चालू आहे. अदृश्य अशा कणांपासून अचेतन वस्तूंची निर्मिती होते, ही ॲटॉमिक थिअरी वैदिकांना ज्ञात असावी.

एवढेच नव्हे, तर प्रत्येक कणात विलक्षण शक्तीचा संचय आहे, याचाही अंदाज त्यांना आलेला असावा. ज्ञात असलेल्या पृथ्वीबाहेर अन्य सजीव सृष्टी कोणत्या तरी ग्रहावर असू शकेल, असेही भारतीय तत्त्वज्ञानाने व्यक्त केले आहे. सर्व प्राणितत्त्वांत मी भरून राहिलो आहे, असे भगवद्गीतेत श्रीकृष्ण म्हणतात. यावरून चेतन सृष्टीचे एक समान-मूल्य असले पाहिजे, असेही भारतीय तत्त्वज्ञानास वाटून गेले आहे. विमानविद्या, अवकाशयात्रा, अदृश्य होण्याची शक्ती– वरुणास्त्र, पर्जन्यास्त्र, ब्रह्मास्त्र अशा अद्भुत अस्त्रांची जाणीव या कदाचित कविकल्पनाही असतील. पण सर्वभक्षक ब्रह्मास्त्र सोडल्यानंतर ते परत घेता येत नाही आणि विनाश टाळायचा असेल, तर त्या अस्त्राला नम्रतापूर्वक शरण जावे लागते, ही

सूचना आजच्या अणुयुद्धाच्या काळातही शिरोधार्य ठरली आहे.

विज्ञान आणि अध्यात्म हे अखेरीस एकरूपच आहेत, असे भारतीय तत्त्वज्ञान सांगते. कारण दोघांचाही उद्देश सृष्टीचे गूढ रहस्य शोधून काढणे, हाच असतो. आज प्रयोगशाळेत सार्वत्रिकपणे सिद्ध करता येईल, अशा गोष्टींना शास्त्र असे म्हणतात. पण दुर्बिणीचा शोध लागलेलाच नव्हता, प्रयोगशाळा उपलब्ध नव्हत्या; तेव्हा सूर्याची, चंद्राची आणि पृथ्वीची गती भारतीय वैज्ञानिक कशी मोजत असतील? वैज्ञानिक प्रयोगशाळेइतकीच प्रज्ञावंत माणसाची मनोभूमी ही एक अद्ययावत साधनांनी युक्त अशी प्रयोगशाळा आहे, असा यातून निष्कर्ष निघतो. वेदविज्ञानात सर्व काही आहे, हे म्हणणे जितके अतिशयोक्तिपूर्ण; तितकेच आपल्या संस्कृतीत विज्ञानाला स्थानच नाही, हे म्हणणेही अतिशयोक्तिपूर्ण होय.

विज्ञानाचा उगम मानवाने प्रथम सूर्योदय पाहिला, तेव्हाच झालेला आहे. कारण विज्ञान म्हणजे विशेष ज्ञान. सूर्य समुद्रातून किंवा डोंगरापलीकडून येतो, म्हणजे कोठून येतो? येताना तो रंगांची उधळण का करतो? अग्नी कसा निर्माण करावा? वनस्पतीचे उपयोग काय? जमिनीत एक दाणा पेरून त्याचे शंभर दाणे कसे होतात? लाकडापेक्षा लोह हे कठीण का असते– या व अशा अनेक प्रश्नांतून भारतीय माणूस त्या वेळेस वैज्ञानिक शोधच लावत होता. अग्नी टिकवून ठेवण्यासाठी त्यांनी यज्ञ-संस्था निर्माण केली, तेथेही मोक्ष मिळवण्यापेक्षा मानवी जीवनाची उपयुक्तताच त्यांनी लक्षात घेतली. एका नियंत्रित चक्राने या सृष्टीचेच नव्हे, तर साऱ्या ब्रह्मांडाचेच नियंत्रण होते. त्यामुळे त्या नियंत्रणशक्तीचा शोध घेता-घेताच अध्यात्माचा आणि विज्ञानाचा जन्म झाला.

माणूस हा प्रथमपासून विज्ञाननिष्ठ आहे; नाही तर कृषिविद्या विकसित झालीच नसती. नाहीतर आयुर्वेदाचे संशोधन झाले नसते. भारतात किती तरी शास्त्रे जन्म पावली आणि जगभर ती पसरली. आपण आपल्या पूर्वजांच्या ज्ञानाची कुचेष्टा केली आणि पूर्वसंचिताची अवहेलना केली. याउलट, पाश्चिमात्य शास्त्रज्ञांनी त्याच शास्त्रांची पायाशुद्ध आखणी केली. एवढेच नव्हे, तर त्याचे आधुनिक विज्ञानात रूपांतर केले.

चौदाव्या-पंधराव्या शतकानंतर भारतात अंधारयुग सुरू झाले आणि युरोपात प्रकाशपर्वयुग सुरू झाले. तिकडे विज्ञानाचा विकास होत होता आणि आपण मात्र शब्दप्रामाण्य, ग्रंथप्रामाण्य या आंधळ्या श्रद्धायुक्त जीवनाचा स्वीकार करून सर्वच नव्या गोष्टींची कुचेष्टा केली. राईट बंधूंनी अवकाशात प्रत्यक्ष विमान उडविण्यापूर्वीच भारतात चौपाटीवर गव्हर्नरच्या साक्षीने प्रत्यक्ष विमान

उडविले गेले होते व ते भारतीय शास्त्रांच्या अनुरोधानेच. त्या वेळेस इंग्रज सरकारचे राज्य होते. त्यामुळे येथील वैज्ञानिक प्रयोगांना उत्तेजन मिळणे शक्य नव्हते.

युरोपातील वैज्ञानिक प्रगतीने ज्यांचे डोळे दिपले होते, असे या देशातले बुद्धिवंतही इंग्रजांना विकले गेले आणि त्यांच्या वैदिक संस्कृतीच्या निंदेत तेही सहभागी झाले. एवढ्यानेच भागले नाही; तर भारतीय समाजव्यवस्था, धर्मग्रंथ, ज्ञानदायक समजली जाणारी साधने, संस्कृत भाषा या साऱ्या त्याज्य गोष्टी आहेत आणि त्यांचा त्याग केल्यावाचून वर्तमानात आपला निभाव लागणार नाही, असा धोशा त्यांनी चालू केला. इंग्रजांना तर इथे फूट पाडायचीच होती. त्यामुळे तथाकथित सुधारकांनी केलेल्या भारतीय संस्कृतीच्या निंदेला त्यांनी उत्तेजन दिले. लोकहितवादींसारख्या पहिल्या समाजसुधारकालाही संस्कृत भाषेची निंदा करावीशी वाटावी आणि नुसत्या इथल्या दोषांवर प्रहार करीत त्यांनी सुटावे, हा इथल्या वैदिक संस्कृतीचा पराभव होता. वाईटाबरोबर आपण चांगल्या गोष्टी कवडीकिमतीच्या करून टाकल्या. शंभर वर्षांहून अधिक काळ आपण स्वधर्म, स्वभाषा, संस्कृती व भारतीय विद्या याची टिंगलटवाळी करण्यात घालविली आणि नुसते परकीय स्वामित्वच मान्य केले नाही, तर परकीय वैचारिक दास्यही मान्य केले. स्वातंत्र्य मिळूनही आता पस्तीस वर्षे होत आली तरी आपली या वैचारिक दास्यातून मुळीच सुटका झालेली नाही.

आपला देश स्वतंत्र झाला, म्हणजे नेमके काय झाले? आपण अजून पराभूत मनोवृत्तीतच वावरत आहोत. पाश्चिमात्य वैभवाने आपले डोळे अजून दिपलेले आहेत. संहारक शस्त्रांच्या बाबतीत आपण परावलंबी आहोत. धर्मकलह, जातिकलह, भाषाकलह असे अनेक कलह इंग्रजांनी या देशात वाढवून ठेवले आहेत. परकीय विचारवंतांचा आधार घेतल्याशिवाय इथले विचारवंत कोणताही विचार मांडूच शकत नाहीत. या देशाचे प्रशासन अजूनही इंग्रजांनी आपल्या सोईंनुसार निर्माण केलेल्या रचनेनुसारच चालले आहे. नोकरशाही अजूनही तितक्याच उन्मत्तपणे वागते. येथील शिक्षणपद्धती परकीयांचे अंधानुकरण करते आणि केवळ निष्क्रिय व निरुपयोगी बेकारांची निर्मिती करते. येथे भाषाव्यवहारासाठी परकीय तज्ज्ञ आणावे लागतात. असे एकही क्षेत्र उपलब्ध नाही की, जेथे भारतीयांनी स्वत:चा ठसा उमटवलेला आहे. स्वातंत्र्याचे बाह्य दर्शन म्हणजे राष्ट्रध्वज, राष्ट्रगीत, लोकसभा हे येथे आहे. पण स्वातंत्र्याचा पहिला गुणधर्म– जी अस्मिता– ती मात्र अजूनही येथे निर्माण झालेली नाही. आमचे प्रश्न सोडविण्यासाठी आमचे आम्ही समर्थ आहोत, ही जाणीव जोपर्यंत निर्माण होत

नाही तोपर्यंत भारतीय समाजरचनेचा नवा पट येथे निर्माणच होणार नाही.

या देशात आहे ते सर्व चांगले आहे, असा अर्थात कोणीही दावा करीत नाही. पण जे बदल करायचे; ते आम्ही आमच्या सोईनुसार, गरजेनुसार केव्हाही करू शकतो, असा आमच्या नेत्यांना विश्वासच नाही. ज्यांची परंपरा जुनी आणि इतिहास मोठा, त्यांच्याजवळ चांगल्या व वाईटाचे- दोन्हींचेही संचित असते. पण वाईट कोणते हे ठरविण्याचे स्वातंत्र्य असेल, तर त्याचा त्याग करण्याचे स्वातंत्र्य मिळते; त्याचप्रमाणे चांगल्या गोष्टी जतन करण्याचा आग्रहही धरता येईल. समाजात विषमता आहे आणि तिचे निर्मूलन केले पाहिजे, हीही गोष्ट खरी. पण याची सूत्रे मॉस्को आणि पेकिंग येथील सत्ताधीशांकडे असता कामा नयेत.

येथील वर्णव्यवस्थेमुळे आणि जातिसंस्थेमुळे समाज दुभंगलेला आहे. पण इस्लामीकरण किंवा ख्रिस्तीकरण हा काही समाजाचे एकीकरण करण्याचा उपाय नाही. वैयक्तिक कोणतेही धर्ममत कुणालाही बाळगता येते किंवा पूजास्थान ठरवता येते, हे आमच्या वैदिक परंपरेचे सूत्र आहे. पण या स्वातंत्र्याचा दुरुपयोग करून परकीय मदतीच्या जोरावर जर कोणी या देशात गोंधळ माजवीत असेल, तर हे स्वातंत्र्य काढून घ्यावे लागेल. आज तसे होताना दिसत नाही. आपल्या नकारात्मक भूमिकेमुळे आणि फाजील औदार्यामुळे आपण मुसलमान धर्म इथे वाढू दिला. पण आधुनिकतेशी विसंगत असणारा हा धर्म आधुनिक होऊ पाहणाऱ्या भारताला सदैव विरोध करीत राहील, इकडे नेत्यांचे दुर्लक्ष झाले. परिणामी, दिलेल्या मतस्वातंत्र्यावरच आता कात्री चालवावी लागेल. लोकशाही माध्यमात संख्याबळ वाढलेला मुसलमान समाज कोणतीही आधुनिक सुधारणा इथे राबवू देणार नाही. म्हणून त्यांचा मतदानाचा हक्क काढून घ्यावा लागेल. जग काय म्हणेल, याची पर्वा करण्याचे मुळीच कारण नाही; कारण जगातील प्रत्येक राष्ट्र स्वत:च्या हिताचा विचारच प्रधान मानते.

आज भारतापुढे जे-जे प्रश्न उभे आहेत, त्या सर्वांचाच आपण भारतीय पद्धतीने विचार करायला हवा. आपण मागासलेले आहोत, परकीय मदतीशिवाय इथला कोणताही प्रश्न सुटणार नाही आणि आताच्या जागतिक स्पर्धेत कुठल्या तरी सत्तागटाची मनधरणी केल्याशिवाय आपला निभाव लागणार नाही, हे आपल्या माथ्यावर ठेवलेले ओझे आपण ताबडतोब फेकून दिले पाहिजे. आपण मागासलेले नाही, तर काही वैज्ञानिक साधनांचा येथे अभाव आहे- असे आपण का मानू नये?

सुधारण्याच्या खुणा म्हणजे बरबाद झालेली तरुण पिढी, नानाविध

व्यसनांनी पोखरलेला समाज, स्वास्थ्य नसलेले संसार– हाच जर असेल, तर आम्हाला ती सुधारणा नकोच आहे. स्कायस्क्रेपर्स इमारती, स्वातंत्र्याच्या नावाखाली स्वैराचार, कॉम्प्यूटर किंवा इलेक्ट्रॉनिक उपकरणे यांमुळे होणारे मनाचे यांत्रिकीकरण, वेगाचा अतिरिक्त उपयोग म्हणजेच सुधारणा– ही गोष्ट आपण अमान्य केली पाहिजे. विज्ञानाशी आपले वैर नाही आणि असता कामाही नये. पण वैज्ञानिक प्रगतीची किंमत म्हणजे अस्वस्थ असलेली समाजरचना हीच असेल, तर सुधारणा या शब्दाचा आपल्याला निराळा अर्थ लावावा लागेल. माणसाचे आयुष्य अधिकाधिक समृद्ध करावे, त्याच्या मनाला शांती लाभावी, भवितव्याबद्दल त्याच्या मनात चिंता राहू नये– असा विज्ञानाचा उपयोग कुठे केला जातोय? आधुनिक विज्ञान हे मनुष्यजातीला संहारक बनवू पाहत आहे. या साऱ्या गोष्टी आपल्या डोळ्यांदेखत गेल्या पन्नास वर्षांत घडल्या आहेत. तरीही आपण तथाकथित वैज्ञानिक प्रगतीचे गुणगान करीत आलो आहोत.

आज जगात अशी परिस्थिती आहे की, वैज्ञानिक प्रगतीच्या नावाखाली विलक्षण संहारक नानाविध अस्त्रे जन्म पावत आहेत. या संहारक अस्त्रांचा शोध ज्यांनी लावला, त्या संशोधकांनाही या संहारक अस्त्रांची भीती वाटू लागली आहे. चराचरांत आणि कणकणांत जी सुप्त शक्ती दडून बसलेली होती, तिचे संतुलन निसर्गाने परस्पर तोल साधून केले होते; परंतु ही सुप्तपणे दडून असलेली चराचरांतील शक्ती बाटलीत बंद करून ठेवलेल्या राक्षसाप्रमाणे बाहेर निघाली, ती परत बाटलीत बंद कशी करणार? या शक्तीवर आता संशोधकांचेही नियंत्रण राहिले नाही किंवा जगातील अधिसत्तांचेही नियंत्रण राहिलेले नाही. इराण, इराक, पाकिस्तान यांसारख्या माथेफिरू राष्ट्रांच्या हाती ही शक्ती गेली की जगाचे काय होईल, हा प्रश्न उभा राहतो. ती शक्ती निर्माण करणे कुणालाही कठीण नाही; पण विनाशाचे चक्र आता सुरू झाले की, ते थोपविणे मात्र या अडाणी राष्ट्रांच्या हातांत राहणार नाही. आजच इराण-इराक युद्धात जिनिव्हा कराराने बंदी घातलेली अनेक रासायनिक संहारक शस्त्रे वापरली जातच आहेत. उद्या जंतुयुद्धही सुरू होईल. संहारक ॲटम आणि न्यूट्रॉन बॉंबचाही मुक्तपणे वापर होईल. विनाश केवळ इराण आणि इराक या दोन राष्ट्रांचा होणार नाही, तर भोवतालच्या अनेक राष्ट्रांना त्याचे दुष्परिणाम भोगावे लागतील. वैज्ञानिक प्रगतीचे जर हेच फळ असेल, तर ती वैज्ञानिक प्रगती कवडीकिमतीचीच आहे, असे मानावे लागेल.

क्रोमोझोम्सचे म्हणजे जीन्सचे, म्हणजेच चेतनादायी वस्तूच्या पुनर्निर्मितीचे

रहस्य माणसाला सापडले. आता उत्पादनासाठी दोन सजीव सचेतन वस्तू एकत्र येण्याची गरज उरलेली नाही. आपल्याला हव्या त्या प्रकारची प्रजा लॅबोरेटरीत निर्माण करणे शास्त्रज्ञांना शक्य झाले आहे. जो प्रयोग प्राण्यांबाबत आपण आज करू लागलो आहोत, तो साठविलेले रेत वापरून कृत्रिम गर्भधारणेचा प्रयोग माणसाच्या बाबतीतही आता असंभवनीय नाही. आजपर्यंत माणसाचे विकार नैसर्गिक अशा परस्परबंधनांमुळे ताब्यात राहिलेले होते. हे नैसर्गिक असणारे बंधन काढून घेतले की, मानवी विकार नियंत्रित राहणार नाहीत आणि मग जगातील सर्व शांतता नष्ट होणे, हा केवळ काही कालावधीचाच प्रश्न उरेल.

शास्त्रज्ञ असे सांगतात की, निसर्गाचे एक निसर्गसिद्ध कवच आपले रक्षण करील. म्हणजेच, संहारक अस्त्रे निर्माण होतील, त्याचबरोबर संहारविरोधी अशीही अस्त्रे निर्माण होतील. हव्या त्या प्रवृत्तीची आणि विकारांची प्रजा निर्माण करण्याचे प्रयोग मोडून काढण्याचे संशोधनही निर्माण होईल. हीही कल्पना काही अर्थाने भारतीय आहे. कोणी संहारक अस्त्रांचा अवलंब केला, तर त्याचा उपसंहार करणारे अस्त्र अगोदरच निर्माण झालेले असते. म्हणूनच महाभारतीय युद्धात अस्त्रांचा वापर फारसा केला गेला नाही. पण आजच्या संहारक अस्त्रांचा वेग आणि वापर स्वसंरक्षणाच्या नैसर्गिक शक्तींनी ताब्यात राहण्यासारखा नाही.

अशा तऱ्हेची वैज्ञानिक प्रगती आपल्याला हवी आहे काय? का माणसांना उदात्त करणारी, त्यांच्या श्रमात साह्यभूत होणारी आणि सुविधा वाढविणारी वैज्ञानिक प्रगती आपल्याला हवी आहे? हायब्रीड ज्वारी किंवा हायब्रीड पद्धतीने निर्माण केलेले अन्नधान्य बेचव का होत जाते किंवा त्याचा अवेळी वापर केला, तर त्यातून विषारी अन्नधान्य का निर्माण होऊ लागते, याचाही आपण विचार केला पाहिजे. स्त्री असो, माती असो किंवा सर्जन करणारी कोणतीही वस्तू असो– तिच्या नैसर्गिक सर्जनशक्तीपेक्षा अधिक वेगाने उत्पादन केले, तर सर्जनभूमीही दुबळी होते आणि निर्मितीही दुबळी होते. जादा उत्पादनामुळे माणसाचे प्रश्न क्षणिक सुटल्यासारखे वाटतात, पण ते मुळीच सुटलेले नसतात. जननी आणि जन्मभूमी ह्यांना भारतीय सूत्रकारांनी एका सूत्रात का गुंफले आहे, याचा बोध यामुळे होतो. भावात्मक मीलनातून झालेले सर्जन अधिक पोषणदायी असते आणि बलवान वस्तूंची ते निर्मिती करते. कृत्रिम खतांचा आणि रसायनांचा वापर हाही दीर्घ काळ फायद्याचा ठरणार नाही.

निसर्गाचा तोल उद्ध्वस्त होत जाईल असे जे-जे माणसाने केले, त्यामुळे माणसाच्या अडचणी दिवसेंदिवस वाढत चालल्या आहेत. काही शतके पुरेल

एवढे भूमिगत इंधन माणसाला सापडले. त्याची आपण एवढी उधळपट्टी करीत आहोत की, या शतकाअखेरीस ही प्रचंड ऊर्जाशक्ती संपून जाणार आहे. म्हणून माणसाला हव्यासावर नियंत्रण ठेवावे लागेल. हव्यासावर नियंत्रण ठेवणे, म्हणजेच निसर्गाचा तोल सांभाळणे. आपण बेसुमार जंगलतोड केली आणि या देशावर दुष्काळाचे संकट ओढवून घेतले. आपली गरिबी, दारिद्र्य, आपला तथाकथित मागासलेपणा यांचे रहस्य विज्ञानाने आणलेला अवाजवी वेग हेच आहे.

पूर्वी दुष्काळ, महापूर, रोगसाथी, युद्धे आणि नानाविध आजार यांयोगे मनुष्यवाढ आपोआप रोखली जाई. नानाविध संशोधनांनी माणसाची जीवनमर्यादा वाढली आणि या प्रचंड संख्येला पुरेसे अन्न नाही, अशी स्थिती प्राप्त झाल्यामुळे भारतासारख्या समृद्ध देशाला मागासलेला देश म्हणवून घ्यावे लागते. आता मानवी वाढीवर नियंत्रण घालण्याचा उपाय आपण शोधत आहोत. आजचे प्रश्न सोडविण्याच्या दृष्टीने कुटुंबनियोजनाची गरजही आहे. कुटुंबनियोजन करत असतानाच आपण नागरिकांच्या वासना चेतविणारे साहित्य, नाट्य-चित्रपट आणि समाजजीवन निर्माण करीत आहोत. वास्तविक, कुटुंबनियोजनाचे यशस्वीपण मानवाचा अवाजवी हव्यास कमी करण्यातच आहे. पाश्चिमात्यांच्या अंधानुकरणापायी आपण नको ती ओझी पत्करली आहेत. समाजाचे भय आपण काढून टाकले आहे. न्यायदानाच्या चुकीच्या कल्पना स्वीकारल्यामुळे कायद्यातील शब्दांचा ज्याला गैरफायदा घेता येतो, त्याला आवरणारे कोणतेही बंधन आज अस्तित्वात नाही. त्यामुळे झाले आहे ते एवढेच की, कायदेशीर रीतीने कोणत्याच स्वरूपाचे गुन्हेगार शिक्षेस पात्र होत नाहीत– मग ते राष्ट्रीय स्तरावर असोत किंवा आंतरराष्ट्रीय स्तरावर असोत.

खून, अत्याचार, दंगली, व्यसनाधीनता, स्वैराचार हेच जर आजच्या विज्ञानयुगाचे वैशिष्ट्य असेल; तर या विज्ञानायुगाचा एकदा अंतर्मुख होऊन विचार केला पाहिजे. आज जगात असा एकही देश नाही की, जेथे शांती आहे वा सुखी समाजजीवन आहे; जेथे दंगली घडत नाहीत, जेथे द्वेषाचे पद्धतशीर राजकारण केले जात नाही, जेथे उतावळ्या आणि अडाणी माणसांना चेतवले जात नाही, जेथे जाती-जातींत धर्मांधर्मांत-पंथा-पंथांत क्रौर्याची भावना जागी केली जात नाही, जेथे प्रलोभनांचा वापर करून किंवा दंडशक्तीचा वापर करून काही मतलबी लोक सत्ताकेन्द्रे ताब्यात ठेवत नाहीत. मनुष्याचे आंतरिक सुख आज हरवलेले आहे. वैज्ञानिक प्रगती आपण ज्या वेगाने करतो आहोत, त्याच वेगाने माणसाचे सुख हरवत चालले आहे. पिता-पुत्र, पती-पत्नी, गुरू-शिष्य, नेता आणि अनुयायी यांच्या नात्यचे पावित्र्य नष्ट झाले आहे. उद्याची– आपल्या

पुढच्या पिढीची– किंबहुना, अनेक वर्षांनंतर मागे उरणाऱ्या मनुष्यजातीची चिंता कुणालाच राहिलेली नाही.

कल्याणकारी राज्याच्या कल्पनेने आपण इतके भारावून गेलो आहोत की, त्यातूनच एक आळशी, कामचुकार व बेजबाबदार समाज आपण निर्माण करतो आहोत, याचे आपल्याला भान नाही. सरकारने आपल्याला जेवायला घातले पाहिजे, आपल्याला घर दिले पाहिजे, नोकरीची शाश्वती दिली पाहिजे– असे वयात येणाऱ्या प्रत्येक तरुणाला वाटते. पण सरकार म्हणजे काय, याचे त्याला काहीच ज्ञान नसते. आपल्याला सगळे काही मिळाले पाहिजे, अशी वासना निर्माण झाली की; ते अधिक मिळाले पाहिजे, चांगले मिळाले पाहिजे– अशी आपोआपच मागणी निर्माण होईल. समाजाजवळ जे काही आहे, त्यातच वाटणी होऊ शकते. पण समाजाने सामूहिक प्रयत्नाने आणि व्यक्तिगत परिश्रमाने सामाजिक धन व सुविधा निर्माण करायच्या असतात, याचे भान मात्र विसरत चालले आहे. आपल्या मागण्या मागणारे विद्यार्थी, कामगार, शेतमजूर, नोकर, सरकारी नोकर असा क्षणभरही विचार करीत नाहीत की; मागण्या ही ज्याप्रमाणे गरजेची गोष्ट आहे, त्याचप्रमाणे जास्तीत जास्त वापर करून आपली श्रमशक्ती देण्याचीही गरज आहे. जमिनीतून रासायनिक खते किंवा कीटकनाशके वापरून अधिक धान्याचे उत्पादन करता येते, तसे काही कृत्रिम उपायांनी सामाजिक धन निर्माण करता येत नाही.

व्यक्तिस्वातंत्र्य किंवा व्यक्तीचे सार्वभौमत्व लोकशाहीत स्वीकारले जाते; निदान जायला हवे. पण आपण नुसताच लोकशाहीचा प्रयोग करीत नाही; आपण त्याच वेळेला समाजवादाचा प्रयोग करतो आहोत, म्हणजेच समाजापेक्षा व्यक्ती गौण असेही मानतो आहोत. लोकशाही समाजवाद म्हणजे एक विचित्र संकर आहे. समाजवादात शिस्तबद्ध नियोजनाची आकांक्षा आहे आणि लोकशाहीत अनिर्बंध स्वातंत्र्याची आकांक्षा आहे. या दोन्ही पाश्चिमात्य कल्पना आपण आपल्या गावठी पद्धतीने इथे राबवीत आहोत. त्यामुळे त्या दोन्ही संकल्पना केव्हाच मृत झाल्या आहेत. या देशात व्यक्तीचे सार्वभौमत्वही उरले नाही किंवा समूहाचे उदात्तीकरण झाले नाही. म्हणून साऱ्याच संकल्पनांचा एकदा पुनर्विचार करायला हवा आणि तोही भारतीय पद्धतीनुसार.

भारतीय लोकमानसाची जाण असेल आणि येथील नागरिकांच्या क्षमतेचा अंदाज असेल, तरच आपण स्वतंत्र असा राजकीय विचार निर्माण करू शकू. इतिहास पुसून टाकण्याचे मुळीच कारण नाही किंवा दुसऱ्या समृद्ध राष्ट्रांचा

इतिहास अनुसरण्याचेही कारण नाही. जे-जे या मातीत रुजेल, ते-ते रुजविण्याचा प्रयत्न व्हावा. या रुजविण्याच्या क्रियेला आड येणारे तण आपण निर्दयीपणे उपटून टाकावेत इतकेच. जेव्हा जग संस्कृतिशून्य अवस्थेत उघडे-नागडे वावरत होते, तेव्हा भारतात एक समृद्ध विज्ञाननिष्ठ अशी संस्कृती वावरत होती. केवळ या जुन्या परंपरांचा अभिमान बाळगून त्यांचे पुनरुत्थान होणे शक्य नाही. काळाच्या गरजेनुसार त्यात बदल करावे लागतील. जीर्ण वस्त्रांचा त्याग करावा लागेल. या रचनेलाच विज्ञानप्रणीत समाजरचना म्हणतात. केवळ जुने उद्ध्वस्त केले, म्हणजे परिवर्तन होत नाही; फक्त विध्वंस होऊन समाजरचना विस्कळीत होते.

हा समाज कसा असावा, कोणत्या मूल्यांवर चालावा, अधिकाधिक लोकांना ह्या समाजरचनेमुळे अधिक सुख व शांती यांचा लाभ कसा होईल, याचा पूर्वग्रह सोडून अलिप्तपणे विचार व्हायला हवा. याचाच अर्थ, पाश्चिमात्य संस्कृतीचे दास्य आपल्या मनातून प्रथम हलायला हवे. सगळे काही पश्चिमेकडूनच आले पाहिजे, असे नाही. कारण दिशा काही तत्त्वज्ञान निर्माण करीत नाहीत. पूर्वेकडूनच प्रकाश येतो आणि अंधारयुगाचा नाश होतो. अस्वस्थ झालेल्या आजच्या जगाला दिलासा देण्याइतके आपल्याजवळ पूर्वसंचित आहे. केवळ मनुष्यजातीच्या संहाराचे भय आहे, म्हणून काही ह्या पुनर्निर्माणाची गरज निर्माण झाली आहे, असे नाही. नवे सर्जन रोज होणे, हा निसर्गाचा धर्म आहे. गेल्या पाच शतकांत पाश्चिमात्य देशांनी विज्ञान, साहित्य, कला या क्षेत्रांत अपरिमित अशी प्रगती केली आहे; त्याच पाश्चिमात्य जगाचाही नाश होण्याची वेळ निसर्गनियमाप्रमाणेच आलेली दिसते.

विज्ञानाच्या प्रगतीचा हा झपाटा पाश्चिमात्य राष्ट्रांना सोसलेला नाही. आता पुन्हा एकदा पूर्वेकडील हरविलेल्या जुन्या संस्कृतीचा पुनर्विचार व्हावा. ॐ शांतिः शांतिः शांतिः या कल्याणकारी मंत्राचा जप व्हावा. थकल्या-भागलेल्या आणि विनाशाकडे चाललेल्या वैज्ञानिक प्रगतीला पुन्हा नवनिर्मितीची संजीवनी मिळाली पाहिजे. ही नवनिर्मिती मानवजातीच्या कल्याणासाठीच राबवली जाईल, अशी खात्री पटली पाहिजे. 'दुरितांचे तिमिर जावो, जो जो वांछिल तो ते लाहो' असा उदात्त संदेश आज हवा आहे. प्रलयकारी रुद्राला आवाहन केल्यानंतर जगाला शांतिमंत्र पुन्हा शिकविण्याची गरज आहे आणि हे काम भारतासारख्या पुरातन देशानेच केले पाहिजे.

(७ एप्रिल, १९८५)

-०-०-०-

२९

पुरे झाला हा नाटकी लोकशाहीचा प्रयोग!

लोकशाही एक मूल्य आहे, असे म्हणून काही आपण तिचा स्वीकार केलेला नाही.

राज्यकारभाराची एक पद्धत, एवढेच आपल्या देशातील लोकशाहीत अभिप्रेत आहे.

नेहरू लोकशाहीवादी होते असे आपण म्हणतो, म्हणजे त्यांच्या कोणत्या गुणांची आपण वाहवा करतो, हे आपल्याला माहीतच नसते. मनाने लोकशाहीवादी असणे वेगळे आणि प्रत्यक्षात लोकशाहीवादी असणे वेगळे. कारण मनातली लोकशाही ही आदर्श असते आणि व्यवहारातील लोकशाही सोईतून निर्माण झालेली दिसते.

परदेशांत जन्म पावलेल्या जीवनपद्धती काही एका विशिष्ट परंपरेतून जन्म पावलेल्या आहेत. त्या जीवनपद्धती अस्तित्वात आणण्यासाठी तेथील लोकांना फार मोठी किंमत चुकवावी लागलेली आहे. आपण मात्र कोणतीही किंमत न चुकवता त्या संकल्पना येथे राबवण्याचा प्रयत्न करतो आहोत. परिणाम असा झाला आहे की, त्या संकल्पनांचे वाजवी मोल आपल्याला कधीच समजलेले नाही. एखाद्या लहान मुलाच्या हातांत एखादे शास्त्रीय उपकरण द्यावे आणि त्याला त्याचे काय करायचे हे माहीत नसल्यामुळे त्याने त्याचा दुरुपयोग करावा– असे काहीसे या नव्याने आयात केलेल्या संकल्पनांचे झाले आहे. जेव्हा कधी आपण लोकशाही मूल्यांचा स्वीकार करायचे ठरवले, तेव्हाच खरे पाहता या संकल्पना

कोणत्या परिस्थितीतून निर्माण झाल्या, याचा आपण विचार करायला हवा होता. पण तसे काही घडलेले नाही. आपण अर्ध्या कच्च्या कल्पना स्वीकारल्या आणि त्या राबवण्याचा हिरिरीने प्रयत्न केला. आपल्याला असा प्रश्न पडतो की, काही देशांत यशस्वी झालेल्या या संकल्पना आपल्या देशातच असफल का होतात?

वास्तविक, प्रत्येक भूमीला स्वतःचा गुणधर्म असतो. तसा तो भारतालाही आहे. भारतात वर्षानुवर्षे सरंजामशाही चालत आलेली असल्यामुळे आपण नवे काहीही घडवायला गेलो की, सरंजामशाहीचे संस्कार अडथळा उत्पन्न करतात. ही सरंजामशाही पूर्वीसारखी नागडी-उघडी वावरत नाही. तिने आता एक दुसरे मायावी रूप धारण केलेले आहे; आणि आपल्या ते नीटसे लक्षात आलेले नाही, इथेच आपली थोडीशी गफलत झाली. लोकशाहीवर विश्वास असणारे या देशातील पक्ष लोकशाहीचा खरोखरीच आदर करतात का? लोकशाहीचा बकवास समाजवादी मंडळी जास्त करतात आणि समाजवादी पक्षाला बहुमताचा निर्णय ही संकल्पनाच मुळात मान्य नाही, वैयक्तिक अहंकारातून केवळ हुकूमशाहीच जन्म पावते असे नाही तर मूर्ख लोकशाहीही जन्म पावते. समाजवादी पक्षाच्या किती किती फाटाफुटी झाल्या? त्या का झाल्या? लोहियावाद्यांनी आपली चूल वेगळी का मांडली? समाजवादी, प्रजासमाजवादी असे गट कोणत्या तात्त्विक मुद्द्यांवरून झाले? हे सगळे पाहिले, म्हणजे भारतीय लोकशाही किती अपरिपक्व स्थितीत आहे, हे ध्यानात येते. कम्युनिस्ट हे लोकशाही मानीतच नाहीत. श्रमिक जनता मूर्ख असते आणि तिला चाबकाच्या धाकाखाली ठेवूनच गरिबांचे राज्य निर्माण करता येते, यावर त्यांची नितांत श्रद्धा आहे. कोणत्याही कम्युनिस्ट राष्ट्रात लोकशाही नाही; असूही शकणार नाही. काही तरी नवे घडवायचे असले म्हणजे विचारांचा गलबला थांबवावा लागतो, मूलभूत स्वातंत्र्यावर बंधने आणावी लागतात, श्रमिकांकडून चोपून काम करून घ्यावे लागते; तरच हे तथाकथित श्रमिकांचे राज्य जिवंत राहू शकते. कम्युनिझमचा लोकशाहीवर विश्वास नाही, असा आरोप करण्यातही अर्थ नाही. कारण त्यांचा तसा विश्वास असूही शकणार नाही. पूर्वी एका व्यक्तीची किंवा एखाद्या घराण्याची हुकूमशाही असे. कम्युनिस्ट राजवटीत ती कडव्या गटाची असते.

लोकशाहीचा आणखी बकवास करणारा पक्ष म्हणजे काँग्रेस पक्ष. पक्षांतर्गत निवडणुका, पक्ष-रचना किंवा पक्षाचे कार्य यांबाबत काँग्रेस पक्ष कधीच मशहूर नव्हता. गांधीजींचा बहुमतापेक्षा आतल्या आवाजावर जास्त विश्वास होता. बहुसंख्य लोकांना आणि अनुयायांना मान्य नसलेले अनेक निर्णय गांधीजींनी

काँग्रेसवर लादले. गांधीजी असेपर्यंत गांधीजींचा शब्द हा अखेरचा शब्द होता. गांधीची उदार असतील, मृदू भाषा बोलत असतील किंवा करुणाकरही असतील; पण या गुणांमुळे त्यांची लोकशाहीवर श्रद्धा होती, असे कसे काय म्हणता येईल? गांधीजींपेक्षा नेहरू लोकशाहीचा बकवास जास्त करीत, पण अंतर्यामी तेही एक कठोर हुकूमशहाच होते. अन्यायकारक निर्णयाला तेही राष्ट्रहिताची कल्हई लावत. पंतप्रधानापेक्षा मी आणखी कुणी तरी आहे, अशी दर्पोक्ती ते काढीत. हुकूमशहासुद्धा अशीच दर्पोक्ती काढतात आणि आपल्या अहंकाराच्या तृप्तीसाठी अनेकांचा बळी घेतात. हुकूमशहांच्या हातून मारली गेली नाहीत एवढी माणसे गांधीजींच्या फाळणीच्या निर्णयाने मारली गेली आणि अजून चालू असलेल्या मुस्लिम अनुनयाच्या धोरणाने आजही मारली जात आहेत. इंदिराजी लोकप्रिय होत्या आणि बहुमताच्या आधारानेच त्या पंतप्रधान झालेल्या होत्या; पण याचा अर्थ त्या लोकशाहीवादी होत्याच, असा नाही. आणीबाणी लादण्याचा निर्णय अगदी नजीकच्या सहकाऱ्यांच्या संमतीशिवाय त्यांनी घेतला होता. बाकीच्या नेत्यांचे काही बोलायलाच नको, कारण आपापल्या प्रदेशात त्यांची सुलतानशाही चालते. एका दहशतीच्या वातावरणात येथील लोकशाही टिकविण्याचा देखावा करण्यात येतो. संघ तर उघड-उघड एकचालकानुवर्ती आहेच आणि तेथेही महत्त्वाचे राष्ट्रीय निर्णय दहा-पंधरा लोक एकत्र बसून घेतात. घेतलेल्या निर्णयाची अनुयायांनी विश्वास ठेवून केवळ अंमलबजावणी करायची– यावर त्यांचा विश्वास आहे. ते त्यागी आहेत, तेथे व्यक्तिगत अहंकार नाहीत; पण म्हणून लोकशाहीवर त्यांचा विश्वास आहे, असे मानायला जागा नाही. भारतीय जनता पक्षावर संघाचा प्रभाव आहे– तो असणारही. कारण संघाची उद्दिष्टे अमलात आणण्यासाठी जनसंघाचा आणि नंतर भाजपचा जन्म झाला. गांधीवादी समाजवादाचे धोरण भारतीय जनता पक्षांच्या पहिल्या अधिवेशनात स्वीकारले गेले ते त्याला बहुमताची संमती होती म्हणून नव्हे, तर ते धोरणही लादलेलेच होते! आणि त्या धोरणाचा पराभव करण्याचा निश्चय बहुमताने तेव्हाच केलेला होता. ते धोरण पराभूत झाले. नेतृत्वात बदल झाले. ते जनमताच्या दडपणामुळे की, निवडणुकीत स्वीकाराव्या लागलेला पराभवामुळे? अर्थात नेतृत्वबदलाची किंमत भाजपला फारच द्यावी लागली आहे. भारतीय जनता पक्षाला आज स्वत:ची काही प्रतिमाच नाही. अनुयायांचा पाठिंबा नसला तर केवळ धाकाच्या बळावर संघ किंवा भारतीय जनता पक्ष शिल्लक राहू शकणार नाही, कारण कुठल्या तरी मूल्यावरची अव्यभिचारी निष्ठा हे संघाचे भांडवल आहे. कम्युनिस्टांच्या आणि संघ-संस्थांच्या

पुरे झाला हा नाटकी लोकशाहीचा प्रयोग! / २७९

एकाधिकारशाहीत एक महत्त्वाचा फरक म्हणजे, अनुयायांचे महत्त्व कम्युनिस्ट चळवळीला लागत नाही. याउलट, संघाला किंवा संघप्रणीत संस्थांना सर्वंकष परिवर्तनासाठी अनुयायांचे फार मोठे पाठबळ आवश्यक वाटते. संघकार्यकर्त्याला जबरदस्तीने ताब्यात ठेवता येणार नाही. श्रद्धेशिवाय संघाला अस्तित्व नाही. किंबहुना, या सश्रद्ध अनुयायांची संख्या वाढविणे, त्यांच्यांतील सक्षम श्रद्धा जतन करणे, यातच संघाचे बळ असल्यामुळे संघशाखा, संघाचे मेळावे, दैनंदिन कार्य, काही आचारधर्म– या साऱ्याच गोष्टी संघाला आचरणात आणाव्या लागतात. मार्क्सवादासारखा एकपुस्तकी सिद्धांत संघाला निर्माण करता येणार नाही आणि तो त्यांनी करूही नये. ग्रंथप्रामाण्यामुळे हिंदू तत्त्वज्ञान जसे रसातळाला गेले; तसेच मार्क्स हा अंतिम प्रेषित आहे, असे मानण्यामुळे कम्युनिझमची ताकदही ओसरत जाईल. आज जेथे जेथे कम्युनिस्टांची सत्ता आहे, ती कम्युनिस्टांच्या दहशतवादामुळे आहे. सर्वसामान्य माणसाला यंत्राचे स्वरूप आणून, त्याला लोखंडी जाळीच्या खोलीत कोंडल्याशिवाय कम्युनिस्ट राष्ट्रे जगूच शकत नाहीत. मुसलमानांचे धर्मवेडेपण जेवढे कडवे, तितकेच कम्युनिस्टांचेही तत्त्वज्ञान कडवे आहे. तेथे बंडाला वाव नाही, दुसऱ्या विचाराला थारा नाही. एक तर कम्युनिस्ट व्हावे, नाही तर भांडवलशाहीचे हस्तक म्हणून छळाला तयार व्हावे– अशा परिस्थितीतच कम्युनिझमच टिकवता येतो. सर्वसामान्य माणसाला न्याय मिळावा व संपत्तीचे केन्द्रीकरण होऊ नये, म्हणून दुसरे काही मार्ग असू शकतात, यावर कम्युनिस्टांचा मुळीच विश्वास नाही.

म्हणून या देशात लोकशाहीवादी आहेत तरी कोण? स्वतःला लोकशाहीवादी म्हणवून घेणाऱ्यांची संख्या या देशात फार मोठी आहे, परंतु लोकशाहीची वर्तणूक मात्र त्यांच्या वर्तनातून दिसून येत नाही. जे पुस्तकी पंडित आहेत, ते लोकशाहीची नुसती शुष्क चर्चा करतात. पण लोकशाहीने वागण्याविषयी ते उदासीन असतात. लोकशाही प्रत्यक्षात जेव्हा आचरणात आणायची असते, तेव्हा लोकशाहीची मागणी फार मोठी असते. लोकशाहीत काही गोष्टी गृहीत धरलेल्या आहेत. त्यांची पूर्तता केल्याशिवाय लोकशाही अस्तित्वात कशी येणार? लोकशाहीला अत्यावश्यक असणाऱ्या किमान गोष्टी आपल्या समाजात नाहीत. वेगवेगळी मते ऐकून, देशहित कशात आहे हे समजावून घेऊन आपली मते बनवावीत, अशी लोकशाहीची अपेक्षा आहे. म्हणजे आपल्या मताची किंमत काय आहे, हे प्रत्येक नागरिकाला समजले पाहिजे. काँग्रेसला मते देणाऱ्या नागरिकांना काँग्रेसचे धोरण काय आहे हे माहीत नसते आणि ती धोरणे समजावून

सांगण्याचा काँग्रेस प्रयत्नही करीत नाही. काँग्रेस नेत्यांना त्याची आवश्यकता वाटत नाही. काँग्रेसच्या हातांत गेली चाळीस वर्षे अखंडपणे सत्ता आहे. त्यामुळे या देशात जे काही घडले ते काँग्रेसमुळेच घडले, असे येथील भाबड्या नागरिकांना वाटते. राजकीय पक्ष आणि शासन ही वेगळी असतात, हे येथील नागरिकांना कोणीही पटवून देऊ शकलेले नाही. धरणे बांधली ती शासनाने, काँग्रेसने नाही. उलट, वेगवेगळ्या निमित्ताने भांडणे काढून धरणांच्या बांधकामाचा काळ काँग्रेसने वाढवला आणि मूळ अंदाजपेक्षा तिप्पट-चौपट खर्चात देशाला पाडले. धरणे सरकारने बांधली; पण त्यासाठी जो खर्च झाला, त्यापैकी किती तरी पैसा काँग्रेसवाल्यांच्या घरात गेला. जे धरणांचे झाले, तेच कारखान्यांचे झाले. तेच इतर सर्व प्रकल्पांचे झाले. देशात काही घडलेच नाही, असे कोण करंटा मनुष्य म्हणेल? पण जे घडले आहे, त्याचा भलेपणा काँग्रेसला हवा आणि त्यातील भ्रष्टाचार, दिरंगाई, पक्षपात मात्र काँग्रेसला नको– असे कसे काय चालेल?

कायदा आणि सुव्यवस्था राखण्याची जबाबदारी शासनाची आहे. शासनाचे निर्णय घेणारे जे नेते आहेत, त्यांनी घेतलेल्या निर्णयांमुळेच या देशातील एकात्मता भंग पावली आहे. जातीय दंगली होत राहिलेल्या आहेत. सर्वच क्षेत्रांत फुटीरपणा वाढलेला आहे. पं. नेहरूंपासून ते आजच्या राजीव गांधींपर्यंत जे-जे महत्त्वाचे निर्णय घेतले गेले, त्या निर्णयांचा जमाखर्च एकत्र मांडायला हवा. जशा काही सुधारणा घडल्या, तसे काही धर्मांध पायंडे पाडले गेले आहेत. भाषिक प्रश्न अडचणीचे झाले. प्रांतिक पक्षांचा उदय झाला. कामगार चळवळ स्वार्थी बनली. शेतकऱ्यांची कंगाली वाढत गेली. शासनाची लोकांवर पकड उरली नाही. न्यायालयांना पूर्वीची प्रतिष्ठा राहिली नाही. शिक्षणाचा दर्जा कोसळला. हे सारे जमाखर्च लोकांना समजावून सांगण्याची आवश्यकता नाही का? त्यासाठी लोकांत साक्षरता वाढायला हवी. सुसंस्कृत असणाऱ्यांना प्रतिष्ठा हवी. कायद्याने वागणाऱ्यांना संरक्षण हवे. ते असल्याशिवाय लोकशाही उभीच राहू शकत नाही. तरीही जगातले सर्वांत श्रेष्ठ असे लोकशाहीवादी राष्ट्र असे अभिमानाने आपण म्हणवून घेतो. भ्रष्टाचारी माणसे पुनः पुन्हा निवडून येतात, याचा अर्थ लोकांना त्यांचा भ्रष्टाचार समजावून सांगण्यात या देशातली लोकशाही कमी पडली, असा नाही का होत? लोकशाही म्हणजे निवडणुका आणि निवडून आलेल्या लोकांचे शासन– एवढाच भाबडा अर्थ लोकशाहीला चिकटलेला असेल, तर निवडणुकीचा देखावा रशियातसुद्धा केला जातो. निवडणुकीतील उमेदवाराला प्रचाराची समान संधी, समान सुविधा मिळावला हव्यात आणि सारखेच आर्थिक बळ हवे; तरच

पुरे झाला हा नाटकी लोकशाहीचा प्रयोग! / २८१

निवडणुकीला प्रतिष्ठा येईल. सर्वच पक्षांचे जाहीरनामे बहुतांशी सारखेच असतात, पण त्यांचे वर्तन मात्र निरनिराळे असते. दलितांचा कळवळा दाखविण्यासाठी राखीव जागांचे समर्थन, मुसलमानांना खूश करण्यासाठी समान नागरी कायदा करण्याची टाळाटाळ– अशा तऱ्हेने आपण लहान-मोठ्या गटांना त्यांच्या ताकदीपेक्षा अवाजवी महत्त्व देतो आणि मग लोकशाही भ्रष्ट होत जाते. हे असेच चालणार असेल, तर भ्रष्ट लोकशाही टिकविण्यासाठी शब्दांची आतषबाजी करण्यात काय अर्थ आहे? आजची निवडणूक-पद्धत इतकी खर्चिक झाली आहे की, प्रामाणिक माणसाला निवडणूक-प्रक्रियेत भाग घेणे शक्य नाही. काँग्रेसवाल्यांनी ही निवडणूक-पद्धत जाणीवपूर्वक महागडी करून ठेवली आहे. सत्तेच्या जोरावर त्यांना संपत्तीची वाण कधी पडत नाही आणि मग निवडणुकीचा निकाल अपेक्षित असाच लागतो. काँग्रेसला आपण हरवू शकत नाही, या नैराश्यातूनच आणि सत्तेचे फाजील केन्द्रीकरण झाल्यामुळे राष्ट्रीय पक्षांची वाताहत होत जाऊन प्रांतिक पक्षांना महत्त्व येत चालले आहे. निवडणुकीचे क्षेत्र जसजसे संकुचित होत जाते तसतसे भाषिक दुराग्रह, प्रांतिक वाद, अल्पसंख्य जाती-जमाती यांना महत्त्व येत जाते. एकराष्ट्रीयत्वाच्या कल्पनेपासून आपण हळूहळू दूर होत चाललो आहोत आणि याला कारण आजची लोकशाही-पद्धती हेच आहे. या लोकशाही-पद्धतीत धड लोकांच्या भावना प्रगट होत नाहीत किंवा देशाची प्रगतीही होत नाही.

गुन्हेगारी प्रवृत्ती राजकीय पक्षच जोपासत असतात. कारण जेव्हा वैचारिक लढा संपतो, तेव्हा शक्तीचेच नंगे प्रदर्शन उपयोगी पडते. या देशातील कोणताही महत्त्वाचा प्रश्न हिंसाचाराशिवाय सुटलेला नाही. चर्चेने, सामंजस्याने आणि न्यायविवेकाने समस्या सुटतील, यावर कुणाचा विश्वासही राहिलेला नाही. काँग्रेस पक्ष तर अशा अविवेकी शक्तीचा वापर करतोच, पण विरोधी पक्षही त्यात मागे नाहीत. जॉर्ज फर्नांडिस, दत्ता सामंत, बाळासाहेब ठाकरे यांना जे महत्त्व आले, ते त्यांच्याजवळच्या शक्तीमुळेच ना? लोकशाहीचे कलेवर सांभाळताना आपली त्रेधातिरपिट उडते आहे. उघड-उघड धर्मांध, देशद्रोही अशा मुस्लिम पुढाऱ्यांना महत्त्व येते ते कुणामुळे? लोकशाहीत चट्कन निर्णय घेता येत नाहीत; पण त्यामुळे कोणताच निर्णय कधीच घ्यायचा नाही, हे काँग्रेसने ठरवून टाकले. याचा परिणाम एवढाच झाला की, सारेच प्रश्न चिघळले. पंजाबी सुभ्यासाठी जेव्हा मा. तारासिंगांनी उपोषण केले; तेव्हाच जर पंजाबची फाळणी झाली असती, तर खलिस्तानची चळवळ निर्माणच झाली नसती. संयुक्त महाराष्ट्राची न्याय्य मागणी वेळच्या वेळी पूर्ण केली असती, तर एकशे पाच

निरपराध व्यक्ती बळी गेल्या नसत्या किंवा बेळगावच्या प्रश्नावर आज युद्ध घडले नसते. बांगलादेशला आपण स्वातंत्र्य मिळवून दिले; तेव्हाच बांगलादेशाच्या आणि आसामच्या सरहद्दीचा प्रश्न आपण सोडवला असता, तर आसामचा प्रश्न उद्भवलाच नसता.

लोकशाही अस्तित्वात येण्यासाठी समाज साक्षर, सुसंस्कृत हवा. तसा समाज निर्मिण्याचे आपण काहीच प्रयत्न केले नाहीत. लोकशाहीत हिंसाचाराला मुळीच स्थान नाही. दंगे, मोर्चे, माथे फिरविणारी भाषणे, हरताळ, सत्याग्रह या कल्पनासुद्धा फार काळजीपूर्वक वापराव्या लागतील. प्रत्येकाला आपली मते पटवून देण्याचा अधिकार आणि आपल्या मतांच्या लोकांची संघटना करण्याचा अधिकार लोकशाही गृहीत धरते. निर्धन किंवा अजिबात साधने नसणारा माणूस सधन माणसाशी लोकशाहीनुसार वागू शकत नाही, त्याला वागू दिले जात नाही. कारण शक्ती– मग ती कोणतीही असो– संपत्तीची, सत्तेची, जातीची, धर्माची किंवा झुंडशाहीची– ही शक्ती दुर्बलांना प्राथमिक लोकशाहीचे हक्क मिळू देत नाही. लोकशाहीत मर्यादित स्वरूपाची का होईना, समता वा बंधुता गृहीत धरलेली आहे. विषम समाजात लोकशाही नांदणे फार कठीण असते. कारण जास्त सक्षम समाज लोकशाहीचा मुखवटा ठेवतो आणि प्रत्यक्षात हुकूमशाहीचा आचार करतो. ही छुपी हुकूमशाही प्रत्यक्षात असणाऱ्या हुकूमशाहीपेक्षा जास्त दुष्ट असते. जेव्हा खरोखरीची हुकूमशाही अस्तित्वात असते; तेव्हा प्रतिकार करताना लोकशाहीचेच मार्ग वापरले पाहिजेत, असे समाजावर बंधन नसते. पण भारतातील छुप्या हुकूमशाहीशी झगडताना आपल्याला मात्र लोकशाही मार्गाचाच अवलंब करावा लागतो. या लोकशाही मार्गाने प्रतिकार करीत असताना सतत पराभव पत्करावा लागत असल्यामुळे समाजाला नैराश्यावस्था प्राप्त होते आणि या नैराश्येतून हिंसाचाराला उत्तेजन मिळते.

जेव्हा ग्रामीण विभागात माणसांना बोलण्याचे स्वातंत्र्यही उरत नाही, आणि एखादा दुष्ट साखरसम्राट सर्वांच्या मुसक्या आवळतो, तेव्हा हिंसाचाराचा उद्रेक होतो. असा हिंसाचाराचा उद्रेक झाला की, कायदा मोडला म्हणून हिंसाचारी माणसाला शासन केले जाते. म्हणून श्रीमंत सत्तांध माणसे सत्ताधारी पक्षाला खूश ठेवण्याचा प्रयत्न करतात. थोडक्यात, सर्व प्रकारचे सत्ताधीश आणि सत्तारूढ पक्ष यांचे संगनमत झाले आहे आणि नागरिकांची सप्त-स्वातंत्र्ये धोक्यात आलेली आहेत. समान साधने असल्याशिवाय लोकशाहीतील वैचारिक युद्ध कसे करता येईल? सरकारने निवडणुकाच केवळ महाग केल्या आहेत असे

नाही; तर लोकांना लोकशाही मार्गाने सत्तेला आव्हान देता येऊ नये, अशीच व्यवस्था केलेली आहे. दत्ता सामंत किंवा जॉर्ज फर्नांडिस या अनावर शक्ती कशातून निर्माण झाल्या? कायद्याने कामगारांना दिलेले हक्क नीट प्रकारे भोगता न आल्यामुळे किंवा न्यायाला विलंब लागल्यामुळे प्रथम उग्र निदर्शने सुरू झाली. उग्र निदर्शनांमुळे शहरातील वातावरण गढूळ होते आणि दैनंदिन व्यवहार करणे अशक्य होते, म्हणून सरकारनेही त्या आंदोलनांपुढे नमते घेतले. हा अनुभव येत गेल्यामुळे जास्त देऊ करणारा, भडक माथ्याचा कामगार-पुढारी लोकप्रिय होऊ लागला. कामगारांना काहीही दिले तरी सरकारच्या बापाचे काही जात नाही, कारण द्यावे लागते ते मालकाला; आणि मालकही आपल्या पदराला खोट लावून वाढीव भत्ते किंवा सवलती देत नाही. शक्य असते तेव्हा तो वस्तूंच्या किमती वाढवतो आणि शक्य नसेल तर कृत्रिम टंचाई निर्माण करून त्या वस्तू काळ्या बाजारात विकतो. भरडले जातात ते नागरिक. त्यांना प्रतिकारशक्ती नाही. मालक-मजूर तंट्यात ग्राहक नावाचा एक भागीदार आहे, याचे कधी कुणाला स्मरणच होत नाही. सर्वसामान्य ग्राहक म्हणजे भारतीय नागरिक आपल्या रोजंदारीत कसे तरी जगण्याचा प्रयत्न करतो; पण तेही जेव्हा अशक्य होते, तेव्हा तो गैरमार्गाने संपत्ती मिळविण्याचा प्रयत्न करू लागतो. तो तशा तऱ्हेने पैसे मिळवू लागला की, सरकारी अधिकाऱ्यांचेही फावते. मग तेही त्या लुटीत हात धुऊन घेतात. अधिकारीवर्ग भ्रष्ट होत गेला की, लोकप्रतिनिधींना पैसे मिळविण्याचा एक नवा मार्ग उपलब्ध होतो. आज अशी परिस्थिती झालेली आहे की, बहुतेक समाजातील सर्व वर्ग कुणाकडून तरी लुटले जातात आणि कुणाला तरी लुटत असतात. लुटारूंची एक साखळी तयार झाली आहे. ती कसलीच मूल्ये मानीत नाही. लोकशाहीत काय किंवा हुकूमशाहीत काय, लुटारूंना सतत अभय असते. संबंध समाज परावलंबी होत जातो आणि परावलंबी समाजात कधीच लोकशाही नांदत नाही.

हे नवे अमेरिकन अर्थशास्त्र भारताला नवे आहे. अमेरिकेतील लोकशाही अशीच दुबळी आहे. फक्त तेथे प्रत्येक क्षेत्रात थोडी मंडळी का होईना, विकली जाणारी नसल्यामुळे निक्सनसारख्या राष्ट्राध्यक्षालासुद्धा तेथील लोकशाही हाकलू शकते. आपल्या देशातही असे निःस्पृह पत्रकार, विचारवंत किंवा सामाजिक कार्यकर्ते नाहीत असे नाहीत; पण त्यांचे सर्व गुण परिस्थितीने मातीमोल झाले आहेत. न्यायाला विलंब लावणे, न्यायालये महागडी करणे, न्यायालयांवर राजकीय दबाब आणणे– या गोष्टींमुळे न्यायालयाची प्रतिष्ठा दिवसेंदिवस कमी

होते आहे. कायद्यानुसार नागरिकांचे हक्क कोणते हे ठरविण्याची ज्याला घटनेने शक्ती दिली आहे, त्या सर्वोच्च न्यायालयाच्या प्रमुख न्यायाधीशाच्या निर्णयाविरुद्ध दंगली व्हाव्यात, त्यांच्या प्रतिमेचे दहन व्हावे आणि त्याबद्दल सरकारने कोणालाही जाब विचारू नये; यावरूनच काँग्रेस पक्षाची लोकशाहीविषयक कळकळ स्पष्ट होते. जात, लिंग, धर्म विचारात न घेता सर्वांना समान न्याय देण्याची ज्या घटनेने मागणी केली आहे; ती मागणीच आजच्या काँग्रेस सरकारला मान्य नाही. परस्परांचे भिन्न हितसंबंध असलेल्या समाजात लोकशाही नांदू शकत नाही. काहींना दुखावल्याशिवाय कायद्याला आणि घटनेला प्रतिष्ठा देता येत नाही. कायद्याला आणि घटनेला प्रतिष्ठा नसेल, तर लोकशाही टिकणार कशी? अवाजवी शक्ती वापरली आणि समुदायाचे भय घातले, म्हणजे जर लोकसत्ता नमत असेल; तर अशी लोकशाही हास्यास्पद ठरेल. आपले म्हणणे दुसऱ्याला जबरदस्तीने मान्य करायला भाग पाडणे, म्हणजे लोकशाहीची मृत्युघंटाच होय. ती मृत्युघंटा आज निनादत आहे.

लोकशाहीचा आपण स्वीकार केला, तो ती आदर्श राज्यपद्धती आहे म्हणून नव्हे; तर त्याहून अधिक चांगली पद्धती मानवजातीला ज्ञात नाही, म्हणून. पूर्वी ज्याप्रमाणे खेड्याचा कारभार ग्रामपंचायती सांभाळत आणि मामलेदार, सुभेदार किंवा सम्राट यांच्याकडे निर्णय मागण्याचा प्रसंग क्वचित येत असे; तेव्हाची समाजव्यवस्था अधिक लोकशाहीकारक होती, कारण तेथे शासनाचा हस्तक्षेप कमीत कमी होता. 'स्टेटलेस सोसायटी' ही कविकल्पना आहे, पण 'लेस स्टेट सोसायटी' ही कल्पना शक्यतेच्या कोटीतील आहे. शासनाचा सर्वाधिकार आपण आज गृहीत धरलेला आहे. शहाबानू प्रकरणात तो लाथाडला गेला आणि एका धर्माला शासनापेक्षा प्रतिष्ठा आली. कमीत कमी निर्बंधांचे राज्य ही आदर्श लोकशाहीची कल्पना आहे. एका दिशेने आपण सर्वच गोष्टींचे राष्ट्रीयीकरण करीत आहोत, निर्णयाचे अधिकार केन्द्रशासित करीत आहोत; एवढेच नव्हे, तर प्रत्येक प्रश्न भारतीय स्तरावर सोडविण्याचा आपला प्रयत्न चालू आहे, येथेच लोकशाहीचा पराभव आहे. धर्म, भाषा, जातिव्यवस्था, रीतिरिवाज, पूर्वसंस्कार यांची या देशात एवढी भिन्नता आहे आणि देशाचा आकारही एवढा अवाढव्य आहे की, कोणत्याही प्रश्नाला या देशात एकच उत्तर असूच शकणार नाही. पण तरीही अविवेकी शक्तिकेंद्राच्या निर्मितीमुळे आपली उरली-सुरली लोकशाहीसुद्धा आपण अडचणीत आणतो आहोत. महाराष्ट्राचा मुख्यमंत्री निवडण्याचा अधिकार कोणाला? महाराष्ट्रातून निवडून आलेल्या

लोकप्रतिनिधींना ना? पण गेली कित्येक वर्षे तो त्यांना बजावताच आलेला नाही. महाराष्ट्राचे मंत्रिमंडळ कसे असावे, त्यात सर्व घटकांना समाविष्ट करून घेण्याची क्षमता असावी की नाही– हाही प्रश्न महाराष्ट्राच्या अखत्यारीत नाही. याचाच अर्थ महाराष्ट्रातील लोकशाही ही दिल्लीहून चालवली जाते. ज्यात महाराष्ट्राचे प्रतिनिधित्व उमटलेले आहे, असा मुख्यमंत्री निवडण्याऐवजी अंतुले, भोसले, निलंगेकर-पाटील यांसारखी माणसे महाराष्ट्रावर लादली गेली. जे महाराष्ट्रात चालू आहे, तसेच देशभर चालू आहे. अल्पमतात असणाऱ्या बारा-चौदा आमदारांच्या गटाचे प्रमुख शरद पवार हे त्यांच्याहून तिप्पट संख्या असलेल्या गटांना डावलून महाराष्ट्राचे मुख्यमंत्री होऊ शकतात; अशा वेळेला प्रश्न पडतो– लोकशाही आहेच कुठे? ती दिसत नाही, जाणवत नाही– मग तिला शोधायचे कुठे? लोकशाही म्हणजे निवडणुका असतील, तर त्या होतात. एका निवडणुकीत दोन हजार कोटी रुपयांचा चुराडा होतो. कोणी तरी बहुमत मिळवून राज्याची विधानसभा आणि विधान परिषद ताब्यात घेतो. मंत्र्यांचा शपथविधी होतो, सभागृहाचे अध्यक्ष, विरोधी पक्ष, प्रतोद वगैरे सर्व नक्कल इंग्लंड-अमेरिकेकडे पाहून केली जाते. आम्ही निवडून आलो आहोत, असे सत्तारूढ पक्ष गर्वाने सांगूही शकतो. शासनव्यवस्थेचे दर्शनी रूप लोकशाहीचे आहे. याचा पुरावा म्हणून आम्हाला अनेक नाटके दाखवली जातात. पण लोक, लोकांची शाही, लोकांचे राज्य हे काही कुठे आहे, असे जाणवत नाही. काँग्रेसचे राज्य जरूर आहे; पण काँग्रेस म्हणजेच या देशातील लोक का? जे मनाला पटेल ते बोलण्याचे स्वातंत्र्य, आवश्यक असणारी निर्भयता आणि अशा माणसाला मिळणारे न्यायसंस्थेचे, पत्रकारितेचे, पोलिसांचे संरक्षण आमच्या लोकप्रतिनिधींना आहे काय? दिल्लीहून आलेल्या हुकमांची तामिली करणे, हाच ज्यांचा दिनक्रम आहे; त्यांना लोकशाहीची गरज नाही. स्वाभिमान टिकविण्याचीही आवश्यकता वाटत नाही. ज्या लोकांचे प्रतिनिधी आहेत, त्यांच्या प्रश्नांची बाजू घेण्याचेही त्यांना कारण नाही दिल्लीची ज्या गोष्टीला संमती नसते, त्या उच्चारण्याची हिंमत जेव्हा लोकप्रतिनिधी हरवून बसतात; तेव्हा ते कवडीमोलाचे होतात. दिल्लीतील राजवट सुरक्षित राखण्यासाठी राज्यातील राजवटी गहाण पडल्या, तरी त्यांना राग येऊ शकत नाही. लोकशाहीचा प्राण आहे तो विचारस्वातंत्र्य! ते स्वातंत्र्य ज्यांना अजिबात उपभोगता येत नाही, ते आहेत आज लोकशाहीचे रक्षक! गुलामांना लोकशाहीची गरजही नसते! पूर्वी औरंगजेब बादशहाचे हुकूम मराठी सरदार मानीत असत आणि तरीही स्वतःला स्वतंत्र राजे मानीत; त्या परंपरेत आज फारसा फरक झालेला नाही. आज

पूर्वीसारखीच सुलतानशाही चालू आहे. सुलतानाच्या लहरीवर आमच्या देशाचे राज्ययंत्र चालते आहे आणि ते तसेच चालल्याबद्दल फारशी खंत कुणाला वाटलेली दिसत नाही. तरीही या देशात जगातील सर्वांत मोठी लोकशाही नांदते आहे, असे म्हणताना आपल्याला फार अभिमान वाटतो. मेंढपाळाला ज्याप्रमाणे पाचशे-हजार, दोन हजार मेंढ्यांचा कळप आपण बाळगतो याबद्दल अभिमान वाटतो; तसाच अभिमान आमच्या पंतप्रधानांना वाटत असला पाहिजे. असली लोकशाही टिकविण्यापेक्षा आपण दुसऱ्याही काही मार्गांचा विचार करायला काय हरकत आहे? निदान त्या वेळेला लोकशाहीची पथ्ये तरी पाळावी लागणार नाहीत. जो भ्रष्टाचाराचा तरू आजच्या लोकशाहीत निर्माण झाला आहे, तो जर तोडावयाचा असेल; तर त्याच्या मुळावर घाव घातला पाहिजे. असली लोकशाही टिकविण्याचा आक्रोश करण्यापेक्षा ही लोकशाही संपविण्याचा आक्रोश कदाचित लोकांच्या कानांपर्यंत पोचू शकेल आणि आज प्रत्यक्ष अस्तित्वात असलेली लोकशाही लोकांना मुळीच पसंत नाही, हे तरी जगजाहीर होईल.

(२७ जुलै, १९८६)

-०-०-०-

www.ingramcontent.com/pod-product-compliance
Lightning Source LLC
Chambersburg PA
CBHW030527030726
47495CB00004B/895
* 9 7 8 9 3 8 2 9 8 8 2 8 1 *